సీత – మిథిల యోధ

అమీష్ 1974లో జన్మించారు. కోల్‌కత్తాలోని ఐ.ఐ.ఎం.లో విద్యాభ్యాసం చేసి బ్యాంకులో పనిచేసారు. అది విసుగనిపించి రచయితగా మారారు. అతని తొలి పుస్తకం "ది ఇమ్మార్టల్స్ ఆఫ్ మెలూహా" (శివా మూడు గ్రంథాల్లో మొదటిది) సాధించిన అఖండ విజయం అతనికి ఆర్థిక సేవల్లో తన పధ్నాలుగేళ్ల వృత్తిని వదిలిపెట్టి, రచనపైనే దృష్టి కేంద్రీకరించడానికి ప్రోత్సాహమిచ్చింది. ఆయనకు చరిత్ర, పురాణాలు, తత్వశాస్త్రం అంటే అమితమైన అభిమానం; అన్ని మతాల్లోనూ సౌందర్యం, అర్థం ఉన్నాయని ఆయన విశ్వాసం. అమీష్ రచనలు యాభైయైదు లక్షల ప్రతులకు పైగా అమ్ముడయ్యాయి. పంతొమ్మిదకి పైగా భాషల్లోకి అనువదించబడ్డాయి

www.authoramish.com
www.facebook.com/authoramish
www.instagram.com/authoramish
www.twitter.com/authoramish

రమాంజనీకుమారి తెలుగులో గత పాతికేళ్ళుగా అనువాదాలు చేస్తున్నారు. ఎం.వి. కామత్, రాబిన్ శర్మ, రాధాకృష్ణన్ పిళ్ళై, అశ్విన్ సంఘి, మెహ్రాబ్ ఇరాని, భవదీప్ కాంగ్, ఆనంద్ నీలకంఠన్ వంటి రచయితల రచనలను తెలుగులోకి అనువదించారు. వీరి అనువాదాలలో నవలలు, వ్యక్తిత్వ వికాస గ్రంథాలు, జీవిత చరిత్రలు, ఆధ్యాత్మిక గ్రంథాలు ఉన్నాయి.

www.authoramish.com

అమీష్ ఇతర రచనలు

శివ త్రయం

భారతీయ ప్రచురణరంగ చరిత్రలో అత్యధిక వేగంగా అమ్ముడుపోయిన పుస్తక శ్రేణి

మెలుహా మృత్యుంజయులు (శివ త్రయంలో మొదటి పుస్తకం)
నాగాల రహస్యం (శివ త్రయంలో రెండో పుస్తకం)
వాయుపుత్రుల శపథం (శివ త్రయంలో మూడోపుస్తకం)

రామచంద్ర శ్రేణి

భారతీయ ప్రచురణరంగ చరిత్రలో రెండో అత్యధిక వేగంగా అమ్ముడుపోయిన పుస్తక శ్రేణి

రాముడు – ఇక్ష్వాకు కుల తిలకుడు (శ్రేణిలో మొదటి పుస్తకం)
రావణుడు – ఆర్యావర్తానికి శత్రువు (శ్రేణిలో మూడవ పుస్తకం)

కాల్పనికేతర రచనలు

అమరభారతం: యువదేశం, అనాది నాగరికత

'{అమీష్} రచనలు సుసంపన్నమైన భారతీయ చరిత్ర గురించీ, సంస్కృతి గురించి మిక్కిలి కుతూహలాన్ని రేకెత్తిస్తున్నాయి.'

– నరేంద్ర మోదీ

(గౌరవనీయ భారత ప్రధాన మంత్రి)

'{అమీష్} రచనలు ఒక పక్క యువతలో పఠన కుతూహలాన్ని రేకెత్తిస్తూ, దాన్ని సంతృప్తిపరుస్తూ ఉంటాయి, మరోపక్క వారికి ప్రాచీన విలువల వ్యవస్థను పరిచయం చేస్తూంటాయి.'

– శ్రీ శ్రీ రవిశంకర్

(ఆధ్యాత్మిక గురువు, ఆర్ట్ ఆఫ్ లివింగ్ ఫౌండేషన్ వ్యవస్థాపకులు)

'{అమీష్ పుస్తకం} మంచి సమాచారంతో ఆసక్తకరంగా ఆఖరిపేజీ వరకూ ఆపకుండా చదివించేదిగా ఉంది.'

– అమితాబ్ బచ్చన్

(ప్రఖ్యాత భారతీయ నటుడు)

'అమీష్ రచనలు ఆలోచనాత్మకంగా, లోతుగా ఉంటూ, ఇతర రచయితలందరికన్నా ఎక్కువగా నవభారతానికి ప్రాతినిధ్యం వహిస్తూ ఉంటాయి.'

– వీర్ సంఘ్వీ

(సీనియర్ జర్నలిస్టు, రచయిత)

'అమీష్ భారత సాహిత్యరంగంలో అతిపెద్ద రాక్ స్టార్.'

– శేఖర్ కపూర్

(అవార్డు పొందిన ఉత్తమ సినీ దర్శకుడు)

'తన తరంలోని మౌలిక ఆలోచనాపరులలో అమీష్ శ్రేష్ఠుడు.'

– ఆర్నబ్ గోస్వామి

(సీనియర్ జర్నలిస్టు, ఎండీ, రిపబ్లిక్ టీవీ)

www.authoramish.com

'అమీష్ కన్ను సూక్ష్మమైన వివరాలను కూడా పట్టించుకుని, తనదైన ఆకట్టుకునే శైలిలో కట్టిపడేసేలా వర్ణించగలదు.'

– డా. శశిథరూర్

(పార్లమెంటు సభ్యులు, రచయిత)

'భారతీయ చరిత్ర గురించి అమిష్కు అసాధారణమైన, అద్భుతమైన, మౌలికమైన, లోతైన దృక్పథంతో కూడిన ఆలోచనాత్మక మేథస్సు ఉంది.'

– శేఖర్ గుప్తా

(సీనియర్ జర్నలిస్టు, రచయిత)

'నవభారతాన్ని అర్థం చేసుకోవాలంటే మీరు అమీష్ రచనలను చదివితీరాలి.'

– స్వపన్ దాస్ గుప్తా

(పార్లమెంటు సభ్యులు, సీనియర్ జర్నలిస్టు)

'అమీష్ పుస్తకాలన్నిటిలో లింగ, వర్ణ, ఇంకా ఏ రకమైన వివక్షకైనా వ్యతిరేకమైన ఉదారవాద, అభ్యుదయవాద ఆలోచనలు ప్రవహిస్తూ ఉంటాయి. భారతదేశంలో ఎక్కువ పుస్తకాలు అమ్ముడు పోయే రచయితల్లో నిజమైన ఆధ్యాత్మికచింతన కలవాడు ఆయనొక్కడే. ఆయన పుస్తకాలన్నిటిలోనూ లోతైన పరిశోధన, చింతనా కనిపిస్తాయి.'

– సందీపన్ దేవ్

(సీనియర్ జర్నలిస్టు, స్వరాజ్య పత్రిక ఎడిటోరియల్ డైరెక్టర్)

'అమీష్ ప్రభావం ఆయన రచనలకు మాత్రమే పరిమితం కాదు, ఆయన రచనలు కాల్పనిక సాహిత్యానికే పరిమితం కాలేదు, ఆయన సాహిత్యంలో భక్తి పునాదులపై నిర్మితమైన తత్వశాస్త్రపు లోతులున్నాయి. అవే భారతదేశం పట్ల ఆయనకున్న ప్రేమకు తగిన బలాన్నిస్తున్నాయి.'

– గౌతం చికర్మనే

(సీనియర్ జర్నలిస్టు, రచయిత)

'అమీష్ ఒక సాహితీ అద్భుతం.'

– అనిల్ ధార్కర్

(సీనియర్ జర్నలిస్టు, రచయిత)

సీత
మిథిల యోధ

రామచంద్ర గ్రంథమాల
2వ పుస్తకం

అమీష్

అనువాదం
వేమూరి రమాంజనీకుమారి

eka

www.authoramish.com

First published in English as *Sita: Warrior of Mithila* in 2017 by Westland
Publications Ltd.

Reprinted in English as *Sita: Warrior of Mithila* in 2018 by Westland Publications
Private Limited

First published in Telugu as *Sita: Mithila Yoddha* in 2017 by Westland Publications
Ltd., in association with Yatra Books

Published in Telugu as *Sita: Mithila Yoddha* in 2022 by Eka, an imprint of Westland
Books, a division of Nasadiya Technologies Private Limited

No. 269/2B, First Floor, 'Irai Arul', Vimalraj Street, Nethaji Nagar, Alapakkam
Main Road, Maduravoyal, Chennai 600095

Westland, the Westland logo, Eka and the Eka logo are the trademarks of Nasadiya
Technologies Private Limited, or its affiliates.

ISBN: 9789395073882

10 9 8 7 6 5 4 3 2 1

Cover Concept and Design by Sideways
Illustration by Arthat studio
Translated into Telugu by Vemuri Ramanjani Kumari
Inside book formatting and typesetting by Pavan Graphics, Hyderabad.
Printed at Nutech Print Services-India

www.authoramish.com

ప్రాచీన భారతీయ సంతులిత మార్గానికి నిదర్శనంగా
నిలిచే వ్యక్తి, గణేశుడి భక్తుణ్ణని గర్వంగా చెప్పుకున్నా,
అన్ని ఇతర మతాలను గౌరవించే సహనశీలి,
అకుంఠిత భారతీయ దేశభక్తుడు, వివేకము, ధైర్యము ఉన్న
గౌరవించదగిన ఆదర్శపురుషుడు
మా బావగారు
హిమాంశురాయ్ కి.

ఓమ్ నమఃశివాయ

విశ్వమంతా మహాశివుడికి నమస్కరిస్తుంది.

నేను మహాశివుడికి నమస్కరిస్తున్నాను.

అద్భుత రామాయణం నుంచి

(మహర్షి వాల్మీకి)

యదాయదాహి ధర్మస్య గ్లానిర్భవతి సువ్రత|
అభ్యుత్థానమధర్మస్య తదాప్రకృతి సంభవః||
ఓ ధర్మపరాయణుడా, గుర్తుంచుకో,
ధర్మం క్షీణిస్తున్నపుడు
లేదా అధర్మం పెచ్చుమీరుతున్నపుడు
దేవత అవతరిస్తుంది.

ఆమె ధర్మాన్ని రక్షిస్తుంది.
ఆమె మనల్ని రక్షిస్తుంది.

పాత్రల పరిచయం, ముఖ్యమైన తెగల వివరణ

అరిష్టనేమి: మలయపుత్రుల సేనాధిపతి; విశ్వామిత్రుడి కుడిభుజం.

అశ్వపతి: వాయవ్యరాజ్యం కేకయకు రాజు; కైకేయి తండ్రి, దశరథుడికి మిత్రుడు.

భరతుడు: రాముడి సవతి సోదరుడు; కైకేయి, దశరథుల కుమారుడు.

దశరథుడు: కోసల రాజు. సప్తసింధు చక్రవర్తి. కౌసల్య, కైకేయి, సుమిత్రల భర్త, రాముడు, భరతుడు, లక్ష్మణుడు, శత్రుఘ్నుల తండ్రి.

హనుమంతుడు: రాధికకు వరుసకు అన్న; వాయుకేసరి కుమారుడు; నాగుడు. వాయుపుత్ర తెగ సభ్యుడు.

జనకుడు: మిథిల రాజు; సీత, ఊర్మిళల తండ్రి.

జటాయువు: మలయపుత్ర తెగ నాయకుడు; నాగుడు; సీతారాములకు స్నేహితుడు.

కైకేయి: కేకయ రాజు అశ్వపతికుమార్తె; దశరథుడి రెండో భార్య, ప్రియపత్ని, భరతుడి తల్లి.

కౌసల్య: దక్షిణ కోసల రాజు భానుమనుడు, మహేశ్వరిల కుమార్తె; దశరథుడి పెద్ద భార్య; రాముడి తల్లి.

కుంభకర్ణుడు: రావణుడి సోదరుడు; నాగుడు.

కుశధ్వజుడు: సంకాశ్యరాజు; జనకుడి తమ్ముడు.

లక్ష్మణుడు: దశరథుడి కవల పిల్లల్లో ఒకడు; సుమిత్ర కుమారుడు; రాముడికి విధేయుడు; ఊర్మిళను వివాహం చేసుకున్నాడు.

మలయపుత్రులు: ఆరో విష్ణువు పరశురామ ప్రభువు వదిలి వెళ్ళిన తెగ.

మార: హత్యలు చేసే కిరాయి హంతకుడు.

నారదుడు: లోథాల్ వ్యాపారి; హనుమంతుడి స్నేహితుడు.

నాగులు: శారీరక లోపాలతో జన్మించిన మానవులు.

రావణుడు: లంకరాజు; విభీషణుడు, శూర్పణఖ, కుంభకర్ణుల అన్న.

రాధిక: సీత స్నేహితురాలు; హనుమంతుడికి వరుసకు చెల్లెలు.

రాముడు: అయోధ్యను పాలించిన దశరథ చక్రవర్తి పెద్దకొడుకు; పెద్ద భార్య కౌసల్యకుమారుడు. నలుగురు అన్నదమ్ముల్లో పెద్దవాడు. సీతను వివాహం చేసుకున్నాడు.

సమీచి: మిథిల రక్షణ దళాధికారి, దౌత్య మర్యాదల పర్యవేక్షణాధికారి.

శత్రుఘ్నుడు: లక్ష్మణుడి కవల సోదరుడు; దశరథుడు, సుమిత్రల కుమారుడు.

శూర్పణఖ: రావణుడి సవతి సోదరి.

సీత: జనకమహారాజు, మహారాణి సునయనల పెంపుడు కుమార్తె. మిథిల ప్రధానమంత్రి; రాముడిని వివాహం చేసుకుంది.

సుమిత్ర: కాశీరాజు కుమార్తె. దశరథుడి మూడోభార్య, లక్ష్మణ, శత్రుఘ్నుల తల్లి.

సునయన: మిథిల మహారాణి; సీత, ఊర్మిళల తల్లి

వాలి: కిష్కింధరాజు

వరుణ రత్నాకరుడు: రాధిక తండ్రి; వాల్మీకుల నాయకుడు.

వశిష్ఠుడు: అయోధ్యరాజగురువు, పురోహితుడు; నలుగురు అయోధ్య రాకుమారులకు గురువు.

వాయుకేసరి: హనుమంతుడి తండ్రి; రాధిక పెద తండ్రి.

వాయుపుత్రులు: గతంలోని మహాదేవుడు రుద్రదేవుడు వదలివెళ్ళిన తెగ.

విభీషణుడు: రావణుడి సవతి తమ్ముడు.

విశ్వామిత్రుడు: ఆరో విష్ణువు పరశురామ ప్రభువు వదలి వెళ్ళిన తెగ మలయపుత్రుల నాయకుడు; రామలక్ష్మణులకు తాత్కాలిక గురువు.

ఊర్మిళ: సీత చెల్లెలు; జనకుడు, సునయనల స్వంతకుమార్తె. లక్ష్మణుడిని వివాహం చేసుకుంది.

గ౽

కథనాత్మక ప్రణాళికను గురించి

ఈ రచన చదువుతూ మీ అమూల్యమైన సమయాన్ని నాకోసం వెచ్చించినందుకు ధన్యవాదాలు.

ఈ పుస్తకం విడుదల కావడానికి ఆలస్యమైందనే విషయం నాకు తెలుసు. దానికి క్షమించమని కోరుతున్నాను. కాని రామచంద్ర గ్రంథమాల రచనావిధానం గురించి నేను చెబితే ఆలస్యానికి కారణం మీకు అర్థమవుతుంది.

కథను చెప్పే టెక్నిక్ హైపర్ లింక్ నన్ను చాలా ప్రేరితుణ్ణి చేసింది. కొంతమంది దీనిని మల్టీలీనియర్ కథనం అంటారు. ఇటువంటి కథనంలో ఎన్నో పాత్రలుంటాయి. ఒక సంబంధం వారినందరినీ కలుపుతుంది. రామచంద్ర గ్రంథమాలలో మూడు ప్రధానపాత్రలు రాముడు, సీత, రావణుడు. ప్రతి పాత్ర తనను తీర్చిదిద్దిన జీవితానుభవాలు కలిగి ఉంటుంది. ఈ కథలన్నీ సీతను అపహరించడం దగ్గర కలుస్తాయి. ప్రతివారికీ తమ సొంత సాహసం, ఉత్కంఠ కలిగించే కథ ఉంటుంది.

అందువల్ల మొదటి పుస్తకంలో రాముడి కథ తెలిసింది. రెండు, మూడు పుస్తకాల్లో వరుసగా సీత, రావణుడి సాహసాలు తెలుస్తాయి. ఈ మూడు కథలు నాలుగో పుస్తకంలో కలిసి ఒకే కథ అవుతుంది.

రాముడు
ఇక్ష్వాకు కులతిలకుడు
రామచంద్ర గ్రంథమాల
పుస్తకం 1
సీత
మిథిల యోధ
రామచంద్ర గ్రంథమాల
పుస్తకం 2
రావణుడు
ఆర్యావర్తపు అనాథ
రామచంద్ర గ్రంథమాల
పుస్తకం 3
రావణుడి జననం
సీత జననం
రాముడి జననం
సీతారాముల కళ్యాణం
సీతాపహరణం
రామచంద్ర
గ్రంథమాల 4వ
పుస్తకం నుంచి

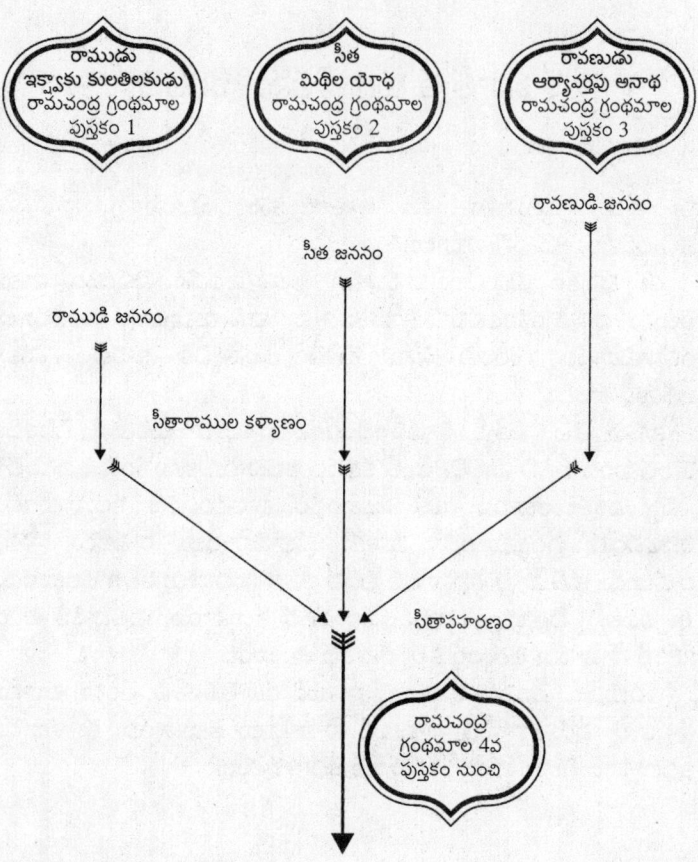

ఇది క్లిష్టంగాను, ఎక్కువ సమయం పట్టే వ్యవహారం అని నాకు తెలుసు. కాని ఇది చాలా ఉత్తేజభరితంగా ఉంటుందని నేను మీకు చెప్పాలి. నాలాగే మీకూ ఇది ప్రయోజనకరంగా, ఉత్కంఠభరితమైన అనుభవాన్నిస్తుందని ఆశిస్తాను. సీత, రావణుడి పాత్రలను అర్థం చేసుకొనడం, వాళ్ళ ప్రపంచంలో నివసించి, ఇతివృత్తాల, కథల చిక్కుముడులను విప్పుకొనడం చేస్తుంటే ఈ ఇతిహాసం నాకు సజీవంగా సాక్షాత్కరించింది. నేను నిజంగా అదృష్టవంతుడినని భావిస్తున్నాను.

ఇది ప్రణాళిక కనుక, మొదటి పుస్తకంలో (*రాముడు – ఇక్ష్వాకు కులతిలకుడులో*) సూచనలు ఇచ్చాను. రెండు మూడు పుస్తకాలలోని కథలతో సంబంధం ఉండే విధంగా. 2, 3 పుస్తకాలలో కూడా మిమ్మల్ని ఆశ్చర్యపరిచే సంఘటనలు, మెలికలు ఉన్నాయని చెప్పనవసరం లేదనుకుంటాను!

వాస్తవానికి *రాముడు – ఇక్ష్వాకు కులతిలకుడు* చివరి పేరాలో పెద్ద సూచన ఉంది. కొందరికి అర్థమైంది. అర్థం కాని వారికి, రెండో పుస్తకం *సీత – మిథిలయోధ* మొదటి అధ్యాయంలో పెద్ద ఆశ్చర్యం ఎదురుచూస్తోంది.

సీత – మిథిల యోధ మీకు నచ్చుతుందని భావిస్తాను. నా ఫేస్ బుక్, ట్విటర్ లకు సందేశాలు పంపి ఈ పుస్తకం గురించి ఏమనుకుంటున్నారో తప్పక చెప్పండి.

ప్రేమతో,

అమీష్

www.facebook.com/authoramish
www.instagram.com/authoramish
www.twitter.com/authoramish

కృతజ్ఞతలు

మనిషి రాసేటప్పుడు తన ఆత్మను అక్షరాల రూపంలో కాగితం మీద అమర్చుతాడు. అలా చేయడానికి చాలా ధైర్యం కావాలని అంటారు. తనకు అండగా నిలబడేవాళ్ళు ఉన్నారని తెలిస్తే మనిషికి ధైర్యం దానంతటదే వస్తుంది. నాకు అండగా నిలబడిన వారందరికీ నా కృతజ్ఞతలు చెబుతున్నాను. నాకు ధైర్యం ఇచ్చేవాళ్ళు: నేను ఒంటరిని కానని గుర్తు చేసేవారు.

నా తనయుడు నీల్ ఎనిమిదేళ్ళవాడు. నా గర్వం, సంతోషం తనే. ఇప్పటికే చాలా చదువుతూ ఉంటాడు. నా రచన ఎప్పుడెప్పుడు చదువుతాడా అని తహతహలాడుతున్నా!

నా భార్య ప్రీతి, నా సోదరి భావన, మా బావ హిమాంశు, నా సోదరులు అనీశ్, ఆశిశ్ లు ఈ కథను మలచడంలో నాకు తోడ్పడ్డారు. సాధారణంగా ప్రతి అధ్యాయం రాయడం పూర్తవగానే మొదటి ప్రతిని వీరే చదువుతారు. వీరితో ఎన్నో తాత్త్వికతలను గురించి వివరంగా నేను చర్చిస్తాను. ఈ పుస్తకంలో చాలా భాగం నేను ఢిల్లీలో అనీశ్, మీతాల ఇంటిలో ఉండి రాశాను. ఈ బంధుత్వాలు అన్నీ నాకు లభించడానికి కారణం బహుశా నా పూర్వజన్మ సుకృతం అని భావిస్తాను.

మిగిలిన నా కుటుంబ సభ్యులైన ఉష, వినయ్, మీత, డొనెటా, షెర్నాజ్, స్మిత, అనుజ్, రుతలకు– వీరి నిరంతర ప్రేమాభిమానాలకు.

శ్రావణి నా సంపాదకురాలు. నా కథల పట్ల నాకున్నంత నిబద్ధత ఆమెకూ ఉంది. నాలాగే తను కూడా మొండిఘటం. నాలాగే ఎక్కువగా చదువుతూ ఉంటుంది. సాంకేతిక నిపుణత నాలాగే ఆమెకీ లేదు. గత జన్మలో మేం ఒకే తల్లికి పుట్టి ఉంటాం!

గౌతమ్, కృష్ణకుమార్, నేహ, దీప్తి, సతీశ్, సంఘమిత్ర, జయంతి, సుధ, విపిన్, శ్రీవత్స, శత్రుఘ్నన్, సరిత, అరుణిమ, రాజు, సంయోగ్, నవీన్,

జైశంకర్, సతీశ్, దివ్య, మధు, సత్యశ్రీధర్, క్రిస్టినా, ప్రీతి, ఇంకా వెస్ట్‌ల్యాండ్ లో నా ప్రచురణకర్తల అద్భుతమైన బృందం. నా దృష్టిలో వెస్ట్‌లాండ్ దేశంలోనే అత్యుత్తమ ముద్రాపకులు.

అనుజ్ నా ఏజెంట్. మొదటినుంచి నా స్నేహితుడు, భాగస్వామి.

అభిజీత్ పాతమిత్రుడు, సీనియర్ ఎగ్జిక్యూటివ్. ఈ పుస్తకానికి సంబంధించిన మార్కెటింగ్ యత్నాలకు వెస్ట్‌ల్యాండ్‌తో కలిసి అద్భుతంగా పని చేశాడు.

నా మేనేజర్లు మోహన్, మెహూల్ అన్ని విషయాలు వారు చూసుకుంటూ నాకు రాయడానికి సమయం కల్పిస్తారు.

అభిజిత్, సొనాలి, శృతి, రాయ్ కసంద్ర, జోషువా, పూర్వ, నళిన్, నివేదిత, నేహ, నేహల్ ఇంకా సైడ్‌వేస్ బృందం. వ్యాపారంలోని అన్ని కోణాల్లోను సృజనాత్మకతను అనువర్తింపజేసే విశిష్టమైన కంపెనీ ఇది. ఈ రచనకు సంబంధించిన వ్యాపార, మార్కెటింగ్ వ్యూహాలను రూపొందించడంలో సైడ్‌వేస్ సహాయం చేసింది. మార్కెటింగ్ సామగ్రి చాలావరకు వారే తయారు చేశారు. ముఖచిత్రంతో సహా. ఇది నేను చూసిన అత్యుత్తమ ముఖచిత్రాలలో ఒకటి. వీరికి కవర్ డిజైన్ చేయడంలో అర్థత్ బృందం (జితేంద్ర), దేవల్, జాన్సన్ సహాయం చేశారు. చక్కటి ప్రతిభ కలిగిన డిజైనర్లు.

మాయాంక్, ప్రియాంక జైన్, దీపిక, నరేష్, విశాల్, డానిష్, మో ఆర్ట్ బృందం, ఈ పుస్తకానికి మీడియా సంబంధాలు, మార్కెటింగ్ ఒప్పందాలు చూశారు. వారు శక్తిమంతులైన భాగస్వాములు. నేను పనిచేసిన ఉత్తమ ఏజెన్సీలలో ఒకరు.

హేమల్, నేహ, ఆక్టోబజ్ బృందం ఈ పుస్తకానికి సంబంధించిన సోషల్ మీడియా కార్యకలాపాలనెన్నిటినో నిర్వహించారు. కష్టపడి పనిచేస్తారు. తెలివి తేటలు, నిబద్ధత కలిగినవారు. ఏ బృందానికైనా వారు పేరు తెస్తారు.

సంస్కృత పండితులు మృణాళిని, వృషాలి నాతో కలిసి పరిశోధన చేస్తారు. వారితో నేను చేసే చర్చలు జ్ఞానోదయాన్ని కలిగిస్తాయి. వారి నుంచి నేను నేర్చుకున్న జ్ఞానం నా రచనల్లో నేను రాసే ఎన్నో విషయాలకు తోడ్పడుతుంది.

చివరిగా, ముఖ్యులైన మీకు, పాఠకులకు. మీ తోడ్పాటు వల్లనే నేనీవిధమైన జీవితాన్ని జీవించగలుగుతున్నాను; నేనేం చేసినా, దేన్ని ప్రేమించినా వాస్తవానికి దీని ద్వారానే జీవనోపాధి పొందుతున్నాను. మీకు నేనెంతో కృతజ్ఞుణ్ణో చెప్పలేను!

1వ అధ్యాయం

క్రీస్తుపూర్వం 3400, భారతదేశంలో
గోదావరినది సమీపంలో ఎక్కడో.

సీత మందంగా ఉన్న ఆకుల కాడలను తన పదునైన కత్తితో చక్కగా, త్వరగా కోస్తోంది. పొట్టిగా ఉన్న అరటిచెట్లు ఆమె ఎత్తులోనే ఉన్నాయి. ఆమె వాటికోసం సాగనవసరం లేదు. ఆమె ఆగి, తను కోసిన ఆకులవైపు చూసుకుంది. తర్వాత కొంచెం దూరంలో ఉన్న మలయపుత్ర సైనికుడు మకరాంతుడి వైపు చూసింది. సీత కోసిన ఆకులలో సగం కోసి ఉంటాడు.

వాతావరణం ప్రశాంతంగా ఉంది. కొంచెంసేపటి క్రితం అడవిలో ఈ వైపున గాలి ఊళలు వేసింది. అకాలవర్షం ఆ ప్రాంతాన్ని ముంచెత్తింది. వర్షంలో తడవకుండా సీత, మకరాంతుడు గుబురుగా ఉన్న వృక్షాల కింద నిలబడ్డారు. ఆ హోరుగాలి శబ్దంలో వాళ్ళు ఒకరితో ఒకరు మాట్లాడుకొనడం కూడా అసాధ్య మైంది. మళ్ళీ అంతే హఠాత్తుగా ప్రశాంతత ఆవరించింది. వాళ్ళు త్వరత్వరగా అరటిచెట్లు ఎక్కువగా ఉన్న ప్రాంతానికి చేరుకున్నారు. అసలు ఈ ప్రయాణం ఆకులు కోసమే.

'ఇంక చాలు, మకరాంతా', సీత చెప్పింది.

మకరాంతుడు చుట్టూ చూశాడు. తడివల్ల ఆకుల కాడలు కోయడం కష్టమైంది. ఈ పరిస్థితుల్లో తను బాగానే కోశాడు. సీత పక్కనున్న ఆకుల కట్టవైపు చూశాడు. తర్వాత తను కోసిన చిన్న కట్టను చూశాడు. సిగ్గుగా నవ్వాడు.

సీత సమాధానంగా చక్కగా నవ్వింది. 'ఇవి చాలానే ఉన్నాయి. శిబిరానికి వెళ్ళిపోదాం. వేట నుంచి రామలక్ష్మణులు వచ్చేస్తూనే ఉంటారు. వాళ్ళకి ఏదైనా దొరికే ఉంటుందని ఆశిస్తాను'.

లంకాధీశుడైన రాక్షసరాజు ప్రతీకారం నుంచి తప్పించుకోవడానికి తన భర్త, అయోధ్య రాకుమారుడైన రాముడు, మరిది లక్ష్మణుడితో కలిసి దండకారణ్యంలో సీత పారిపోతూ ఉంది. మలయపుత్ర తెగ సైనికుల దండుకి నాయకుడైన జటాయువు అయోధ్య రాచకుటుంబీకులను, ముగ్గురినీ రక్షిస్తానని ప్రతిన చేశాడు. పారిపోవడమే సరైన మార్గమని గట్టిగా సలహా ఇచ్చాడు వారికి. తన సోదరి రాకుమారి శూర్పణఖను లక్ష్మణుడు గాయపరచినందుకు రావణుడు ప్రతీకారం తీర్చుకొనడానికి కచ్చితంగా తన సైనికులను పంపుతాడు.

రహస్యంగా చరించడం అత్యవసరం. అందువల్లే నేలలో లోతుగా తవ్విన గోతులలో ఆహారాన్ని వండుకుంటున్నారు. నిప్పుకోసం ప్రత్యేకమైన బొగ్గుని వాడుతున్నారు; ఆ ప్రత్యేక బొగ్గు పొగలేకుండా మంటను మండిస్తుంది. మరింత జాగ్రత్త కోసం వంటపాత్ర పైన బోలెడు అరటి ఆకులు వేసి బాగా కప్పేస్తారు. దానితో పొరపాటుగా కూడ పొగ బయటికి రాదు. పొగ కనిపిస్తే వారెక్కడున్నారో శత్రువుకి తెలిసిపోతుంది. ఈ కారణంగానే సీత, మకరాంతుడు అరటి ఆకులు కోస్తున్నారు. ఇప్పుడు వంట చెయ్యడం సీత వంతు.

పెద్ద కట్టను తాను తీసుకువస్తానని మకరాంతుడు పట్టుబట్టాడు; ఆమె ఒప్పుకుంది; దానితో ఆ మలయపుత్ర సైనికుడికి తనవంతు సాయం తానూ చేస్తున్నాననే భావం కలిగింది. కాని, తర్వాత ఈ పని పాపం మకరాంతుడికి ప్రమాదం కొని తెస్తుంది.

ముందుగా దానిని సీత విన్నది. గాలిహోరులో ఇంతకుముందు వినిపించని శబ్దం. ఇప్పుడు పొరపాటు పడడానికి అవకాశం లేదు: విల్లును సాగదీస్తున్న శబ్దం. సాధారణమైన విల్లు. ఎన్నో విజయాలు సాధించిన సైనికులు, పెద్ద అధికారులు విలువైన క్లిష్టమైన ధనుస్సులు వాడతారు. కాని ముందు వరుసలో ఉండే సైనికులు చెక్కతో చేసిన సాధారణమైన ధనుస్సులు వాడతారు. ఈ ధనుస్సులు మామూలుగా చాలా గట్టిగా ఉండి, లాగినప్పుడు విచిత్రమైన ధ్వని చేస్తాయి.

'మకరాంతా, వంగు!' సీత అరుస్తూ, ఆకులు కింద పడేసి నేలమీదకు వంగింది.

మకరాంతుడు వెంటనే స్పందించాడు, కాని నెత్తిమీద ఉన్న బరువు వల్ల తడబడి పడిపోయాడు. అతను ముందుకు పడుతుండగా ఒక బాణం

అతడి కుడిభుజంలో గుచ్చుకుంది. అతను స్పందించేలోగానే, రెండో బాణం గొంతులో గుచ్చుకుంది. అది గురి తప్పలేదు.

సీత నేలమీద దొర్లుతూ వెళ్ళి వృక్షం చాటున నక్కింది. రక్షణ కోసం వృక్షానికి వీపు నానించి, కిందే ఉండిపోయింది. కుడివైపు చూసింది. దురదృష్ట వంతుడైన మకరాంతుడు రక్తం మడుగులో నేలమీద పడి వున్నాడు. బాణం గొంతులో నుంచి మెడ వెనక్కు చొచ్చుకుని పోయింది. ఎక్కువసేపు బ్రతకడు.

సీత ఆగ్రహంతో శపించింది. దీనివల్ల శక్తిని వ్యర్థం చేసుకోవడం తప్ప ఉపయోగమేమీ లేదని వెంటనే గుర్తించింది. హృదయాన్ని శాంతపరచుకుంటూ, అప్రమత్తమై, చుట్టూ జాగ్రత్తగా చూసింది. తన ముందు ఎవరూ లేరు. ఆమె దాక్కుని ఉన్న వృక్షం వెనుక వైపు నుంచి కనపడకుండా వచ్చాయి బాణాలు. శత్రువులు కనీసం ఇద్దరుండి ఉంటారని ఆమెకు తెలుసు. ఒకే విలుకాడు అంత వేగంగా వెంట వెంటనే వరుసగా రెండు బాణాలు వేయలేడు.

మళ్ళీ ఆమె మకరాంతుడి వైపు చూసింది. అతనిలో చలనం లేదు. ప్రాణం పోయింది. అడవిలో భయంకరమైన నిశ్శబ్దం. కొన్ని క్షణాల క్రితం అక్కడంత దారుణమైన హింస జరిగిందని నమ్మడం అసాధ్యమనిపించేలా ఉంది ఆ నిశ్శబ్దం.

ధీరుడా, మకరాంతా వీడ్కోలు. నీ ఆత్మ పునర్జన్మించాలి.

దూరంగా గుసగుసగా ఆదేశాలు పొడిపొడిగా ఆమెకు వినిపించాయి. 'కుంభకర్ణ ప్రభువు దగ్గరకు వెళ్ళండి... ఆమె... ఇక్కడ... ఉందని చెప్పండి'.

ఎవరో గబగబా దూరంగా వెళుతున్న శబ్దం ఆమెకు వినిపించింది. బహుశా ఇప్పుడు ఒక్క శత్రువే ఉన్నట్టున్నాడు. ఆమె భూమివైపు చూసి, 'నాకు సాయం చేయి అమ్మా, సాయం చేయి', అంటూ గొణిగింది.

వీపు వెనుక భుజానికి అడ్డంగా తగిలించుకున్న ఒర నుంచి కత్తిని బయటకు లాగింది. కళ్ళు మూసుకుంది. వృక్షం చుట్టూ చూసి తనను తాను బైట పెట్టుకోలేదు. అలా చేస్తే తక్షణమే చంపేస్తారు. కళ్ళు నిరుపయోగాలే. చెవులపైనే ఆధారపడాలి. శబ్దభేది విద్య తెలిసిన గొప్ప విలుకాళ్ళున్నారు. కాని చాలాకొద్దిమంది మాత్రమే శబ్దం వచ్చిన దిశగా కత్తి విసరగలరు. అటువంటి వారిలో సీత ఒకతె.

ఆశ్చర్యం గొలిపేలా బిగ్గరగాను మృదువుగాను ఉన్న స్వరం ఆమెకు వినిపించింది. 'బయటికి రా. రాకుమారి సీతా, మేం నీకు హాని చెయ్యం, నీవే..'

ఆ స్వరం వాక్యం పూర్తి చెయ్యకుండానే ఆగిపోయింది. ఇంక అది ఎన్నటికీ వినిపించదు. ఆ స్వరం వినిపించిన కంఠంలో కత్తి దిగింది. సీత తను కనిపించకుండా ఉండి, ఆ స్వరం వినవచ్చిన వైపు తిరిగి కచ్చితంగా గొంతులో దిగేలా కత్తి విసిరింది. కంఠంలో కత్తి దిగడం చూసి లంక సైనికుడు క్షణకాలం ఆశ్చర్యపోయాడు. క్షణాల్లో చనిపోయాడు. మకరాంతుడిలానే రక్తపు మడుగులో పడిపోయాడు.

సీత కొంచెంసేపు వేచిచూసింది. ఇంకెవ్వరూ లేరని నిర్ధారించుకోవాలి. తన దగ్గర ఇంకో ఆయుధమేదీ లేదు. అయితే ఆమె శత్రువులకి ఆ సంగతి తెలియదు. ఆమె జాగ్రత్తగా వింది. ఏ శబ్దమూ రావడం లేదు, నేలమీద చిన్న పొదల మధ్య పాకుతూ పోయింది. అప్పటికీ ఎవ్వరూ ఉన్నట్లుగా అనిపించలేదు.

వెళ్ళు! వెళ్ళు! ఇంకెవ్వరూ లేరు!

ఆమె త్వరగా లేచి చనిపోయిన లంక సైనికుడి దగ్గరకు వెళ్ళింది. అతని ధనుస్సులో బాణం లేకపోవడం చూసి ఆశ్చర్యపోయింది. తన కత్తిని బయటకు లాగాలని ప్రయత్నించింది కాని అది వెన్నెముకలో లోతుగా దిగడంతో బైటకి రాలేదు.

నివాసం ప్రమాదంలో ఉంది! వెళ్ళు.

లంక సైనికుడి అమ్ముల పొది తీసుకుంది. దానిలో కొన్ని బాణాలున్నాయి. త్వరగా దాన్ని భుజం మీదుగా వీపుకు కట్టుకుంది. విల్లు తీసుకుని పరిగెత్తింది. వేగంగా పరిగెత్తింది! తమ తాత్కాలిక నివాసం వైపు. లంక సైనికుడు రెండోవాడు తన బృందాన్ని చేరి వాళ్ళని హెచ్చరించేలోగా అతణ్ణి చంపెయ్యడానికి.

తాత్కాలిక నివాసంలో పెద్ద ఘర్షణే జరిగినట్లుగా ఆనవాళ్ళున్నాయి. మలయపుత్ర సైన్యంలో జటాయువు, మరో ఇద్దరు సైనికులు తప్ప అందరూ చనిపోయారు. రక్తపు మడుగులో ఉన్నారు. నిర్దాక్షిణ్యంగా వాళ్ళని చంపేశారు.

జటాయువు బాగా గాయపడ్డాడు. అతని శరీరంలో ఉన్న అసంఖ్యాకమైన గాయాల నుంచి రక్తం కారుతూ ఉంది. కొన్ని గాయాలు కత్తులు చేసినవి, మరికొన్ని పిడికిళ్ళు చేసినవి. చేతులు వెనక్కి విరిచి కట్టేశారు. ఇద్దరు లంక సైనికులు అతన్ని కదలకుండా పట్టుకొని ఉన్నారు. ఒక భారీకాయుడు ఎదురుగా నిలబడి ఆ నాగా వీరుణ్ణి ప్రశ్నిస్తూ ఉన్నాడు.

శారీరక అవకరాలతో పుట్టిన సప్తసింధు ప్రజలను నాగాలు అంటారు. జటాయువుకు కలిగిన అవయవ లోపం వల్ల అతని ముఖం రాబందు ముఖంలా ఉంటుంది.

మిగిలిన ఇద్దరు మలయపుత్రులు నేలమీద రక్తం ఓడుతూ మోకాళ్ల మీద కూర్చుని ఉన్నారు. వాళ్ళ చేతులు కూడా వెనక్కి విరిచి కట్టేశారు. ముగ్గురు లంక సైనికులు వారి చుట్టూ ఉన్నారు. మరో ఇద్దరు వాళ్ళని వంగి ఉండేలా పట్టుకున్నారు. సైనికుల కత్తుల్నించి రక్తం కారుతూంది.

రావణుడు, అతని తమ్ముడు కుంభకర్ణుడు కొంచెం దూరంగా నిలబడి ఉన్నారు. బందీలను ప్రశ్నిస్తున్న వైపు రెప్పవేయకుండా చూస్తూ ఉన్నారు. వాళ్ళ చేతులకి రక్తం లేదు.

'సమాధానం చెప్పు, నాయకా', లంక వాసి అరిచాడు. 'వాళ్ళెక్కడ?' జటాయువు చెప్పను అన్నట్లుగా తలను వేగంగా ఊపాడు. పెదవులు కదలలేదు.

లంక వాసి వంగి ఆ నాగుడి చెవిలో గుసగుసగా, 'జటాయూ, నువ్వూ మాలో ఒకడివి. ఒకప్పుడు రావణ ప్రభువుకి విధేయంగా ఉండేవాడివి', అన్నాడు.

ఆ లంకవాసిని జటాయువు అసహ్యంగా చూశాడు. మండుతున్న అతని కళ్ళు సమాధానం చెప్పాయి.

అతను కొనసాగించాడు. 'మనం గతం మర్చిపోదాం. మేమడిగిన దానికి సమాధానం చెప్పు. గౌరవంగా లంకకు తిరిగిరా. ఇది లంకవాసి మాట. నాయకుడైన ఖరుడు చేసే వాగ్దానం'.

జటాయువు చూపులు తిప్పుకుని దూరంగా చూస్తుండిపోయాడు. కోపం పోయింది. ముఖం భావరహితంగా ఉంది. అతని మనసెక్కడో ఉన్నట్లుగా.

ప్రశ్నిస్తున్న లంకవాసి తన సైనికులలో ఒకడికి సంకేతమిచ్చాడు.

'నువ్వు ఆదేశించినట్లుగానే నాయకా, ఖరా', అంటూ ఆ సైనికుడు తన కత్తిని మోచేతులకున్న పట్టీకి తుడిచి శుభ్రం చేసి ఒరలో పెట్టేశాడు.

గాయపడిన మలయపుత్రుడి దగ్గరకు వెళ్ళి రంపంలా ఉన్న తన కత్తిని బయటికి తీశాడు. గాయపడిన వ్యక్తి వెనక్కి వెళ్ళి, అతని తలను వెనక్కు వంచి కంఠానికి కత్తి ఆనించి ఖరుడి ఆదేశం కోసం చూస్తూ నిలబడ్డాడు.

జటాయువు తలను ఖరుడు ఎత్తి పట్టుకోవడంతో అతనికి ఎదురుగా తోటి మలయపుత్రుడు కనిపించాడు. అతని కంఠం మీద కత్తి ఉంది.

'నాయకా, జటాయూ, నీ ప్రాణమంటే నీకు లెక్కలేకపోవచ్చు', అన్నాడు ఖరుడు. 'కాని కనీసం నీ సైనికులలో ఇద్దరినైనా రక్షించుకోవాలనిలేదా?'

మలయపుత్రుడు జటాయువు వైపు చూసి అరిచాడు, 'నేను చావడానికి సిద్ధం నాయకా! ఏమీ చెప్పవద్దు!'

లంకవాసి కత్తి పిడితో యువ సైనికుడి తలమీద కొట్టాడు. అతని శరీరం కుదేలైంది. మళ్ళీ ధైర్యంగా నిటారుగా అయ్యాడు. కత్తి మళ్ళీ అతని కంఠానికి ఆనింది.

ఖరుడు ఎంతో తీయగా మర్యాదగా, 'నాయకా, చెప్పెయ్. నీ సైనికుడి ప్రాణం కాపాడు. వాళ్ళెక్కడున్నారో చెప్పు', అన్నాడు.

'మిరెన్నటికీ వాళ్ళను పట్టుకోలేరు!' జటాయువు కోపంతో గుర్రుమన్నాడు. 'వాళ్ళు ముగ్గురూ ఎప్పుడో వెళ్ళిపోయారు!'

ఖరుడు నవ్వాడు. 'అయోధ్య రాకుమారులిద్దరూ పారిపోవచ్చు. నాకు అభ్యంతరం లేదు. నాకు విష్ణు కావాలి'.

జటాయువు నిర్ఘాంతపోయాడు. వీళ్ళకెలా తెలుసు?

'విష్ణు ఎక్కడ?' ఖరుడు అడిగాడు. 'ఆమె ఎక్కడుంది?'

జటాయువు పెదవులు కదిలాయి. ప్రార్థించడానికి మాత్రమే. ధైర్యశాలి అయిన తన సైనికుడి ఆత్మ కోసం అతను ప్రార్థిస్తున్నాడు.

ఖరుడు తల పంకించాడు.

జటాయువు హఠాత్తుగా నిటారుగా అయి మలయపుత్ర నినాదం బిగ్గరగా ఉచ్చరించాడు. 'జై పరశురామ్!'

'జై పరశురామ్!' ఇద్దరు మలయపుత్రులూ అరిచారు. మరణభయం వారిని తాకను కూడా లేదు.

లంక వాసి మలయపుత్రుని కంఠానికి కత్తిని నొక్కిపట్టాడు. నిదానంగా కత్తిని కంఠంలో దించాడు నొప్పి బాగా ఎక్కువయ్యేలా – రక్తం ధారగా బయటికి చిమ్మింది. శరీరంలోంచి ప్రాణం పోతుండగా ఆ యువకుడు నిదానంగా నేలమీద ఒరిగిపోయాడు. జటాయువు తన మనస్సులో గొణుక్కున్నాడు.

వీడ్కోలు, నా వీర సోదరా....

—౯౮—

శిబిరం దగ్గరకి వస్తూ సీత ఆగింది. ఆమె లంక సైనికుడు ఒకడిని అప్పటికే చంపేసింది. అతను కొంతదూరంలో పడి ఉన్నాడు. అతని గుండెల్లో బాణం గుచ్చుకుంది. అతని దగ్గరున్న బాణాలు తీసుకుని తన అమ్ముల పొదిలో పెట్టింది. వృక్షం వెనుక నిలబడి శిబిరం చుట్టూ చూసింది. అంతటా లంక సైనికులు ఉన్నారు. వందమందికి పైగానే ఉంటారు.

జటాయువు తప్ప మలయపుత్ర సైనికులందరూ మరణించారు. ఇద్దరు అతనికి సమీపంలో తలలు వంకర తిరిగి రక్తపు మడుగులో పడి ఉన్నారు. ఇద్దరు లంకవాసులు పట్టుకొని ఉండగా జటాయువు మోకాళ్ళపైన కూర్చుని ఉన్నాడు. అతని చేతులు వెనక్కి విరిచి కట్టేశారు. హింసించబడి, గాయపడి, రక్తమోడుతూ ఉన్నాడు. కాని ధైర్యం కోల్పోలేదు. అదేమీ పట్టించుకోనట్లుగా దూరంగా చూస్తున్నాడు. ఖరుడు అతనికి సమీపంలో నిలబడి, తన కత్తిని జటాయువు భుజం పైన పెట్టాడు. కత్తిని నెమ్మదిగా దండ కండరంలోకి దింపి కండరాన్ని రక్తం కారేలా కోశాడు.

ఖరుణ్ణి చూసి సీత కనుబొమలు ముడివేసింది. *నాకు అతను తెలుసు. ఇంతకుముందు అతన్నెక్కడ చూశాను?*

ఖరుడు చిరునవ్వు నవ్వి ఇంతకుముందు కోసిన రేఖ వెంటే మళ్ళీ కత్తిని తిప్పాడు స్నాయువులోకి లోతుగా వెళ్ళేలా.

'సమాధానం చెప్పు నాకు', అన్నాడు ఖరుడు కత్తితో జటాయువు చెంపను కోసి, మరింత రక్తం కారేలా చేస్తూ. 'ఆమె ఎక్కడ?'

జటాయువు అతనిపైన ఉమ్మాడు. 'నన్ను త్వరగా చంపెయ్. లేదా నిదానంగా చంపు. నేను నీకేమీ చెప్పను'.

ఖరుడు కోపంగా కత్తిని పైకెత్తి తృటిలో పని ముగించాలనుకున్నాడు. కాని అలా జరగలేదు. ఒక బాణం వచ్చి అతని చేతికి గుచ్చుకుంది. అతను బిగ్గరగా అరుస్తుండగా కత్తి నేలమీద పడిపోయింది.

రావణుడు, అతని సోదరుడు కుంభకర్ణుడు ఆశ్చర్యంతో చుట్టూ చూశారు. లంక సైనికులు చాలామంది వేగంగా వచ్చి ఆ ఇద్దరు రాజవంశీయుల చుట్టూ రక్షణ వలయం ఏర్పరుస్తూ నిలబడ్డారు.

కుంభకర్ణుడు ఆవేశపరుడైన తన అన్నను ఆపుతూ రావణుని చేతిని పట్టుకున్నాడు.

మిగిలిన సైనికులు బాణాలు సీత దిశగా గురిపెట్టారు. కుంభకర్ణుడు 'బాణాలు వెయ్యొద్దు!' అన్నాడు. అందరు వేగంగా విల్లులు దించేశారు.

ఖరుడు బాణం మొనను చేతిలోనే ఉంచి దాని చివరను విరిచేశాడు. కొంచెంసేపు అక్కడ రక్తం కారుతుంది. బాణం వచ్చిన దిశగా దట్టంగా వరుసగా ఉన్న వృక్షాల వైపు చూసి, తన పరిస్థితికి తిట్టుకున్నాడు. 'బాణం ఎవరు వేశారు? ఎన్నాళ్ళుగానో బాధింపబడుతున్న రాకుమారుడా? భారీకాయుడైన అతని సోదరుడా? లేకపోతే స్వయంగా విష్ణువే ప్రయోగించిందా?'

నిశ్చేష్టురాలైన సీత కదల్లేక అక్కడే నిలబడిపోయింది.

విష్ణు? ! లంకవారికి ఎలా తెలుసు? నన్నెవరు మోసగించారు?!

తన మనస్సుని బలవంతంగా వర్తమానంలోకి తీసుకొచ్చింది. వేరే విషయాలు ఆలోచించే సమయం కాదిది.

ఆమె త్వరగా, శబ్దం చేయకుండా మరోచోటికి వెళ్ళింది.

నేను ఒంటరిగా ఉన్నానని వాళ్ళకి తెలియకూడదు.

'బైటకొచ్చి నిజమైన యోధుల్లాగా పోరాడండి!' ఖరుడు సవాలు చేశాడు.

తనున్నచోటు సీతకు తృప్తినిచ్చింది. అది ఆమె మొదటి బాణం వేసిన చోటు నుంచి కొంచెం దూరంగా ఉంది. ఆమె నిదానంగా మరో బాణాన్ని అమ్ముల పొదిలో నుంచి తీసింది. విల్లులో పెట్టి నారి సారించి గురి చూసింది. లంక సైన్యంలో నాయకుడు చనిపోతే మిగిలిన సైన్యం త్వరగా పారిపోతుంది. కాని రావణుడిని సైనికులు బాగా రక్షిస్తున్నారు. డాళ్ళు బాగా పైకెత్తి పట్టుకున్నారు. గురిచూడడానికి ఆమెకి తగినంతగా సందు దొరకడంలేదు.

రాముడుంటే బాగుండేది. అతనెలాగో బాణాన్ని గురిచూసి వేయగలిగేవాడు.

సైనికులపై వ్యవధానం లేకుండా బాణ ప్రయోగం చేస్తే సందు దొరుకుతుందని భావించింది. వెంటవెంటనే అయిదు బాణాలు ప్రయోగించింది. అయిదుగురు లంకసైనికులు మరణించారు. మిగిలిన వాళ్ళు కదలను కూడా లేదు. రావణుడి చుట్టూ ఉన్న రక్షణ వలయం దృఢసంకల్పంతో, తమ రాజుకోసం ప్రాణాలర్పించడానికి సిద్ధంగా ఉంది.

రావణుడు రక్షణలో ఉన్నాడు. కొందరు సైనికులు ఆమె ఉన్న దిశగా పరిగెత్తుకొస్తున్నారు. ఆమె త్వరగా మరోచోటికి వెళ్ళింది.

దాడికి సిద్ధమై అమ్ములపాదిని పరిశీలించింది. మూడు బాణాలున్నాయి.

ఛ!

సీత కావాలని కొమ్మలమీద అడుగులేసింది. శబ్దం వచ్చిన వేపుగా సైనికులు కొందరు వేగంగా వస్తున్నారు. రావణుడి చుట్టూ ఉన్న రక్షణ వలయం చెదురుతుందని ఆశిస్తూ మరోచోటికి వేగంగా వెళ్ళింది. కాని ఖరుడు ఆమె అనుమానించిన దానికన్న ఎంతో తెలివైనవాడు.

అతను వెనక్కి వెళ్ళి, గాయం కాని ఎడమ చేతితో తన పాదరక్ష లోపలున్న కత్తిని బైటికి లాగాడు. జటాయువు వెనక్కి వెళ్ళి, నాగుడి కంఠం మీద కత్తి ఉంచాడు.

పెదవుల మీద ఉన్మాదంతో కూడిన చిరునవ్వుతో, ఖరుడు వెక్కిరిస్తున్నట్టుగా ఇలా అన్నాడు. 'నువ్వు పారిపోయి ఉండవచ్చు. కాని పారిపోలేదు. నువ్వు ఆ వృక్షాల వెనుక దాక్కుని ఉన్నావని నాకు తెలుసు 'మహావిష్ణూ', ఖరుడు 'మహా' అనే పదం ఎంతో వెక్కిరింతగా అన్నాడు. 'నిన్ను ఆరాధించే వాళ్ళని రక్షించాలనుకుంటున్నావు. ఎంతో స్ఫూర్తిదాయకంగా ఉంది... హృదయం ఆర్ద్రమవుతూంది....'

ఖరుడు కన్నీరు తుడుచుకున్నట్టుగా నటించాడు.

సీత రెప్పవేయకుండా ఆ లంకవాసిని చూసింది.

ఖరుడు కొనసాగిస్తున్నాడు, 'నీకో అవకాశమిస్తున్నాను. బైటికి రా. నీ భర్తని, భారీకాయుడైన నీ మరిదిని కూడా బైటికి రమ్మని చెప్పు. మేము ఈ నాయకుడిని చంపం. దురదృష్టవంతులైన అయోధ్య రాకుమారులను కూడా వదిలివేస్తాం. మాక్కావలసినది నువ్వు లొంగిపోవడం'.

సీత కదలకుండా నిశ్శబ్దంగా నిలబడింది.

ఖరుడు జటాయువు మెడమీద కత్తితో గాటుపెడుతూ, సన్నని రక్త రేఖ గీశాడు. ఏదో పాట పాడుతున్నట్లుగా, 'నేను రోజంతా వేచి ఉండను...' కూనిరాగం తీశాడు.

హఠాత్తుగా జటాయువు తన తలను వెనక్కి వంచి ఖరుడి మర్మాంగాలను తలతో కొట్టాడు. ఆ లంకవాసి నొప్పి రెండింతలై బాధతో ఉండగా, జటాయువు అరిచాడు, 'పరిగెత్తు, పారిపో, అమ్మా! నాకన్న నీ జీవితం గొప్పది!'

ముగ్గురు లంక సైనికులు వచ్చి జటాయువును నేలమీదికి తోశారు. ఖరుడు లేచి నిలబడి బిగ్గరగా తిడుతున్నాడు, నొప్పి నాపుకోవడానికి వంగి పోతున్నాడు. కొన్ని క్షణాల తర్వాత నాగుడి వైపు కదిలి వచ్చి బలంగా

తన్నాడు. బాణాలు వచ్చిన వైపు వృక్షాల వరుసను పరిశీలనగా చూశాడు. అలా చూస్తూనే జటాయువును మళ్ళీ మళ్ళీ తన్నుతూనే ఉన్నాడు. వంగి తన పాదాల దగ్గరికి జటాయువును మొరటుగా లాగాడు. సీతకు ఇప్పుడు బందీ స్పష్టంగా కనిపిస్తున్నాడు.

ఖరుడు ఈసారి గాయమైన కుడిచేత్తో జటాయువు తలను కదలకుండా పట్టుకున్నాడు. మళ్ళీ అతని ముఖంలో ఎగతాళి కనిపించింది. మళ్ళీ కత్తిని పట్టుకున్నాడు. ఇంకో చేత్తో దాన్ని నాగుడి కంఠం మీద పెట్టాడు. 'నేను వీడి కంఠనాళాన్ని కోసేయగలను, నీ విలువైన నాయకుడు క్షణాల్లో చస్తాడు. దేవీ!'

'మహావిష్ణూ', కత్తిని మలయపుత్రుడి పొట్టదగ్గర పెట్టాడు. 'లేకపోతే నిదానంగా రక్తమోడుతూ చస్తాడు. మీ అందరికీ ఆలోచించడానికి కొంచెం సమయమే ఉంది'.

సీత నిశ్చలంగా ఉంది. ఆమె దగ్గర కేవలం మూడు బాణాలే ఉన్నాయి. ఇప్పుడేమైనా చేయడం వెర్రి సాహసం. కాని జటాయువును అలా చనిపోనివ్వలేదు. తనకు సోదరుడిలాంటి వాడతను.

'మాక్కావలసింది విష్ణు మాత్రమే', ఖరుడు కేక పెట్టాడు. 'ఆమెని లొంగిపోనివ్వండి. మీరు అందరూ వెళ్ళిపోవచ్చు. నేను మాటిస్తున్నాను. లంకా వాసి మీకు వాగ్దానం చేస్తున్నాడు!'

'అతన్ని వదిలిపెట్టు!' ఇంకా వృక్షాల వెనక దాక్కుని సీత అరిచింది.

'బైటికి వచ్చి లొంగిపో', జటాయువు పొట్ట దగ్గర కత్తి పెట్టి అన్నాడు ఖరుడు. 'మేము అతన్ని వదలి పెడతాం'.

సీత కిందికి చూసి కళ్ళు మూసింది. ఆమె భుజాలు నిస్సహాయమైన ఆగ్రహంతో కుంగిపోయాయి. ఇంక మరో ఆలోచనకు తావివ్వకుండా బైటికి వచ్చింది. కాని అవసరమైతే బాణ ప్రయోగానికి సిద్ధంగా ఉండమని అంతర్బుద్ధి ఆమెకు చెప్పింది.

'మహావిష్ణూ', వెక్కిరించాడు. తల వెనుక ఉన్న పాతమచ్చను తడుము కుంటూ క్షణకాలం జటాయువును వదిలిపెడుతూ ఖరుడు. మర్చిపోలేని జ్ఞాపకాన్ని గుర్తు చేసుకున్నాడు. 'ఎంతో దయతో వచ్చావు మా దగ్గరకి. నీ భర్త, భారీకాయుడైన అతని సోదరుడు ఎక్కడ?'

సీత సమాధానం చెప్పలేదు. లంక సైనికులు కొందరు నిదానంగా ఆమె వైపు వస్తున్నారు. వాళ్ళ కత్తులు ఒరలోనే ఉండడం ఆమె గమనించింది. వాళ్ళు దగ్గర బాణాకర్రలు పొడవైన వెదురుగడలు ఉన్నాయి. అవి మనుషులను

చంపలేవు కాని బాగా గాయపరచగలవు. ఆమె ముందుకు వచ్చి, ధనుస్సు కింద పెట్టింది. 'నేను లొంగిపోతున్నాను, జటాయు నాయకుణ్ణి వదిలిపెట్టు'.

జటాయువు పొట్టలో కత్తిని నిదానంగా, మృదువుగా దింపుతూ ఖరుడు మెత్తగా నవ్వాడు. కాలేయం కోశాడు, మూత్రపిండం, అలా కోస్తూనే ఉన్నాడు...

'వద్దూ!' అరిచింది సీత. ఆమె తన విల్లును తీసి ఖరుడి కంట్లోకి బాణం వేసింది. అది కంటిలోపల్నించి పోయి అతని మెదడులో గుచ్చుకుని, తక్షణం అతన్ని చంపేసింది.

లంక సైనికుల రక్షణ వలయంలోంచి కుంభకర్ణుడు గట్టిగా అరిచాడు. 'నాకామె ప్రాణాలతో కావాలి!'

చాలామంది సైనికులు అప్పటికే సీతవైపు నడుస్తున్నారు బాణాకర్రలు చేతబట్టుకుని.

'రామా!' సీత కేక పెట్టింది, త్వరితంగా తన అమ్ముల పొది నుంచి బాణం తీసి ప్రయోగిస్తూ. లంక సైనికుడు మరొకడు చనిపోయాడు.

మిగిలిన వాళ్లు ఆమె వైపు రావడం ఆపలేదు. ముందుకు త్వరత్వరగా వస్తూనే ఉన్నారు.

ఆమె మరో బాణం వేసింది. ఆమె దగ్గరున్న వాటిలో అదే చివరిది. మరో సైనికుడు నేల కూలాడు. మిగిలిన వాళ్ళు వస్తూనే ఉన్నారు.

'రామా!'

వెదురుకర్రలు ఎత్తి సైనికులు ఆమె పైకి వస్తున్నారు.

'రామా!'

ఒక సైనికుడు దగ్గరకు రాగానే, ఆమె తన ధనుస్సుతో బాణా కర్రను లాఘవంగా లాక్కుంది. ఆ బాణాకర్రతో ఆ సైనికుడి తల మీద మోదింది. వాడు కింద పడిపోయాడు. ఆమె బాణాకర్రను తన తలపై వేగంగా తిప్పుతుండడంతో వచ్చిన శబ్దం సైనికులు ఆగేలా చేసింది. ఆమె కదలకుండా, తన ఆయుధాన్ని పట్టుకొని నిలబడింది. శక్తిని పరిరక్షించుకుంటోంది. అప్రమత్తంగా సిద్ధంగా ఉంది. కర్రని మధ్యలో ఒక చేత్తో పట్టుకుంది. కర్ర చివరను చంకలో బాగా నొక్కిపెట్టింది. ఇంకో చేతిని ముందుకు చాపింది. కాళ్ళు ఎడంగా పెట్టి కదలకుండా నిలబడింది. ఆమె చుట్టూ కనీసం ఏభై మంది లంక సైనికులున్నారు. వాళ్ళు ఆమెకు దూరంగానే ఉన్నారు.

'రామా!' సీత ఆక్రందించింది, తన స్వరం ఎలాగోలా అడవిలో ఉన్న తన భర్తకు వినిపించాలని ప్రార్థిస్తూ.

'నిన్ను గాయపరచాలని మేమనుకోవడం లేదు దేవీ విష్ణూ', లంక సైనికుడొకడు ఆశ్చర్యం గొలిపేలా మర్యాదగా చెప్పాడు. 'దయచేసి లొంగిపో. నీకు హాని చేయం'.

సీత జటాయువు వైపు చూసింది. అతనింకా బ్రతికి ఉన్నాడా?

'మా పుష్పక విమానంలో అతన్ని రక్షించే సామగ్రి ఉంది', లంక సైనికుడు చెప్పాడు. 'దయచేసి, నిన్ను నొప్పించే పరిస్థితి మాకు కల్పించకు'.

సీత గుండెల్నిండా గాలిపీల్చుకుని మళ్ళీ అరచింది, 'రామా!'

దూరం నుంచి అస్పష్టంగా ఉన్న స్వరం వినిపించిందనుకుంది. 'సీతా ఆ ఆ ఆ...'

హఠాత్తుగా ఆమె వెనుక నుంచి ఒక సైనికుడు కదిలి, బాణాకర్రను కిందికి దించాడు. ఆమె పిక్కలను కొట్టాలనుకున్నాడు. సీత తన పాదాలు నేలకాన్చి, బలంగా పైకి ఎగిరి ఆ దెబ్బను తప్పించుకుంది. గాలిలో ఉండగానే, కుడిచేతిలో ఉన్న బాణాకర్రను వదిలి, దానితో ఎడమచేత్తో ఆ సైనికుడిని కొట్టింది. బాణాకర్ర సైనికుడి తల పక్క భాగంలో తగిలి వాడు స్మృతి తప్పిపడిపోయాడు.

నేలమీద కాలు పెట్టగానే ఆమె మళ్ళీ కేక పెట్టింది.

'రామా ఆ ఆ ఆ!'

మళ్ళీ అదే స్వరం వినిపించింది. తన భర్త స్వరం. దూరం నుంచి నెమ్మదిగా... 'ఆమెని వదలండి...'

ఆ గొంతు విని చైతన్యం కలిగినట్టుగా పదిమంది సైనికులు ముందుకు దూసుకువచ్చారు. ఆమె బాణాకర్రను అన్ని వైపులా వేగంగా తిప్పుతూ, ఎంతో మందిని పడగొట్టింది.

'రామా ఆ ఆ!'

మళ్ళీ ఆమెకు ఆ స్వరం వినిపించింది. దూరంగా లేదీసారి. 'సీతా ఆ ఆ ఆ ...'

అతను దగ్గరకొచ్చేశాడు. దగ్గరకొచ్చేశాడు.

లంక సైనికుల ఎదురుదాడి స్థిరంగా ఆగకుండా ఉంది.

ఆమె లయబద్ధంగా హాని చేస్తూ కదులుతూ ఉంది.అబ్బ! చాలామంది శత్రువులున్నారు. ఒక సైనికుడు వెనుకనుంచి ఆమె వీపుపై బాణాకర్రతో కొట్టాడు.

'రా...ఆ...ఆ...'

సీత మోకాళ్ళు పట్టు తప్పాయి, ఆమె కింద పడిపోయింది. ఆమె సర్దుకుని లేచేలోగానే సైనికులు పరిగెత్తి ఆమెని కదలకుండా పట్టుకున్నారు.

ఆమె వాళ్ళని వదిలించుకోవాలని బాగా గింజుకుంది. ఒక సైనికుడు నిమ్మ ఆకు మీద నీలంరంగు లేపనం పూసి తెచ్చి, ఆమె ముక్కు దగ్గర పెట్టాడు.

ఆమె చుట్టూ చీకట్లు కమ్ముకుంటుండగా, తన కాళ్ళను, చేతులను తాళ్ళతో కడుతున్నట్లుగా ఆమెకు తెలిసింది.

రామా... సాయం చేయి...

తర్వాత అంతా చీకటి.

2వ అధ్యాయం

38 సంవత్సరాలకు పూర్వం, భారతదేశంలోని
దేవగఢ్, త్రికూట పర్వతాలకు ఉత్తర దిశగా.

'ఒక్క నిముషం ఆగండి', తన అశ్వం కళ్ళేలు లాగుతూ అంది సునయన.

మిథిలరాజు జనకుడు, అతని భార్య సునయన గోదావరినదికి దక్షిణంగా
వంద కిలోమీటర్లు ప్రయాణించి త్రికూట పర్వతాలకు వచ్చారు. వారు దేవత
కన్యకుమారిని దర్శించడానికి వచ్చారు. ఆమె దేవునిబిడ్డ. సప్తసింధు, అంటే
ఏడు నదులు ప్రవహించే ప్రాంతంలో ఆమెను ప్రత్యక్ష దేవతగా భావిస్తారు.
నిర్మల హృదయంతో తన దగ్గరకు వచ్చేవారికి దేవత సహాయం చేస్తుందని
విశ్వసిస్తారు. మిథిల రాజకుటుంబానికి ఆమె ఆశీస్సులు తప్పనిసరిగా కావాలి.

బృహత్ గండకీ నది తీర ప్రాంతంలో మిథి అనే రాజు మిథిలను
స్థాపించాడు. ఒకప్పుడిది నౌకారేవు పట్టణంగా విలసిల్లింది. సారవంతమైన
నేల వల్ల వ్యవసాయం, దానితోపాటు సప్తసింధు ప్రాంతంలో నది వ్యాపారం.
దురదృష్ట వశాత్తు పదిహేను ఏళ్ళ క్రితం వచ్చిన భూకంపం, తర్వాత
వచ్చిన వరద వల్ల గండకీనది ప్రవాహదిశ మారింది. ఇది మిథిల అదృష్టాన్ని
కూడా మార్చివేసింది. నది ఇప్పుడు దూరంగా పడమరగా సంకాశ్య నగర
సమీపంలో ప్రవహిస్తోంది. దాన్ని ఇప్పుడు జనకుడి సోదరుడు కుశధ్వజుడు
పాలిస్తున్నాడు. సంకాశ్య మిథిలకు సామంత రాజ్యం. మిథిల కష్టాలకు
తోడు, గండకీనది దిశ మారినపుడు కొన్ని ఏళ్ళపాటు వర్షాలు కూడా
పడలేదు. మిథిల నష్టం సంకాశ్యకు లాభమైంది. త్వరితంగా కుశధ్వజుడు
మిథిజాతికి అసలైన ప్రతినిధిగా పరిగణింపబడే స్థాయికి చేరాడు.

కొంతమంది మిథిల సంపదలో కొంతభాగాన్ని వెచ్చించి గండకీనది
ప్రవాహ దిశను మార్చే ప్రణాళిక చేపట్టాలని జనకుడికి సూచించారు. కానీ

కుశధ్వజుడు దీనికి వ్యతిరేకంగా సలహా ఇచ్చాడు. అంత పెద్ద ప్రణాళికకు ధనం వెచ్చించడం తెలివితక్కువ పని అన్నాడు. అసలు సంకాశ్య నుంచి మిథిలకు నది దిశను మార్చడమెందుకు, సంకాశ్య సంపద కూడ చివరికి మిథిలకే చెందుతుంది కదా.

ఆధ్యాత్మికుడు, భక్తుడు అయిన జనకుడు తన రాజ్య దురదృష్టాన్ని తాత్త్విక దృష్టితో అర్థం చేసుకున్నాడు. కాని, రెండేళ్ళ ముందు జనకుణ్ణి వివాహం చేసుకున్న కొత్త రాణి సునయన అలా సరిపెట్టుకునే మనిషి కాదు. మిథిలకు పూర్వ వైభవం తేవాలని ఆమె సంకల్పించింది. ఆ ప్రణాళికలో పెద్ద భాగం గండకీనది ప్రవాహదిశను పూర్వంలా మార్చడం. కాని ఎన్నో ఏళ్ళు గడిచి పోయిన తర్వాత ఇంత పెద్ద ప్రణాళికను, బృహత్ పథకాన్ని అమలు చేయడానికి తర్కసహితమైన కారణాలు వెదకడం కష్టమైంది.

తర్కం విఫలమైన చోట, విశ్వాసం ప్రయోజనం సాధిస్తుంది.

కన్యాకుమారిని దర్శించి ఆశీస్సులు పొందడానికి జనకుణ్ణి సునయన ఒప్పించగలిగింది. ఒకవేళ ఆ బాలికాదేవత గనుక గండకీ పథకాన్ని ఆమోదిస్తే, కుశధ్వజుడు కూడ దీనికి వ్యతిరేకంగా వాదించడం సాధ్యం కాదు. మిథిల ప్రజలే కాకుండా, భారతదేశమంతటా కూడ కన్యాకుమారి మాట అంటే సాక్షాత్తు ఆదిశక్తి చెప్పిన మాటగానే భావిస్తారు. దురదృష్టవశాత్తు కన్యాకుమారి 'వద్దు' అని చెప్పింది. 'ప్రకృతి తీర్పును గౌరవించండి', అని చెప్పిందామె.

నిరుత్సాహపడిన సునయన, తాత్త్వికుడైన జనకుడు, తమ రక్షక భటులతో కలిసి, ఉత్తరదిశలోని త్రికూట పర్వతాల నుంచి మిథిలకు తిరిగి వెళుతున్నారు.

'జనకా!' సునయన గట్టిగా పిలిచింది. ఆమె భర్త ఆగకుండా ముందుకు వెళ్ళిపోయాడు.

అశ్వం కళ్ళేలు పట్టుకుని జనకుడు వెనక్కిచూశాడు. అతని భార్య మాట్లాడకుండా దూరంగా ఉన్న ఒక చెట్టును చూపించింది. కొన్ని వందల గజాల దూరంలో ఒంటరిగా ఉన్న రాబందును తోడేళ్ళు చుట్టుముట్టి ఉన్నాయి. దాని సమీపంలోకి వెళ్ళాలని అవి ప్రయత్నిస్తున్నాయి వాటిని ప్రతిసారీ ఆ పెద్ద పక్షి వెనక్కి తోస్తోంది. ఆ రాబందు బాధతో అరుస్తూంది. సాధారణంగా రాబందు అరుపు విషాదంగా ఉంటుంది; కాని దీని అరుపు నిస్సహాయంగా అనిపిస్తోంది.

సునయన నిశితంగా చూసింది. ఆ పోరాటం అన్యాయంగా జరుగుతోంది. ఆరు తోడేళ్ళు చుట్టుముట్టి దానిపై దాడి చేస్తున్నాయి. కాని ధైర్యమున్న ఆ పక్షి పదే పదే వాటిని వెనక్కి వెనక్కి నెట్టేస్తూ ఉంది.

తోడేళ్ళు క్రమంగా దాని దగ్గరకు వచ్చేస్తూ ఉన్నాయి. ఒక తోడేలు తన పంజాతో రక్తం కారేలా రాబందుని గాయపరిచింది.

అదెందుకు ఎగిరిపోవడం లేదు?

సునయన ఆలోచిస్తూ ఆ పోరాటం జరుగుతున్న వేపు వెళ్ళింది. ఆమె రక్షకభటులు కొంచెం దూరంగా ఆమెని అనుసరిస్తున్నారు.

'సునయనా...' ఆమె భర్త హెచ్చరించాడు, తను ఉన్న చోటనే ఆగి అశ్వం కళ్ళేలు పట్టుకుని.

హఠాత్తుగా రాబందు దృష్టిని మరల్చుతూ ఒక తోడేలు కుడివైపు నుంచి దాడి చేసి రాబందు ఎడమ రెక్కను బాగా గాయపరిచింది. రాబందుని దూరంగా లాగడానికి తోడేలు బాగా ప్రయత్నిస్తోంది. ఆ పక్షి బాధగా అరుస్తోంది. ఆ అరుపు ఏడుస్తున్నట్లుగా ఉంది. కాని అది తన బలమంతా ఉపయోగించి అక్కడ నుంచి కదలకుండా ఉంది. అయితే తోడేలుకు బలమైన దవడలు, గట్టి పట్టు ఉంది. రక్తం పిచికారి చేసినట్టుగా చిమ్మింది. తెగిపోయిన రెక్క భాగాలు ఊసేస్తూ తోడేలు తన పట్టు విడిచి దూరంగా జరిగింది.

సునయన తన అశ్వాన్ని అదిలించి ఆ చోటుకి పరిగెత్తించింది. రెండు తోడేళ్ళు జరిగినప్పుడు వచ్చిన సందు నుంచి రాబందు పారిపోతుందని ఆమె అనుకుంది. ఆశ్చర్యకరంగా అది ఉన్న చోటే ఉండి ముందుకు రాబోతున్న మరో తోడేలును వెనక్కి నెడుతూ ఉంది.

సందులో దూరు! పారిపో!

సునయన ఇప్పుడు ఆ జంతువుల దగ్గరికి వేగంగా వెళుతూంది. రక్షకభటులు కూడా కత్తులు దూసి తమ రాణి వెంట వేగంగా వెళుతున్నారు. కొందరు రాజుతో ఉండిపోయారు. 'సునయనా', తన భార్య భద్రతను గురించి జనకుడు ఆందోళన చెందాడు. తన అశ్వాన్ని అదిలించాడు కాని ఆయన అంత గొప్ప అశ్వికుడు కాదు. అతని అశ్వం ఉల్లాసంగా మందగతిలో వెళుతూ ఉంది.

ఏభై మీటర్ల దూరంలో ఉండగా మొదటిసారి సునయన ఆ మూటను చూసింది. ఆ తోడేళ్ళు గుంపు నుంచి రాబందు ఆ మూటను కాపాడుతూ ఉంది. ఆ మూట పొడినేల మీద నాగటిచాలులో ఉంది.

ఆ మూట కదలింది.

'పరశురామదేవా!' సునయన ఆశ్చర్యంగా అంది. 'పసిబిడ్డ'!

సునయన తన అశ్వాన్ని వేగంగా ముందుకు దూకించింది. తోడేళ్ళ గుంపు సమీపంలోకి వెళ్ళగానే, చిన్నగా, భయంతో ఏడుస్తున్న పసిబిడ్డ అరుపు వినిపించింది; జంతువుల అరుపుల మధ్య ఆ శబ్దం అంతగా వినిపించడం లేదు.

'హైయా!' సునయన అరిచింది. ఆమె అంగరక్షకులు ఆమె వెంటే వస్తున్నారు.

గాయపడిన పక్షి దగ్గరకు అశ్వికులు రాగానే తోడేళ్ళు తోక ముడిచి చెట్లలోకి పారిపోయాయి. ఒక భటుడు పక్షిని కొట్టడానికి కత్తినెత్తాడు.

'ఆగు!' తన కుడిచేతి నెత్తి సునయన ఆదేశించింది.

అతను అలాగే ఉండిపోయాడు. అతనితోటి భటులు కూడా గుర్రాలను ఆపారు.

బ్రంగకు తూర్పున ఉన్న ప్రదేశంలో పుట్టి పెరిగింది సునయన. ఆమె తండ్రి అస్సాముకు చెందినవాడు. దీనినే ప్రాచీనకాలంలో 'ప్రాగ్జ్యోతిషం', 'తూర్పుదివ్వె' భూమి అనేవారు. ఆమె తల్లి మిజోరంకు చెందినది. దానిని రాముడి గొప్ప ప్రజల భూమి అనేవారు. మిజోలు ఆరో విష్ణువు పరశురామ ప్రభువు భక్తులు. గొప్ప యోధులు. జంతువులు, ప్రకృతిలయలను అర్థం చేసుకొనే సహజజ్ఞానం కూడ వారికి బాగా ఉంది.

'ఆ మూట' రాబందుకి ఆహారం కాదని, దానిని రక్షించవలసిన బాధ్యత దానిమీద ఉందని సునయన గ్రహించింది.

అశ్వాన్ని దిగుతూ 'కొంచెం నీళ్ళు తీసుకురండి', అని ఆదేశించింది. అశ్వికులు గుర్రాలు దిగుతుండగా ఒక భటుడు 'దేవీ, మీ భద్రతకు హాని..'

సునయన అతన్ని విసుగ్గా చూస్తూ ఆపింది. రాణి పొట్టిగా దృఢంగా ఉంటుంది. తెల్లగా, గుండ్రంగా ఉన్న ఆమె ముఖం ఎదుటి వారికి మృదువుగా అనిపిస్తుంది. కాని ఆమె అస్తిత్వంలోని ముఖ్యమైన దృఢ సంకల్పం బయటికి కనిపించకుండా ఆమె చిన్నకళ్ళు మోసం చేస్తాయి. ఆమె మృదువుగా, 'కొంచెం నీళ్లు తెండి', అని చెప్పింది.

'అలాగే, దేవీ'.

మరుక్షణంలో నీళ్ళు నిండిన గిన్నె వచ్చింది.

సునయన రెప్పవేయకుండా రాబందుని చూస్తూండిపోయింది. ఆ పక్షి తోడేళ్ళతో చేసిన యుద్ధం వల్ల అలసిపోయి భారంగా శ్వాస తీసుకుంటూ

ఉంది. దాని శరీరం మీద అయిన లెక్కలేనన్ని గాయాల నుంచి కారుతున్న రక్తంతో నిండి ఉందది. దాని రెక్కకు తగిలిన గాయం నుంచి రక్తం బాగా కారుతోంది. రక్తం బాగా పోవడంతో అది తన కాళ్ళ మీద నిలబడలేకపోతూ ఉంది. అయినా అది అక్కడి నుంచి కదలకుండా సునయననే చూస్తూ ఉంది. కోపంగా అరుస్తూ ముక్కు ముందుకు పెడుతూ ఉంది. మిథిల రాణిని దూరంగా ఉంచాలని తన గోళ్ళతో బెదిరిస్తూ గాలిని కొడుతూ ఉంది.

సునయన కావాలనే రాబందు వెనక ఉన్న మూటను పట్టించుకోలేదు. ఆ బృహదాకారంతో ఉన్న పక్షినే చూస్తూ మృదువుగా రాగం తీసింది. ఆ పక్షి కొంచెం శాంతించినట్లుగా అనిపించింది. తన గోళ్ళను వెనక్కి తీసుకుంది. అరుపుల ధ్వని, తీవ్రత తగ్గాయి.

సునయన నిదానంగా, మెదలకుండా ముందుకు నడిచింది. దగ్గరికి వెళ్ళగానే తల వంచి వినయంగా నీటి గిన్నెను పక్షి ముందు పెట్టింది. ఎంతో మృదువుగా 'నీకు సాయం చేయడానికి వచ్చాను... నన్ను నమ్ము...'

మాటలు రాని ఆ పక్షి మనిషి మాటను అర్థం చేసుకుంది. నీళ్ళు తాగడానికి వంగింది కాని నేల మీద వాలిపోయింది వెంటనే.

సునయన గబగబా ముందుకి వెళ్ళి ఆ పక్షి తలను ఒడిలోకి తీసుకుని మృదువుగా నిమిరింది. ఎర్రరంగుపై నల్లటి చారలతో ఉన్న ఖరీదైన బట్టలో చుట్టి ఉన్న ఆ బిడ్డ నిస్సహాయంగా ఏడుస్తోంది. ఆ పక్షిని సముదాయిస్తూ ఆ విలువైన మూటను తీయమని ఒక సైనికుడికి సైగ చేసింది.

—ॐ—

'ఎంత అందమైన పాప', మురిపెంగా అన్నాడు జనకుడు. పొడవైన తన ఆకృతిని భార్యకు సన్నిహితంగా వంచుతూ, సాధారణంగా తెలివిగాను, భావరహితంగాను ఉండే కళ్ళలో ప్రేమ శ్రద్ధలను కనబరుస్తూ.

తాత్కాలికంగా ఏర్పాటు చేసిన ఆసనాలలో జనకుడు, సునయన కూర్చున్నారు. మెత్తని నూలు వస్త్రంలో చుట్టి ఉన్న ఆ బిడ్డ సునయన చేతుల్లో సుఖంగా నిద్రపోయింది. ఎండపడకుండా వారి తలపైన పెద్ద గొడుగు ఉంది. రాజవైద్యుడు బిడ్డను పరీక్షించి, ఆమె కుడి కణత మీద ఉన్న గాయానికి కొన్ని మూలికలతోను, వేప ఆకులతోను కట్టుకట్టాడు. మచ్చ

కాలక్రమంలో తగ్గిపోతుందని రాజదంపతులకు చెప్పాడు. మరో వైద్యుడితో కలిసి రాబందు గాయాలకు కూడ రాజవైద్యుడు చికిత్స చేశాడు.

'నెలల బిడ్డ. బలం కలది కాబట్టి ఇదంతా తట్టుకోగలిగింది', అంది సునయన చేతుల్లోని బిడ్డను నిదానంగా ఊపుతూ.

'అవును. బలంగా, అందంగా ఉంది. నీలాగే.'

సునయన బిడ్డ తల నిమురుతూ భర్త వైపు చూసి చిరునవ్వు నవ్వింది. 'ఎవరైనా ఇటువంటి బిడ్డను ఎలా వదిలిపెట్టగలరు?'

జనకుడు నిట్టూర్చాడు. 'చాలామందికి జీవితంలో తమకు లభించిన వాటి విలువ తెలుసుకొనే తెలివి తేటలుండవు. వాళ్ళు ప్రపంచం తమకు ఏమి ఇవ్వలేదో వాటిపైనే దృష్టి పెడతారు'.

భర్త చెప్పిన మాట నిజమన్నట్లుగా తల ఊపి, సునయన మళ్ళీ తన దృష్టిని బిడ్డపైకి మరల్చింది. 'దేవకన్యలా నిద్రపోతోంది'.

'ఆమె దేవకన్యే', అన్నాడు జనకుడు.

సునయన బిడ్డను పైకి లేపి గాయమైన చోట తగలకుండా జాగ్రత్తగా నుదుటి మీద మృదువుగా ముద్దుపెట్టింది.

జనకుడు ఆప్యాయంగా భార్య వీపు తట్టాడు. 'సునయనా, నీ నిశ్చయం అదేనా?'

'అవును. ఈ బిడ్డ మనది. మనం కోరింది కన్యాకుమారీ దేవి ఇచ్చి ఉండకపోవచ్చు. కాని అంతకన్న ఎంతో విలువైనది ఇచ్చి మనల్ని ఆశీర్వదించింది'.

'పాపని ఏమని పిలుద్దాం?'

సునయన ఆకాశం వైపు చూసి గాఢంగా విశ్వసించింది, అప్పటికే ఆమె మనస్సులో ఒక పేరుంది. జనకుడి వైపు తిరిగింది. 'మనకి తను నేలమీద నాగటిచాలులో దొరికింది. అదే ఆమెకు తల్లి గర్భం, మనం ఈ పాపని సీత అని పిలుద్దాం'.

— ॐ —

సునయన జనకుడి ఆంతరంగిక మందిరంలోకి గబగబా వెళ్ళింది. జనకుడు విశ్రాంతి ఆసనంలో కూర్చొని జాబాలి ఉపనిషత్తు చదువుతున్నాడు. అది వివేకానికి సంబంధించి మహర్షి సత్యకామ జాబాలి రాసిన గ్రంథం. తన

దృష్టిని భార్యవైపు మళ్ళిస్తూ ఆయన ఆ గ్రంథాన్ని పక్కన పెట్టాడు. 'అయితే చక్రవర్తి గెలిచాడా?'

సీత వారి జీవితాలలోకి వచ్చి అయిదేళ్ళు అయింది.

'లేదు', చెప్పింది నమ్మకం కలగనట్లుగా, 'ఆయన ఓడిపోయాడు'.

జనకుడు నిశ్చేష్టుడై నిటారుగా కూర్చున్నాడు. 'లంక వ్యాపారి చేతిలో చక్రవర్తి దశరథుడు ఓడిపోయాడా?'

'నిజమే. కరచాప దగ్గర రావణుడు సప్తసింధు సైన్యాన్ని సర్వనాశనం చేశాడు. ఎలాగో చక్రవర్తి దశరథుడు ప్రాణాలతో బయటపడ్డాడు'.

'రుద్రదేవా దయచూపు', గొణిగాడు జనకుడు.

'ఇంకా చాలా జరిగింది. చక్రవర్తి పెద్ద భార్య రాణి కౌసల్య భర్త కరచాపలో యుద్ధంలో ఓడిన రోజునే ఒక మగబిడ్డకు జన్మనిచ్చింది. ఇప్పుడందరూ ఓటమికి ఆ బాలుడే కారణమని నిందిస్తున్నారు. ఆ బిడ్డను అపశకునంగా భావిస్తున్నారు. ఈ బిడ్డ పుట్టకముందు, చక్రవర్తి ఎప్పుడూ యుద్ధంలో ఓడిపోలేదట'.

'ఎంత అర్థరహితం!' అన్నాడు జనకుడు. 'జనం ఇంత మూర్ఖంగా ఎలా ఉంటారు?'

'ఆ పాపడి పేరు రాముడు. ఆరో విష్ణువు పరశురామ ప్రభువు పేరు పెట్టారు'.

'ఆ పేరు ఆ బిడ్డకి అదృష్టం కలిసొచ్చేలా చేస్తుందని ఆశిద్దాం. పాపం పసివాడు'.

'జనక మహారాజా, నేను మిథిల భవిష్యత్తు ఏమవుతుందా అని ఆలోచిస్తు న్నాను.'

జనకుడు నిస్సహాయంగా నిట్టూర్చాడు. 'ఏం జరుగుతుందని అనుకుంటున్నావు?'

రాజ్యాన్ని ఒంటి చేత్తో సునయనే పాలిస్తోంది. జనకుడు ఎక్కువ సమయం తన తాత్త్విక ప్రపంచంలోనే మునిగి తేలుతున్నాడు. రాజ్యంలో మహారాణికి మంచి పేరు వచ్చింది. మిథిలకు ఆమె వల్ల అదృష్టం కలిసొచ్చిందని చాలామంది భావిస్తారు. జనకుడి భార్యగా ఆమె మిథిలకు రాగానే వర్షాలు బాగా కురవసాగాయి ప్రతియేటా.

'నేను భద్రత గురించి భయపడుతున్నాను', సునయన చెప్పింది.

'మరి ధనం సంగతేమిటి?' జనకుడు అడిగాడు. 'అన్ని రాజ్యాలపైన రావణుడు తన వ్యాపార ఆంక్షలు పెడతాడని అనిపించడం లేదా నీకు? సప్తసింధు నుంచి ధనం లంకలోకి వెళుతుంది'.

'మనం ఇటీవల వ్యాపారం చేయడం లేదు. మన నించి ఏమీ కోరలేదు. మిగిలిన రాజ్యాలకే బాగా నష్టం. నేను సప్తసింధు సైన్యాలు నామమాత్రమవుతాయని ఎక్కువగా భయపడుతున్నాను. ప్రతిచోట అరాచకం పెరిగిపోతుంది. రాజ్యాలన్నీ సంక్షోభంలో పడితే, మనం మాత్రం ఎంత సురక్షితంగా ఉండగలం?'

'నిజమే?'

జనకుడి మనసులో ఒక ఆలోచన రేగింది. ప్రజలదైనా, దేశాలదైనా సరే విధి రాతను ఎవరు నివారించగలరు? మనం చేయాల్సింది యుద్ధం కాదు. ఏం చేయాలో ఆలోచించాలి; మరో జన్మకు ఇక్కడ పాఠాలు నేర్వాలి లేదా మోక్షానికి సిద్ధం కావాలి.

కాని ఆయనకు తెలుసు. సునయనకు 'నిస్సహాయత' అంటే అయిష్టం. అందుకని మౌనంగా ఉండిపోయాడు.

రాణి మళ్ళీ అంది, 'నేను రావణుడు గెలుస్తాడని అనుకోలేదు'.

జనకుడు నవ్వాడు. 'విజయుడు కావడం మంచిదే. కాని పరాజితులని వారి భార్యలు బాగా ప్రేమిస్తారు'.

సునయన కళ్ళు చిట్లించి జనకుడి వైపు చూసింది. భర్త హాస్యం ఆమెకేమాత్రం నచ్చలేదు. 'జనకరాజా, మనం కొన్ని ప్రణాళికలు సిద్ధం చేసుకోవాలి. అనుకోనిది ఏదైనా జరుగుతుందనే దృష్టితో సిద్ధంగా ఉండాలి'.

జనకుడు మళ్ళీ హాస్యస్ఫోరకంగా ఏదో మాట్లాడి ప్రతిస్పందించాలనుకున్నాడు. కాని ఆయన వివేకం ఏమీ అనకుండా ఆపింది.

'నేను నిన్ను సంపూర్ణంగా విశ్వసిస్తున్నాను. నువ్వేదో ఆలోచిస్తావు, నాకు తెలుసు', జనకుడు చిరునవ్వు నవ్వి మళ్ళీ తన దృష్టిని జాబాలి ఉపనిషత్తు వైపు మరల్చాడు.

3వ అధ్యాయం

రావణుడి చేతిలో దశరథుడి ఓటమి వల్ల కలిగిన ఫలితాలవల్ల మిగిలిన భారతదేశమంతా కష్టపడుతున్న సమయంలో వాటితో పోలిస్తే మిథిల అంతగా ప్రభావితం కాలేదు. పెద్దగా వ్యాపారం లేదు కనుక వ్యతిరేక ప్రభావం పడలేదు. సునయన చేసిన సంస్కరణలు కొన్ని మంచి ఫలితాలను ఇచ్చాయి. ఉదాహరణకి గ్రామస్థాయిలోనే స్థానిక పన్ను సేకరణ, పరిపాలన ఏర్పాటైంది. దీనివల్ల మిథిల ప్రభుత్వంపై భారం తగ్గి, సమర్థత పెరిగింది.

వ్యవసాయం ద్వారా లభించిన అదనపు ఆదాయాన్ని ఉపయోగించి ఎక్కువమందికి ప్రభుత్వ పనిలో శిక్షణ ఇచ్చింది. మిథిల రక్షకభటుల సంఖ్యను విస్తరించింది. దీనిద్వారా రాజ్యంలో భద్రత పెరిగింది. మిథిలకు యుద్ధానికి సిద్ధంగా ఉండాల్సిన సైన్యం అవసరం లేదు; సంధి ఒప్పందం ద్వారా అవసరమైనపుడు మిథిల శత్రువులతో కుశధ్వజుడి సంకాశ్య సైన్యం పోరాడాలి. ఇవి ప్రధానమైన మార్పులు కాదు. వీటిని మిథిల ప్రజాజీవితానికి ఎటువంటి అవరోధాలు కలగకుండా అమలు చేయవచ్చు. అయితే రావణుడు బలవంతంగా చేయించిన ఒప్పందాలవల్ల ఇతర రాజ్యాల్లో చాలా గందరగోళ పరిస్థితులు నెలకొన్నాయి. అక్కడ వాటికి అనుగుణంగా సమూలమైన మార్పులు చేయాల్సిన అగత్యం ఏర్పడుతుంది.

రాజాజ్ఞ ప్రకారం సీత జన్మదినం రోజు వేడుకలు జరపాలి. వాళ్ళకి ఆమె కచ్చితంగా ఎప్పుడు జన్మించిందో తెలియదు. నాగటిచాలులో ఆమె దొరికిన రోజునే ఆమె జన్మదినంగా వాళ్ళు జరుపుకుంటున్నారు. ఈ రోజు ఆమె ఆరో జన్మదినం.

నగరంలో పేదలకు కానుకలు, ఆహారం పంచిపెట్టారు. ప్రత్యేకమైన రోజుల్లో ఇలాగే చేస్తారు. అయితే కొద్దిగా తేడాతో సునయన వచ్చి అధికారులను దారిలో పెట్టేవరకూ దానధర్మాలన్నీ ధనవంతులు కాని కార్మికులకు చేరేవి, కాని

నిజంగా వారు బీదలు కారు. సునయన చేసిన పాలనాత్మక సంస్కరణలవల్ల దానాలన్నీ మొదట నిజంగా పేదవారికి, అవసరమున్నవారికీ లభిస్తున్నాయి; కోటగోడ లోపలి దక్షిణ ద్వారం దగ్గరగా రెండో గోడ సమీపంలో నివసించే బీదసాదలకు ఇవి అందుతున్నాయి.

ప్రభుత్వ వేడుకలు పూర్తయిన తర్వాత రాజదంపతులు పెద్దదైన రుద్రదేవుడి ఆలయానికి విచ్చేశారు.

రుద్రదేవుడి దేవాలయం ఎర్ర ఇసుకరాతితో నిర్మించినది. మిథిలలో ఎత్తైన నిర్మాణమిది. నగరంలోని పలుచోట్ల నుంచి ఇది కనిపిస్తుంది. దీనిచుట్టూ పెద్ద ఉద్యానవనం ఉంది – జన సమ్మర్దం గల నగరంలో ప్రశాంత ప్రదేశం. ఉద్యాన వనాలకి అవతల మురికివాడలున్నాయి, కోటగోడల వరకూ. దేవాలయ గర్భ గృహంలో రుద్రదేవుడి పెద్ద విగ్రహం, మోహినీదేవి విగ్రహం ప్రతిష్టించి ఉన్నాయి. జ్ఞానం, శాంతి, తాత్త్వికతలకు నిలయమైన నగరాన్ని ప్రతీకాత్మకంగా సూచిస్తున్నట్లుగా రుద్రదేవుడి విగ్రహం రౌద్రంగా ఉండదు. ఈ ఆలయంలోని విగ్రహం సౌమ్యంగా దయచూపుతున్నట్లు ఉంటుంది. తన పక్కనే కూర్చున్న మోహినీదేవి చేతిని పట్టుకుని ఉంటాడు రుద్రుడు.

పూజ, ప్రార్థనలు ముగిశాక ఆలయ పురోహితుడు రాజదంపతులకు ప్రసాదం ఇచ్చాడు. సునయన వంగి పురోహితుడి పాదాలు స్పృశించింది. తర్వాత చేయి పట్టుకుని సీతను గర్భగృహం పక్క గోడ వద్దకు తీసుకొని వెళ్ళింది. ఆ గోడ మీద వీరోచితంగా తోడేళ్ళతో పోరాడి సీతను రక్షించి, మరణించిన రాబందు స్మృత్యర్థం ఒక ఫలకం ఉంది. ఆ పక్షిని సగౌరవంగా దహనం చేసేముందు దాని ప్రతికృతిని తయారుచేశారు. లోహంతో రూపొందించిన ఆ ప్రతికృతి రాబందు చివరిక్షణాలలో దాని ముఖంలో ద్యోతకమైన భావాలను ఒడిసిపట్టింది. అది మరువనివ్వని చూపు: దృఢసంకల్పంతో ఉదాత్తంగా ఉన్నది. సీత చాలాసార్లు తల్లితో ఆ కథను చెప్పించుకొని విన్నది. ఆమె అడిగినప్పుడు సునయన సంతోషంగా కథ చెప్పేది. తనకూతురు ఈ విషయం గుర్తుంచుకోవాలని ఆమె భావించేది. ఉదాత్తతకు రూపం, ముఖం పలువిధాలుగా ఉంటుందని ఆమె తెలుసుకోవాలి. సీత ఆ లోహ ప్రతికృతిని మృదువుగా, గౌరవంగా స్పృశించింది.

ఎప్పుడూ చేసినట్లుగానే తనకు ప్రాణాన్ని కానుకగా ఇచ్చిన జీవి కోసం ఒక కన్నీటిబొట్టు రాల్చింది.

'ధన్యవాదాలు', సీత గొణిగింది. పశువులకు ప్రభువైన పశుపతిని ఆమె ప్రార్థించింది. రాబందు ఆత్మకు సార్థకమైన జన్మ లభించి ఉంటుందని ఆశించింది.

జనకుడు రహస్యంగా తన భార్యకు సైగ చేశాడు, రాచకుటుంబం నిదానంగా నడుస్తూ రుద్రదేవుడి ఆలయం నుంచి బయలుదేరింది. అర్చకులు వారిని మెట్ల వరకూ వచ్చి సాగనంపారు. ఆ ఎత్తు మీది నుంచి మురికివాడలు కనిపిస్తున్నాయి.

'అమ్మా, నన్నెప్పుడూ అక్కడికి ఎందుకు వెళ్ళనీయవు?' సీత మురికి వాడలను చూపిస్తూ అడిగింది.

సునయన చిరునవ్వు నవ్వి కుమార్తె తల మీద తట్టింది.

'త్వరలోనే'.

'నువ్వెప్పుడూ అలాగే అంటావు' సీత హఠం చేసింది, ముఖంలో కోపం వ్యక్తం చేస్తూ.

'లేదు. నిజంగానే', సునయన నవ్వింది. 'త్వరలోనే. ఎంత త్వరగానో నేను చెప్పలేదు అంతే.'

—ॐ—

'సరే', అన్నాడు జనకుడు సీత జుట్టు నిమురుతూ. 'ఇంక బయలుదేరు. నేను గురువుగారితో మాట్లాడాలి'.

జనకుడి ప్రధాన గురువు అష్టావక్రుడు సీత తన తండ్రితో ఆయన మందిరంలో ఆడుకుంటూ ఉండగా వచ్చాడు. జనకుడు సంప్రదాయం ప్రకారం వంగి ఆయనకు నమస్కరించి ఉచితాసనం చూపించి, కూర్చోమన్నాడు.

సప్తసింధు రాజకీయాలలో మిథిల ప్రధాన పాత్రధారి కాదు కనుక శాశ్వతమైన రాజగురువు లేడు. అయితే జనకుడి కొలువులో భారతదేశంలోని ఎందరో జ్ఞానులైన ఋషులు, మేధావులు, శాస్త్రవేత్తలు, తత్త్వవేత్తలు ఉన్నారు. మేధావులకు జ్ఞానము, విచక్షణలతో నిండిన మిథిల గాలి ఎంతగానో నచ్చేది. వీళ్ళలో ఒకడైన అష్టావక్ర ఋషి జనకుడి ప్రధాన గురువు. చివరికి సందర్భం ఉన్నట్లయితే మలయపుత్ర తెగ ప్రముఖుడైన మహర్షి విశ్వామిత్రుడు కూడా మిథిలకు వస్తూ ఉంటాడు.

'మహారాజా, మీరు కావాలంటే మనం తర్వాత కూడా మాట్లాడు కోవచ్చు', అన్నాడు అష్టావక్రుడు.

'లేదు. లేదు. పనేమీ లేదు నాకు ఇప్పుడు', అన్నాడు జనకుడు. 'ఒక ప్రశ్న నన్ను వేధిస్తూంది. ఆ విషయంలో మీరు నాకు మార్గం చూపాలి, గురువుగారూ'.

అష్టావక్రుడి శరీరం ఎనిమిది చోట్ల అవకరాలతో ఉంటుంది. ఆయన తల్లి గర్భవతిగా ఉన్నప్పుడు నెలలు నిండాక ఆమెకు ప్రమాదం జరిగింది. అయితే విధి రాత, కర్మ రెండూ కలిసి శారీరక అవయవ లోపాన్ని అసాధారణమైన మేధతో సంతులనం చేశాయి. చాలా చిన్నతనంలోనే అష్టావక్రుడు ఎంతో ప్రజ్ఞను ప్రదర్శించే వాడు. యౌవనంలో జనకుడి ఆస్థానానికి వచ్చి, రాజుగారి అప్పటి ప్రధాన గురువు ఋషి బండిని చర్చలో పరాజితుణ్ణి చేశాడు.

ఇలా చేయడం ద్వారా తన తండ్రి కహోల ఋషి అంతకు ముందు బండి ఋషి చేతిలో ఓడిపోయినందుకు బదులు తీర్చాడు. బండి ఋషి తన ఓటమిని అంగీకరించి మరింత జ్ఞాన సముపార్జన కోసం తూర్పు సముద్ర తీరంలోని ఆశ్రమానికి వెళ్ళిపోయాడు. ఆ విధంగా యువకుడైన అష్టావక్రుడు, జనకుడికి ప్రధాన గురువు అయ్యాడు.

అష్టావక్రుడి అవకరాలను ఉదాత్తుడైన జనకుడి రాజ్యంలోని మిథిల ప్రజలు అంతగా పట్టించుకొనలేదు. ఆ ఋషి ప్రతిభతో వారిని ఆకర్షించాడు. 'నాన్నా, నేను సాయంత్రం వస్తాను', అంటూ సీత తండ్రి పాదాలకు నమస్కరించింది.

జనకుడు ఆమెను ఆశీర్వదించాడు. ఆమె అష్టావక్ర ఋషి పాదాలకి కూడా నమస్కరించి ఆ గదిలోనుంచి బయటకు వెళ్ళింది. గడప దాటి ఆమె జనకుడికి కనిపించకుండా, వారు మాట్లాడేది వినిపించేలా తలుపు వెనక దాక్కుంది. తన తండ్రిని వేధిస్తున్న ప్రశ్న ఏమిటో ఆమె వినాలనుకుంది.

'గురువర్యా, వాస్తవం ఏమిటో మనకు ఎలా తెలుస్తుంది?' జనకుడు అడిగాడు.

చిన్నపిల్ల అయిన సీతకు అర్థం కాలేదు. అయోమయంగా అనిపించింది. తన తండ్రి నానాటికీ విపరీత ఆలోచనలు ఎక్కువగా చేస్తున్నాడని రాజప్రాసాదం వరండాల్లో గుసగుసలు విని ఉంది. సునయన వంటి తెలివైన రాణి తమ బాగోగులు చూడడం తమ అదృష్టమని వాళ్ళు అనుకుంటున్నారు.

వాస్తవమంటే ఏమిటి?

ఆమె తిరిగి తన తల్లి గదిలోకి పరిగెత్తింది. 'అమ్మా!'

—శౌర—

సీత చాలాకాలం నిరీక్షించింది. ఇప్పుడామెకు ఎనిమిదేళ్ళు. కోటగోడల పక్కనున్న మురికివాడలకు ఆమెను తల్లి ఇంకా తీసుకొని వెళ్ళలేదు. పోయినసారి అడిగినప్పుడు కనీసం సమాధానమైనా లభించింది. అలా వెళ్ళడం ప్రమాదకరం అని చెప్పారు. కొంతమందిని అక్కడ కొడతారని చెప్పారు. తల్లి తనకు సాకులు చెప్పిందని సీత నమ్మింది.

చివరికి కుతూహలం ఆమెని కూర్చోనివ్వలేదు. ఒక పరిచారిక బిడ్డలా మారువేషంలో సీత రాజప్రాసాదం నుంచి బయటకు వచ్చింది. పెద్ద అంగవస్త్రంతో తలను, భుజాలను, చెవులను కప్పుకుంది. ఆమె గుండె ఉద్వేగంతోను, భయం తోను ఎగసి పడుతూంది. తన ఈ చిన్న సాహసాన్ని ఎవరూ గమనించలేదని నిర్ధారించుకోవడానికి పదే పదే వెనక్కి చూస్తూ నడిచింది. ఎవరూ చూడలేదు.

మధ్యాహ్నం దాటిన తర్వాత రుద్రదేవుడి ఆలయ ఉద్యానవనం దాటి మురికివాడల్లోకి ఒంటరిగా నడిచింది. తల్లి మాటలు గుర్తుకొస్తుండగా పెద్ద కర్రను ఆయుధంగా పట్టుకుంది. ఒక సంవత్సరం నుంచి ఆమె కర్రసాము నేర్చుకుంటూ ఉంది.

మురికివాడలో అడుగుపెట్టగానే ముక్కు నలుపుకుంది. భరించలేని దుర్గంధం. ఆలయ ఉద్యానం వైపు చూసింది. వెను తిరిగి వెళ్ళిపోవాలనే కోరికతో. కాని వద్దన్న పని చేస్తున్నాననే ఉత్సాహం కలిగింది వెంటనే. దీనికోసం ఆమె ఎంతోకాలం ఎదురుచూసింది. మురికివాడలో మరింత ముందుకు వెళ్ళింది. ఇళ్ళు ఇరుకుగా, వెదురుకర్రలతో నిర్మించి ఉన్నాయి. వాటిని బట్టలతో కప్పారు. ఆ ఇరుకు ఇళ్ళ మధ్య ఉన్న ప్రదేశాన్నే 'వీధులుగా' జనం నడవడానికి ఉపయోగిస్తున్నారు. ఈ వీధుల్లోనే మురుగుకాల్వలు పారుతున్నాయి. ఇవే మరుగుదొడ్లుగానూ, పశువుల నిలయాలుగాను వాడుతున్నారు. వీధుల నిండా చెత్త. ఎక్కడ చూసినా మురికి, మలమూత్రాలు. పశువుల, మనుషుల మూత్రం వీధుల్లో అట్టకట్టి నడవడం కష్టంగా ఉంది. సీత తన అంగవస్త్రాన్ని కిందికిలాగి ముక్కు, నోరు కప్పుకుంది, వాటిని చూసి ఏకకాలంలో ఆశ్చర్యం, సంభ్రమం కలిగాయామెకు.

నిజంగా ఇలాంటి చోట జనం నివసిస్తారా? రుద్రదేవుడా దయచూపు. మహారాణి సునయన మిథిలకు వచ్చిన తర్వాత ఇక్కడి పరిస్థితులు మెరుగయ్యా యని రాజభవనంలో పనిచేసేవారు ఆమెకు చెప్పారు.

ఇదే మెరుగైన పరిస్థితి అయితే మరి ఇంతకు పూర్వం పరిస్థితి ఎంత అధ్వాన్నంగా ఉండేదో?

దారిలో బురదను తప్పించుకుంటూ ఆమె గబగబా ముందుకు నడుస్తూపోయింది, చూసినదేదో తనను ఆపే వరకూ.

మురికివాడలో ఒక ఇంటి ముందు తల్లి ఒక పళ్ళెంలోంచి తన బిడ్డకు ఆహారం తినిపిస్తోంది. ఆమె బిడ్డకు రెండు లేదా మూడేళ్ళు ఉండవచ్చు. తల్లి చేతి ముద్దలను తింటూ ఆ పసివాడు కేరింతలు కొడుతున్నాడు. అప్పుడప్పుడు నోరు తెరిచి ఉంచి, తల్లికి ముద్దలు పెట్టడానికి అవకాశమిస్తున్నాడు. అప్పుడు తల్లి సంతోషంగా ముద్దు మాటలు చెబుతూ ఉంది. చూడడానికి ఇది బాగున్నా, సీతను అబ్బురపరిచింది ఇది కాదు. ఆ స్త్రీకి పక్కగా ఒక కాకి కూర్చొంది. ఆమె ఒక ముద్ద కొడుక్కి పెట్టి, ఒక ముద్ద ఆ పక్షికి వేస్తూ ఉంది. కాకి తన వంతు కోసం సహనంతో వేచిచూస్తూ ఉంది. ఇదేమీ దానికి ఆటకాదు.

ఆ స్త్రీ వంతులవారీగా ఇద్దరికీ భోజనం పెట్టింది సమానంగా. సీత చిరునవ్వు నవ్వింది. కొన్నాళ్ళు కిందట తల్లి చెప్పిన మాటలు ఆమెకు గుర్తుకొచ్చాయి. 'తరచుగా ఉన్నత వంశస్థులలో కన్న, బీదలకే దాతృత్వం ఎక్కువ'.

నిజానికి అప్పుడా మాటలు ఆమెకి అర్థం కాలేదు. ఇప్పుడర్థమయ్యాయి.

సీత వెనుతిరిగింది. మొదటి పర్యటనలో మురికివాడల్లో చూడాల్సిన దంతా చూసింది. మళ్ళీ ఇక్కడికి తిరిగి వస్తానని తనకు తాను వాగ్దానం చేసుకుంది. ఇంక ప్రాసాదానికి వెళ్ళాల్సిన సమయమైంది.

అక్కడ నాలుగు చిన్న వీధులున్నాయి. ఏదారిలో వెళ్ళాలి?

ఎటు వెళ్ళాలో అర్థం కాక, ఎడమవైపు వీధిలోకి నడిచింది. వెళుతూనే ఉంది. కాని మురికివాడ సరిహద్దు కనిపించడం లేదు. ఆమె భయంతో గబగబా నడుస్తోంది. ఆమె గుండె వేగంగా స్పందిస్తోంది.

వెలుతురు కనుమరుగవుతూ ఉంది. గందరగోళంగా ఉన్న ప్రతి సందు కూడలికి చేరుతూ ఉంది. అక్కడ లెక్కలేనన్ని దార్లు. అంతా ఇష్టం వచ్చినట్టుగా గందరగోళంగా ఉంది. ఆమె గుడ్డిగా సందడి లేని వీధిలోకి తిరిగింది. ఆందోళన మొదలవుతుండగా అడుగులు వేగంగా వేసింది. కాని అవి వేగంగా తప్పుదారిలోకి ఆమెని తీసికెళ్ళాయి.

'క్షమించండి!' ఎవరినో గుద్దుకుని సీత చెప్పింది.

నల్లగా ఉన్న ఆ అమ్మాయి కౌమారంలో ఉంది; ఇంకా కొంచెం పెద్దదేమో. ఆమె చూడడానికి వికారంగా ఉంది. చిరిగిపోయిన ఆమె దుస్తులు దుర్వాసన వేస్తూ, చాలాకాలం నుంచి వాటిని తీయలేదని సూచిస్తున్నాయి. మురికిగా, జడలు కట్టిన ఆమె వెంట్రుకలపైన పేలు పాకుతున్నాయి. ఆమె పొడుగ్గా, సన్నగా, ఆశ్చర్యం గొలిపే విధంగా కండలు తిరిగిన శరీరంతో ఉంది. ఆమె కళ్ళు, మచ్చలు పడిన శరీరం ఆమె ప్రమాదకరమైన వ్యక్తి అని చెబుతున్నాయి.

ఆమె సీత ముఖంవైపు, చేతులవైపు చూసింది. ఏదో అవకాశం దొరికిందన్నట్లుగా, ఆమె కళ్ళలో దేన్నో గుర్తించినట్లుగా మెరుపు కనిపించింది. సీత ఈలోగా పక్క సందుల్లోకి తిరిగింది. మిథిల రాకుమారి వేగంగా నడుస్తూ, హఠాత్తుగా పరిగెత్తసాగింది. మురికివాడ నుంచి బైటకి వెళ్ళేదారి ఇదే అయితే బాగుండు దేవా అని ప్రార్థిస్తూ.

ఆమె నుదుటి మీద స్వేదబిందువులు అలముకుంటున్నాయి. తన శ్వాసను స్థిరంగా ఉంచుకోవాలని ప్రయత్నించింది కాని కుదరలేదు.

తప్పనిసరిగా ఆగాల్సి వచ్చేవరకూ ఆమె పరిగెత్తుతూనే ఉంది.

'రుద్రదేవా కరుణించు'.

బలమైన గోడ ఒకటి అడ్డంగా ఉండడంతో ఆమె ఆగింది. ఇప్పుడామె పూర్తిగాను, నిజంగాను తప్పిపోయింది. మురికివాడ మరో చివర కోటగోడకు చాలా దూరంగా ఉంది. మిథిల లోపలి నగరం చాలా దూరం ఉంది. సూర్యుడు దాదాపుగా అస్తమించాడు, వెన్నెల అస్పష్టంగా కనిపిస్తూ, చీకటిని మరింతగా కనిపించేలా చేస్తోంది. ఏం చెయ్యాలో ఆమెకి తెలియదు.

'ఎవరు ఇక్కడ?' ఆమె వెనుక నుంచి ఒక స్వరం వినిపించింది.

సీత కొట్టడానికి సిద్ధంగా గిర్రున వెను తిరిగింది. కౌమారంలో ఉన్న ఇద్దరు బాలురు కుడివైపు నుంచి ఆమెకు దగ్గరగా వస్తున్నారు. ఆమె ఎడమవైపు తిరిగి పరిగెత్తింది. కాని ఎక్కువ దూరం వెళ్ళలేదు. ఒక కాలు అడ్డం వచ్చి ఆమెని పడవేసింది. ఆమె బురదలో బోర్లా పడిపోయింది. వాళ్ళు చాలామంది ఉన్నారు. ఆమె త్వరగా పైకి లేచి తన కర్ర అందుకుంది. అయిదుగురు బాలురు ఆమెను చుట్టుముట్టారు. వాళ్ళ ముఖాల్లో ఏదో దుష్టత్వం కనిపిస్తుంది.

నేను అమ్మ చెప్పినమాట వినాల్సింది.

సీత భయంగా చుట్టూ చూసింది. ఇప్పుడా అయిదుగురు అబ్బాయిలు ఆమె ఎదురుగా ఉన్నారు. వెనక ఎత్తుగా ఉన్న కోటగోడ ఉంది. తప్పించుకొనే మార్గం లేదు.

బెదిరిస్తూ కర్రని వాళ్ళ ముందు తిప్పింది. ఆ పిల్ల చేస్తున్న విన్యాసానికి వాళ్ళు వినోదిస్తూ నవ్వారు.

మధ్యలో ఉన్న ఒకబ్బాయి వేలు నోట్లో పెట్టుకుని గోరు కొరుకుతూ, భయపడుతున్నట్లుగా నటిస్తూ, 'బాబోయ్... మాకు చాలా భయం వేస్తోంది...' అంటూ కూనిరాగం తీశాడు.

అందరూ వెక్కిరిస్తున్నట్లుగా నవ్వారు.

'అది చాలా విలువైన అంగుళీయకం, పెద్దింటి అమ్మాయి', అన్నాడు ఆ అబ్బాయి తెచ్చిపెట్టుకున్న మర్యాదతో... 'మేము అయిదుగురం జీవితాంతం కష్టపడి సంపాదించేదానికన్న విలువైనదని నా నమ్మకం... నువ్వు...'

'ఈ అంగుళీయకం కావాలా?' అని కొంచెం ప్రశాంతమై సీత అంగుళీయకం వైపు చూసింది. 'తీసుకో. నన్ను వెళ్లనీ'.

ఆ అబ్బాయి 'నిన్ను వెళ్ళనిస్తాంలే. ముందు అంగుళీయకం ఇటు విసురు.'

సీత ఉద్వేగంతో గుటక వేసింది. కర్రకి శరీరాన్ని దన్నుగా పెట్టి తన చూపుడు వేలు నుంచి త్వరగా అంగుళీయకం తీసింది. తన పిడికిటిలో దాన్ని పట్టుకుని, ఎడమచేత్తో కర్రను వాళ్ళకి చూపించింది. 'దీన్నెలా ఉపయోగించాలో నాకు తెలుసు'.

ఆ అబ్బాయి కనుబొమలెగరేసి తన మిత్రులవైపు చూశాడు. అమ్మాయి వైపు చూసి చిరునవ్వు నవ్వాడు. 'నిన్ను మేము నమ్ముతున్నాం. అంగుళీయకం ఇటు విసురుచాలు'.

సీత అంగుళీయకాన్ని ముందుకు విసిరింది. అది ఆ అబ్బాయికి కొంచెం దూరంగా పడింది.

'పెద్దింటి అమ్మాయీ, నీ చేయి ఇంకొంచెం బలంగా విసరగలదు', అంటూ ఆ అబ్బాయి నవ్వుతూ, అంగుళీయకం తీయడానికి వంగాడు. దాన్ని తన దట్టీలో పెట్టుకొనే ముందుగా దాన్ని జాగ్రత్తగా చూసి సన్నగా, ఈల వేశాడు. 'సరే. ఇంకా నీ దగ్గరేమున్నాయి?'

హఠాత్తుగా ఆ అబ్బాయి ముందుకు వంగి నేలమీద పడిపోయాడు. అతని వెనక ఇంతకుముందు సీత ఢీకొట్టిన అమ్మాయి ఉంది. ఆమె రెండు చేతులతో వెదురుకర్రను పట్టుకుంది. అబ్బాయిలు కోపంగా వెనక్కి తిరిగి ఆ

అమ్మాయిని చూశారు; అంతే వేగంగా వాళ్ళ ధైర్యం ఆవిరైపోయింది. ఆమె వాళ్ళకన్న ఎత్తుగా ఉంది. సన్నగా కండలు తిరిగిన దేహంతో ఉంది.

మరీ ముఖ్యంగా, ఆ అబ్బాయిలకు ఆమె ఎవరో ఆమె గొప్పదనం ఏమిటో తెలుసుననిపించింది.

'సమీచీ, దీనితో నీకేం సంబంధం లేదు...' ఒకబ్బాయి సందేహిస్తూ అన్నాడు. 'వెళ్ళిపో'.

సమీచి తన కర్రతో సమాధానం చెప్పింది. అతని చేతి మీద కర్రతో కొట్టింది బలంగా. ఆ అబ్బాయి చేతిని పట్టుకుని వెనక్కు జరిగాడు.

'ఇక్కడి నుంచి వెళ్ళకపోతే, నేను రెండోచేతిని కూడా విరగగొడతాను', సమీచి కోపంగా అంది.

ఆ అబ్బాయి పరిగెత్తిపోయాడు.

మిగిలిన నలుగురు అలాగే నిలబడ్డారు.

అంతకుముందు పడిపోయిన అబ్బాయి మళ్ళీ లేచి నిలబడ్డాడు. సీత వైపు వీపులు పెట్టి సమీచికి ఎదురుగా నిలబడ్డారు. హాని చెయ్యలేదని తెలుసు గనుక. సీత తన కర్రని పట్టుకుందని, కర్రని తన తలపైకి లేపి ఆమె అంగుళీయకం తీసుకున్న అబ్బాయి తల మీద కొట్టబోతోందని వాళ్ళకి తెలియదు. సీత దూరాన్ని చక్కగా అంచనావేసి ఆయుధాన్ని అబ్బాయి తలమీద ప్రయోగించింది.

ఠాక్!

తల వెనుక తగిలిన దెబ్బ నుంచి రక్తం కారుతుండగా ఆ అబ్బాయి మూటలా పడిపోయాడు. మిగిలిన ముగ్గురూ తిరిగి చూసి నిశ్చేష్టులై, కదల్లేక పోయారు. 'త్వరగా రా!' అని అరిచింది సమీచి గబగబా వచ్చి సీత చేతిని పట్టుకుని లాగుతూ.

ఇద్దరమ్మాయిలూ పరిగెత్తి కొంచెం దూరం వెళ్ళారు, సమీచి వెనుతిరిగి చూసింది తమ వెనుక ఏం జరుగుతుందా అని. నేల మీద పడిన అబ్బాయి కదలడం లేదు. అతని మిత్రులు చుట్టూ చేరి లేపాలని ప్రయత్నిస్తున్నారు.

'త్వరగా!' సమీచి అరుస్తూ సీతని తనతోపాటు లాక్కుపోయింది.

4వ అధ్యాయం

సీత చేతులు వెనక్కి పెట్టుకుని నిలబడింది. తల వంగి ఉంది. మిథిల మురికి వాడల్లోని బురద, మడ్డి ఆమె వస్త్రాల నిండా అంటుకుని ఉన్నాయి. ముఖమంతా బురద అట్టకట్టింది. వేలికున్న అత్యంత ఖరీదైన అంగుళీయకం లేదు. భయంతో వణుకుతూ ఉంది. తల్లి అంత ఆగ్రహంతో ఉండడం ఆమె ఎన్నడూ చూడలేదు.

సునయన కుమార్తెనే చూస్తూ ఉంది. మాటలేమీ అనలేదు. ఇదంతా తనకు అయిష్టంగా ఉందన్నట్టుగా చూస్తోంది. అంతకుమించి ఎంతో నిరుత్సాహ పడినట్టుగా ఉంది. చేయకూడని రీతిలో వీలైనంతగా తల్లి ఆశలను భగ్నం చేశానని సీత అనుకుంది.

'నన్ను క్షమించు, అమ్మా', కన్నీళ్ళు కారుతుండగా సీత ఏడుస్తూ అంది.

తల్లి ఏదైనా మాట్లాడితే బాగుంటుంది అనుకుంది. కనీసం చెంపదెబ్బ వేయడమో, నిందించడమో చేసినా బాగుండు. నిశ్శబ్దం భయం కలిగిస్తోంది.

'అమ్మా...'

సునయన మౌనంగా కూర్చుంది. కుమార్తెనే కోపంగా చూస్తూ ఉంది.

'దేవీ!'

సునయన తన గది ద్వారంవైపు చూసింది. మిథిల రక్షకభటుడు అక్కడ నిలుచుని ఉన్నాడు. అతని శిరస్సు వంగి ఉంది.

'విషయమేమిటి?' సునయన వెంటనే అడిగింది.

'ఆ అయిదుగురు అబ్బాయిలు కనిపించడంలేదు, దేవీ బహుశా వాళ్ళు పారిపోయి ఉంటారు', రక్షకభటుడు చెప్పాడు.

'అయిదుగురూనా?'

'గాయపడిన అబ్బాయి గురించి నాకు కొత్తగా ఏమీ సమాచారం లభించ లేదు, దేవీ,' సీత తలమీద కొట్టగా గాయపడిన అబ్బాయి గురించి చెప్పాడు రక్షకభటుడు. 'కొందరు సాక్షులు చెప్పినదాని ప్రకారం మిగిలిన పిల్లలు అతన్ని తీసుకువెళ్ళిపోయారు. అతనికి బాగా రక్తం కారుతూ ఉంది'.

'చాలానా?'

'అవును... ఒకసాక్షి అనడం ఆ అబ్బాయి గనుక...'

రక్షకభటుడు తెలివిగా 'బ్రతికితే' అనే పదాన్ని చెప్పకుండా వదిలిపెట్టాడు.

'ఇంక వెళ్ళు', సునయన ఆజ్ఞాపించింది.

రక్షకభటుడు వెంటనే నమస్కరించి, వెనుతిరిగి వెళ్ళిపోయాడు. సునయన తన దృష్టిని సీత వైపు మళ్ళించింది. తీక్షణమైన దృష్టికి ఆమె కుమార్తె తలదించుకుని ఉంది. తర్వాత సీతను దాటి, గోడ దగ్గర నిలబడిన మురిగ్గా ఉన్న కౌమార బాలికపై ఆమె దృష్టి నిలిచింది.

'అమ్మాయీ, నీ పేరేమిటి?'

'దేవీ, నా పేరు సమీచి'.

'నువ్వు మళ్ళీ మురికివాడకు వెళ్ళడం లేదు, సమీచీ, ఇప్పటి నుంచి నువ్వు రాజప్రాసాదంలోనే ఉంటావు'.

సమీచి చిరునవ్వుతో, చేతులు జోడించి నమస్కరించింది.

సునయన తన కుడిచేతిని ఎత్తడంతో సమీచి మాట్లాడడం ఆపింది. రాణి సీతవైపు తిరిగింది. 'నీ గదికి వెళ్ళు. స్నానం చెయ్యి'.

'నువ్వు, సమీచి గాయాలకి వైద్యుడి చేత చికిత్స చేయించుకోండి. రేపు మాట్లాడదాం'.

'అమ్మా...'

'రేపు'.

—𑁍—

నేల మీద కూర్చున్న సునయన పక్కన సీత నిలబడి ఉంది. మహారాణి నివాస మందిరంలో ఉన్న దేవాలయం బయట ఉన్నారు వారిద్దరూ. సునయన నేల మీద రంగురంగుల పొడులతో ముగ్గు వేస్తూ ఉంది. గణితం, తాత్త్వికత, ఆధ్యాత్మికత లకు ప్రతీకగా ఉంది ముగ్గు.

దేవాలయ ద్వారం ముందు ప్రతిరోజూ సునయన ముగ్గు వేస్తుంది. దేవాలయంలో సునయన ఆరాధించే పురుష దైవాలని ప్రతిష్ఠించడం జరిగింది. పూర్వపు విష్ణువులైన పరశురామదేవుడు; మహిమాన్వితుడైన రుద్రదేవుడు; సృష్టికర్త, శాస్త్రవేత్త అయిన బ్రహ్మదేవుడు. కాని కేంద్రస్థానంలో ఉండే గౌరవం మాత్రం అమ్మ ఆదిశక్తికి దక్కింది. సునయన పుట్టినిల్లు అస్సాంలో ఆదిశక్తి ఆరాధన ముఖ్యమైనది.

భారత ఉపఖండంలో అత్యంత పెద్దదైన బ్రహ్మపుత్ర నది ఎగువ ప్రాంతంలో ఉన్న సారవంతమైన సంపన్న లోయ అస్సాం.

సీత మాట్లాడే ధైర్యం లేక, సహనంతో నిరీక్షించింది. 'ఏదైనా చెయ్యమని గాని, వద్దని గాని నీకు చెప్పడం వెనుక ఎప్పుడూ కారణం ఉంటుంది, సీతా', సునయన అంది. నేల మీద వేస్తున్న ముగ్గుపైనుంచి ఆమె దృష్టి మరల్చలేదు.

సీత కదలకుండా కూర్చుని, తల్లి చేతులనే చూస్తూ ఉంది.

'జీవితంలో కొన్ని విషయాలు తెలుసుకొనడానికి ఒక వయసు రావాలి. దానికి నువ్వు సంసిద్ధంగా ఉండాలి'.

ముగ్గు వేయడం పూర్తి చేస్తూ సునయన కుమార్తెను చూసింది. తల్లి కళ్ళలోకి చూసిన సీతకు వ్యాకులత తగ్గింది. వాటి నిండా ప్రేమ ఉంది ఎప్పటిలానే. ఇప్పుడామె ఆగ్రహంగా లేదు.

'సీతా, చెడ్డ మనుషులు కూడా ఉంటారు. నేరాలు చేసేవాళ్ళు. నగరం లోపల సంపన్నులలో, మురికివాడల్లోని బీదవారిలో ఇటువంటి వాళ్ళుంటారు'.

'అవునమ్మా, నేను...'

'ష్.... మాట్లాడకు, చెప్పేది విను', స్థిరంగా అంది సునయన. సీత నిశ్శబ్దంగా ఉండిపోయింది. సునయన కొనసాగించింది. 'సంపన్నులలో నేరస్థులు లాభం వల్ల నేరాలు చేస్తారు. సంతృప్తిపరచవచ్చు. కాని బీదవారిలో నేరస్థులు విధిలేక తెగింపుతో ఆగ్రహంతో నేరాలు చేస్తారు. మనిషి విధిలేని పరిస్థితిలో ఉన్నప్పుడు తెగింపు వల్ల అతని ప్రతిభ బయటపడుతుంది. అందువల్లే తరచుగా బీదవారు ఉదాత్తంగా ఉంటారు. ఒక్కోసారి విధిలేని పరిస్థితిలో వచ్చే తెగింపు వల్ల మనుషుల్లోని చెడు కూడా బైటపడుతుంది. వాళ్ళకి పోగొట్టుకోవడానికి ఏమీ లేదు. పైగా సంపన్నంగా ఉన్న వారిని చూసి, తమకేమీ లేదని ఆగ్రహిస్తారు. అది అర్థం చేసుకోవచ్చు. పాలకులుగా పరిస్థితులు మెరుగుపరచవలసిన బాధ్యత మన మీద ఉంది. అయితే ఇది ఒక్కరోజులో చేయలేం. ధనవంతులనుంచి ఎక్కువగా తీసుకుని బీదలకు

ఇస్తే, ధనికులు తిరగబడతారు. దానివల్ల సంక్షోభం రావచ్చు. అందుకని నిదానంగా ఆలోచించి పనిచేయాలి. నిజంగా బీదరికంలో ఉన్న వారికి మనం సహాయం చెయ్యాలి. అది ధర్మం. కాని బీదవాళ్ళందరూ ఉదాత్తంగా ఉంటారని మనం గుడ్డిగా నమ్మకూడదు. కడుపు కాలిన ప్రతి ఒక్కడిలో సత్ప్రవర్తన కలిగి ఉండే స్ఫూర్తి ఉంటుందని భావించలేం'.

సునయన సీతను తన ఒడిలోకి లాక్కుంది. ఆమె సుఖంగా కూర్చుంది. తెలివితక్కువగా మురికివాడల్లోకి వెళ్ళి వచ్చిన తరువాత ఇప్పుడే ఆమెకు భయం తగ్గింది.

'భవిష్యత్తులో మిథిల పాలనలో నువ్వు నాకు సహాయం చేస్తావు', అంది సునయన. 'నువ్వు పరిణతంగా, వాస్తవదృష్టితో ఉండడం అవసరం. గమ్యాన్ని హృదయంతో నిర్ణయించుకోవాలి. ప్రయాణాన్ని తెలివిగా రూపొందించుకోవాలి. కేవలం హృదయం చెప్పినట్లుగా నడుచుకొనేవాళ్ళు ఓటమి పాలవుతారు. బుద్ధి తెలివి తేటలు మాత్రమే ఉపయోగించేవాళ్ళు స్వార్థపరులై పోతారు. హృదయం నీకన్న ముందు ఇతరుల కోసం ఆలోచించేలా చేస్తుంది. ధర్మం కోసం, సమాజంలో సమానత్వం, సంతులనం కోసం నువ్వు ప్రయత్నించాలి. సంపూర్ణ సమానత్వం ఎన్నటికీ సాధించలేం. అయినాగానీ వీలైనంతగా అసమానత్వాన్ని తగ్గించడానికి మనం ప్రయత్నించాలి. మనుషులు ఎప్పుడూ ఒకేలా ఉంటారని మోసపోకు. అధికారం ఉన్నవాళ్ళు ఎప్పుడూ ఒకేలా ఉంటారని పొరపాటు పడకు. అధికారం ఉన్నవాళ్ళు ఎప్పుడూ చెడ్డగా ఉంటారని, అధికారం లేనివాళ్ళు ఎప్పుడూ మంచి వారని అనుకోవద్దు. ప్రతి ఒక్కరిలో మంచి, చెడు రెండూ ఉంటాయి.

'నువ్వు ఉదారంగా ఉండాలి తప్పదు. అదే భారతీయ సంప్రదాయం కాని అంధ, మూర్ఖ ఉదాత్తురాలిగా ఉండకు'.

'అలాగే, అమ్మా'

'ఇంక మీదట నిన్ను నువ్వు ప్రమాదంలో పడేసుకునే పనులు చేయకు'.

కన్నీళ్ళు జాలువారుతుండగా సీత తన తల్లిని కౌగలించుకుంది.

సునయన ఆమె కౌగిలి విడిపించుకుని కుమార్తె కన్నీళ్ళు తుడిచింది. 'నువ్వు నన్ను చాలా భయపెట్టావు. నీకేమైనా చెడు జరిగి ఉంటే నేనేమయ్యే దాన్ని?'

'నన్ను క్షమించు, అమ్మా'.

సీతని మళ్ళీ కౌగిలిలో చేర్చుకుంటూ సునయన చిరునవ్వు నవ్వింది. 'ఆలోచనలేని నా ప్రియమైన కుమార్తె...'

సీత గాఢంగా శ్వాస తీసుకుంది. ఏదో అపరాధ భావం ఆమెను తినేస్తోంది. ఒక విషయం తను తప్పనిసరిగా తెలుసుకోవాలి. 'అమ్మా, నేను తల మీద కొట్టిన అబ్బాయికి ... ఏమి....' సునయన కుమార్తె మాటకు అడ్డు వచ్చింది. 'దాని గురించి నువ్వేమీ చింతించకు'.

'కాని...'

'చెప్పానుగా, దాని గురించి చింతించవద్దని'.

—⟨గ⟩—

'ధన్యవాదాలు, బాబాయ్!' గట్టిగా అంటూ సీత తన బాబాయి కుశధ్వజుడి చేతులలో వాలిపోయింది.

జనకుడి తమ్ముడైన కుశధ్వజుడు సంకాశ్యరాజు. మిథిలను సందర్శించడానికి వచ్చాడు. తన అన్న కుమార్తెకు ఒక కానుక తీసుకొని వచ్చాడు. ఆ కానుక ఆమెని అత్యంత ఆనందపరిచింది. అది అరేబియా అశ్వం. దేశీయ అశ్వాలకు అరేబియా అశ్వాలకు చాలా తేడా ఉంటుంది. దేశీయ అశ్వాలకు సాధారణంగా ముప్పయి నాలుగు పక్కటెముకలు ఉంటే, అరేబియా అశ్వాలకు ముప్పయ్యారు ఉంటాయి. మరీ ముఖ్యంగా, అరేబియా అశ్వం అందంగా, చిన్నగా ఉండి శిక్షణనివ్వడానికి సులభంగా ఉంటుంది. ఇంక దానికి ఓపిక కూడా చాలా ఎక్కువ. అది ఉండడం గర్వకారణం. అత్యంత ఖరీదైనది కూడా.

సీత ఆనందాన్ని అర్థం చేసుకోవచ్చు.

కుశధ్వజుడు ఆమెకి సరిపోయేలా తయారుచేసిన జీనును సీతకి ఇచ్చాడు. తోలుతో చేసిన జీనుకి పైకి పాడుచుకొని వచ్చే ముందు భాగంలో బంగారురేకు తాపడం చేసిన కొమ్ము ఉంది. జీను చిన్నదే అయినా బాలిక అయిన సీతకు అది బరువుగా ఉంది. కాని దానిని మోయడానికి రాజభటుల సహాయం తీసుకోవడానికి ఆమె తిరస్కరించింది.

రాజ ప్రాసాదం ఆవరణలోకి సీత జీనుని ఈడ్చుకుంటూ వచ్చింది. అక్కడ అశ్వం ఆమె కోసం నిరీక్షిస్తూ ఉంది. కుశధ్వజుడి సహాయకుడొకడు దానిని పట్టుకొని ఉన్నాడు.

సునయన చిరునవ్వు నవ్వింది. 'నీకు కృతజ్ఞతలు. ఇంక ఈ పనిలో సీత కొన్ని వారాల పాటు నిమగ్నమైపోతుంది. స్వారీ చేయడం నేర్చుకొనేవరకు తిండి, నిద్ర మర్చిపోతుంది, తను!'

'మంచి అమ్మాయి', అన్నాడు కుశధ్వజుడు.

'కాని, చాలా ఖరీదైన కానుక, కుశధ్వజా'.

'తను మా అన్న కుమార్తె, వదినా', అన్నాడు కుశధ్వజుడు. 'నేను గారాం చెయ్యకపోతే ఇంకెవరు చేస్తారు?'

సునయన చిరునవ్వుతో ఆవరణ ప్రక్కనే ఉన్న వరండా వైపు చూపిస్తూ జనకుడి వద్దకు వెళదామని సూచించింది. భార్య, సోదరుడు రావడం చూసి తాను పఠిస్తున్న బృహదారణ్యకోపనిషత్తు రాతప్రతిని మిథిలరాజు పక్కన పెట్టాడు. వారికి కనిపించకుండా ఉన్న సహాయకులు మజ్జిగ నింపిన చిన్న పాత్రలను బల్లమీద ఉంచారు, ఒక వెండి దీపాన్ని కూడ బల్ల మధ్యలో వెలిగించి ఉంచారు. వచ్చినట్టు గానే నిశ్శబ్దంగా వెళ్ళిపోయారు.

కుశధ్వజుడు దీపంవైపు ప్రశ్నార్థకంగా చూసి, కనుబొమలు ముడివేశాడు. పగటివేళ. మౌనంగా ఉండిపోయాడు.

సహాయకులు బాగా దూరంగా వెళ్ళిపోయేవరకు సునయన వేచి ఉంది. తర్వాత జనకుడి వైపు చూసింది. ఆమె భర్త మళ్ళీ తన గ్రంథాన్ని పట్టుకుని దానిలో లీనమై ఉన్నాడు. ఆయనతో చూపులు కలపాలని చేసిన ప్రయత్నాలు ఫలించక, చివరికి తనే గొంతు సవరించుకుంది. జనకుడు తన చేతిలో ఉన్న రాతప్రతిని పఠించడంలో లీనమయి ఉన్నాడు.

'ఏమిటి వదినా?' కుశధ్వజుడు అడిగాడు.

ఇంక తనకి మరో మార్గం లేదని సునయన గుర్తించింది. తనే మాట్లాడాలి. తన నడుముకు కట్టుకున్న సంచిలోంచి ఒక పత్రాన్ని బయటికి తీసి బల్లమీద పెట్టింది. కుశధ్వజుడు కావాలని దానివైపు చూడలేదు.

'కుశధ్వజా, చాలా ఏళ్ళుగా మనం సంకాశ్య నుంచి మిథిలను కలిపే రహదారి గురించి మాట్లాడుకుంటున్నాం. అది ఘోరమైన వరదలో కొట్టుకు పోయింది. దాదాపు రెండు దశాబ్దాలయింది ఇప్పటికి. ఆ రహదారి లేకపోవడం వల్ల మిథిల పౌరులు, వ్యాపారులు ఎన్నో కష్టాలు ఎదుర్కొంటున్నారు', అంది సునయన.

'ఏ వ్యాపారులు వదినా?', కుశధ్వజుడన్నాడు చాలా మర్యాదగా. 'మిథిలలో ఎవరైనా ఉన్నారా?'

సునయన ఆ వ్యంగ్యాన్ని పట్టించుకోలేదు. 'రహదారికి అయ్యే ఖర్చులో మిథిల 1/3 వంతులు భరిస్తే, నువ్వు 2/3 వంతులు భరిస్తానని ఒప్పుకున్నావు.'

కుశధ్వజుడు మౌనంగా ఉన్నాడు. 'మిథిల తన వంతు ధనం సమకూర్చుకుంది' అంది సునయన. ఆమె పత్రాన్ని చూపించింది. 'మనం ఒప్పందం మీద ఆమోదముద్ర వేసి రహదారి నిర్మాణం ప్రారంభించుదాం'.

కుశధ్వజుడు చిరునవ్వు నవ్వాడు. 'కాని వదినా, నాకు సమస్య ఏమిటో అర్థం కావడం లేదు. రహదారి అంతగా చెడిపోలేదు. జనం రోజూ దాన్ని ఉపయోగిస్తున్నారు. నిన్న మిథిలకు ఆ రహదారిలోనే నేను వచ్చాను'.

'నువ్వు రాజువి కుశధ్వజా', సునయన అంది స్వరంలో ఎంతో మర్యాద కనిపింపజేస్తూ. 'సామాన్యులకన్న నువ్వు ఎన్నో చేయగల సమర్థుడివి. సామాన్యులకు మంచి రహదారి అవసరం'.

కుశధ్వజుడు పెదవులు విప్పార్చి నవ్వాడు. 'అవును, మిథిల ప్రజలకు తమ పట్ల ఇంత నిబద్ధంగా ఉన్న నీలాంటి రాణి దొరకడం అదృష్టం'.

సునయన ఏమీ అనలేదు.

'నాదో ఆలోచన వదినా', కుశధ్వజుడు అన్నాడు. 'రహదారి నిర్మాణం ముందుగా మిథిలి మొదలుపెట్టాలి. మీ వంతు 1/3 వంతు భాగం పూర్తయితే, మిగిలిన 2/3 వంతులు సంకాశ్య పూర్తి చేస్తుంది'.

'సరే'.

సునయన పత్రాన్ని, ప్రక్క బల్ల మీద నుంచి ఈకను తీసి ఒక వాక్యం రాసింది చివరలో. తన సంచిలోంచి రాజముద్ర తీసి ఒప్పందం మీద వేసింది.

ఆమె పత్రాన్ని కుశధ్వజుడికి ఇవ్వబోయింది. అప్పుడు కుశధ్వజుడికి దీపం ప్రాముఖ్యం అర్థమైంది.

అగ్ని దేవుడు సాక్షి.

ప్రతి భారతీయుడు అగ్ని పవిత్రీకరిస్తాడని నమ్ముతాడు. భారతీయ ధార్మిక గ్రంథమైన ఋగ్వేదంలో మొదటి అధ్యాయంలో మొదటి మంత్రం అగ్నిదేవుడిని కీర్తించడం యాదృచ్ఛికం కాదు. అగ్నిదేవుడి సమక్షంలో చేసే వాగ్దానాలను భంగం చేయకూడదు, వివాహ వాగ్దానాలు,యజ్ఞాలు, శాంతి ఒప్పందాలు... చివరికి రహదార్లు నిర్మిస్తామన్న వాగ్దానం కూడా.

కుశధ్వజుడు వదిన దగ్గర్నించి ఒప్పందం తీసుకోలేదు. బదులుగా తన సంచిలోంచి తన రాజముద్ర తీశాడు.

'నిన్ను నేను పూర్తిగా నమ్ముతాను, వదినా. నా ఆమోదాన్ని ఈ పత్రం మీద నువ్వు వేయవచ్చు'.

కుశధ్వజుడి నుంచి సునయన రాజముద్ర తీసుకుని ఒప్పంద పత్రంపైన ముద్ర వేయబోతుండగా, అతను మృదువుగా, 'వదినా, అది కొత్త రాజముద్ర. సంకాశ్యను సరిగ్గా చూపించేది'.

సునయన కనుబొమలు ముడివేసింది. ముద్రను తిప్పిచూసి దాని మీది గుర్తును చూసింది. ఒప్పంద పత్రం మీద వేసే ముద్రకు ప్రతిబింబమైనా, మిథిలరాణి దాన్ని వెంటనే గుర్తించింది. దాని మీద ఒకే ఒక తిమింగలం ఉంది, అది మిథిల గుర్తు. సంకాశ్యను మిథిల రాజవంశానికి చెందిన చిన్నవారు పరిపాలిస్తున్నారు ఎంతోకాలంగా. అది మిథిలకు సామంతరాజ్యం. దానికి భిన్నమైన ముద్ర ఉంటుంది, ఒకే ఒక హిల్సా మత్స్యం.

సునయన ఆగ్రహంతో బిగుసుకుపోయింది. కాని తన కోపాన్ని అదుపు చేసుకోవాలని ఆమెకు తెలుసు. ఆమె నిదానంగా ఒప్పంద పత్రాన్ని బల్లమీద పెట్టింది. సంకాశ్య రాజముద్రను ఉపయోగించలేదు.

'నీ అసలైన రాజముద్రను ఎందుకివ్వలేదు, కుశధ్వజా', సునయన అడిగింది.

'ఇప్పుడిదే నా రాజ్యానికి రాజముద్ర, వదినా'.

'మిథిల అంగీకరిస్తేనే అలా జరుగుతుంది. మిథిల బహిరంగంగా దీనిని గుర్తిస్తే తప్ప ఏ రాజ్యమూ దానిని గుర్తించదు. తిమింగలం ముద్ర ప్రత్యక్షంగా మిథిల రాజకుటుంబం గుర్తు అని ప్రతి సప్తసింధు రాజ్యానికీ తెలుసు'.

'నిజమే. వదినా. నువ్వు దానిని మార్చవచ్చు. ఆ పత్రం మీద దానిని వేసి దానికి చట్టబద్ధత కల్పించవచ్చు'.

సునయన తన భర్త వైపు చూసింది. మిథిలరాజు ఒకసారి తలయెత్తి భార్యను చూసి, మళ్ళీ బృహదారణ్యకోపనిషత్తు చదువుకోసాగాడు.

'కుశధ్వజా, ఇది అంగీకరించను', లోపల రగులుతూ ఉన్న ఆగ్రహాన్ని దాస్తూ, శాంతంగా సునయన చెప్పింది. 'నేను జీవించి ఉన్నంతవరకూ ఇది జరగదు'.

'నీకెందుకంత కోపం వస్తుందో నాకు అర్థం కావడం లేదు వదినా. నువ్వు వివాహం ద్వారా మిథిల రాజకుటుంబంలోకి వచ్చావు. నేను ఆ వంశంలో జన్మించాను. మిథిల రాజవంశ రక్తం నా నరాల్లో ప్రవహిస్తోంది. నీలో కాదు. అవునా జనక అన్నా?'

జనకుడు కళ్ళెత్తి చూసి, గొంతులో కోపం ఏమీ లేకుండా చెప్పాడు. 'కుశధ్వజా సునయన చెప్పినదే నా నిర్ణయం కూడా'.

కుశధ్వజుడు లేచి నిలబడ్డాడు. 'ఇది విషాదకరమైన దినం. రక్తం రక్తాన్ని అవమానించింది. ఎవరికోసమో..'

సునయన కూడా లేచి నిలబడింది. కుశధ్వజుడి మాటకు అడ్డు వస్తూ, మర్యాదగా చెప్పింది. 'తర్వాత ఏం మాట్లాడాలనుకుంటున్నావో, జాగ్రత్తగా మాట్లాడు కుశధ్వజా'.

కుశధ్వజుడు నవ్వాడు. ముందుకు వచ్చి సునయన చేతిలోంచి సంకాశ్య రాజముద్రను తీసుకున్నాడు. 'ఇది నాది', సునయన మౌనంగా ఉండిపోయింది.

'మిథిల రాజవంశ సంప్రదాయాల సంరక్షకురాలిగా నటించకు', కుశధ్వజుడు ఎత్తిపొడిచాడు. 'నీకు కుటుంబంతో రక్తసంబంధం లేదు. నువ్వు బయటి నుంచి వచ్చావు'.

సునయన ఏదో అనబోతుండగా తన చేతిని చిన్న చేయి చుట్టుకొన్నట్లు అనిపించింది. కిందికి చూసింది. సీత ఆమె పక్కనే నిలబడి ఉంది, ఆగ్రహంతో ఊగిపోతూ. ఆమె మరో చేతిలో కుశధ్వజుడు అంతకుముందు ఇచ్చిన జీను ఉంది. ఆమె దానిని బాబాయి వైపు విసిరింది. అది అతని పాదాల వద్ద పడింది.

కుశధ్వజుడు నొప్పితో సతమతమవుతుండగా, సంకాశ్య రాజముద్ర అతని చేతిలోంచి జారిపడింది.

సీత ముందుకు గెంతి, రాజముద్రను తీసుకొని నేలకేసి కొట్టింది, అది రెండు ముక్కలైంది. రాజముద్రను పగలకొట్టడం చాలా పెద్ద అపశకునం. ఇది ఘోరమైన అవమానం.

'సీతా!' జనకుడు కోప్పడ్డాడు.

కుశధ్వజుడి ముఖం కోపంతో భగ్గుమంది. 'అన్నా,ఇది అవమానించడం'.

సీత ఇప్పుడు తల్లి ముందు నిలబడి ఉంది. బాబాయిని సూటిగా, ధైర్యంగా చూస్తూ ఉంది. తల్లిని రక్షిస్తున్నట్లుగా చేతులు బారజాపి నిలబడింది.

సంకాశ్యరాజు పగిలిన రాజముద్ర ముక్కలను తీసుకొని, వేగంగా బయటికి వెళ్ళిపోయాడు. 'ఇది ఇక్కడితో ఆగదు, అన్నా!'

అతను వెళ్ళగానే సునయన మోకాళ్ళ మీద కూర్చుని సీతను తన వైపు తిప్పుకుంది. 'నువ్వలా చేసి ఉండకూడదు సీతా'.

సీత చెమ్మగిల్లిన కళ్ళతో తల్లిని చూసింది. తర్వాత తిరిగి తండ్రి వైపు అవిధేయంగా, నిందిస్తున్నట్టుగా చూసింది. ఆమె ముఖంలో క్షమాపణ భావం ఏమీ ద్యోతకం కాలేదు.

'నువ్వలా చేసి ఉండకూడదు, సీతా'.

—⸻—

సీత తల్లిని వదలకుండా పట్టుకుని ఉంది. ఆమెని వెళ్లనీయడం లేదు. మాటలు రాని ఆగ్రహంతో ఏడుస్తూంది. జనకుడు చిరునవ్వుతో ఆమె వద్దకు వచ్చి తల మీద చేత్తో నిమిరాడు. రాజుగారి మందిరంలో రాజకుటుంబం సమావేశమైంది. కుశధ్వజుడితో ఘర్షణ జరిగి కొన్నివారాలైంది. సీత గురుకులానికి వెళ్ళవలసిన సమయం ఆసన్నమైందని తల్లిదండ్రులు భావించారు. గురుకులం అంటే గురువు గారి కుటుంబంతో కలిసి అక్కడే ఉండి చదువుకునే పాఠశాల.

శ్వేతకేతు ఋషి గురుకులాన్ని తమ కుమార్తె కోసం జనకుడు, సునయన ఎంపిక చేశారు. జనకుడి ప్రధాన గురువు అష్టావక్రుడి మేనమామ శ్వేతకేతు. ఆయన గురుకులంలో వేదాంతం, గణితం, విజ్ఞానశాస్త్రం, సంస్కృతం వంటి విషయాలను బోధిస్తారు. సీత మరికొన్ని ప్రత్యేక విషయాలు – భూగోళం, చరిత్ర, ఆర్థిక శాస్త్రం, రాజ్యపాలన వంటి వాటిని కూడ నేర్చుకుంటుంది.

జనకుడు అభ్యంతరం చెప్పినా వినకుండా సీతకు యుద్ధం చేయడం, యుద్ధ విద్యలు కూడ నేర్పమని సునయన కోరింది. జనకుడు అహింసా ప్రియుడు. సునయన వాస్తవికంగా ఆలోచిస్తుంది.

తను వెళ్ళాల్సిందేనని సీతకు తెలుసు. ఆమె ఇంకా చిన్నపిల్లే. ఆ బాలికకు ఇల్లు వదలి వెళ్ళాలంటే భయం వేస్తోంది.

'నువ్వు క్రమం తప్పక ఇంటికి వస్తావు తల్లీ', జనకుడు చెప్పాడు. 'మేము కూడా నిన్ను చూడడానికి వస్తాం. ఆశ్రమం గంగానదీ తీరంలో ఉంది. పెద్ద దూరమేమీ లేదు'.

తల్లిని ఆమె మరింత గట్టిగా పట్టుకుంది. సునయన తనను చుట్టుకుని ఉన్న సీత చేతులను విడదీసి, ఆమె చుబుకాన్ని చేతిలోకి తీసుకుని ఎత్తి పట్టుకుని తనవైపు చూసేలా చేసింది. 'అక్కడ నువ్వు బాగా చదువుకుంటావు.

ఆ విద్య జీవితంలో అవసరమైనవన్నీ నేర్పి, నిన్ను సిద్ధం చేస్తుంది. నాకు తెలుసు'.

'బాబాయితో అలా ప్రవర్తించినందుకు నన్ను నువ్వు దూరంగా పంపిస్తున్నావా?' సీత వెక్కుతూ అడిగింది.

సునయన, జనకుడు వెంటనే మోకాళ్ళ మీద కూర్చుని ఆమెను దగ్గరకు తీసుకున్నారు.

'కానే కాదు తల్లీ', సునయన చెప్పింది. 'మీ బాబాయికి దీనికి అస్సలు సంబంధం లేదు. నువ్వు విద్యనార్జించాలి. నువ్వు ఏదో ఒకనాడు ఈ రాజ్యపాలనలో సహాయం చేయడానికి వీలుగా విద్యనభ్యసించాలి'.

'అవును సీతా. మీ అమ్మ చెప్పేది నిజం. కుశధ్వజ బాబాయితో జరిగిన దానికి, దీనికి సంబంధం ఏమీ లేదు. అది అమ్మకి, నాకు, బాబాయికి మధ్య జరిగిన విషయం'.

సీత మళ్ళీ కన్నీళ్ళు పెట్టుకుంది. తల్లిదండ్రులను వెళ్ళనీయను అన్నట్లుగా వారిని అతుక్కుపోయింది.

౫

5వ అధ్యాయం

శ్వేతకేతు గురుకులానికి సీత వచ్చి రెండేళ్ళు గడిచాయి. ఆ పదేళ్ళ బాలిక తన తెలివితేటలతోను, ప్రతిభతోను తన గురువును మెప్పించింది. యుద్ధ విద్యల పట్ల ఆమె చూపే ఉత్సాహం అసాధారణం. ముఖ్యంగా కర్రసాములో ఆమె నిపుణత పేర్కొనదగింది.

అయితే త్వరగా కోపగించుకునే స్వభావం ఉండటంతో అప్పుడప్పుడు గురుకులంలో సమస్యలు కూడ వచ్చేవి. ఆమె తండ్రి బోధకుడుగా పనికివస్తాడని, రాజుగా అసమర్థుడని ఆమెతోటి విద్యార్థి ఒకడు ఎద్దేవా చేశాడు. ప్రతిగా సీత కళ్ళు బైర్లు కమ్మేలా ఆ విద్యార్థిని కొట్టింది. ఆ అబ్బాయి దాదాపు మాసం పాటు గురుకుల ఆయురాలయంలో ఉన్నాడు. తర్వాత మరో రెండు మాసాలు కుంటుతూ నడిచాడు.

ఈ పరిస్థితి చూసి శ్వేతకేతు అహింస, ఆలోచన లేకుండా ప్రవర్తించడం, నిగ్రహించుకోవడం అనే విషయాలలో అదనపు తరగతులు కూడా నిర్వహించాడు. గురుకుల ఆవరణలో శారీరకంగా ఎవరినీ హింసించరాదు అనే నియమాన్ని కూడా కచ్చితంగా పాటించాలని త్వరగా ఆగ్రహం తెచ్చుకునే ఆ అమ్మాయికి చెప్పారు. యుద్ధవిద్యను స్వయం క్రమశిక్షణ కోసం, భవిష్యత్తులో రాచ విధులు నిర్వర్తించ డానికి పనికివస్తుందని నేర్పుతారు. పాఠశాల ఆవరణలో వారు ఒకరినొకరు కొట్టకూడదు.

ఈ సందేశం తల్లిదండ్రులకు అందాలని, గురుకులాన్ని సందర్శించడానికి వచ్చినప్పుడు సునయనకు కూడ ఈ సంఘటన గురించి చెప్పారు. ఆమె గట్టిగా చెప్పడం వల్ల సీత మీద కోరిన ప్రభావం పడింది.

ఒక్కోసారి ఆమె సహనానికి ఇతర విద్యార్థులు పరీక్ష పెట్టినాగాని ఆమె వారిని కొట్టడం లేదు.

అటువంటి సంఘటన ఇది.

'నిన్ను పెంచుకున్నారు కదా?' తోటి విద్యార్థి కామల్‌రాజ్ ఎత్తిపొడిచాడు.

గురుకులంలో ఉన్న చెరువు దగ్గర అయిదుగురు విద్యార్థులు చేరారు. ముగ్గురు సీత చుట్టూ చేరారు. సీత రేఖాగణితం ప్రకారం తాళ్ళతో ఒక ఆకారాన్ని నేల మీద రూపొందించి, బౌధాయన సులభ సూత్రంలోని సూత్రాన్నొక దానిని వారికి వివరిస్తూ ఉంది. ఆమె కామల్ మాటలను పట్టించుకోకుండా ఉండడానికి ఎంతో ప్రయత్నిస్తూ ఉంది. మిగిలిన వాళ్ళు కూడా అలాగే చేస్తున్నారు. అతను అక్కడే తిరుగుతూ అందరి శ్రద్ధను భగ్నం చెయ్యాలని ప్రయత్నిస్తున్నాడు. అతని మాటలు వినగానే అన్ని కళ్ళూ సీతవైపు తిరిగాయి.

సీతకు ఆత్మీయ స్నేహితురాలు రాధిక. ఆమె వెంటనే, 'పోనీ సీతా, వాడు మూర్ఖుడు', అని ప్రతిస్పందించకుండా చూసింది.

సీత నిటారుగా కూర్చుని క్షణం సేపు కళ్ళు మూసుకుని తన కన్నతల్లి ఎవరా అని తరచూ ఆలోచించేది. తనను ఎందుకు వదిలిపెట్టేసింది? తనను పెంచిన తల్లిలానే ఆమె కూడా అద్భుతమైనదా? కాని ఒక విషయంలో మాత్రం ఆమెకు సందేహం లేదు. తను సునయన కుమార్తె.

'నేను మా అమ్మ కూతురిని'. స్నేహితురాలి సలహాను కావాలని నిర్లక్ష్యం చేసి తనను ఎగతాళి చేసిన వాడిని చూస్తూ లెక్కలేనట్టుగా సీత సమాధానం చెప్పింది.

'ఔనౌను. నాకు తెలుసా విషయం. మనందరం అమ్మల పిల్లలం. కాని నిన్ను పెంచుకున్నారు కదా? మీ అమ్మకి నిజమైన కుమార్తె జన్మిస్తే, నీ గతి ఏమిటి?

'నిజమైన కూతురా? నేను అబద్ధం కాదు కామల్. నేను నిజమైన దాన్నే'.

'సరే, సరే. కాని నువ్వు....'

'అవతలికిపో', అంది సీత. బౌధాయన సిద్ధాంతాన్ని చెప్పటానికి ఉపయోగిస్తున్న కొమ్మను చేతిలోకి తీసుకుంది. 'అది కాదు. నేను చెప్పేది నీకు అర్థం కావడం లేదు. నిన్ను పెంచుకుని ఉంటే, ఎప్పుడైనా నిన్ను వదిలేస్తారు. అప్పుడేం చేస్తావు?'

సీత చేతిలో కొమ్మని కింద పెట్టి కామల్‌ని కోపంగా చూసింది. ఆ క్షణంలో ఆ అబ్బాయి నోరుమూసుకుని ఉంటే బాగుండేది. విచారకరంగా అతనికి అంత తెలివితేటలు లేవు.

'ఉపాధ్యాయులందరూ నిన్ను ఇష్టపడతారు. గురువుగారికి కూడ నువ్వంటే చాలా ఇష్టం. నిన్ను ఇంటి నుంచి వెళ్ళగొట్టాక నువ్విక్కడికి

వచ్చి రోజంతా బోధించవచ్చు!' కామల్ పిచ్చి పట్టినట్టుగా నవ్వసాగాడు. ఇంకెవరూ నవ్వలేదు. వాస్తవానికి వాతావరణంలో ఉద్రిక్తత ప్రమాదకరంగా ఉంది.

'సీతా...' శాంతించమని రాధిక వేడుకుంది. 'వదిలెయ్'.

మళ్ళీ రాధిక సలహాను సీత పెడచెవిని పెట్టింది. ఆమె నిదానంగా లేచి కామల్ వైపు నడిచింది. ఆ అబ్బాయి గట్టిగా గుటక మింగాడు. కాని వెనక్కి వెళ్ళ లేదు. సీత చేతులు కట్టుకుని వెనుక్కు పెట్టుకుంది. తన ప్రత్యర్థికి అంగుళం దూరంలో నిలబడింది. మండుతున్న కళ్ళతో అతని కళ్ళలోకి చూసింది. కామల్ భయంతో వేగంగా శ్వాస తీసుకుంటున్నాడు. కణతల మీద కనిపిస్తున్న కదలిక వల్ల అతని ధైర్యం వేగంగా కనుమరుగవుతోందని తెలుస్తోంది. కాని అలాగే నిలబడ్డాడు.

సీత బెదిరిస్తున్నట్టుగా మరో అడుగు వేసింది. కామల్‌కి సన్నిహితంగా ప్రమాదకరమైన రీతిలో నిలబడింది. ఆమె బొటనవేలు అతడి బొటన వేలిని తాకు తోంది. ఆమె ముక్కు అతని ముఖానికి సెంటిమీటరు కన్న తక్కువ దూరంలో ఉంది. ఆమె కళ్ళలోంచి నిప్పులు రాలుతున్నాయి.

కామల్ నుదుటి మీద స్వేదబిందువులు అలముకున్నాయి. 'ఇదిగో... నువ్వు ఇక నించి ఎవరినీ కొట్టకూడదు...'

సీత అతని కళ్ళలోకి చూస్తూ నిలబడింది. అలాగే చూస్తూ ఉంది. రెప్పవేయకుండా కోపంగా భారంగా శ్వాస తీసుకుంటూ.

కామల్ స్వరం కీచుగా మారింది. 'ఇదిగో...' సీత హఠాత్తుగా గట్టిగా అరిచింది; చెవులు బద్దలయ్యేలా కామల్ ముఖం మీద శబ్దం చేసింది. బలంగా బిగ్గరగా కేక పెట్టింది. స్థాణువైన కామల్ వెనక్కి వెల్లకిలా పడ్డాడు. పడి ఏడ్వడం ఆరంభించాడు.

మిగిలిన పిల్లలు నవ్వసాగారు.

ఎక్కడి నుంచో హఠాత్తుగా ఉపాధ్యాయుడు వచ్చాడు.

'నేనతన్ని కొట్టలేదు! నేనతన్ని కొట్టలేదు!'

'సీతా...'

ఉపాధ్యాయుడు ఆమెని దూరంగా లాగాడు.

'కాని నేనతన్ని కొట్టలేదు!'

—౹౮—

అన్నని కౌగిలించుకుంటూ 'హనుమన్నా!' అని అంది రాధిక. వరుసకు అన్న అయిన వాడు స్పష్టంగా చెప్పాలంటే.

తన ఆత్మీయబంధువుని కలవడానికి సీతను కూడా రాధిక పిలిచింది. వాళ్ళు కలుసుకున్న స్థలం గురుకులం నుంచి ఒక గంట నడక దూరంలో ఉంది. అడవిలోపల దక్షిణంగా ఎవరికీ కనిపించని ప్రదేశమది. ఇక్కడే ఆ అన్నాచెల్లెళ్ళు రహస్యంగా కలుసుకుంటారు. గురుకుల అధికారులకు కనిపించకుండా ఉండటానికి ఆమె సోదరుడికి సరైన కారణాలే ఉన్నాయి.

అతను నాగుడు; అవకరాలతో పుట్టినవాడు.

ముదురు గోధుమరంగు ధోవతి, తెల్లటి అంగవస్త్రం ధరించాడు. తెల్లగా ఉన్నాడు. పొడుగ్గా, అతి రోమత్వంతో ఉన్నాడు. అతని వీపు కింద తోక ఉంది. దానికి తనదైన మనస్సు ఉన్నట్లుగా అది లయబద్ధంగా కదులుతూ ఉంది. అతను బృహదాకారంతో కండలు తిరిగిన శరీరంతో అబ్బురపరచే విధంగా ఉన్నాడు. దైవిక తేజస్సుతో ఉన్నాడు. చప్పిడి ముక్కు ముఖానికి అంటుకున్నట్లుగా ఉంది. దానిచుట్టూ కూడ ముఖం మీద రోమాలు క్రమపద్ధతిలో ఉన్నాయి. విచిత్రంగా అతని నోటి పై భాగంలోను, కింది భాగంలోను వెంట్రుకలు లేవు. నున్నగా లేత గులాబీ రంగులో ఉంది. ఉబ్బినట్టుగా కనిపిస్తోంది. పెదాలు సన్నని గీతలా కనీకనిపించకుండా ఉన్నాయి. ఆకర్షణీయంగా, తెలివితేటలతో వెలుగొందుతూ, ధ్యానంవలన కలిగిన ప్రశాంతతను వ్యక్తం చేసే కళ్ళపైన దట్టంగా ఉన్న కనుబొమలు వంపు తిరిగి ఉన్నాయి. భగవంతుడే వానర ముఖం ధరించి దానిని మనిషికి అమర్చినట్టుగా ఉన్నాడు.

అతను రాధికవైపు పితృవాత్సల్యంతో చూశాడు. 'చెల్లీ బాగున్నావామ్మా?'

రాధిక పెదాలు ముడిచి కోపం నటించింది. 'నిన్ను చూసి ఎంత కాలమైంది? నాన్న ఆ కొత్త గురుకులం పెట్టటానికి అనుమతించినప్పటి నుంచి...'

రాధిక తండ్రి శోణ నదీతీరంలో ఉన్న గ్రామానికి ముఖ్యుడు. ఆ గ్రామానికి సమీపంలో గురుకులం పెట్టటానికి ఇటీవల అనుమతించాడు. నలుగురు అబ్బాయిలు దానిలో చేరారు. ఇంక విద్యార్థులెవరూ లేరు. వాళ్ళ ఇంటికి అంత సమీపంలో గురుకులం ఉండగా, రాధిక ఇంకా శ్వేతకేతు గురుకులంలో ఎందుకు ఉందని సీత అనుకుంది. బహుశా చిన్నగా, నలుగురు విద్యార్థులే ఉన్న గురుకులం బాగాలేదేమో.

'క్షమించు రాధికా, నేను తీరిక లేకుండా ఉన్నాను', అన్నాడా వ్యక్తి. 'నాకు కొత్త పని అప్పగించారు ఇంకా...'

'నీ కొత్త పనితో నాకేంటి?'

రాధిక అన్న వెంటనే మాట మార్చాడు. 'నీ కొత్త స్నేహితురాలిని నాకు పరిచయం చేయవా?'

రాధిక అతని వైపు కొన్ని క్షణాలు చూసి చిరునవ్వు నవ్వి విధేయతతో తన స్నేహితురాలివైపు తిరిగింది. 'ఆమె సీత. మిథిల రాకుమారి. సీతా, ఈయన నా పెద్దన్న హనుమన్న'.

అతను చేతులు జోడించి నమస్కరిస్తూ చక్కగా నవ్వాడు. 'రాధిక నన్ను హనుమన్న అని పిలుస్తుంది. నా పేరు హనుమంతుడు'.

సీత కూడా చేతులు జోడించి నమస్కరిస్తూ, దయను వ్యక్తం చేసే ఆ ముఖాన్ని చూసింది. 'హనుమన్నా అని పిలవడమే నాకు నచ్చింది'.

హనుమంతుడు ఆర్ద్రంగా నవ్వాడు. 'అయితే హనుమన్నే'.

—ऊ८—

సీత గురుకులంలో అయిదేళ్ళు ఉంది. ఇప్పుడు ఆమెకు పదమూడేళ్ళు.

గురుకులం పవిత్ర గంగానదీతీరంలో నిర్మించబడింది. కొంచెం దూరంలో దిగువున మగధలో సరయూనది గంగానదిలో కలుస్తుంది. ఇది చాలా అనువైన ప్రదేశం కావడంతో వివిధ ఆశ్రమాల నుంచి చాలామంది ఋషులు, ఋషికలు వచ్చి గురుకులాన్ని సందర్శిస్తుంటారు. వాళ్ళు సాధారణంగా సందర్శక బోధకులుగా ఉండి కొన్ని నెలలు విద్య గరపేవారు.

ఇప్పుడు మహర్షి విశ్వామిత్రుడు స్వయంగా గురుకుల సందర్శనకు వచ్చాడు. నిరాడంబరంగా ఉన్న ఆశ్రమానికి ఆయన, ఆయన శిష్యులు వచ్చారు. ఈ ఆశ్రమంలో ఇరవై అయిదుమంది విద్యార్థులున్నారు.

'ఆరో విష్ణువు పరశురామదేవుడు వదలి వెళ్ళిన తెగకు నాయకులైన మీకు నమస్కారం పూజ్య మలయపుత్రా' అన్నాడు శ్వేతకేతు ఆ మహాఋషికి చేతులు జోడిస్తూ వంగి. మలయపుత్రులకు రెండు లక్ష్యాలు: దుష్టశిక్షణకు అవతరించే తర్వాతి మహాదేవుడు పురుషుడైనా / స్త్రీ అయినా వారికి సహాయం చేయడం: మంచిని ప్రచారం చేసే తర్వాతి విష్ణువును సమయం వచ్చినపుడు గుర్తించడం.

మహర్షి విశ్వామిత్రుడి ఉనికితో గురుకులం కళకళలాడింది. ఆయనను సప్తఋషుల ఉత్తరాధికారిగా భావిస్తారు. అంతకుముందు వచ్చిన జ్ఞానులందరి రాక వల్ల వచ్చిన గౌరవం కన్న ఆయన రాక వల్ల ఎక్కువ గౌరవం ఆశ్రమానికి లభించింది.

'నమస్కారం, శ్వేతకేతూ', చెప్పాడు విశ్వామిత్రుడు దర్పంగా, ముఖంలో చిరునవ్వుతో.

గురుకులంలోని సిబ్బంది వెంటనే పనులు మొదలుపెట్టేశారు. కొందరు ఋషి అనుయాయులకు వాళ్ళ సామానులు దించడానికి, గుర్రాలను కట్టేయ డానికి సహాయం చేశారు. కొందరు శుభ్రంగా ఉన్న అతిథి నివాసాలను మరింత శుభ్రంగా తయారుచేశారు. మలయపుత్రుల సేనాపతి అరిష్టనేమి విశ్వామిత్రుడి కుడిభుజం. యుద్ధంలో ఇచ్చినట్లుగానే ఆదేశాలు ఇస్తూ పనులు చేయించాడు.

'మహర్షీ, ఇటువైపు ఏం పని మీద వేంచేశారు?' శ్వేతకేతు అడిగాడు.

'నదికి ఎగువున నాకు కొంత పని ఉంది', వివరంగా చెప్పడానికి తిరస్కరిస్తూ విశ్వామిత్రుడు చెప్పాడు.

భయంకరుడైన మలయపుత్ర నాయకుడిని అంతకుమించి ప్రశ్నించ కూడదని శ్వేతకేతుకు తెలుసు. కాని సంభాషణ ఎలాగోలా ప్రారంభించాల్సిన అవసరం ఉంది. 'మహాగురూ, సప్తసింధు రాజ్యాలకి రావణుడితో వాణిజ్య ఒప్పందాలు చాలా బాధ కలిగిస్తున్నాయి. జనం బాధపడుతున్నారు. దరిద్రులవు తున్నారు. ఎవరైనా అతనితో పోరాడాలి'.

దాదాపు ఏడు అడుగుల ఎత్తుతో నల్లటి దేహఛాయతో విశ్వామిత్రుడు శారీరకంగాను, మానసికంగాను అసాధారణమైన రీతిలో ఉంటాడు. ఆయన పెద్ద పొట్ట, బలమైన ఛాతీ కింద ఉంటుంది. కండలు తిరిగిన భుజాలు, శక్తిమంతమైన బాహువులు. తెల్లటి గడ్డం ఆయన ఛాతీమీదవరకూ ఉంది. బ్రాహ్మణులు ముడివేసుకునే పిలక తప్ప తల మీద వెంట్రుకలు లేవు. భుజానికి పవిత్రమైన జందెం ఉంది. వీటన్నిటికీ విరుద్ధంగా ఆయన ముఖం మీద, శరీరం మీద యుద్ధాల్లో అయిన గాయాల మచ్చలున్నాయి. ఆయన కళ్ళు కిందికి దించి శ్వేతకేతును చూశాడు.

'ఇవాళ ఈ పని చేయగల రాజులెవరూ లేరు. అందరూ ఎలాగో బతికి బట్ట కట్టినవాళ్ళే. నాయకులు కారు'.

'ఇది కేవలం రాజులు చేయగల పనికాదనుకుంటాను మహర్షీ...'

విశ్వామిత్రుడి ముఖంలో చిరునవ్వు నిగూఢంగా విస్తరించింది. ఆయన మరేమీ అనలేదు. ఈ మహాపురుషుడితో సంభాషించవలసిన అవసరాన్ని శ్వేతకేతు మర్చిపోలేదు. 'నా అవిధేయతకు మన్నించండి. మహర్షీ మాతో ఎంతకాలం ఉండాలనుకుంటున్నారు? మీ మార్గదర్శకత్వం వల్ల మా విద్యార్థులు ప్రయోజనం పొందితే బాగుంటుంది'.

'నేనిక్కడ కొన్ని దినాలే ఉంటాను. శ్వేతకేతూ. మీపిల్లలకు బోధించడం సాధ్యం కాదు'.

వీలైనంత మర్యాదగా శ్వేతకేతు తన అభ్యర్థనను మళ్ళీ వినిపించాలనుకున్నాడు. కాని అప్పుడు పెద్ద శబ్దం వినిపించింది.

వేగంగా రివ్వుమనే శబ్దం తర్వాత గట్టిగా ఠాక్! ఒకప్పుడు విశ్వామిత్రుడు క్షత్రియ యోధుడు. రాకుమారుడు. ఆ ధ్వనిని ఆయన వెంటనే గుర్తించాడు. ఈటె వెళ్ళి చాలాచక్కగా చెక్క లక్ష్యంలో గుచ్చుకుంది. ఆయన ఆ శబ్దం వచ్చిన దిశగా కనుబొమలు పైకి లేపి ఆశ్చర్యంగా చూశాడు. 'మీ గురుకులంలో ఎవరో బలంగా విసిరే చేయి ఉన్నవాళ్ళున్నారు, శ్వేతకేతూ'.

శ్వేతకేతు గర్వంగా చిరునవ్వు నవ్వాడు. 'గురువర్యా, నేను చూపిస్తాను రండి'.

'సీత?' అడిగాడు విశ్వామిత్రుడు మాట రానంతగా ఆశ్చర్యపోతూ.

'జనకుడి కుమార్తె సీతా?'

శిక్షణ ఇచ్చే ప్రదేశంలో శ్వేతకేతు, విశ్వామిత్రుడు ఒక చివరగా నిలబడి ఉన్నారు. అక్కడ విద్యార్థులు విలువిద్య, ఈటె విసరడం, ఇతర అనంగ ఆయుధ నైపుణ్యాలు నేర్చుకోడానికి తగిన ఉపకరణాలున్నాయి. మరో చివర అంగ ఆయుధాలైన కత్తులు, గదలు మొదలైన వాటితో అభ్యాసం చేయడానికి ఏర్పాటు వుంది. సీత అభ్యాసంలో లీనమై ఉండడంతో మౌనంగా తన దగ్గరకు వచ్చిన ఇద్దరు ఋషులను చూడలేదు. మరోసారి విసరడానికి సిద్ధమవుతూ ఉంది.

'మలయపుత్ర మహానుభావా, ఆమెకు జనకుడి విచక్షణ ఉంది'. శ్వేతకేతు సమాధానం చెప్పాడు. 'కాని ఆమెకి రాణి సునయన కున్న వాస్తవిక

దృక్పథం, పోరాట స్ఫూర్తి కూడా ఉంది. మా గురుకుల బోధకులు ఆమె ఆత్మను చక్కగా మలచారు'.

విశ్వామిత్రుడు సీతను నిశితంగా పరిశీలించాడు. పదమూడేళ్ళ పిల్ల కన్న పొడుగ్గా ఉంది. కండలు రావడం మొదలైంది. సాఫీగా ఉన్న నల్లటి జుట్టుని బంతిలా చేసి ముడివేసింది. ఒక ఈటెను పాదంతో లేపి నిపుణంగా చేత్తో పట్టుకుంది. విశ్వామిత్రుడు ఆమెలోని ఒడుపును పరిశీలించాడు. కాని మరో విషయం ఆయనకి బాగా నచ్చింది. ఈటెను ఆమె సరిగ్గా మధ్యలో పట్టుకొనడం. అక్కడ ఏ గుర్తూ లేదు. మామూలుగా శిక్షణ ఈటెలకు గుర్తు ఉంటుంది. బహుశా ఆమె అప్పటికప్పుడు నిర్ణయించుకుని ఉంటుంది. ఏ పొరపాటూ లేకుండా ఆమె పిడికిలి ఈటెను పట్టుకొనడం దూరం నుంచే గమనించాడు. ఈటెకర్ర ఆమె చూపుడు వేలికి, మధ్యవేలికి మధ్య అరచేతిలో ఉంది. బొటనవేలు వెనక్కి ఉంది. మిగిలిన వేళ్ళు వ్యతిరేకదిశలో ఉన్నాయి.

సీత ఎడమ పాదాన్ని లక్ష్యంవైపు ఉంచి తను కూడా తిరిగింది. చెక్క బల్ల మీద ఏకాగ్రతా వలయాలున్నాయి. ఆమె తన ఎడమచేతిని అదే దిశలో లేపింది. విసురుకు బలం రావడానికన్నట్లుగా ఆమె శరీరం కొంచెం వంపు తిరిగింది. కుడిచేతిని వెనక్కి పెట్టి నేలకు సమాంతరంగా ఉంచింది: బరువుకు సమతూకంగా.

నిపుణం.

శ్వేతకేతు చిరునవ్వు నవ్వాడు. విద్యార్థులకి ఆయన యుద్ధవిద్యలు బోధించడు. కాని సీత నిపుణత చూసి వ్యక్తిగతంగా గర్వించాడు. 'విసిరే ముందుగా, సాంప్రదాయికంగా వేసే రెండు మూడడుగులు వెయ్యదు. ఆమెకి కావలసిన శక్తిని ఆమె శరీరం వంపు, భుజాల్లోని బలం ఇస్తాయి'.

విశ్వామిత్రుడు శ్వేతకేతును ఆపమన్నట్లుగా చూశాడు. తన దృష్టిని మళ్ళీ ప్రతిభావంతురాలైన బాలిక వైపు మరల్చాడు. కొన్ని అడుగులు వేస్తే శక్తి వస్తుంది కాని, గురి తప్పుతుంది. ముఖ్యంగా లక్ష్యం చిన్నగా ఉన్నప్పుడు అలా చేయకూడదు. శ్వేతకేతుకి ఈ చిన్న వివరణ చెప్పాలని ఆయన అనుకోలేదు.

సీత తన వెన్ను, భుజాల శక్తిని ఉపయోగించి శరీరాన్ని ఎడంవైపుకి వంచి, మణికట్టు, వేలిని ఉపయోగించి ఈటెని ముందుకు విసిరింది. క్షిపణికి చివరి పీడనం కల్పిస్తున్నట్లుగా.

రివ్వుమని వెళ్ళింది. ఠాక్!

ఈటె లక్ష్యం మీద కొట్టింది. చెక్క మధ్యలో అదే చిన్న వలయాన్ని అంతకుముందు ఛేదించిన ఈటెతో కొంచెం చోటు కోసం మంతనాలాడు తున్నట్టుగా.

విశ్వామిత్రుడు చిన్నగా చిరునవ్వు నవ్వాడు. 'బాగుంది... చాలాబాగుంది'

ఆమె నిపుణతను గమనిస్తున్న ఆ ఇద్దరు ప్రేక్షకులకు తెలియని విషయమేమిటంటే – హనుమంతుడు తన ఇద్దరు చెల్లెళ్ళను చూడడానికి వచ్చినప్పుడు సీత అతని దగ్గర ఈ పాఠాలు నేర్చుకుంటోందని. ఆమె నిపుణతలో పరిపూర్ణురాలు కావడానికి అతను సహాయం చేశాడు.

తండ్రిలా శ్వేతకేతు గర్వంతో చిరునవ్వు నవ్వాడు. 'ఆమె అసాధారణ మైంది'.

'మిథిలలో ఇప్పుడామె పరిస్థితి ఏమిటి?'

శ్వేతకేతు గాఢంగా శ్వాస తీసుకున్నాడు. 'నేను చెప్పలేను. ఆమె వారి పెంపుడు కూతురు. జనక మహారాజు, రాణి సునయన ఆమెను బాగా ప్రేమిస్తారు. కాని ఇప్పుడు...'

'సునయనకు కుమార్తె జన్మించిందని విన్నాను కొన్నేళ్ళకిందట', విశ్వామిత్రుడు మధ్యలో అన్నాడు.

'అవును. పెళ్ళయిన దశాబ్దంపైబడిన తర్వాత. ఇప్పుడు వాళ్ళకి తమకి జన్మించిన సొంత బిడ్డ ఉంది'

'ఊర్మిళ, కదా?'

'అవును. ఆమె పేరు అదే. రాణి సునయన తన కుమార్తెలిద్దరి మధ్య తానేమీ తేడా చూపనని చెప్పింది. కాని తొమ్మిది నెలలుగా సీతను చూడడానికి రాలేదు. అంతకుముందు ప్రతి ఆరు నెలలకు వచ్చేది. సీతను కూడ క్రమం తప్పకుండా మిథిలకు రప్పించుకునేవారు. ఆమె మిథిలకు వెళ్ళి ఆరు నెలలయింది. తిరిగి వచ్చినప్పుడు అంత సంతోషంగా లేదు'.

విశ్వామిత్రుడు సీతవైపు చూశాడు. చుబుకంపైన చేతి నుంచుకున్నాడు ఆలోచిస్తున్నట్టుగా. ఇప్పుడామె ముఖం ఆయనకి కనిపిస్తోంది. బాగా తెలిసిన ముఖంలా ఉంది. కాని ఆయనకు గుర్తు తెలియలేదు.

—ఠ౪—

గురుకులంలోమధ్యాహ్నభోజనసమయం. విశ్వామిత్రుడు, ఆయనతోవచ్చిన మలయపుత్రులు, మట్టి కుటీరాల మధ్య ఉన్న ఆవరణలో కూర్చున్నారు.

అది ఆరుబయలు తరగతి గదిలా కూడా ఉపయోగపడుతుంది. బోధన ఎప్పుడూ ఆరు బయటే జరిగేది. బోధకుల నిరాడంబరమైన కుటీరాలు కొంచెం దూరంలో ఉన్నాయి.

'గురువర్యా? ఆరంభిద్దామా?' మలయపుత్ర సేనాధిపతి అరిష్టనేమి అడిగాడు.

విద్యార్థులు, గురుకుల సిబ్బంది గౌరవ అతిథులకు అరటి ఆకులలో వడ్డించారు. శ్వేతకేతు విశ్వామిత్రుడి ప్రక్కనే కూర్చుని, మలయపుత్ర సేనాని ఎప్పుడు ఆరంభిస్తాడా అన్నట్టుగా చూస్తున్నాడు. విశ్వామిత్రుడు తన జలపాత్రను తీసుకొని, కుడి అరచేతిలో కొంచెం నీరు పోసుకుని తన ఆకు చుట్టూ చిలకరించాడు. ఆహారం ద్వారా పోషిస్తున్నందుకు అన్నపూర్ణాదేవికి తన కృతజ్ఞతలు తెలిపాడు. ఆయన తన ఆకులో కలిపిన మొదటి ముద్దను దేవుడికి సమర్పిస్తున్నట్టుగా ప్రక్కన పెట్టాడు. అందరూ అలాగే చేశారు. విశ్వామిత్రుడు సైగ చేయగానే వారు తినడం ఆరంభించారు.

విశ్వామిత్రుడు మొదటి ముద్దను నోట్లో పెట్టుకోబోతూ ఆగాడు. ఒక మనిషిని వెదుకుతూ ఆవరణ అంతా చూశాడు. ఆయన సైనికులలో ఒకడు జటాయువు అనే నాగుడు. ఆ దురదృష్టవంతుడు జన్మించినపుడు ఉన్న పరిస్థితివల్ల అతని ముఖంలో కాలక్రమంలో వికృత మార్పులు వచ్చాయి. అందువల్ల అతడు నాగుడయ్యాడు. ఈ అవకరాల వల్ల అతని ముఖం రాబందు ముఖంలా ఉంటుంది. చాలామంది జటాయువును వెలివేశారు, కాని విశ్వామిత్రుడు అలా చేయలేదు. మలయపుత్ర నాయకుడు జటాయువులోని శక్తిమంతుడైన యోధుడిని, ఉదాత్త ఆత్మను గుర్తించాడు. ఇతరులు పక్షపాత దృష్టితో అతని అర్హతలను గుర్తించలేకపోయారు.

ఆ కాలంలో ఉన్న మూఢనమ్మకాలు విశ్వామిత్రుడికి తెలుసు. ఈ ఆశ్రమంలో జటాయువుకు భోజనం పెట్టడానికి ఎవరైనా శ్రద్ధ తీసుకుంటారని అనుకోవడానికి లేదు. అతనెక్కడున్నాడో చూడాలని చుట్టూ చూశాడు. జటాయువు దూరంగా ఒక చెట్టుకింద కూర్చుని ఉన్నాడు. ఆయన ఒక విద్యార్థిని పిలుద్దామని అనుకుంటుండగానే, ఒక చేతిలో అరటాకుతో మరో చేతిలో పళ్ళెంలో ఆహారం పెట్టుకుని సీత ఆ నాగుడివైపు వెళ్ళడం చూశాడు.

జటాయువు అపనమ్మకంతో ఆశ్చర్యంగా లేచి నిలబడడం చూశాడు మహర్షి.

దూరంగా ఉండడంతో ఏమంటున్నాడో వినపడలేదు. కాని అతని హావభావాలు తెలిశాయి. అత్యంత గౌరవంతో జటాయువు ముందు

అరటాకు పరచి ఆహారం వడ్డించింది. జటాయువు ఇబ్బందిగా చిరునవ్వు నవ్వుతూ తినడానికి కూర్చున్నాడు. ఆమె తల వంచి నమస్కారం చెబుతూ చేతులు జోడించి వెళ్ళిపోయింది.

విశ్వామిత్రుడు ఆలోచిస్తూ సీతను చూశాడు. ఇంతకుముందు నేనా ముఖాన్ని ఎక్కడ చూశాను?

అరిష్టనేమి కూడ ఆ అమ్మాయిని గమనిస్తున్నాడు. అతను విశ్వామిత్రుడి వైపు తిరిగాడు.

'ఆ అమ్మాయి ప్రశంసాయోగ్యంగా ఉంది, గురువర్యా', అన్నాడు అరిష్టనేమి.

'ఊమ్‌మ్', అన్నాడు విశ్వామిత్రుడు తన సేనానిని ఒక్క క్షణం చూసి. తరువాత భోజనం చేయడంలో నిమగ్నమయ్యాడు.

6వ అధ్యాయం

'కౌశికా, ఇది అంత మంచి ఆలోచనకాదు', చెప్పాడు దివోదాసు. 'నన్ను నమ్ము, సోదరా'.

కావేరీ నదీతీరంలో తమ గురుకులం బయట పెద్ద బండల మీద కౌశికుడు, దివోదాసు కూర్చుని ఉన్నారు. ఆ ఇద్దరు స్నేహితులు సప్తఋషుల వారసుడు, సప్తర్షి ఉత్తరాధికారి అయిన కాశ్యపమహర్షి ఆశ్రమంలో ఉపాధ్యాయులు. ఆ ఇద్దరు బాల్యంలో గురుకులంలోనే విద్యార్థులు. స్నాతకవిద్య తర్వాత ఎవరి మార్గంలో వారు వెళ్ళారు. దివోదాసు ఉపాధ్యాయుడుగా పేరు ప్రతిష్ఠలు సంపాదిస్తే, కౌశికుడు క్షత్రియ రాజు అయ్యాడు. రెండు దశబ్దాల తర్వాత వాళ్ళిద్దరు ప్రతిష్ఠాత్మకమైన గురుకులంలో ఉపాధ్యాయులుగా చేరారు. వెంటనే వారిరువురి మధ్య ఉన్న బాల్యస్నేహం మళ్ళీ చిగురించింది. వాస్తవానికి వాళ్ళిద్దరూ సోదరుల్లా ఉన్నారు. వాళ్ళిద్దరే ఉన్నపుడు ఒకరినొకరు ఇప్పటికీ విద్యార్థులుగా ఉన్నప్పుడు గురుకులంలో ఉన్న పేర్లతోనే పిలుచుకుంటారు.

'ఎందుకని ఇది అంత మంచి ఆలోచన కాదంటావు, దివోదాసూ?' ఎప్పటిలానే కండరాలతో ఉన్న తన భారీశరీరాన్ని కోపంగా ముందుకు వంచి అడిగాడు కౌశికుడు. *'వానరులంటే వారికి ఇష్టం లేదు. ఈ దురభిప్రాయాన్ని భారతదేశ క్షేమం దృష్ట్యా మనం ప్రశ్నించాల్సి ఉంది!'*

దివోదాసు తల ఊపాడు. ఇంక మాట్లాడడం అర్థరహితమని గ్రహించాడు. కౌశికుడి మొండితనాన్ని ప్రశ్నించటం ఎప్పుడో మానుకున్నాడు. అలా చేయడం చీమల పుట్టకేసి తల కొట్టుకొనడం లాంటిది. అంత మంచి ఆలోచన కాదు!

తన పక్కనే ఉన్న మట్టి ముంతను తీసుకున్నాడు. దానిలో నురగతో పాలలా ఉన్న ద్రవం ఉంది. ముక్కును మూసుకుని గుటుక్కున మింగాడు. *'యక్!'*

కౌశికుడు స్నేహితుడి వీపుమీద సంతోషంగా తడుతూ ఫక్కున నవ్వాడు. 'ఇన్నేళ్ళ తర్వాత కూడా ఇది గుర్రపు మూత్రం అని నీకెలా తెలుసు? ఎప్పుడైనా గుర్రం మూత్రం తాగావా?'

కౌశికుడు గట్టిగా నవ్వి స్నేహితుడి భుజం పట్టుకున్నాడు. 'నేను తరచుగా సోమరసం తాగేవాణ్ణి. గుర్రపు మూత్రం కూడా ఇంత ఛండాలంగా ఉండదని నా నమ్మకం!'

దివోదాసు నవ్వి తన చేతిని స్నేహితుడి భుజం చుట్టూ వేశాడు. ఇద్దరూ ఆ బండరాతి మీద స్నేహపూరిత నిశ్శబ్దంలో కూర్చుని, గురుకులం ఉన్న పట్టణం మయూరం ప్రక్కన నిదానంగా ప్రవహిస్తున్న పవిత్ర కావేరీనదిని చూస్తున్నారు. ఆ పట్టణం సముద్రానికి కొంచెం దూరంలో, ఇంత పెద్ద గురుకులం ఉండడానికి అనువైన ప్రదేశంలో ఉంది. గురుకులంలో వందలాది మంది యువ విద్యార్థులు న్నారు. మరీ ముఖ్యంగా ఇక్కడ ఉన్నతవిద్యలో ఎన్నో రంగాలకు సంబంధించిన విజ్ఞానం అందించే తరగతులు బోధిస్తారు. సముద్రానికి దగ్గరగా ఉండడం వల్ల కూడ ఉత్తరాన సప్తసింధు నుంచి విద్యార్థులు భారతదేశ తూర్పు తీరంలో ఉన్న పట్టణానికి సులభంగా రాగలరు. ఉత్తరాది నుంచి దక్షిణాదికి రావడానికి వారు నర్మదానదిని దాటనవసరం లేదు. అలా దాటకూడదని చెప్పిన మూఢాచారానికి వ్యతిరేకంగా చేయనవసరం లేదు. అంతేకాకుండా వేద సంస్కృతికి జన్మస్థలాలైన రెండింటిలో ఒకటి అయిన ఉత్తర భారతంలోని ద్వారకతోపాటు మునిగిపోయిన సంగం తమిళ దేశానికి ఎంతో దగ్గరగా ఉంది. అందువల్ల ఇది నెలకొన్న ప్రదేశం విద్యార్థులకు పవిత్ర ప్రదేశం అయింది.

దివోదాసు అతడి భుజాలచుట్టూ చేతులు వేశాడు, ఏదో తీర్మానించు కున్నట్లుగా.

తన స్నేహితుడి హావభావాలు గ్రహించగల కౌశికుడు, 'ఏమిటి?', అన్నాడు.

దివోదాసు గాఢంగా శ్వాసించాడు. ఇది కొంచెం క్లిష్టమైన సంభాషణ అని అతడికి తెలుసు. కాని మరోసారి ప్రయత్నించాలని అనుకున్నాడు. 'కౌశికా, నేను చెప్పేది ఆలకించు. నువ్వు త్రిశంకుడికి సహాయం చేయాలనుకుంటున్నావని నాకు తెలుసు. నేనూ నీతో ఏకీభవిస్తున్నాను. అతడికి సహాయం కావాలి.. అతడు మంచి మనిషి. బహుశా లౌక్యం లేని నిష్కపటి, మంచివాడు. కాని అతడు వాయుపుత్రుడు కాలేదు. అతడు వాళ్ళ పరీక్షలో విఫలమైనాడు. దాన్ని అతడు అంగీకరించాలి. అతనెలా

ఉంటాడు అనేదానితోగాని అతనెక్కడ పుట్టాడు అనే దానితోగాని దీనికి సంబంధం లేదు. ఇది అతడి సమర్థతకు సంబంధించినది'.

పూర్వపు మహాదేవుడైన రుద్రదేవుడు వదిలివెళ్ళిన తెగ వాయుపుత్రులు. వాళ్ళు భారతదేశ దక్షిణ సరిహద్దులకు దూరంగా పరీహా అనే ప్రదేశంలో ఉంటారు. తరువాతి విష్ణు ఎప్పుడు అవతరిస్తే అప్పుడు అతడు / ఆమెకి వారు సహాయం చేయాలి. ఇంకా దుష్టత్వం ప్రబలినప్పుడు వారిలో ఒకరు తర్వాతి మహాదేవుడు అవుతాడు.

కౌశికుడు బిగిసిపోయాడు. 'వాయుపుత్రులకు వానరులంటే అసహనం. అది నీకు తెలుసు'.

వానరులు కావేరికి ఉత్తరంగా తుంగభద్రానదీతీరంలో ఏకాంతంగా నివసించే పెద్ద, శక్తిమంతమైన తెగ. కృష్ణానదికి ఉత్తరదిశగా ప్రవహించే తుంగభద్ర దాని ఉపనది. ఆ తెగ విలక్షణంగా ఉంటుంది; చాలావరకు పొట్టిగా, బొద్దుగా, కండలు తిరిగి ఉంటారు. వారిలో కొందరు భారీకాయులుగా కూడ ఉంటారు. వారి ముఖాల మీద వెంట్రుకలుంటాయి. అవి దవడల నుంచి కిందకు గడ్డంలా చుట్టుకొని ఉంటాయి. నోరు కొంచెం బయటికి ఉండి, నోటిచుట్టూ చర్మం పట్టులా మెత్తగా, వెంట్రుకలు లేకుండా ఉంటుంది. వారి శరీరం నిండా దట్టంగా రోమాలుంటాయి. కొంతమంది వివక్షాపరులకి వానరులు కోతుల్లా అనిపిస్తారు. అందువల్ల మనుషులు కాదనుకుంటారు. పరీహాకు పడమర కొంతదూరంలో ఇటువంటి కొన్ని తెగలు ఉన్నాయంటారు. వీళ్ళ అతి ప్రాచీనమైన పెద్ద నివాసాలలో ఒకటి నియాండరు లోయ.

'ఏ అసహనాన్ని గురించి మాట్లాడుతున్నావు?' ప్రశ్నిస్తున్నట్లుగా చేతిని లేపి దివోదాసు అడిగాడు. 'యువకుడైన మారుతిని వారు తమలో చేర్చుకున్నారు. చేర్చుకోలేదా? మారుతి కూడా వానరుడే. అయినా ప్రతిభావంతుడు. త్రిశంకుడు కాడు!'

కౌశికుడు అంగీకరించలేదు. 'త్రిశంకుడు నాకు విధేయంగా ఉన్నాడు. నా సహాయం అడిగాడు. నేనతడికి సహాయం చేస్తాను!'

'కాని కౌశికా, పరీహా గురించి నీకు తోచింది నువ్వు అనేసుకుంటే ఎలా? ఇది అంత విచక్షణతో కూడినది కాదు'.

'నేనతనికి వాగ్దానం చేశాను, దివోదాసూ, నువ్వు నాకు సహాయం చేస్తావా? లేదా?'

'కౌశికా, ఎందుకు చెయ్యను? సహాయం చేస్తాను! కాని సోదరా విను...'

ఆకస్మాత్తుగా దూరం నుంచి బిగ్గరగా ఒక స్త్రీ స్వరం వినిపించింది.

'ఓ దివోదాస్!'

కౌశికుడు, దివోదాసు వెనుతిరిగి చూశారు. నందిని. గురుకులంలో ఉపాధ్యాయురాలు. ఇద్దరికీ స్నేహితురాలు. కౌశికుడు గాయపడినట్టుగా ఖిన్నుడై దివోదాసుని చూస్తూ లోలోపల పళ్ళు నూరాడు.

'ఆచార్యా...'

విశ్వామిత్రుడి కళ్ళు తెరుచుకున్నాయి, శతాబ్దం కన్న పాతదైన ప్రాచీన జ్ఞాపకం నుంచి ఆయన వర్తమానంలోకి వచ్చాడు.

'క్షమించండి ఆచార్యా. మీకు నిద్రాభంగం కలిగించాను', అన్నాడు అరిష్టనేమి నమస్కరిస్తున్నట్టుగా చేతులు జోడిస్తూ. 'విద్యార్థులందరూ చేరగానే లేపమన్నారని లేపాను'.

విశ్వామిత్రుడు లేచి కూర్చుని అంగవస్త్రం కప్పుకున్నాడు.

'సీత ఉందా?'

'ఉంది. ఆచార్యా'.

———— ౬౮ ————

శ్వేతకేతు కనిపించకుండా ఒకమూలగా కుర్చీలో కూర్చున్నాడు. తన గురుకులంలోని ఇరవై అయిదుగురు విద్యార్థులు గుమికూడడం చూసి సంతోషించాడు. విశ్వామిత్రుడు రావిచెట్టు బోదె చుట్టూ కట్టిన గట్టు మీద కూర్చున్నాడు. అది గురువుగారి ఆసనం. మలయపుత్రుల శ్రేష్ఠుడు, ముఖ్యుడు ఇప్పుడు విద్యార్థులకు కొంతసేపు అయినా బోధిస్తాడు. ఇది శ్వేతకేతుకు, ఆయన విద్యార్థులకు లభించిన అరుదైన గౌరవం.

గురుకులంలోని ఉపాధ్యాయులు, మలయపుత్రులు శ్వేతకేతు వెనుక నిశ్శబ్దంగా నిలబడ్డారు.

'మీరు మన ప్రాచీన మహాసామ్రాజ్యాల గురించి వాటి వైభవం, పతనాలకు కారణాల గురించి నేర్చుకున్నారా?', విశ్వామిత్రుడు అడిగాడు.

విద్యార్థులందరూ నేర్చుకున్నామన్నట్టుగా తలలు ఊపారు.

'అయితే సరే. మహాచక్రవర్తి భరతుడి వారసుల సామ్రాజ్యం ఎందుకు పతనమైంది? ఎవరైనా చెప్పండి. శతాబ్దాల తరబడి వర్ధిల్లిన సామ్రాజ్యం కేవలం రెండు తరాల్లోపే నాశనమైంది. ఎందుకు?'

కామల్ రాజ్ తన చేతిని ఎత్తాడు. శ్వేతకేతు మెల్లగా మూలిగాడు.

'చెప్పు?', విశ్వామిత్రుడు అడిగాడు.

'ఆచార్యా, వారు విదేశీయుల దాడికి గురయ్యారు. అదే సమయంలో అంతర్గత తిరుగుబాట్లు తలెత్తాయి. వాళ్ళు మనం ఆటలాడుకునే గోలీకాయ ల్లాంటి వాళ్ళు. ప్రతి ఒక్కరూ అన్ని చోట్ల నుంచి పదే పదే వాటిని కొడుతుంటారు. అలాంటప్పుడు సామ్రాజ్యం ఎలా నిలుస్తుంది?'

ఇలా అంటూ కామల్ విపరీతంగా ఆపకుండా నవ్వాడు, మానవచరిత్రలో ఏదో హాస్యస్ఫోరక విషయాన్ని గురించి చెప్పినట్లుగా. మిగిలినవారంతా నిశ్శబ్దమై పోయారు. వెనుక ఉన్న కొందరు విద్యార్థులు అవమానంతో తలవంచు కున్నారు. విశ్వామిత్రుడు ఏ భావం వ్యక్తం కాకుండా కామల్‌ని చూశాడు. అలాగే శ్వేతకేతుని కూడా చూశాడు.

కామల్‌ను తల్లిదండ్రుల దగ్గరకు పంపెయ్యాలని అనుకోవడం ఇది మొదటిసారి కాదు. అతను నిజంగానే శిక్షణకు లొంగని వింతైన పిల్లవాడు.

విశ్వామిత్రుడు కామల్ చెప్పిన దానికి ప్రతిస్పందించకుండా ఈసారి నేరుగా సీతవైపు చూస్తూ ప్రశ్నించాడు. కాని మిథిల రాకుమారి సమాధానం చెప్పలేదు.

'భూమీ, సమాధానం ఎందుకు చెప్పవు?' ఆమె గురుకుల నామాన్ని ఉపయోగిస్తూ అడిగాడు విశ్వామిత్రుడు.

'నాకు కచ్చితంగా తెలియదు ఆచార్యా, అందుకని'. విశ్వామిత్రుడు మొదటి వరుసను చూపిస్తూ 'ఇక్కడికి రామ్మా', అన్నాడు.

పోయినసారి మిథిలకు వెళ్ళివచ్చినప్పటి నుంచి సీత ఒంటరిగా ఉండడానికి ఇష్టపడుతోంది. తరగతిలో చివర వరుసలో కూర్చుంటోంది ఎక్కువగా. ఆమె స్నేహితురాలు రాధిక తన భుజం తట్టి వెళ్ళమన్నట్లుగా ప్రోత్సహించింది. సీత ముందుకు రాగానే, విశ్వామిత్రుడు ఆమెను కూర్చోమని సైగ చేశాడు. ఆమె కళ్ళను దగ్గర నుంచి చూస్తూండిపోయాడు. కొంతమంది ఋషులే ఎదుటివారి కళ్ళను చూసి మనసును తెలుసుకోగలరు. విశ్వామిత్రుడు అటువంటి ఋషులలో ఒకడు.

'చెప్పు', ఆమె మనసులోకి చూస్తున్నట్లుగా గుచ్చిచూస్తూ అడిగాడు. 'మహాచక్రవర్తి భరతుడి వారసులైన భారతులు అంత త్వరగా ఎలా పతన మయ్యారు?'

సీతకి చాలా ఇబ్బందిగా అనిపించింది. అక్కడి నుంచి లేచి పరిగెత్తి పోవాలనిపించింది ఆమెకి. కాని ఆ గొప్ప మహర్షిని అవమానించలేనని ఆమెకు తెలుసు. సమాధానం చెప్పడానికి నిర్ణయించుకుంది. 'భారతులకి

పెద్ద సైన్యం ఉంది. ఎన్నో యుద్ధరంగాల్లో వాళ్ళు సులభంగా యుద్ధం చేయగలిగేవారు.. కాని వారి యోధులు...'

'నిష్ప్రయోజకులు'. సీత ఆలోచనను విశ్వామిత్రుడు పూర్తిచేశాడు. 'వాళ్ళెందుకు నిష్ప్రయోజకులయ్యారు? వాళ్ళకి ధనం, శిక్షణ, సామగ్రి, యుద్ధానికి కావలసిన ఆయుధాలు ఉన్నాయి'.

సమీచి అంటుండగా విన్న విషయాన్ని సీత చెప్పింది. 'ఆయుధం కన్న, ఆయుధాన్ని ఉపయోగించే మహిళ ముఖ్యం'.

విశ్వామిత్రుడు అవునన్నట్లుగా చిరునవ్వు నవ్వాడు. 'వాళ్ళ యోధులు తమ ఆయుధాలు ఎందుకు ఉపయోగించలేకపోయారు? మర్చిపోకు. ఈ ఆయుధాలు వాళ్ళ శత్రువుల దగ్గరున్న వాటికన్నా మెరుగైన సాంకేతికత కలిగినవి'.

సీత దీని గురించి ఆలోచించలేదు. మౌనంగా ఉండిపోయింది.

'పతనం చెందిన సమయంలో ఉన్న భారత సమాజాన్ని వివరించు', విశ్వామిత్రుడు అడిగాడు.

సీతకి దీనికి సమాధానం తెలుసు. 'అది శాంతితో ఉంది. ఉదారమైన, మర్యాదగల సమాజం. కళలకు, సంస్కృతికి, సంభాషణలకు, గోష్ఠులకు స్వర్గం... వాళ్ళు అహింసను ఆచరించడమే కాకుండా అలా ఉన్నందుకు సంతోషించేవారు. మాటతోను, శారీరకంగా కూడా. అది స్వర్గం లాంటి పరిపూర్ణ సమాజం'.

'నిజమే. కాని అది నరకంలా అనిపించినవారూ కొందరున్నారు.

సీత సమాధానం చెప్పలేదు. కాని ఆమె మనసు ఆలోచిస్తోంది. 'ఎవరికి?'

విశ్వామిత్రుడు ఆమె పైకి మాట్లాడినట్టుగా ఆమె మనసును చదివేశాడు. 'యోధులకి', అని సమాధానం చెప్పాడు.

'యోధులకా?'

'యోధుల ముఖ్యలక్షణాలేమిటి? వాళ్ళని నడిపించేది, స్ఫూర్తినిచ్చేది ఏమిటి? చాలామంది గౌరవం కోసం దేశం కోసం, నియమావళి కోసం యుద్ధం చేసేవారున్నారు. కాని వీరితో సమానసంఖ్యలో కొందరుంటారు. వీళ్ళకి చంపడానికి సామాజికంగా అనుమతించిన మార్గం కావాలి. ఇలాంటిది దొరకని సమయంలో వాళ్ళు సులభంగా నేరం వైపు మొగ్గుతారు. మానవాళి ఎంతో గొప్పవారని సమ్మానించిన యోధాగ్రేసరులు కొద్దిలో చరిత్రహీనులవకుండా తప్పించుకున్నారు. వాళ్ళు నేరస్థులు కాకుండా

సైనికులయ్యేలా రక్షించిందేమిటి? సమాధానం యోధుల నియమావళి : 'చంపడానికి సరైన కారణం ఉండాలి'.

చిన్న బాలిక ఈ నియమాలు, ధర్మసూక్ష్మాలు అర్థం చేసుకొనడం కష్టం. సీత, పాపం పదమూడేళ్ళ బాలిక, బిగుసుకుపోయింది.

'యోధులకు ఆరాధన, నాయకులుగా గౌరవింపబడడం కావాలి. ఇవి దొరక్కపోతే వారిలో యోధస్ఫూర్తి, దానితోపాటు యోధ నియమావళి అన్నీ చచ్చిపోతాయి. విచారకరంగా, భారత సమాజంలో తరవాత కాలంలో సైనికులంటే అసహ్యించుకున్నారు, విమర్శించేవారు. ఏ రకం హింసనైనా, చివరికి ధార్మిక హింసనైనా సరే వ్యతిరేకించారు. యోధుల స్ఫూర్తినే రాక్షసగుణంగా భావించి నియంత్రించాలని భావించారు. అది అక్కడితో ఆగలేదు. వాక్ హింసను కూడా నియంత్రించే ఉద్దేశంతో వాక్స్వాతంత్ర్యాన్ని నియంత్రించారు. అసమ్మతిని అంగీకరించేవారు కాదు. ఈ రకంగా భూలోకంలో స్వర్గాన్ని సృష్టించగలమని భారతులు అనుకున్నారు; బలాన్ని శక్తిరహితం చేసి, బలహీనతను శక్తిమంతం చేసి'. విశ్వామిత్రుడి స్వరం ఆయన సీతతో మాత్రమే మాట్లాడుతున్నట్టుగా మృదువుగా మారింది. అక్కడున్న వారందరూ ఎంతో శ్రద్ధగా వింటున్నారు.

'ముఖ్యంగా, భారతులు తమ క్షత్రియ వర్గాన్ని చాలా తగ్గించేశారు. వీరత్వాన్ని నిర్వీర్యం చేశారు. సంపూర్ణమైన అహింసను, ప్రేమను బోధించిన ప్రాచీన ఋషులను, వారి సందేశాలను అత్యంత గౌరవించారు. కాని, క్రూరులైన విదేశీ దండయాత్రికులు దాడి చేసినపుడు ఈ శాంతి కాముకులైన, అహింసావాదులైన భారత స్త్రీ పురుషులు వారితో యుద్ధం చెయ్యలేకపోయారు. ఈ నాగరకులైన ప్రజలను విదేశాల నుంచి వచ్చిన క్రూరులైన యోధులు పిరికిపందలు, బలహీనులు అనుకున్నారు'. వ్యంగ్యంగా నవ్వుతూ, విశ్వామిత్రులు కొనసాగించాడు, 'భారత సమాజంలోని ప్రజలు ఊహించని విధంగా వీరిచ్చిన ప్రేమ సందేశాన్ని హిరణ్యలోమన మ్లేచ్ఛ యోధులు పట్టించుకొనలేదు. ప్రేమకు వారిచ్చిన సమాధానం సామూహిక హత్య. వాళ్ళు తమ సామ్రాజ్యం తాము నిర్మించుకోలేని అనాగరకులు. కాని వాళ్ళు భారతదేశ శక్తిని, ప్రతిష్ఠని నాశనం చేశారు. అంతర్గత తిరుగుబాట్లు వినాశనాన్ని పూర్తిచేశాయి'.

'ఆచార్యా, విదేశీ రాక్షసులతో యుద్ధం చేయడానికి సొంత రాక్షసులు ఉండాలని అంటున్నారా?'

'కాదు, సమాజంలో ఏదీ అతిగా ఉండకూడదని అంటున్నాను. పోటీపడుతున్న సిద్ధాంతాల మధ్య సమతూకం ఉండేలా సమాజం నిరంతరం కృషి చెయ్యాలి. నేరస్థులను సమాజం నుంచి తొలగించాలి. అర్థంలేని హింసను ఆపాలి. కాని యోధుల పోరాటస్ఫూర్తిని తగ్గించకూడదు. వీరత్వాన్ని తక్కువగా చూసే సమాజాన్ని సృష్టించకూడదు. ఏది అతిగా ఉన్నా జీవితంలో సమతౌల్యం దెబ్బతింటుంది. సద్గుణమైన అహింస విషయంలో కూడా ఇది నిజం. పరిస్థితులు ఎప్పుడూ మారతాయో తెలియదు. సమాజాన్ని రక్షించటానికి హింస అవసరం కావచ్చు. ఒకోసారి బ్రతకటానికి కూడా.

అక్కడంతా సూది పడినా వినబడేంతశబ్దం.

ఇప్పుడు సమయం ఆసన్నమైంది.

తన సంభాషణను కొనసాగిస్తున్న విధానంతో ఆయనో ప్రశ్న అడగడానికి సందర్భాన్ని సృష్టించుకున్నాడు. 'సప్తసింధు లొంగిపోవడం మూలంగా, రావణుడు వారిని ఓడించడానికి వీలైంది. దీనిలో ఏమైనా అతిగా అనిపిస్తోందా?'

సీత ప్రశ్నను జాగ్రత్తగా ఆలోచించింది. 'అవును, వ్యాపారవర్గంపై తిరస్కారం, ద్వేషం'.

'సరిగ్గా చెప్పావు. గతంలో తమ యోధులలో కొందరు రాక్షసులున్నందు వల్ల, భారతులు మొత్తం క్షత్రియ జీవితమార్గాన్నే వద్దనుకున్నారు. వాళ్ళు అహింసాపరులైపోయారు. కొన్ని సమాజాలు బ్రాహ్మణ జీవిత విధానంపై కూడ దాడి జరిపాయి. కొందరు బ్రాహ్మణులు సంకుచితంగా మారి, ఉన్నతవర్గంగాను, వేర్పాటువాదులుగాను మారడంతో వారీ విధంగా చేశారు. కొంతమంది వైశ్యులు స్వార్థపరులై, కపటంగా, డబ్బు దండుకోవాలని చూడడంతో, ఇప్పుడు వర్తమానంలో సప్తసింధులో వ్యాపారాన్ని నీచంగా చూస్తున్నారు. మనం క్రమంగా మన సమాజంలోని ''డబ్బున్న దుష్ట పెట్టుబడిదారుల'' నుంచి వ్యాపారాన్ని లాక్కుని ఇతరులకు అప్పగించేశాం. కుబేరుడు, తర్వాత రావణుడు నిదానంగా ధనం సమకూర్చుకున్నారు. సహజంగానే ఆర్థికాధికారం వారి చేతిలోకి పోయింది. దీర్ఘకాలంగా వస్తున్న చారిత్రక ధోరణులు ఆగిపోవడానికి కరచాప యుద్ధం లాంఛనం మాత్రమే! సమాజం ఎప్పుడూ సమతూకాన్ని లక్ష్యంగా పెట్టుకోవాలి. దీనికి మేధావులు, యోధులు, వ్యాపారులు, కళాకారులు, నిపుణులైన పనివారు అవసరం.

ఒక వర్గాన్ని ఎక్కువగా బలోపేతం చేస్తూ పోతే మరో వర్గానికి అంతగా దోహదపడకపోతే సంక్షోభాన్ని కొని తెచ్చుకున్నట్లే'.

తన తండ్రి ధర్మసభలో విన్న ఒక విషయం సీతకు అప్పుడు గుర్తువచ్చింది. 'నేను నమ్మే ''వాదం'' ఒక్కటే 'ఆచరణవాదం'. దానిని ఒక చార్వాక తాత్త్వికుడు అన్నాడు.

'నీకు చార్వాక తాత్త్వికత పట్ల నిబద్ధత ఉందా?' విశ్వామిత్రుడు అడిగాడు.

భౌతికవాదంపై నమ్మకమున్న నాస్తికుడైన చార్వాకుడి పేరు మీద చార్వాక తాత్త్వికత మొదలైంది. గంగానది జన్మస్థలమైన గంగోత్రి సమీపంలో ఆయన నివసించాడు. భౌతికంగా ఇంద్రియాలు తెలుసుకోదగిన దానినే చార్వాకులు నమ్మారు. వారి దృష్టిలో ఆత్మ లేదు. దేవుళ్ళూ లేరు. పాంచభౌతికమైన శరీరం వాస్తవం. చనిపోతే మళ్ళీ ఇది వాటిలో కలిసిపోతుంది. జీవితాన్ని ఆనందంగా గడిపారు. అభిమానులకు వారు ఉదారంగా, వ్యక్తి శ్రేయోవాదులుగా ఎవరి మీద తీర్పులు చెప్పనివారుగా కనిపించారు. మరోవైపు విమర్శించే వారికి వారు అనైతికులుగా, స్వార్థపరులుగా, బాధ్యతలేనివారుగా కనిపించారు.

'లేదు. నేను చార్వాకులకు నిబద్ధురాలిని కాను ఆచార్యా. నేను ఆచరణ వాదినైతే ప్రతి తాత్త్విక సంప్రదాయం నుంచి నేను నేర్చుకోవాలి. నాకు అర్థవంతంగా అనిపించిన వాటినే గ్రహించి, నచ్చని వాటిని తిరస్కరించాలి. నా కర్మను పూర్తి చేయడానికి సహకరించే ఏ తాత్త్విక సిద్ధాంతం నుంచైనా నేను నేర్చుకోవాలి'.

విశ్వామిత్రుడు చిరునవ్వు నవ్వాడు. తెలివైంది. పదమూడేళ్ళ వయసు పిల్లకి ఉండాల్సిన దానికన్నా ఎక్కువ తెలివి ఉంది.

7వ అధ్యాయం

సీత చెరువు గట్టున కూర్చుని భారతీయ న్యాయదర్శనానికి సంబంధించిన ప్రసిద్ధ గ్రంథం న్యాయసూత్రం చదువుతూ ఉంది. శ్వేతకేతు ఋషి గురుకులాన్ని విశ్వామిత్రుడు సందర్శించి కొన్ని నెలలైంది.

'భూమీ', సీత గురుకులం పేరుతో పిలుస్తూ రాధిక చెప్పింది. 'మీ ఇంటి నుంచి నిన్ను కలవడానికి ఎవరో వచ్చారు'.

సీత విసుగ్గా నిట్టూర్చింది. 'కొంచెం సేపు ఆగలేరా వాళ్ళు?'

శ్వేతకేతు ఋషిని అడగడానికి ఆమె కొన్ని ప్రశ్నలు తయారుచేస్తోంది. ఇప్పుడు ఈ పని ఆలస్యమవుతుంది.

రేవుకట్టు సమీపంలో సమీచి సహనంతో నిలబడింది. సీత కోసం ఎదురు చూస్తోంది.

పదిమంది పురుషుల దళం ఆమె వెనుక నిలబడి ఉంది. వారంతా ఆమె అధీనంలో పనిచేస్తారు.

సమీచి ఇప్పుడు మురికివాడ నుంచి వచ్చిన అమ్మాయి కాదు. రక్షణ దళంలో చేరినప్పటి నుంచి వేగంగా ఎదుగుతూ ఉంది. మిథిల మురికివాడలో రాకుమారి సీతను కాపాడినందుకు రాజకుటుంబం రుణపడి ఉందని, ఆ కుటుంబానికి ఆమె అంటే ఇష్టమని అందరికీ తెలుసు. ఆమె సమక్షంలో జనం రక్షణ కలిగి ఉంటారు. ఆమె అసలు వయసెంతో ఎవరికీ తెలియదు, సమీచికి కూడా తన వయసు తెలియదు. చూడడానికి ఇరవై ఏళ్ళు అప్పుడే నిండినట్లుగా ఉంటుంది. ఆ వయసులో ఉన్న స్త్రీ, ఉన్నత వర్గంలో

జన్మించకపోయినా, రక్షణదళంలో అధికార హోదా లభించడం అరుదైన గౌరవం. అయితే, ఆమె రాకుమారిని కాపాడింది మరి.

'సమీచీ!'

ఆ స్వరం గుర్తుపట్టి సమీచి మూలిగింది. బుద్ధిలేని కామల్ రాజ్. సంతోషంతో పరిగెత్తుతూ ఆమె దగ్గరికి వచ్చేసరికి రొప్పుతున్నాడు.

'నువ్విక్కడ ఉన్నావని చెప్పారు. వీలైనంత వేగంగా వచ్చేశాను'.

సమీచి ఆ పన్నెండేళ్ళ పిల్లవాడివైపు చూసింది. అతని చేతిలో ఎర్ర గులాబి పట్టుకుని ఉన్నాడు. కళ్ళు చికిలించి, అతడిని తోసెయ్యాలనే కోరికను బలంగా ఆపుకుంది. 'నీకు చెప్పాను కదా...'

'నీకు ఈ గులాబి నచ్చుతుందనుకున్నాను', కామల్‌రాజ్ సిగ్గుపడుతూ చెప్పాడు. 'పోయినసారి వచ్చినపుడు పూల సువాసన ఆఘ్రాణించడం గమనించాను'.

సమీచి కోపంగా చిన్నగా చెప్పింది. 'నాకు ఏ వాసనలూ నచ్చవు'.

అదేమీ పట్టించుకోకుండా, రక్తం కారుతున్న వేలుని ఆమెకి చూపిస్తూ కామల్ చేతిని చాపాడు. సానుభూతి పొందడానికి జాలిగొలిపే ప్రయత్నం. గులాబీ పొద నుంచి పూవు కోసే ముందుగా ముళ్ళతో తనే కావాలని గాయపరుచు కున్నాడు. అది పనిచేయడం లేదని గ్రహించి, కొంచెం దగ్గరకు వచ్చాడు. 'నా వేలికి రాయడానికి నీ దగ్గర మందు ఏదైనా ఉందా?'

ఇద్దరి మధ్య కొంచెం దూరం ఉండడానికన్నట్లుగా సమీచి వెనక్కి నడిచింది. అలా చేస్తూ ఒక రాతి మీద కాలు వేసి పడబోయింది కొంచెమే. కమాల్ గబగబా వెళ్ళి ఆమెని పట్టుకోవాలనుకున్నాడు. ఆ పిల్లవాడు ఆమెకి నిజంగా సాయం చేయాలనుకున్నాడు. తర్వాత వేగంగా జరిగిన దానితో ఏం జరిగిందో అర్థం కాలేదు. సమీచి కోపంగా అరుస్తూ, అతని చేతిని మెలితిప్పి, కాలిమీద క్రూరంగా కొట్టింది. కామల్ ముందుకు పడగానే, తన భుజంతో గట్టిగా కొట్టింది. ఆ దెబ్బకి వెంటనే అతని ముక్కు పగిలింది.

రక్తం కారుతున్న ముక్కును పట్టుకున్నాడు కామల్. 'నన్నెప్పుడూ ముట్టుకోకు!' అంటూ సమీచి కోపంగా అరిచింది.

ఇప్పుడు కామల్ నిస్సహాయంగా ఏడుస్తున్నాడు. భయంతో మూటలా పడి ఉన్నాడు నేల మీద. రక్తం కారుతోంది. వణుకుతున్నాడు. రక్షకభటులు గబగబా వచ్చి అతడిని నిలబెట్టారు. అందరూ రహస్యంగా, భయపడుతూ తమ నాయకురాలి వైపు చూశారు. అందరికీ ఒకే ఆలోచన కలిగింది.

అతను చిన్నపిల్లవాడు! ఆమెకేమైంది?

రాయిలా ఉన్న సమీచి ముఖంలో పశ్చాత్తాప సూచనలేమీ లేవు. మిథిల రక్షకభటుడు ఒకరికి సైగ చేసి పిలిచింది. 'ఈ మూర్ఖుణ్ణి ఇక్కణ్ణించి తీసుకెళ్ళు'.

రక్షకభటుడు ఆ పిల్లవాణ్ణి ఎత్తుకుని, గురుకుల వైద్యుడి దగ్గరకు తీసుకెళ్ళాడు. మిగిలిన రక్షకభటులందరూ భయపడుతూ ఊరేగింపుగా రేవు కట్టుకు వెళ్ళారు. తమ అధికారి గురించి పైకి అనుకోని మాటలతో గాలి మందంగా ఉంది.

సమీచికి ఏదో అయింది.

'సమీచీ'.

అందరూ వెనుతిరిగి చెట్లలో నుంచి రాకుమారి సీత రావడం చూశారు. ఇంక సమీచి ఊసరవెల్లిలా మారిపోయింది. ముఖం విప్పార్చి నవ్వుతూ, కళ్ళలో ఆర్ద్రత కదలాడుతుండగా సీతవైపు గబగబా వెళ్ళింది.

'ఎలా ఉన్నావు సమీచీ?' స్నేహితురాలిని కౌగిలించుకుంటూ సీత అడిగింది.

సమీచి సమాధానం ఇచ్చేలోపే సీత దూరంగా ఉన్న రక్షకభటుల వైపు చూసి చిరునవ్వుతో చేతులు జోడించి నమస్కరించింది. రక్షకభటులు తలలు కిందికి వంచి చేతులు జోడించి నమస్కారం చేశారు.

'ఎందుకు నీ అనుచరులెప్పుడూ భయపడుతూ ఉంటారు?' సీత గుసగుసగా అడిగింది.

సమీచి నవ్వి, తల విదిల్చి, సీత చేయి పట్టుకుని రక్షకభటులకు తమ మాటలు వినబడనంతదూరం తీసికెళ్ళింది. 'వాళ్ళ సంగతి మర్చిపో. రాకుమారీ', అంది వాత్సల్యంగా నవ్వుతూ.

'నీకింతకు ముందే చెప్పాను, సమీచీ. మనం ఒంటరిగా ఉన్నప్పుడు సీత అని పిలువు. రాకుమారి అని కాదు. నువ్వు నా స్నేహితురాలివి. అయినాగాని ఇప్పుడు నన్నెవరూ రాకుమారి అనుకోవడం లేదులే'.

'ఎవరేమనుకున్నా, నువ్వు మిథిల రాకుమారివని నాకు కచ్చితంగా తెలుసు'.

సీత కళ్ళు తిప్పింది. 'అవును. నిజమే'.

'రాకుమారీ, నన్నెందుకు పంపారంటే...'

సమీచి మాటకు సీత అడ్డు తగిలింది. 'సీత. రాకుమారి కాదు'.

'క్షమాపణలు, సీతా, నువ్వు ఇంటికి రావాలి'.

సీత నిట్టూర్చింది. 'నీకు తెలుసుగా నేను రాలేనని సమీచీ. నేను అమ్మకి కావల్సినంత ఇబ్బంది కలిగించాను'.

'సీతా, నిన్ను నువ్వలా నిందించుకోకు'

'బాబాయితో జరిగిన సంఘటన గురించి అందరికీ తెలుసు. నేనాయన రాజముద్రను పగులగొట్టినప్పుడు' అంటూ తన బాబాయి కుశధ్వజుడు మిథిలకు రావడాన్ని గుర్తుచేసుకుంది. 'అతను అమ్మని, మిథిలని నిరంతరం కష్టపెడుతూనే ఉన్నాడు. దానికి అందరూ నన్ను నిందిస్తున్నారు. నిజమే కూడ. నేను దూరంగా ఉండడమే మంచిది.'

'సీతా, నీ తల్లిదండ్రులు నిన్ను చూడాలనుకుంటున్నారు. మహారాణి సునయన చాలా అనారోగ్యంగా ఉన్నారు.. నువ్వు తప్పకుండా....'

'అమ్మకి ఏమీ కాదు. ఆమె అద్భుతమైన స్త్రీ. నేను గురుకులం వదలి రావాలని అలా చెబుతున్నావు నువ్వు'.

'కాని... నిజం ఇది'.

'నిజమేమిటంటే ఊర్మిళను, రాజ్యాన్ని అమ్మ జాగ్రత్తగా సంరక్షించాలి. నీకు తెలుసుగా నాన్నకి... ఈ విషయాలు పట్టవు. జనం నా గురించి ఏమనుకుంటున్నారో నువ్వే చెప్పావుగా. ఆమె సమస్యలు ఇంకా పెంచడానికి ఆమెకి నేను కూడా అవసరం లేదు'.

'సీతా...'

'చాలు'. సీత చేయెత్తి అంది. 'ఇంక దీని గురించి మాట్లాడాలని అనిపించడం లేదు నాకు'.

'సీతా...'

'కర్రసాము అభ్యాసం చెయ్యాలనిపిస్తోంది. వస్తావా?' మాట మార్చడానికి ఏదైనా సరే అనుకుంది సమీచి.

'రా', అంది సీత వెనుతిరుగుతూ.

సమీచి అనుసరించింది.

గంగాతీరంలో ఉన్న మలయపుత్రుల ఆశ్రమంలోని నిరాడంబరమైన తన కుటీరంలో విశ్వామిత్రుడు పద్మాసనంలో కూర్చున్నాడు.

ఆయన ధ్యానం చేస్తున్నాడు. మనసులోంచి ఆలోచనలను వెళ్ళగొట్టాలని ప్రయత్నిస్తున్నాడు. కాని ఈ రోజు ఓడిపోతున్నాడు. ఈల వేస్తున్న శబ్దం వినిపించింది. వెంటనే దాన్ని గుర్తుపట్టాడు. అది పర్వత ప్రాంతంలో ఉండే మైనా. ఆ పక్షిని అద్భుతమైన గాయని అంటారు కూడ. అది ఈల వేయగలదు, వాగగలదు, అరవగలదు, చివరికి అనుకరించగలదు కూడా.

తన ఇంటి నుంచి ఇంతదూరంగా ఏంచేస్తోంది? మైదానంలో?

మైనా స్వరం విన్నప్పుడు వినకూడని ప్రదేశంలో వినగానే ఆయన మనసు గతంలో జరిగిన ఒక సంఘటనను గుర్తు చేసుకుంది.

మనసు ఎంత విచిత్రంగా... ఎంత దూరం పోతుంది. ఊహించశక్యం కాదు...

ఎన్నో దశాబ్దాల కిందటి ఆ జ్ఞాపకం వరదలా వెల్లువెత్తింది తిరిగి. ఆ రోజున తన మాజీ స్నేహితుడు వశిష్ఠుడు అయోధ్యకు రాజగురువుగా నియమితుడయ్యాడని వార్త అందిన రోజు. విశ్వామిత్రుడికి కోపంతో, బాధతో ఛాతీ సంకోచించినట్టుగా అనిపించింది. ఆ వెన్నుపోటుదారు... నేనతనికి ఎంత చేశాను...

ఆ వార్త విన్న కచ్చితమైన క్షణం గుర్తుకొచ్చింది... ఆశ్రమంలో...

విశ్వామిత్రుడి కళ్ళు హఠాత్తుగా పూర్తిగా తెరుచుకున్నాయి. పరశురామ ప్రభూ...

ఆ ముఖాన్ని ఎక్కడ చూశాడో గుర్తు చేసుకున్నాడు. సీత ముఖం. ఆయన చిరునవ్వు నవ్వాడు. ఆయన నిర్ణయాన్ని ఇది మరింత దృఢపరిచింది.

ధన్యవాదాలు. పరశురామ ప్రభూ. నాకు దారి చూపడానికే నువ్వు నా మనసుని చంచలంగా చేశావు.

— ॐ —

'ఆచార్యా....' అరిష్టనేమి గొణిగినట్టుగా పిలిచాడు. అతడు ప్రధాన నౌక మీద విశ్వామిత్రుడి పక్కనే ఆధార స్తంభానికి ఆనుకుని నిలబడ్డాడు. వాళ్ళు అయిదు నౌకల శ్రేణితో కలిసి పవిత్ర గంగానదిలో దిగువకు ప్రయాణిస్తున్నారు. వాళ్ళు ప్రత్యేక పదార్థం కోసం గనులు శోధిస్తున్న తమ పనివారి పనిని పర్యవేక్షించడానికి వెళుతున్నారు. అది శక్తిమంతమైన

'అసురాస్త్రం' సంపాదించ డానికి వారికి తోడ్పడుతుంది. అప్పుడు వారు వాయుపుత్రుల మీద తక్కువగా ఆధార పడవచ్చు.

శతాబ్దాల కిందట పూర్వపు మహాదేవుడు రుద్ర ప్రభువు దైవీ అస్త్రాల వాడకాన్ని నియంత్రించాడు. దైవిక ఆయుధాలు ఉపయోగించడానికి రుద్రప్రభువు ప్రతినిధులు అయిన వాయుపుత్రులు అనుమతి తప్పనిసరి. తనంటే వాయుపుత్రులకు ఇష్టం లేదని ఆయనకు తెలుసు. త్రిశంకు ఉదంతం జరిగినప్పటి నుంచే ఇలా లేదు. తను మలయపుత్రుల నాయకుడు కనుక తనను సహించడం తప్ప వారికి వేరే మార్గం లేదు.

ఈ శోధన నిదానంగా జరిగే శ్రమతో కూడిన ప్రక్రియ. అయినా ఆ పదార్థాన్ని కనుగొనవచ్చునని విశ్వామిత్రుడికి నమ్మకముంది.

తన ప్రణాళికలో రెండోదశ మొదలుపెట్టాల్సిన సమయం ఆరంభమైంది. తనకు విశ్వాసపాత్రుడైన దండనాయకుడు అరిష్టనేమికి తన ఎంపిక గురించి ఇప్పుడే చెప్పాడు.

'నువ్వు సమ్మతించడం లేదా?' విశ్వామిత్రుడు అడిగాడు.

'ఆచార్యా, ఆమె అసాధారణ సామర్థ్యాలు కలిగినదే. దానికి సందేహించ వలసిన పనిలేదు. అంత చిన్న వయసులో కూడ, ఆమె ప్రతిభ అర్థం చేసుకోవచ్చు. కాని...' అరిష్టనేమి వాక్యం పూర్తి చేయలేదు.

విశ్వామిత్రుడు తన చేతిని అరిష్టనేమి భుజంపైన వేశాడు. 'సందేహించ కుండా మాట్లాడు. నీ అభిప్రాయాలు తెలుసుకోవాలనే నేను నీతో ఈ విషయం మాట్లాడుతున్నాను'.

'ఆచార్యా, ఆమెని కొంతకాలం నేను శ్రద్ధగా గమనించాను. చాలా తిరుగుబాటు మనస్తత్వం ఆమెది. మలయపుత్రులకు ఆమెతో వ్యవహరించే, ఆమెని నియంత్రించే సామర్థ్యం లేదని నాకు అనిపిస్తూ ఉంది'.

'చెయ్యగలం. ఆమెకి ఎవరూ లేరు. ఆమె నగరం ఆమెని వదిలేసింది. కాని గొప్పవ్యక్తి అయ్యే సామర్థ్యం ఆమెకి ఉంది. ఆమె గొప్ప వ్యక్తి కావాలను కుంటోంది. ఆమె అలా అవగలిగే మార్గం మనం'.

'ఇతర అభ్యర్థుల కోసం కూడా మనం వెతకవద్దా?'

'నీ నమ్మినబంట్లు మిథిలలో ఆమె గురించి సమాచారం సేకరించారు కదా? చాలావరకు అది ప్రోత్సాహకరంగా ఉంది'.

'కాని ఆమె ఎనిమిదేళ్ళ వయసులో మిథిల మురికివాడల్లో ఒక అబ్బాయిని చంపిందని అంటారు'.

'ఆ ఉదంతంలో తనను తాను కాపాడుకునే సామర్థ్యం నాకు కనిపిస్తోంది. ఆ బాలుడు నేరస్థుడై ఉంటాడని కూడా నీ శోధకులు చెప్పారు. చిన్నపిల్లగా కూడా తనను తాను రక్షించుకోగలిగింది. అది అనుకూల విషయం. ఆమెకి పోరాట స్ఫూర్తి ఉంది. నువ్వేమనుకుంటున్నావు, పిరికిపందలా చనిపోవాల్సిందనా?'

'కాదు గురువర్యా, ఇంకా కొందరు అభ్యర్థులను మనం కనుక్కోలేక పోయామేమో అని భావిస్తున్నాను'.

'భారతదేశంలోని ప్రతి రాజకుటుంబం గురించి నీకు వ్యక్తిగతంగా తెలుసు. వాళ్ళలో చాలామంది నిష్ప్రయోజకులు. స్వార్థపరులు, పిరికిపందలు, బలహీనులు. వారి వారసులు, రాజుల సంతానం ఇంకా వ్యర్థులు. వాళ్ళందరూ జన్యుచెత్త మాత్రమే'.

అరిష్టనేమి నవ్వాడు. 'కొన్ని దేశాలకు దురదృష్టవశాత్తు ఇటువంటి ఔన్నత్యం లేని రాజవంశాలను భరించడం తప్పనిసరైంది.'

'గతంలో మనకు గొప్పనాయకులున్నారు. భవిష్యత్తులో కూడ మనకు గొప్ప నాయకుడుంటాడు. భారతదేశాన్ని ఇప్పటి దుర్భరస్థితి నుంచి బైటపడేసే వాడు'.

'సామాన్యుల నుంచి ఎందుకువద్దు?'

'మనం ఎంతో కాలం నుంచి అన్వేషిస్తున్నాం. అదే గనుక పరశురామ దేవుడి సంకల్పమైతే ఇప్పటికే మనకు దొరికేవారు. ఇంకో విషయం మర్చిపోకు. సీత పెంచుకున్న రాచబిడ్డ. ఆమె తల్లిదండ్రులెవరో తెలియదు'.

సీత జననం గురించి తను ఊహించిన విషయం అరిష్టనేమికి చెప్పాల్సిన అవసరం లేదని విశ్వామిత్రుడు భావించాడు.

అరిష్టనేమి తన సంశయాన్ని వదిలాడు. 'అయోధ్య రాకుమారుల గురించి నేను విన్నది...'

మలయపుత్ర సేనాపతి విశ్వామిత్రుడికి ఆగ్రహం కలుగుతున్నదని గమనించి వాక్యం మధ్యలో ఆపేశాడు. తెచ్చిపెట్టుకున్న ధైర్యం గాలిలో కలిసి పోయింది. అయోధ్య రాజకుమారుల గురించి, ముఖ్యంగా రాముడు, భరతుడు లను గురించి అతనికి అనుకూల సమాచారం అందింది. రాముడికి తొమ్మిదేళ్ళ కన్న కొంచెం తక్కువ వయస్సు. కాని అయోధ్య రాజగురువు వశిష్ఠుడు. వశిష్ఠుడి విషయం ప్రస్తావించకూడదని అరిష్టనేమికి తెలుసు.

'ఆ సర్పం అయోధ్య రాకుమారుణ్ణి తన గురుకులానికి తీసుకుని వెళ్ళింది', అన్నాడు. విశ్వామిత్రుడు కోపం రగులుతుండగా.

'నాకు ఆ గురుకులం ఎక్కడుందో కూడ తెలియదు. దాన్ని రహస్యంగా ఉంచాడు. నాకే తెలియలేదంటే ఎవరికీ తెలియదు. సెలవులకి అయోధ్యకు వచ్చినప్పుడే ఆ నలుగురు రాకుమారుల గురించి మనకు తెలుస్తుంది'.

అరిష్టనేమి శ్వాసించడం కూడా ఆపి, విగ్రహంలా నిలబడ్డాడు. 'వశిష్ఠుడి మనసెలా పనిచేస్తుందో నాకు తెలుసు. అతణ్ణి ఒకసారి నా స్నేహితుడని భావించి పొరపాటు చేశాను. అతనేదో చేస్తున్నాడు. రాముడితోనో, భరతుడితోనో.'

'కొన్నిసార్లు అనుకున్న విధంగా పనులు జరగవు, గురువర్యా, మనం లంకలో చేసిన పనుల మూలంగా అనుకోకుండా సాయం చేసి...'

'రావణుడి ఉపయోగాలు రావణుడికి ఉన్నాయి', విశ్వామిత్రుడు మధ్యలో ఆపి అన్నాడు. 'ఎప్పుడూ ఆ విషయం మర్చిపోకు. మనం అనుకున్న దిశలోనే అతను కదులుతున్నాడు. అంతా సవ్యంగానే జరుగుతుంది'.

'కాని ఆచార్యా, వాయుపుత్రులు మలయపుత్రులను వ్యతిరేకించగలరా? తరువాతి విష్ణువును ఎంపిక చేయడం మన హక్కు. అయోధ్య రాజగురువుది కాదు'.

'వాళ్ళు చూపే మిథ్యా తటస్థతకు సరిపోయేలా ఆ ఎలుకకు సహాయం చెయ్యడానికి వాయుపుత్రులు చేయాల్సినదంతా చేస్తారు. నాకు తెలుసు. మనకి ఎక్కువ సమయం లేదు. మనం ఇప్పుడే సన్నాహాలు మొదలుపెట్టాలి!'

'అవును ఆచార్యా'.

'ఇప్పుడు ఆమెకు తన పాత్రకు అవసరమైన శిక్షణ ఇవ్వవలసి వస్తే అది ఇప్పుడే ఆరంభం చెయ్యాలి'.

'అవును, ఆచార్యా'

'సీతే విష్ణువు అవుతుంది. నా పాలనకాలంలో ఆమె ఆవిర్భవిస్తుంది. సమయం ఆసన్నమైంది. ఈ దేశానికి నాయకుడు అవసరం. మన ప్రియమైన భారతదేశం నిరంతరం ఇలా పీడింపబడడానికి మనం అంగీకరించకూడదు'.

'అవును ఆచార్యా', అన్నాడు అరిష్టనేమి. 'నేను పడవ నడిపే వ్యక్తికి చెప్పనా?'

'చెప్పు'.

— ౧౮ —

'రాధికా, నన్నెక్కడికి తీసుకుని వెళుతున్నావు?' తన చేతిని పట్టుకుని తీసుకెళుతున్న స్నేహితురాలిని చూస్తూ చిరునవ్వుతో అడిగింది సీత.

గురుకులానికి దక్షిణంగా దట్టంగా ఉన్న అడవిలోకి వాళ్ళు నడుస్తున్నారు.

'హనుమన్నా!' కొంచెం చదునుగా ఉన్న ప్రదేశానికి రాగానే సీత ఆనందంగా కేకవేసి నవ్వింది.

హనుమంతుడు తన గుర్రం పక్కనే నిలబడి అలసిన ఆ జంతువు మెడను నిమురుతున్నాడు. గుర్రం చెట్టుకు కట్టేసి ఉంది.

'నా ప్రియ సోదరీమణులు!' అన్నాడు హనుమంతుడు వాత్సల్యంతో.

ఆ భారీకాయుడు వారి దగ్గరకు నడిచి వచ్చాడు. ఇద్దరినీ ఆత్మీయంగా చేతులతో దగ్గరికి తీసుకున్నాడు.

'మీ ఇద్దరూ ఎలా ఉన్నారు?'

'చాలా రోజులైంది నువ్వు వచ్చి', రాధిక ఫిర్యాదు చేసింది.

'నాకు తెలుసు', హనుమంతుడు నిట్టూర్చాడు, 'క్షమించు'.

'నేను విదేశం...'

'నువ్వెక్కడికి వెళుతూ ఉంటావు?' సీత అడిగింది. ఆమెకి హనుమంతుడి రహస్య జీవితం చాలా ఉత్తేజంగా అనిపిస్తుంది. 'ఇలా వెళ్ళమని నీకెవరు చెబుతారు?'

'సరైన సమయం వచ్చినపుడు నీకు చెబుతాను సీతా... ఇప్పుడు కాదు'.

గుర్రానికి ఉన్న జీను సంచిని తీసి దానిలోంచి సున్నితంగా ఉన్న బంగారు కంఠహారాన్ని బయటికి తీశాడు. అది విదేశంలో తయారు చేసినట్టుగా ఉంది చూడగానే.

రాధిక సంతోషంగా అరిచింది.

'సరిగ్గానే ఊహించావు', చిరునవ్వుతో అంటూ దానిని ఆమెకి ఇచ్చాడు. 'ఇది నీకోసం...'

రాధిక దానిని చేతులతో తిప్పి చూస్తూ కంఠహారాన్ని మెచ్చుకుంది.

'నా గంభీరమైన చెల్లెలా', అన్నాడు హనుమంతుడు సీతతో.

'నువ్వెప్పుడూ కోరుకునేది నీ కోసం తెచ్చాను...'

సీత కళ్ళు విప్పార్చింది. 'ఏకముఖి రుద్రాక్ష?'

రుద్రాక్ష అంటే రుద్రుడి అశ్రువు. వాస్తవానికి అది కోలగా, గుండ్రంగా ఉండే విత్తనం. మహాదేవుడు, రుద్రప్రభువుకు విధేయులైన వారందరు రుద్రాక్షలు ధరించడం కాని, పూజగదిలో ఒక రుద్రాక్షను ఉంచుకొనడం కాని చేస్తారు. సాధారణ రుద్రాక్ష విత్తనానికి చాలా ముఖాలు ఉంటాయి. ఏకముఖి

రుద్రాక్ష చాలా అరుదైనది. దానిపైన ఒకే ముఖం ఉంటుంది. అది దొరకడం అసాధ్యం. దాని విలువ చాలా ఎక్కువ. రుద్ర ప్రభువు భక్తురాలైన సీతకు అది చాలా అమూల్యమైనది.

గుర్రం జీను సంచిని తీస్తూ హనుమంతుడు నవ్వాడు.

హఠాత్తుగా గుర్రం అస్థిమితంగా, భయపడుతున్నట్టుగా అయింది. చెవులు వెనక్కు, ముందుకు ఆడిస్తోంది. క్షణాల్లో దాని శ్వాస వేగవంతమైంది. ఏదో ఆందోళన చెందుతున్నట్లుగా ఉంది.

హనుమంతుడు చుట్టూ చూశాడు. ప్రమాదాన్ని పసికట్టాడు. నిదానంగా ఏమాత్రం గాభరాపడకుండా రాధికను, సీతను తన వెనక్కు లాగాడు.

ఆ అమ్మాయిలకు మాట్లాడకూడదని తెలుసు. వాళ్ళూ ప్రమాదాన్ని శంకించారు. ఏదో ప్రమాదం ముంచుకొస్తోంది.

హనుమంతుడు హఠాత్తుగా కోపం వచ్చిన కోతిలా బిగ్గరగా గీమని అరిచాడు.

చెట్టు వెనుక దాగిన పులికి తాను ఆశ్చర్యపరచాల్సిన క్షణం వెళ్ళిపోయిందని తెలుసు. అది నిదానంగా నడుస్తూ బైటకి వచ్చింది. హనుమంతుడు నడుముకు కట్టుకున్న ఒర నుంచి కత్తిని బైటకు తీశాడు. గూర్ఖాల ఖుఖురిస్ తరహాలో చేసిన కత్తి అది. దాని పదునైన భాగం తిన్నగా లేదు. మధ్యలో మందంగా ఉండి, మందంగా ఉన్నభాగం కిందికి వంపు తిరిగి ఉంటుంది. జారుతున్న భుజంలా. పిడివైపున పదునుగా ఉన్న భాగం రెండు చీలికలు కలిగి ఉంది. గోపాదం ఆకారంలో ఉంది. అదొక వాస్తవిక ప్రయోజనాన్ని నెరవేర్చుతుంది. రక్తం పిడివైపుకి కారి కత్తి చేయి జారకుండా నేలమీదికి పడుతుంది. గోపాదం ఆకారంలో ఉండటంతో పవిత్రమైన గోవును సంహరించ డానికి దానిని ఎన్నడూ ఉపయోగించరాదు. కత్తిపైన పట్టుకునే భాగాన్ని దంతంలో చేశారు. దానికి సగం నుంచి పిడి వరకు అన్ని వైపుల ఉబ్బెత్తుగా ఉంది. అలా ఉండటం వల్ల అది వంపు తిరిగిన కమ్మీలా పట్టుకొనడానికి వీలుగా ఉంటుంది. ఖుఖురితో పొడిచినపుడు రక్షణకు ఏమీ ఉండదు. నిపుణత లేని యోధుడైతే పొడిచినప్పుడు అతడే ముందుకు పడిపోవచ్చు. కాని హనుమంతుడిని నిపుణుడు కాడని వంటిమీద తెలివి ఉన్నవారెవరూ అనలేరు. అతను అత్యంత నిపుణుడు.

'నా వెనుకే ఉండండి', హనుమంతుడు ఆ అమ్మాయిలకు గుసగుసగా చెప్పాడు, పులి నిదానంగా ముందుకు వస్తుండగా.

హనుమంతుడు కాళ్ళు దూరంగా పెట్టి వంగి కదలకుండా నిలబడ్డాడు. శ్వాస నిశ్చలంగా ఉంచుతూ రాబోయే పరిస్థితిని ఎదుర్కొనడానికి సిద్ధంగా ఉన్నాడు.

చెవులు బ్రద్దలయ్యేలా అరుస్తూ పులి ముందుకు దూకింది. వెనక కాళ్ళ మీద నిలబడి ముందు కాళ్ళను జాపింది. భారీకాయుడైన హనుమంతుణ్ణి పట్టుకోవడానికి సిద్ధంగా. దాని దవడలు బాగా తెరిచింది, హనుమంతుడి గొంతు పట్టుకోవాలని దూకింది.

పులి చాకచక్యం ఎనలేనిది: తన బరువుతో మనిషిని నేల మీద పడేసి కాళ్ళతో తొక్కిపట్టి, దవడలతో పని పూర్తి చేయడం.

దానికన్న తక్కువ శక్తిమంతుడైన శత్రువు అయితే, దాని చాకచక్యం పనిచేసేది. కాని అది మహాబలుడు హనుమంతుడిపై దాడి చేసింది.

ఆ భారీ నాగుడు పులి అంత పెద్దగా ఉన్నాడు. ఒకపాదం వెనక్కి పెట్టి వెన్నును వంచి, తన శక్తిమంతమైన కండరాలను వంచాడు; తన కాళ్ళమీద అలాగే నిలబడ్డాడు. ఎడమ చేతిని ఉపయోగించి పులి గొంతుని పట్టుకుని దాని దవడలను దూరంగా ఉంచాడు. పులిని తన వీపు పట్టుకోనిచ్చాడు. దానివల్ల పెద్దగా నష్టం ఉండదు. కుడిచేతిని వెనక్కి తీసుకుని భుజం మీద కండరాలు వంచి పులి పొట్టలో ఖుఖురితో నిర్దాక్షిణ్యంగా పొడిచాడు. అత్యంత పదునైన ఆ కత్తి మృదువుగా దాని పొట్టలో దిగింది. ఆ మృగం బాధతో అరిచింది. దాని కళ్ళు దిగ్భ్రాంతితో వెడల్పయ్యాయి.

హనుమంతుడు ఊపిరి బిగబట్టి, కుడివైపున మృగం పొట్టను లోతుగా కోశాడు, ఈ చివరి నుంచి ఆ చివరి వరకు. కొద్దిగా క్రూరమైనా, కార్యసాధకంగా కోశాడు. ఆ మృగం పొట్టలోని అవయవాలే కాకుండా, వెన్నెముక, లోపలి నరాలు కూడా తెగిపోయాయి.

పులి పొట్టలోనించి చిన్నప్రేవులు బయటకొచ్చాయి. దాని వెనక కాళ్ళు పక్షవాతానికి లోనయ్యాయి. హనుమంతుడు మృగాన్ని వెనక్కు తోశాడు. అది బాధగా అరుస్తూ ముందు కాళ్ళు ఎటుపడితే అటు పోతుండగా నేలమీద పడింది.

పులి బలహీనపడే వరకూ నిరీక్షిస్తే, దాని పంజాల వల్ల కలిగే గాయాల నుంచి తప్పించుకునే అవకాశం ఉండేది. దాని ముందుకాళ్ళు కిందపడేవరకూ ఉండాల్సింది. కాని ఆ మృగం బాధలో ఉంది. దాని వేదనను అతడు సమాప్తం చేయాలనుకున్నాడు. పులి పంజాలు తన భుజంలో బలంగా దిగబడుతున్నా లెక్క చేయకుండా హనుమంతుడు దాని దగ్గరగా

వంగాడు. నాగుడు నేరుగా దాని గుండెలో పొడిచాడు. ఆ కత్తి మృగం గుండెలోకి దిగింది. అది కొన్ని క్షణాలు కొట్టుకుంది. తర్వాత దాని ఆత్మ శరీరాన్ని విడిచివెళ్ళిపోయింది.

హనుమంతుడు కత్తిని బయటికి లాగి, మృదువుగా గొణిగాడు, 'ఉదాత్తమైన మృగమా, నీ ఆత్మకు ప్రయోజనకరమైన జన్మ మళ్ళీ లభిస్తుంది'.

—*గోగ*—

'ఇలాంటివి జరుగుతూనే ఉంటాయి రాధికా', అన్నాడు హనుమంతుడు. 'మనం అడవి మధ్యలో ఉన్నాం. ఇలాకాక ఇంకేం జరుగుతుంది.'

రాధిక ఇంకా భయంతో వణుకుతూ ఉంది.

సీత గబగబా జీను సంచిలో ఉన్న మందుల సంచిని బైటకి తీసి, హనుమంతుడి గాయాలకు మందు రాసింది. అవి ప్రాణాపాయకరమైనవి కాదు కాని, కొన్ని బాగా లోతైన గాయాలున్నాయి. రక్తం కారుతున్న కొన్ని గాయాలకు కుట్లు వేసింది. ఆ ప్రదేశంలో ఉన్న కొన్ని ఔషధ మొక్కల నుంచి ఆకులు సేకరించి రాళ్ళతో దంచి, నీరు కలిపి తాగమని హనుమంతుడికి ఇచ్చింది.

హనుమంతుడు ఆ మందును గొంతులో పోసుకుని మింగాడు. మూతిని చేతితో తుడుచుకుంటూ సీత వైపు చూశాడు.

ఆమె పిరికిగా లేదు... ఆమె భయపడలేదు... ఈ అమ్మాయి ప్రత్యేకమైంది...

'పులిని ఇంత సులభంగా చంపవచ్చని నేను ఊహించలేను', సీత చిన్నగా అంది.

'నువ్వు కూడా నా అంత ఉంటే అప్పుడు!' హనుమంతుడు నవ్వాడు.

'నువ్వు స్వారీ చేయగలవా? గాయాలు అంత తీవ్రంగా లేవు కాని...'

'నేనిక్కడ ఉండలేను కూడా. నేను వెనక్కి వెళ్ళాలి...'

'మీ రహస్య ప్రయాణమా మళ్ళీ?'

'నేను వెళ్ళాలి'.

'నువ్వు చెయ్యాల్సిన పని నువ్వు చెయ్యాలి హనుమన్నా!, హనుమంతుడు నవ్వాడు. 'నీ రుద్రాక్షని మర్చిపోకు'.

సీత జీనుసంచితీసి దానిలోంచి పట్టుసంచి తీసింది. దానిని నిదానంగా తెరిచి, జాగ్రత్తగా ఏకముఖి రుద్రాక్షను తీసింది. ఎంతో ఆశ్చర్యంగా దానిని చూసింది. తర్వాత దానిని ఎంతో భక్తిగా నుదుటికి ఆనించుకుని, తన నడుముకు ఉన్న సంచిలో వేసింది.

8వ అధ్యాయం

శ్వేతకేతు తన అదృష్టాన్ని నమ్మలేకపోయాడు. ఈ సంవత్సరంలో మహర్షి విశ్వామిత్రుడు తన ఆశ్రమానికి రెండోసారి వచ్చాడు! మలయపుత్రులు లోపలికి వస్తుండగా ఆయన ఆశ్రమద్వారాల వద్దకు గబగబా వెళ్ళాడు.

'నమస్కారం, మహర్షీ', గౌరవంతో చేతులు జోడించి, చక్కగా నవ్వుతూ అన్నాడు శ్వేతకేతు.

'నమస్కారం, శ్వేతకేతూ', చిరునవ్వుతో చెప్పాడు విశ్వామిత్రుడు కూడా తన ఆతిథేయిని ఎక్కువగా భయపెట్టకుండా.

'మా గురుకులాన్ని ఇంతకుముందు సందర్శించిన తర్వాత మళ్ళీ ఇంత త్వరగా మీరు రావడం మాకు ఎంతో గౌరవం'.

'అవును', అన్నాడు విశ్వామిత్రుడు చుట్టూ చూస్తూ.

'కాని మీ సమక్షంలో లబ్ధి పొందటానికి నా విద్యార్థులు ఇక్కడ లేకపోవడం దురదృష్టం', ముఖంలో నిజాయితీగా విచారాన్ని వ్యక్తం చేస్తూ చెప్పాడు శ్వేతకేతు. 'చాలామంది సెలవులకు వెళ్ళారు'.

'కొందరు ఉన్నారని అనుకుంటాను'.

'అవును, మహర్షీ. సీత ఉంది ఇక్కడ... ఇంకా...'

'నేను సీతని కలవాలి'.

'కలవండి'.

సీత లంగరు వేసిన నౌక పైన రేవు కట్టు సమీపంలో మహర్షి విశ్వామిత్రుడితో కలిసి నిలబడి ఉంది. ఆమె దూరంగా ఉన్న గంగాతీరానికి అభిముఖంగా నిలబడి ఉంది. విశ్వామిత్రుడికి గురుకులంలోని ఉపాధ్యాయుల

కుతూహలమైన కళ్ళకు దూరంగా ఏకాంతం కావాలి. సీతకి, విశ్వామిత్రుడికి కొంచెం దూరంగా మలయపుత్ర పురోహితులు నౌకపై భాగంలో ఇటుకలతో యజ్ఞకుండాన్ని సిద్ధం చేశారు.

సీతకి అయోమయంగా ఉంది. మహర్షి నాతో ఎందుకు మాట్లాడాలనుకుంటున్నారు?

'ఇప్పుడు నీ వయసెంత సీతా?'

'నాకు త్వరలోనే పద్నాలుగేళ్ళు వస్తాయి. గురువర్యా'.

'అది పెద్ద వయసేం కాదు. మనం మొదలుపెట్టవచ్చుననుకుంటాను'.

'గురువర్యా, మొదలుపెట్టేదేమిటి?'

విశ్వామిత్రుడు గాఢంగా శ్వాసించాడు. 'నీకు విష్ణు సంప్రదాయం గురించి తెలుసా?'

'తెలుసు, గురువర్యా'.

'నీకు తెలిసినదేమిటో నాకు చెప్పు.'

'గొప్ప నాయకులకి ఇచ్చే బిరుదు అది. మంచిని ప్రచారం చేసేవారికి. వాళ్ళు తమ ప్రజలను నూతన జీవిత మార్గంలో నడిపిస్తారు. మనం ఉన్న వర్తమాన వేదయుగంలో ఇప్పటికి ఆరుగురు విష్ణువులున్నారు. ఇంతకుముందు విష్ణువు మహాప్రభువు పరశురాముడు'.

'జై పరశురామ్'.

'జై పరశురామ్'.

'ఇంకా నీకేం తెలుసు?'

'దుష్టశిక్షణ చేసే మహాదేవులతో భాగస్వాములుగా కలిసి విష్ణువులు పనిచేస్తారు. మహాదేవులు ఒక జన్మలో తమ కర్మ పూర్తయితే ఒక తెగను తమ ప్రతినిధులుగా నియమిస్తారు. ఇంతకుముందున్న మహాదేవుడు రుద్రప్రభువు తెగ ఎక్కడో దూరంగా పరిహాలో నివసించే వాయుపుత్రులు. మన యుగంలో విష్ణువు కూడా వారితో భాగస్వామిగా...'

'భాగస్వాములవడం అనేది అంత ముఖ్యం కాదు', మధ్యలో అడ్డువచ్చాడు విశ్వామిత్రుడు.

సీత మౌనంగా ఉండిపోయింది. ఆశ్చర్యంతో. తను నేర్చుకున్నది ఇది కాదు.

'ఇంకా నీకేం తెలుసు?'

'ఇంతకుముందున్న విష్ణువు పరశురామ ప్రభువు ఒక తెగను తన ప్రతినిధులుగా వదలివెళ్ళాడు; మలయపుత్రులు. మహర్షీ, మీరు

మలయపుత్రుల నాయకుడు. మన కాలంలో ఉన్న అంధకారాన్ని తొలగించడానికి విష్ణువు రావాలంటే అది మీరే'.

'నువ్వు చెప్పేది తప్పు'.

సీత అర్థం కానట్టు అయోమయంగా చూసింది.

'నువ్వు చివరిగా చెప్పినమాట తప్పు', విశ్వామిత్రుడు వివరించాడు. 'నేను మలయపుత్రుల నాయకుడినే. కాని నేను విష్ణువు కాలేను. తర్వాతి విష్ణువెవరో నిర్ణయించడం నా బాధ్యత'.

సీత మౌనంగా తలూపింది.

'భారతదేశాన్ని ప్రస్తుతం తినేస్తున్న సమస్య ఏమిటని నీ ఉద్దేశం?'

'చాలామంది రావణుడు అని చెబుతారు. కాని నేను అలా చెప్పను'.

విశ్వామిత్రుడు చిరునవ్వు నవ్వాడు. 'ఎందుకని?'

'రావణుడు కేవలం లక్షణం. అతడు వ్యాధి కాదు. రావణుడు కాకపోతే మరొకడు మనల్ని వేధించేవాడు. తప్పు మనలోనే ఉంది. మనం ఇతరుల అధికారాన్ని అంగీకరిస్తాం. రావణుడు శక్తిమంతుడయి ఉండవచ్చు, కాని మనం గనుక...'

'సప్తసింధు ప్రజలు అనుకునేంత శక్తిమంతుడుకాడు రావణుడు. తనంతటతాను సృష్టించుకున్న రాక్షసుడనే ఊహాచిత్రాన్ని చూస్తూ ఆనందిస్తుం టాడు. ఆ ఊహాచిత్రం చూసి ఇతరులు అయోమయంలో పడతారు. ఆ ఊహాచిత్రం మనకూ పనికి వస్తుంది', అన్నాడు విశ్వామిత్రుడు.

సీతకి ఆ చివరి వాక్యం అర్థం కాలేదు. విశ్వామిత్రుడు చెప్పాలనుకోలేదు.

'అయితే రావణుడు లక్షణమని అంటావు. మరి సప్తసింధును వేధిస్తున్న వ్యాధి ఏమిటి?'

సీత తన ఆలోచనలను సమీకరించుకొనడానికి ఆగింది. 'గత సంవత్సరం మీరు గురుకులానికి వచ్చినప్పుడు మాతో మాట్లాడినప్పటినుంచి నేను దీని గురించి ఆలోచిస్తున్నాను గురువర్యా. మీరు సమాజంలో సమతూకం ఉండాలన్నారు. మేధావులు, యోధులు, వ్యాపారులు, నిపుణులైన పనివారు. అన్ని సమూహాలు సమానంగా ఉండాలి. ఎక్కువ తక్కువ లుండకూడదు. అప్పుడే సరిపడే సమతూకం ఉంటుంది.

'ఇంకా...'

'అయితే మరి సమాజం ఎందుకు నిరంతరం ఈ సమతౌల్యం లేకుండా ఉంటుంది? అదే నేను ఆలోచిస్తున్నాను. ప్రజలు తమ స్వభావసిద్ధమైన గుణాలతో సరిపడే విధంగా జీవించే స్వేచ్ఛ లేనపుడు అసమతౌల్యం వస్తుంది.

ఒక సమూహాన్ని అగౌరవ పరిచినపుడు, అంటే ఈనాడు సప్తసింధులో వైశ్యులను చూసినట్లుగా చూసినపుడు ఇలా జరుగుతుంది. మనం కావాలనుకున్నది చేయకుండా మన తల్లిదండ్రులో, మన తెగో చేసే వృత్తిని చేపట్టాల్సి వచ్చినపుడు ఇలా జరుగవచ్చు. రావణుడు జన్మతః బ్రాహ్మణుడు. కాని అతడు బ్రాహ్మణుడిగా ఉండాలనుకోవడం లేదు. స్వభావరీత్యా అతను క్షత్రియుడు. ఇలాగే ఇంకొందరి...'

సీత సరిగ్గా సరైన సమయంలో ఆపేసింది. కాని విశ్వామిత్రుడు నేరుగా ఆమె కళ్ళలోకి చూస్తున్నాడు, ఆమె ఆలోచనలు చదువుతూ. 'నా విషయంలో కూడా ఇలాగే జరిగింది. నేను క్షత్రియుడిగా పుట్టాను, కాని బ్రాహ్మణుడు కావాలనుకున్నాను'.

'మీ వంటివారు అరుదుగా ఉంటారు గురువర్యా. చాలామంది కుటుంబం, సమాజం ఒత్తిడులకు లొంగిపోతారు. కాని అది లోలోపల ఎంతో నిరుత్సాహం కలిగిస్తుంది. వీళ్లు సంతోషంలేని, కోపగ్రస్తులైన ప్రజలు. సంతులనం లేని జీవితాలు గడుపుతారు. అసంతృప్తితో జీవితాలను గడుపుతారు. ఇంకా సమాజం కూడా పీడింపబడుతూ ఉంటుంది. ఇందులోని క్షత్రియులు నిర్వీర్యంగా ఉండి సమాజాన్ని రక్షించలేరు. బ్రాహ్మణులు నిపుణులైన శూద్రుల్లా వైద్యులు, శిల్పులు కావాలని ఆశిస్తారు. అందువల్ల ఘోరమైన ఉపాధ్యాయులు తయారవు తారు. చివరికి సమాజం పతనమవుతుంది.

'నువ్వు సమస్యను బాగా గుర్తించావు. మరి దీనికి పరిష్కారమేమిటి?'

'నాకు తెలియదు. ఎవరైనా సమాజాన్ని ఎలా మారుస్తారు?'

'మన ఉదాత్తమైన దేశాన్ని నాశనం చేయకుండా జన్మసిద్ధ కులవ్యవస్థను ఎలా పోగొట్టగలం?'

'నా మనసులో ఒక పరిష్కారం ఉంది'.

సీత వివరణ కోసం వేచి చూసింది.

'ఇప్పుడు కాదు', అన్నాడు విశ్వామిత్రుడు. 'నేను ఏదో ఒకనాడు చెబుతాను. నువ్వు సిద్ధంగా ఉన్నప్పుడు. ప్రస్తుతం మనమొక సంప్రదాయ విధిని ఆచరించాలి'.

'సంప్రదాయవిధి?'

'అవును', యజ్ఞకుండం వైపు తిరుగుతూ చెప్పాడు విశ్వామిత్రుడు. నౌకపైభాగాన మధ్యలో దాన్ని నిర్మించారు. నౌకపై భాగంలో అవతలి వైపున

ఏడుగురు మలయపుత్ర పురోహితులు నిరీక్షిస్తూ ఉన్నారు. విశ్వామిత్రుడు సైగ చేయగానే వారు యజ్ఞకుండం వైపు వచ్చారు.

'రా', అంటూ విశ్వామిత్రుడు ఆమెను ముందుకు రమ్మన్నాడు.

యజ్ఞవేదిక సీతకు తెలియని సాంప్రదాయేతర విధానంలో ఉంది. నలుచదరంగా ఇటుకలతో నిర్మించబడి ఉంది. దానిలోపల గుండ్రంగా లోహ నిర్మితమై మరో యజ్ఞ కుండం ఉంది.

'యజ్ఞకుండం ఒక మండలానికి ప్రాతినిధ్యం వహిస్తుంది. ఆధ్యాత్మిక వాస్తవానికి ప్రతీకాత్మక ప్రతినిధి'. విశ్వామిత్రుడు సీతకు వివరించాడు. 'నలుచదరపు సరిహద్దు పృథ్వికి ప్రతీక. ఇది మనం నివసించే భూమి. చదరం మధ్యలోని ప్రదేశం ప్రకృతికి ప్రతీక. ఇది సంస్కారం లేనిది, విశృంఖలమైనది. దాని లోపలి వలయం చైతన్యమార్గానికి ప్రతినిధి. పరమాత్మది. ఈ భూలోక జీవితంలో పరమాత్మను తెలుసుకొనడం విష్ణువు పని. దేవుడి మార్గాన్ని విష్ణువు వెలిగిస్తాడు. ప్రపంచంతో సంబంధం లేకుండా కాదు, మన ఈ మహాభూమి మీద గాఢమైన, ఆధ్యాత్మిక అనుబంధంతో.

'అవును, గురువర్యా.'

'నువ్వు చదరానికి దక్షిణం వైపున కూర్చోవాలి'.

విశ్వామిత్రుడు చూపించిన ఆసనంలో కూర్చుంది సీత.

మలయపుత్ర ముఖ్యుడు ఉత్తరానికి వీపు పెట్టి సీతకు అభిముఖంగా కూర్చున్నాడు. యజ్ఞవేదిక లోపలి వలయంలో ఒక మలయపుత్ర పండితుడు అగ్ని రాజేశాడు. అగ్నిదేవుడిని ఆరాధించే మంత్రాన్ని ఆయన చదువుతున్నాడు.

యజ్ఞం అంటే సమర్పణ మార్పిడి; నీకు ఇష్టమైన దాన్ని వదిలిపెట్టి ప్రతిగా ఆశీర్వాదం పొందుతావు. పవిత్రుడైన అగ్నిదేవుడు మానవులకు, దేవుడికి మధ్య జరిగే ఈ మార్పిడికి సాక్షి.

విశ్వామిత్రుడు నమస్కారం చేస్తున్నట్లుగా చేతులు జోడించాడు. సీత కూడా అలాగే చేసింది. ఆయన బృహదారణ్యకోపనిషత్తు నుంచి మంత్రం చదువుతున్నాడు. సీత, మిగిలిన ఏడుగురు మలయపుత్ర పండితులు ఆయనతో జత కలిశారు.

అసతోమా సద్గమయ
తమసోమా జ్యోతిర్గమయ
మృత్యోర్మామృతంగమయ
ఓంశాంతిశ్శాంతిశ్శాంతిః

నన్ను అసత్యం నుంచి సత్యంవైపు నడిపించు.

నన్ను అంధకారం నుంచి వెలుగులోకి నడిపించు.

నన్ను మృత్యువు నుంచి అమరత్వం వైపు నడిపించు.

నాకు, విశ్వానికి శాంతి, శాంతి, శాంతిని ప్రసాదించు.

విశ్వామిత్రుడు తన నడుముకు కట్టుకున్న సంచి నుంచి చిన్న ఒరను బైటికి తీశాడు. దానిని ఎంతో భక్తిగా చేతిలో పట్టుకుని దానిలోంచి చిన్న కత్తిని బయటకు తీశాడు. దాని అంచులపై తన వేలితో రాస్తూ కత్తి చివర వేలిని ఉంచాడు.. పదునుగా ఉంది. పిడి మీద ఉన్న గుర్తులను పరీక్షించాడు. సరైనదే. అగ్నిపై నుంచి సీతకు ఆ కత్తిని అందించాడు.

'ఈ యజ్ఞాన్ని రుధిర తర్పణతో సంపన్నం చేస్తాం', విశ్వామిత్రుడు చెప్పాడు.

'అలాగే గురువర్యా', అంటూ సీత ఎంతో భక్తితో రెండు చేతులతో కత్తిని స్వీకరించింది.

విశ్వామిత్రుడు తన సంచిలోంచి మరో ఒరను తీశాడు. రెండో కత్తిని బైటకి తీసి దాని పదును పరిశీలించాడు. చక్కగా పదునుగా ఉంది. సీతని చూశాడు.

'రక్తం యజ్ఞకుండంలోని అంతర వలయంలోనే పడాలి. ఏ పరిస్థితుల్లోనూ లోహానికి, ఇటుకలకు మధ్య ప్రదేశంలోకి చింది పడకూడదు. అర్థమైందా?'

'అర్థమైంది గురువర్యా'.

ఇద్దరు మలయపుత్ర పురోహితులు వారిని మౌనంగా సమీపించారు. రెండు వస్త్రం ముక్కలను ఒకటి సీతకు, ఒకటి విశ్వామిత్రుడికి ఇచ్చారు. ఆ రెంటినీ క్రిమికీటకాలు నశించడానికి తయారుచేసిన నిమ్మరసంలో ముంచి తెచ్చారు. తరువాత ఇచ్చే సూచనల కోసం ఎదురుచూడకుండా, సీత పదునైన ఆ కత్తి అంచును ఎడమచేతితో పట్టుకుని, అంచును చేతితో మూసింది. తర్వాత ఒక్కసారిగా కత్తిని వెనక్కి లాగింది. ఆ చివరి నుంచి ఈ చివరి వరకు. రక్తం ధారగా పవిత్రాగ్నిలో పడింది. ఆమె ఏమాత్రం చలించలేదు.

'అరే, మనకు కావాల్సింది ఒక రక్తపు బొట్టు మాత్రమే', ఆశ్చర్యంగా అన్నాడు విశ్వామిత్రుడు. 'చిన్నగాటు పెడితే సరిపోయేది'.

సీత ఏమాత్రం చలించకుండా విశ్వామిత్రుణ్ణి చూసింది. చేతి నుంచి రక్తం ఎక్కడా చిందకుండా క్రిమిరహిత వస్త్రాన్ని చేతిలో నొక్కి పట్టుకుంది.

విశ్వామిత్రుడు తన బొటనవేలు మీద గాటుపెట్టాడు. చేతిని యజ్ఞకుండం లోపల పెట్టి బొటనవేలు నొక్కి కుండంలో ఒక బొట్టు రక్తం మంటలో పడేలా

చేశాడు. సీత కూడా తన ఎడమచేతిని చాపి బట్టను తీసి తన రక్తం కూడా అగ్నిలో పడేలా చేసింది.

విశ్వామిత్రుడు స్పష్టమైన స్వరంతో ఇలా అన్నాడు. 'పవిత్రుడైన అగ్నిదేవుడి సాక్షిగా పరశురామదేవుడికి చేసిన వాగ్దానాన్ని నేను నెరవేరుస్తాను. ఎల్లప్పుడూ నా చివరి శ్వాసవరకు. ఆ తరువాత'.

సీత కూడా ఆ మాటలను అలాగే పలికింది.

'జై పరశురామ్', విశ్వామిత్రుడు అన్నాడు.

'జై పరశురామ్', సీత కూడా అదేవిధంగా చెప్పింది.

వాళ్ళ చుట్టూ ఉన్న మలయపుత్ర పండితులు వాళ్ళిద్దరి చుట్టూ చేరి 'జై పరశురామ్', అన్నారు.

విశ్వామిత్రుడు చిరునవ్వు నవ్వి, తన చేతిని వెనక్కు తీసుకున్నాడు. సీత కూడా తన చేతిని వెనక్కి తీసుకుని క్రిమిరహిత వస్త్రంతో కప్పింది. ఒక మలయపుత్ర పండితుడు వచ్చి వస్త్రాన్ని ఆమె చేతికి గట్టిగా కట్టాడు.

'పూర్తయింది', సీత వైపు చూస్తూ చెప్పాడు విశ్వామిత్రుడు.

'నేను ఇప్పుడు మలయపుత్రినా?' సీత ఊహిస్తున్నట్లుగా అడిగింది.

విశ్వామిత్రుడు వినోదిస్తున్నట్లుగా చూశాడు. సీత కత్తివైపు చూపాడు. 'నీ కత్తి మీద ఉన్న గుర్తులను చూడు'.

ఆమె వెండికత్తిని తీసింది. దాని అంచుకు ఆమె రక్తం అంటి ఉంది. పిడిని చూసింది. దాని మీద మూడు అక్షరాలు చెక్కి ఉన్నాయి. ప్రాచీన ఋషులు, వివేకంతో పురాతన సంస్కృతం లిఖితంగా లిపిలో ఉండకూడదని శాసించారు. రాసిన మాట మాట్లాడే మాటకన్న తక్కువదని వారు భావించారు. దానివల్ల మనసుకు భావనలు అర్థం చేసుకునే సామర్థ్యం తగ్గిపోతుందని వారు భావించారు. శ్వేతకేతు ఋషి మరో వివరణ కూడా ఇచ్చారు. ధర్మశాస్త్రాలు లిఖితంగా ఉండకపోవడానికి కారణం మౌఖికంగా ఉంటే, మార్చుకోవడానికి సులభంగా ఉంటాయని, వాటిని కాలానుగుణంగా మార్చవచ్చని ఋషులు భావించారని చెప్పారు. రాయడం వలన ధార్మిక గ్రంథాలలో కఠినత్వం ఏర్పడుతుంది. కారణం ఏదైనా సప్తసింధులో రాయడానికి అంత విలువనిచ్చేవారు కాదు. ఫలితంగా ఆ ప్రదేశంలో ఎన్నో ప్రతులు ఉండేవి. కాలాన్ని బట్టి, ప్రదేశాన్ని బట్టి అవి మారుతూ ఉండేవి. ప్రామాణికమైన ప్రతిని తయారుచెయ్యడానికి ఎవరూ గట్టిగా ప్రయత్నించలేదు.

పిడిమిద ఉన్న మాటలు సరస్వతీనది పైభాగాన ఉన్నవారు ఉపయోగించే సాధారణ లిపి. సీత దానిని గుర్తు పట్టింది.

ఆ గుర్తులు పరశురాముణ్ణి సూచిస్తున్నాయి.

'ఆవైపు కాదు సీతా, తిప్పి చూడు'.

సీత కత్తిని తిప్పింది. ఆమెకళ్ళు నివ్వెరపాటుతో వెడల్పయ్యాయి. భారతదేశంలోని అన్ని లిపులలోను చేప సాధారణ చిహ్నం. మను ప్రభువు, ఆయన ప్రజలు నివసించే భూమిని సముద్రం ముంచెత్తినపుడు పెద్ద మత్స్యం వారిని కాపాడింది. మను ప్రభువు ఆ గొప్ప మత్స్యానికి మత్స్యదేవుడు అనే బిరుదునివ్వాలని ఆదేశించాడు. మత్స్యదేవుడే ప్రథమ విష్ణువు. ఆ మత్స్యం గుర్తు విష్ణువు అనుయాయులని తెలియజేస్తుంది. విశ్వామిత్రుడి కత్తి పిడి మీద ఉన్న గుర్తు ఇదే.

కాని సీత కత్తి పిడి మీద ఉన్న గుర్తు కొంచెం మార్పుతో కూడినది. అది మత్స్యమే. కాని దాని తల మీద కిరీటం ఉంది.

కిరీటం లేని మత్స్యం ఉంటే విష్ణువు అనుయాయి అని అర్థం కాని మత్స్యం పైన కిరీటం ఉన్న గుర్తు ఉంటే, నువ్వే విష్ణువని అర్థం.

ఆశ్చర్యంతో విశ్వామిత్రుణ్ణి చూసింది సీత.

'ఈ కత్తి నీది సీతా', విశ్వామిత్రుడు మృదువుగా చెప్పాడు.

9వ అధ్యాయం

శ్వేతకేతు గురుకులంలో విద్యార్థుల వసతి గృహాలు నిరాడంబరంగా ఉంటాయి. ఆ ప్రదేశంలోని సాధారణ వాతావరణ స్థితికి తగినట్టుగా. చిన్న, కిటికీలేని కుటీరంలో ఒక్కో విద్యార్థి ఉంటారు. ఒక మంచం, బట్టలు పెట్టుకొనే వంకీలు, కొంచెం చదువుకొనే పుస్తకాలు పెట్టుకోవడానికి మాత్రం అది సరిపోతుంది. ఆ కుటీరాలకి తలుపులు ఉండవు. కేవలం ద్వారాలు ఉంటాయి.

సీత మంచం మీద పడుకొని నిన్న మలయపుత్రుల నౌకలో జరిగిన సంఘటనను గుర్తు చేసుకుంటోంది.

కత్తిని చేతిలో పట్టుకుంది. అది సురక్షితంగా ఒరలో ఉంది కనుక తెగుతుందనే భయం లేదు. ఆమె పదే పదే కత్తి పిడిని చూడసాగింది. దాని మీద అందమైన ఆ చిహ్నం చెక్కి ఉంది.

విష్ణువు?

నేనా?

త్వరలోనే ఆమెకు శిక్షణ ఆరంభమవుతుందని విశ్వామిత్రుడు చెప్పాడు. కొన్ని నెలల్లో ఆమెకు గురుకులం నుంచి వెళ్ళిపోవాల్సిన వయసు వస్తుంది. అప్పుడు దక్షిణ భారతదేశంలో ఎక్కడో ఉన్న మలయపుత్రుల రాజధాని 'అగస్త్య కూటాన్ని' ఆమె సందర్శిస్తుంది. తర్వాత ఎవరికీ తెలియకుండా ఆమె భారతదేశమంతా ప్రయాణిస్తుంది. ఏదో ఒకనాడు తను విముక్తి కలిగించే, నాయకత్వం వహించే దేశాన్ని ఆమె అర్థం చేసుకోవాలని విశ్వామిత్రుడి కోరిక. తన మలయపుత్ర సమూహంతో ఆయన ఆమెకు మార్గదర్శిగా ఉండి నడిపిస్తాడు. ఈ లోపు ఆమె, విశ్వామిత్రుడు కలిసి ముందున్న లక్ష్యాన్ని సాధించే ప్రణాళికను తయారుచేస్తారు. కొత్త జీవన విధానానికి.

ఇదంతా ఎంతో ఆనందదాయకంగా ఉంది.

'దేవీ'.

సీత మంచం దిగి ద్వారం దగ్గరకు వచ్చింది. జటాయువు కొంచెం దూరంలో నిలబడి ఉన్నాడు.

'దేవీ', మళ్ళీ పిలిచాడు.

సీత నమస్కారం చేస్తున్నట్లుగా చేతులు జోడించింది.

'నేను మీ చిన్న చెల్లెలు లాంటి దానిని జటాయువుగారూ. నన్నలా పిలిచి ఇబ్బంది పెట్టవద్దు. నన్ను నా పేరుతో పిలవండి'.

'లేదు. దేవీ నేనలా చేయలేను. మీరు...'

జటాయువు మౌనంగా ఉండిపోయాడు. సీతే తరువాతి విష్ణువని ఎవరికీ చెప్పకూడదని మలయపుత్రులకు కచ్చితమైన ఆదేశాలిచ్చారు. సరైన సమయంలో దానిని ప్రకటిస్తారు. చివరికి సీత కూడా ఈ విషయం ఎవరికీ చెప్పకూడదు. ఆమె ఎలాగూ చెప్పదు అది వేరే సంగతి. ఆమెకి ఆ బిరుదు దేనిని సూచిస్తుందో తలచుకుంటే వ్యాకులంగా, భయంగా అనిపించింది.

'అయితే సరే, మీరు నన్ను చెల్లెలా అని పిలవవచ్చు'.

జటాయువు చిరునవ్వు నవ్వాడు. 'ఇది బాగుంది సోదరీ'.

'జటాయూ, మీరు ఏ విషయం మాట్లాడాలనుకున్నారు?'

'మీ చెయ్యి ఎలా ఉందిప్పుడు?'

సీత నవ్వింది తన రెండో చేత్తో నిమ్మ ఆకుల కట్టని స్పృశిస్తూ.

'రక్తం తీసేటప్పుడు నేనెక్కువ ఉత్సుకంగా ఉన్నాను'.

'అవును'.

'నేను ఇప్పుడు బాగానే ఉన్నాను'.

'అలా వినడం బాగుంది', జటాయువు అన్నాడు. అతడు సిగ్గరి. చిన్నగా, దీర్ఘంగా శ్వాస తీసుకుంటూ, మృదువుగా కొనసాగించాడు. 'మలయపుత్రులు కాకుండా, నా మీద దయ చూపిన కొద్దిమందిలో మీరు ఒకరు. విశ్వామిత్రుడు అలా చెయ్యమని ఆదేశించకపోయినా మీరు దయ చూపారు'.

చాలా నెలల కిందట జటాయువుకు సీత ఆహారం పెట్టింది. అతడి ముఖం చూస్తే తనను కాపాడిన రాబందు ముఖం గుర్తురావడమే దానికి కారణం. ఆమె ఆ విషయం చెప్పలేదు.

'ఈ కొత్త పరిస్థితి ఏమిటో మీకు అర్థమై ఉండదు', అన్నాడు జటాయువు. 'ఉద్వేగంగా అనిపించడం సహజం'.

సీతను విష్ణువుగా ఎంపిక చేయడం కొందరు మలయపుత్రులకు కూడ సందేహాస్పదంగా ఉందని అతడు ఆమెకు చెప్పలేదు. అయితే వాళ్ళెవరూ తమ నాయకుడిని ప్రశ్నించే ధైర్యం చెయ్యరు.

సీత మౌనంగా తలూపింది.

'ఈ విషయం మలయపుత్రులతో తప్ప వేరెవరితోను మాట్లాడలేకపోవడం కూడ కష్టంగా ఉంటుంది'.

'అవును', సీత చిరునవ్వు నవ్వింది.

'మీకెప్పుడైనా సలహా కావాల్సినా, ఎవరితోనైనా మాట్లాడాలనిపించినా, నేనెప్పుడు మీకు తోడుగా ఉంటాను. ఇప్పటి నుంచి మిమ్మల్ని రక్షించవలసిన బాధ్యత నాది. నా దళం, నేను ఎప్పుడూ సమీపంలోనే ఉంటాము', వెనక్కు చూపిస్తూ జటాయువు చెప్పాడు.

కొంచెం దూరంలో పదిహేనుమంది మౌనంగా నిలబడి ఉన్నారు. 'మిథిలలోగాని, మరెక్కడ గాని బహిరంగంగా కనబడి నేను మిమ్మల్ని ఇబ్బంది పెట్టను', జటాయువు చెప్పాడు. 'నాకు తెలుసు నేను నాగుడిని అని. కాని నేనెప్పుడూ కొన్ని గంటల స్వారీ దూరంలోనే ఉంటాను. నేను, నా అనుచరులు ఇప్పటినుంచి మీ నీడలా ఉంటాం'.

'మీరు నన్నెప్పుడూ ఇబ్బంది పెట్టరు జటాయువుగారూ' సీత చెప్పింది.

'సీతా!'

మిథిల రాకుమారి వెనుతిరిగి తన ఎడమ వైపుకి చూసింది.

అరిష్టనేమి.

'సీతా, ఆచార్యులు నీతో మాట్లాడాలనుకుంటున్నారు'.

'నేను వెళ్ళాలి (క్షమించండి), జటాయుగారూ', అంటూ సీత చేతులు జోడించి నమస్కరించింది.

జటాయువు సీతకు ప్రతి నమస్కారం చేశాడు. అరిష్టనేమి వెనకే సీత వెళ్ళిపోయింది. ఆమె దూరంగా కనుమరుగు అవగానే, జటాయువు కిందికి వంగి ఆమె పాదాల కింది ధూళిని స్పృశించి, గౌరవంతో నుదుటిన అద్దుకున్నాడు. తర్వాత సీత వెళ్ళినవైపు తిరిగి నిలబడ్డాడు.

ఎంతమంచి ఆత్మ ఆమెది....

ఆచార్య విశ్వామిత్రుడు, ఆచార్య వశిష్ఠుల మధ్య జరిగే యుద్ధంలో సీతాదేవి పావుకాకుండా ఉంటే బాగుండు.

— ॐ —

రెండు నెలలు గడిచాయి. మలయపుత్రులు తమ రాజధాని అగస్త్య కూటానికి వెళ్ళారు. సీత ఖాళీ సమయంలో మలయపుత్ర ముఖ్యుడు చెప్పిన గ్రంథాలను చదువుతూ ఉంది. వాటిలో అంతకుముందున్న విష్ణువుల జీవితచరిత్ర లున్నాయి. నరసింహ ప్రభువు, వామన ప్రభువు, పరశురామ ప్రభువుల చరిత్ర లున్నాయి మిగిలినవారితోపాటు. వారి జీవితాల నుంచి, వారు ఎదుర్కొన్న సవాళ్ళ నుంచి ఆమె నేర్చుకోవాలని ఆయన కోరిక. వాటిని ఎలా ఎదుర్కోవాలో, మంచిని ప్రచారం చేసే కొత్త మార్గాన్ని ఎలా వేసుకోవాలో ఆమె నేర్వాలి.

ఆమె ఈ పనిని అత్యంత శ్రద్ధగా, ఒంటరిగా ఉన్నప్పుడు చేస్తూ ఉంది. ఈ రోజు ఇతర విద్యార్థులెవరూ రాని చిన్న చెరువు దగ్గర ఆమె కూర్చుంది. అందువల్లే ఏదో అంతరాయం కలిగే సరికి విసుగ్గా స్పందించింది.

'భూమి, గురుకుల ప్రధాన వాకిలిలోకి రావాలి వెంటనే', రాధిక చెప్పింది, సీత గురుకులం పేరుతో పిలుస్తూ, 'మీ ఇంటి నుంచి ఎవరో వచ్చారు'.

సీత తన చేతిని విసుగ్గా ఊపింది. 'నేను త్వరగా వస్తున్నాను'.

'సీతా!' రాధిక గట్టిగా పిలిచింది.

సీత వెనుతిరిగి చూసింది. ఆమె స్నేహితురాలు కొంచెం ఆదుర్దాగా ఉన్నట్టుగా కనిపించింది. అలాగే చెప్పింది.

'మీ అమ్మ వచ్చారు. నువ్వు ఇప్పుడే వెళ్ళాలి'.

—◇—

సీత నిదానంగా గురుకుల ప్రధాన వాకిలిలోకి నడిచింది. గుండె భారంగా స్పందిస్తోంది. గురుకులానికి దగ్గరగా మార్గం పక్కన రెండు ఏనుగులు కట్టేసి ఉన్నాయి. తల్లికి తనతోపాటు ఏనుగులు తీసుకురావడం ఇష్టమని ఆమెకు తెలుసు. సునయన వచ్చినప్పుడు ఇద్దరూ అడవిలోకి ఏనుగుల మీద వెళతారు. జంతువులను గురించి వాటి సహజ పరిసరాలలో కుమార్తెకు నేర్పడం సునయనకు ఇష్టం.

సీతకు తెలిసిన వారందరికన్నా ఎక్కువగా జంతువుల గురించి సునయనకు బాగా తెలుసు. అడవుల్లోకి అలా చేసిన ప్రయాణాల జ్ఞాపకాలు సీతకు ఎంతో ఇష్టం. ఎందుకంటే అవి ఆమె జీవితంలోని రెండు అస్తిత్వాలతో జోడించి ఉంటాయి. భూమాత, కన్నతల్లి.

హృదయంలోంచి బాధ వెల్లువైంది.

తన మూలంగానే మిథిల వ్యాపారం మీద కుశధ్వజుడు ఆంక్షలు విధించాడు. ఆమె తండ్రి రాజ్యానికి ప్రధాన వ్యాపార మార్గం ఆమె బాబాయి రాజ్యమైన సంకాశ్య. చాలా వస్తువుల ధరలు, చివరికి నిత్యావసర వస్తువుల ధరలు కూడా ఆకాశాన్నంటాయి. దీనికి మిథిల వాసులు చాలామంది సీతను నిందించారు. కుశధ్వజుడి రాజముద్రను ఆమె పగులగొట్టిందని అందరికీ తెలుసు. అలా చేయక తప్పలేదు. ప్రాచీన సంప్రదాయం ప్రకారం రాజముద్ర రాజుకు ప్రతినిధి; దానిని పగులగొట్టడమంటే రాజును సంహరించడంతో సమానం.

ఆ నింద ఆమె తల్లి సునయన మీద కూడా పడింది. సీతను పెంచుకోవాలనే నిర్ణయం ఆమెదేనని అందరికీ తెలుసు.

నేనామెకి ఇబ్బంది తప్ప మరేమీ ఇవ్వలేదు. జీవితమంతా ఆమె నిర్మించుకుంటూ వచ్చినదానిని నేనెంతో నాశనం చేశాను.

అమ్మ నన్ను మర్చిపోవాలి.

ఆశ్రమం ముందుకు వచ్చేసరికి ఆమె నిర్ణయం సబబని నిర్ణయానికి వచ్చింది.

రాచకుటుంబమే సందర్శనకు వచ్చిందనుకున్నా, అక్కడంతా అసాధారణంగా గుంపుగా చాలామంది ఉన్నారు. బాగా బరువుగా, ఖాళీగా ఉన్న పల్లకి చుట్టూ ఎనిమిది మంది ఉన్నారు. ఆమె ఆ పల్లకీని అంతకుముందు చూడలేదు. పొడవుగా, వెడల్పుగా ఉంది. దానిలో ప్రయాణించే వ్యక్తి పడుకోవడానికి వీలుగా దానిని రూపొందించినట్లుగా ఉంది. ఎడమవైపున అశోక చెట్టు కింద ఎనిమిది మంది స్త్రీలు దాని చుట్టూ కట్టిన గట్టు దగ్గర గుమికూడి ఉన్నారు. తల్లి కోసం చుట్టూ చూసింది కాని ఆమె ఎక్కడా కనిపించలేదు.

ఆమె ఆ స్త్రీలవైపు నడిచి తల్లి ఎక్కడ ఉందని అడగాలనుకుంది. సునయన కనిపించేలా అప్పుడే కొందరు అడ్డు తప్పుకున్నారు.

సీత నిర్ఘాంతపోయింది.

తల్లి అంతకుముందున్న రూపానికి నీడలా ఉంది. ఎముకలు, చర్మం మాత్రమే ఉన్నాయామెలో. గుండ్రంగా చంద్రబింబంలా ఉండే ముఖం పీలగా ఉంది. బుగ్గలు లోతుకుపోయాయి. ఆమె పొట్టిగా, దృఢంగా ఆరోగ్యంగా ఉండేది. ఇప్పుడామెకి కండరాలు నశించాయి. ఒకప్పుడున్న కొంచెం కండ కూడ ఇప్పుడామె శరీరంలో లేదు. నల్లగా అందంగా ఒత్తుగా ఉండే జుట్టు

ఊడిపోయి తెల్లగా అయింది. ఆమె తనంతట తాను కూర్చోలేకపోతోంది. కూర్చోడానికి ఎవరైనా ఆమెకు సాయం చెయ్యాలి.

తన ముద్దుల కుమార్తెను చూడగానే సునయన ముఖం వెలిగింది. సీతకు ఎల్లప్పుడు సౌఖ్యాన్ని సాంత్వనను ఇచ్చిన అదే ఆత్మీయమైన చిరునవ్వు.

'నా తల్లీ', అంది సునయన పెదవులు కదిల్చి వినీవినిపించనట్టుగా. మిథిల మహారాణి మాతృప్రేమ పొంగిపొర్లుతుండగా, రెండు చేతులూ చాచింది. తాత్కాలికంగా ఆమె మెరుగుపడినట్టుగా కనిపించింది.

సీత తనున్న చోటే కదల్లేనట్టుగా నిలబడిపోయింది. భూమి తనని మింగేస్తే బాగుంటుంది అనుకుంటూ.

'ఇటు రామ్మా, నా తల్లీ', అంది సునయన. అంతసేపు చేతులు ఎత్తలేక పోవడంతో బలహీనమైన ఆమె చేతులు పక్కలకు వాలిపోయాయి.

సునయన దగ్గింది. సహాయకురాలు గబగబా వచ్చి చేతిరుమాలుతో ఆమె మూతిని తుడిచింది. ఆ తెల్లని వస్త్రంపైన రక్తపు మరకలు కనిపించాయి.

సీత విస్తుపోయి తల్లివైపు తడబడుతూ నడిచింది. మోకాళ్ళ మీద కూలబడి తల్లి ఒడిలో తలపెట్టుకుంది. వర్షం పడిన వెంటనే మెత్తగా ఉండే నేలలా ఎప్పుడూ మెత్తగా ఉండే ఒడి. ఇప్పుడది ఎముకలు గుచ్చుకుంటూ గట్టిగా ఉంది, అనావృష్టి పరంపరతో బండబారిన నేలలా.

సునయన తన వేళ్ళతో సీత జుట్టు నిమిరింది. తన శరీరానికే కాక, తన ఆత్మకూ ఆశ్రయమిచ్చిన పెద్ద మర్రివృక్షం కూలిపోతుంటే చూస్తున్న పిచ్చుక పిల్లలా, సీత భయంతోను, విచారంతోను వణికిపోయింది.

తన చేతితో సీత జుట్టును నిమురుతున్న సునయన వంగి, సీత తలను ముద్దు పెట్టుకుంది, 'నా తల్లీ'... అని గొణిగింది.

సీత భోరున విలపించింది.

వెంట వచ్చిన మిథిల వైద్యుడు ఈ పనికి పూర్తిగా వ్యతిరేకించాడు. బాగా బలహీనంగా ఉన్నా, సునయన ఇంకా బలంగానే ఉంది. ఏనుగు మీద కుమార్తెతో కలిసి అడవిలోకి వెళ్ళడం ఆమె తప్పనిసరి అని చెప్పింది.

వైద్యుడు చివరికి ఆమెని భయపెట్టాలని చూశాడు. రాణి చెవిలో, 'ఇది మీరు చేసే ఆఖరి ఏనుగు స్వారీ కావచ్చు', అని చెప్పాడు.

సునయన అతనికి ఇలా సమాధానం చెప్పింది, 'అందుకే నేను వెళ్ళాలని అనుకుంటున్నాను'.

ఏనుగులను స్వారీకి సిద్ధం చేస్తున్నంతసేపు రాణి పల్లకీలో విశ్రాంతి తీసుకుంది. ఒక దాని మీద వైద్యుడు, కొందరు సహాయకులు, మరొకదాని మీద సునయన, సీత వెళతారు.

అంతా సిద్ధం కాగానే సునయనను నేలమీద కూర్చున్న ఏనుగు మీద అంబారీలో కూర్చోబెట్టారు. రాణిపక్కన ఒక సహాయకురాలు కూర్చోవడానికి రాబోయింది.

'వద్దు!' అంది సునయన కచ్చితంగా.

'కాని, దేవీ...' చిన్న సీసా, చేతి రుమాలు పట్టుకున్న ఆ సహాయకురాలు వేడికోలుగా అడిగింది. ఆ మూలికా ఔషధం నుంచి వచ్చే పొగలు ఆమెకు కొంతసేపు శక్తినిస్తాయి.

'నాకుమార్తె నాతో ఉంది, ఇంక నాకెవరు అవసరం లేదు', అంది సునయన.

సీత వెంటనే సహాయకురాలి నుంచి చేతి రుమాలు, సీసా తీసుకుని అంబారీలోకి ఎక్కింది.

సునయన మావటికి సంకేతం ఇవ్వగానే, మావటి తన పాదంతో మృదువుగా ఏనుగు చెవులు నిమిరాడు. ఏనుగు నిదానంగా లేచింది, సునయనకు వీలైనంత తక్కువ అసౌకర్యాన్ని కలిగిస్తూ.

'బయలుదేరదాం', ఆమె ఆజ్ఞాపించింది.

ఆ రెండు ఏనుగులు అడవిలోకి నెమ్మదిగా నడుస్తూ సాగాయి. వాటి వెనుక సాయుధులైన మిథిల రక్షకభటులు ఏభై మంది నడిచారు.

గೆ

10వ అధ్యాయం

ఏనుగు నిదానంగా నడుస్తుండడంతో అంబారీ ఉయ్యాలలా ఊగుతూ ఉంది. సీత తల్లి చెయ్యి పట్టుకుని ఆమెకు దగ్గరగా కూర్చుంది. మావటి ఏనుగులని చెట్ల నీడలో నడిపిస్తున్నాడు. అంతేకాకుండా వాతావరణం పొడిగా, నులివెచ్చగా ఉంది.

అయినా సీత అపరాధ భావంతో, భయంతో వణుకుతూ ఉంది.

సునయన తన చేతిని కొద్దిగా పైకి ఎత్తింది. వెంటనే తల్లికేం కావాలో సీతకు అర్థమైంది. సునయన చేతిని పైకెత్తి ఆమెకి మరింత దగ్గరగా జరిగి, తల్లి చేతిని తన భుజం మీద వేసుకుంది. సునయన తృప్తిగా చిరునవ్వు నవ్వి, సీతను నుదుటి మీద ముద్దుపెట్టుకుంది.

'మీ నాన్న రాలేకపోయారు, సీతా, ఆయన కొంచెం పని ఉండి ఆగిపోయారు'.

సీతకి తెలుసు తల్లి అబద్ధం చెబుతున్నదని. కూతురు ఇంకా ఎక్కువ బాధపడకూడదని ఆమె ఉద్దేశం.

బహుశా, ఇలాగే బాగుండేమో.

చివరిసారి మిథిల వెళ్ళినపుడు సీత కోపంలో ఆధ్యాత్మిక విషయాలపై సమయం వృథా చేయవద్దని పరిపాలనలో సునయనకు సహాయపడమని జనకుడికి చెప్పింది. అది అతని బాధ్యత అంది. సీత ఇలా చెప్పడం జనకుడికన్న ఎక్కువగా సునయనకు కోపం తెప్పించింది.

అంతేకాకుండా సీత చెల్లెలు నాలుగేళ్ళ ఊర్మిళ అనారోగ్యంగా ఉంటుంది. తల్లి గురుకులానికి వచ్చినపుడు బహుశా జనకుడు ఆమెతో ఉండిపోయి ఉంటాడు. అంత ప్రాణాంతకమైన అనారోగ్యంలో పెద్ద కూతురుని చూడడానికి, ఆమెని ఇంటికి తీసుకొని వెళ్ళడానికి ఆమె వచ్చింది.

అపరాధ భావంతో మరో కన్నీటి చుక్క బుగ్గమీదికి జారగానే సీత కళ్ళు మూసింది.

సునయన దగ్గింది. సీత వెంటనే తల్లి మూతిని చేతి రుమాలుతో తుడిచింది. ఎర్ర మరకల వైపు చూసింది; తల్లి ప్రాణం మెల్లగా వెళ్ళిపోతుందని తెలియజెప్పే సంకేతాలు.

కన్నీళ్ళు వేగంగా జారుతున్నాయి.

'అందరూ ఏదో ఒకనాడు చచ్చిపోవలసిందే, నా బంగారూ', అంది సునయన.

సీత ఏడుస్తూనే ఉంది.

'కాని అదృష్టవంతులు తమకు ప్రియమైన వాళ్ళు తమ దగ్గర ఉన్నప్పుడు చనిపోతారు'.

— ౧౮ —

రెండు ఏనుగుల కదలకుండా నిలబడ్డాయి, మావటివాళ్ళు వాటిని నిపుణంగా ఆపారు. ఏభై మంది మిథిల రక్షకభటులు కూడ కదలకుండా మౌనంగా నిలబడిపోయారు. ఏ చిన్న శబ్దం చేసినా ప్రమాదమే.

పది నిముషాల కిందట మానవుల కళ్ళు అరుదుగా తప్ప చూడలేని దృశ్యాన్ని సునయన చూసింది; పెద్ద ఏనుగుల మందకు యజమానురాలైన ఆడ ఏనుగు మరణించింది.

ఏనుగుల మందకు సంబంధించి తల్లి చెప్పిన పాఠాన్ని సీత గుర్తు తెచ్చుకుంది. అవి మాతృస్వామిక విధానంలో అన్నిటికన్న పెద్ద ఆడ ఏనుగు నాయకత్వంలో ఉంటాయి. చాలామందల్లో పెద్ద ఆడ ఏనుగులు వాటి పిల్లలు ఆడ, మగ అన్నీ కలిసి పెరుగుతాయి. మగ ఏనుగులు వయసు రాగానే మంద నుంచి దూరంగా పోతాయి.

యజమానురాలైన ఆడ ఏనుగు మందకు నాయకురాలికన్న ఎక్కువే. అందరికీ ఆమె తల్లి.

అందువల్ల యజమానురాలి మరణం మందకు తీరని శోకం కలిగించే సంఘటన అని ఊహించవచ్చు.

'కొన్నేళ్ళ కిందట మనం చూసిన మంద ఇదేననుకుంటాను', సునయన చిన్నగా అంది.

సీత తలూపింది.

వాళ్ళు సురక్షితంగా దూరం నుంచి, చెట్ల చాటుగా చూస్తున్నారు.

యజమానురాలి కళేబరం చుట్టూ ఏనుగులు వలయంలా నిలబడ్డాయి, విచారంతో కదలకుండా నిశ్శబ్దంగా. వాటి మీద పడే మధ్యాహ్నపు ఎండ నుంచి మెల్లగా వీస్తున్న గాలి ఉపశమనాన్ని ఇస్తోంది. రెండు పిల్ల ఏనుగులు వలయం లోపల కళేబరం దగ్గర నిలబడ్డాయి. ఒకటి చిన్నది, మరొకటి కొంచెం పెద్దది.

'ఆ చిన్న ఏనుగు పుట్టడం మనం చూశాం సీతా', సునయన అంది. సీత అవునన్నట్లుగా తలూపింది.

యజమానురాలి బిడ్డ జననం ఆమె గుర్తు చేసుకుంది. కొన్నేళ్ళ కిందట ఏనుగుల స్వారీ చేస్తూ ఈ దృశ్యం చూశారు.

ఈ రోజు చిన్న మగ ఏనుగు మోకాళ్ళ మీద చనిపోయిన తల్లి ఏనుగు శరీరం పక్కన కూలబడింది. దాని తొండాన్ని తల్లి శరీరం చుట్టూ వేసి శరీరం కంపించేలా ఏడుస్తోంది. కొన్ని నిముషాలకోసారి అది తల్లి తొండాన్ని కదుపుతూ ఆమెని లేపాలని ప్రయత్నిస్తోంది.

ఆ చిన్న ఏనుగు ప్రక్కన దాని సోదరి నిలబడి ఉంది. మౌనంగా కదలకుండా. మందలోని మిగిలిన ఏనుగుల్లా.

'ఇప్పుడు చూడు...' సునయన మెల్లగా అంది.

ఒక పెద్ద ఆడ ఏనుగు, బహుశా కొత్త యజమానురాలు కావచ్చు. నిదానంగా కళేబరం దగ్గరకు వచ్చింది. అది తన తొండాన్ని చాచి కళేబరం నుదుటిమీద ఎంతో గౌరవంతో స్పృశించింది. తర్వాత కళేబరం చుట్టూ విచారంగా ప్రదక్షిణ చేసి దూరంగా వెళ్ళిపోయింది.

వలయంలోని మిగిలిన ఏనుగులు కూడా ఒకటొకటిగా అలాగే చేశాయి. అదే విధంగా చేస్తూ – చనిపోయిన యజమానురాలి నుదుటిని తొండంతో స్పృశించి, ప్రదక్షిణ చేసి దూరంగా వెళ్ళిపోయాయి.

హుందాగా, గౌరవంగా.

ఏ ఒక్కటీ వెనుతిరిగి చూడలేదు. ఒక్కసారి కూడా. ఒక్కసారి కూడా. చిన్న మగ ఏనుగు పిల్ల వెళ్ళడానికి నిరాకరించింది. తల్లిని అంటిపెట్టుకుని ఉంది. నిస్సహాయంగా. నిస్సహాయమైన ఆగ్రహంతో ఆమెని కదపాలని చూస్తోంది. దాని సోదరి పక్కనే నిశ్శబ్దంగా నిలబడి ఉంది.

మిగిలిన మంద కొంత దూరంలో ఆగాయి. ఒక్కసారి కూడా తిరిగి చూడకుండా. సహనంతో నిరీక్షించాయి.

కొంచెంసేపటి తర్వాత సోదరి తన తమ్ముడిని తొండంతో తాకింది.

ఆ మగ ఏనుగు దానిని దూరంగా తోసేసింది. మళ్ళీ పుంజుకున్న శక్తితో లేచి నిలబడి తొండాన్ని తల్లి శరీరం చుట్టూ చుట్టి గట్టిగా లాగింది. పడిపోయింది. మళ్ళీ నిలబడింది. మళ్ళీ తల్లి శరీరానికి తొండం చుట్టి లాగింది. ఇంకా బలంగా. బతిమాలుతున్నట్లుగా సోదరిని చూస్తూ సాయం చేయమని అర్థించింది. గుండెలు పిండేస్తున్నట్లుగా అరిచి, తల్లి వైపు తిరిగి లేవమని అడుగుతోంది.

కాని దాని తల్లి ఎప్పుడో దీర్ఘనిద్రపోయింది. ఆమె మరుజన్మలోనే లేస్తుంది.

పిల్ల ఏనుగు ఓటమిని అంగీకరించలేదు. తల్లి కళేబరం చుట్టూ తిరుగుతూ అన్ని వైపుల నుంచి తల్లి తొండాన్ని లాగుతూనే ఉంది. పదే పదే.

దాని సోదరి చివరికి తల్లి కళేబరం దగ్గరకి వెళ్ళి, తొండంతో దాని నుదుటిని స్పృశించింది. ఇతరులలానే. తర్వాత తల్లి శరీరం చుట్టూ ప్రదక్షిణ చేసింది. తమ్ముడి దగ్గరకు వచ్చి తొండం పట్టుకుని దూరంగా జరిపింది.

పిల్ల మగ ఏనుగు హృదయం బద్దలయ్యేలా ఏడుస్తోంది. సోదరిని అనుసరించింది. కాని వెనక్కి తిరిగి చూస్తూనే ఉంది. మళ్ళీ మళ్ళీ. అయితే సోదరిని మాత్రం ప్రతిఘటించలేదు.

మందలోని మిగిలిన ఏనుగుల్లా దాని సోదరి కూడా స్థిరంగా ముందుకు సాగింది. ఆమె వెనుతిరిగి చూడలేదు. ఒక్కసారి కూడా. ఒక్కసారి కూడా.

చెంపల మీద కన్నీళ్ళు కారుతుండగా సీత తల్లి వైపు చూసింది. 'సమాజం మనుగడ సాగిస్తూనే ఉంటుంది, అమ్మా', సునయన మెల్లగా అంది. 'దేశాలు మనుగడ సాగిస్తాయి. జీవితం ఎప్పటిలానే సాగుతుంది'.

సీత మాట్లాడలేకపోయింది. తల్లి వైపు చూడలేకపోయింది. సునయనను దగ్గరగా తీసుకుని, తన తలను తల్లి గుండెల్లో దాచుకుంది.

'బాధ కలిగించే జ్ఞాపకాలు పట్టుకుని వేలాడడం అర్థరహితం, సీతా. తేరుకుని ముందుకుసాగాలి. జీవించాలి...' అంది సునయన.

సీత విన్నది. కాని కన్నీళ్ళు ఆగలేదు.

'సమస్యలు, సవాళ్ళు నుంచి తప్పించుకోలేం. అవి జీవితంలో భాగం. మిథిలకు రాకపోవడం వలన నీ సమస్యలు అదృశ్యం కావు. అంటే ఇతర సమస్యలు కూడా వస్తాయని అర్థం!' సీత తల్లిని గట్టిగా పట్టుకుంది.

'పారిపోవడం సమస్యకు పరిష్కారం కాదు. సమస్యలు ఎదుర్కోవాలి. సమర్థించుకోవాలి. అది యోధుల మార్గం'. సీత చుబుకం ఎత్తి సునయన ఆమె కళ్ళలోకి చూసింది.

'నువ్వు యోధురాలివి. అదెప్పుడూ మర్చిపోకు'.

సీత తలూపింది.

'నీ చెల్లెలు బలహీనంగా పుట్టిందని తెలుసుగా నీకు. ఆమె యోధురాలు కాదు. సీతా, నువ్వామెని జాగ్రత్తగా చూడాలి. ఇంకా నువ్వు మిథిలను కూడా సంరక్షించాలి'.

సీత తన మనసులో తనకు తాను వాగ్దానం చేసుకుంది. అవును. నేను చేస్తాను.

సునయన సీత ముఖాన్ని నిమిరి చిరునవ్వు నవ్వింది. 'నీ తండ్రి నిన్నెంతో ప్రేమించారు. నీ చెల్లెలు కూడా అలాగే నిన్ను ప్రేమించింది. గుర్తుంచుకో".

నాకు తెలుసు.

'నా వరకు నేను నిన్ను కేవలం ప్రేమించడం మాత్రమే కాదు. నువ్వెంతో చేస్తావని భావించాను. నువ్వు చేసే పనుల వల్ల మన వంశ గౌరవం ఎన్నో వేల ఏళ్ళు నిలవాలి. నువ్వు చరిత్రలో నిలిచిపోతావు'.

తల్లిని గురుకులంలో చూసినప్పటి తరువాత నుంచి సీత మొదటిసారి మాట్లాడింది. 'నన్ను క్షమించు అమ్మా, నన్ను క్షమించు. నేను...'

సునయన చిరునవ్వుతో, సీతని గట్టిగా పట్టుకుంది.

'క్షమించు...' సీత వెక్కుతోంది.

'నీమీద విశ్వాసముంది సీతా. నువ్వు నేను గర్వించేలా జీవిస్తావు'.

'కాని, నువ్వు లేకుండా నేను జీవించలేను, అమ్మా'.

సునయన వెనక్కి జరిగి సీత ముఖాన్ని ఎత్తింది. 'జీవిస్తావు జీవించగలవు'.

'లేదు.... నేను నువ్వు లేకుండా జీవించలేను...'

సునయన స్థిరంగా చెప్పింది. 'నేను చెప్పేది విను, సీతా. నా కోసం దుఃఖిస్తూ నీజీవితాన్ని వ్యర్థం చేసికోకు. నువ్వు వివేకంగా జీవించి నన్ను గర్వితురాలిని చేస్తావు'.

సీత ఏడుస్తూనే ఉంది.

'వెనక్కి తిరిగి చూడకు. భవిష్యత్తు చూడు. భవిష్యత్తు నిర్మించుకో. గతం కోసం విచారించకు'.

సీతకు మాట్లాడే శక్తి లేదు.

'వాగ్దానం చెయ్యి'.

సీత తల్లిని కళ్ళార్పకుండా చూసింది. కళ్ళలో వేదన పొంగిపొర్లుతూ ఉంది.

'నేను వాగ్దానం చేస్తున్నాను, అమ్మా. వాగ్దానం చేస్తున్నాను'.

— 18 —

శ్వేతకేతు గురుకులానికి సునయన వచ్చి నాలుగు వారాలైంది. సీత తల్లితో కలిసి ఇంటికి వచ్చింది. రాజ్యాన్ని పాలించగలిగే పాలనాధికారాలను అన్నిటినీ ఇస్తూ సునయన సీతను మిథిల ప్రధానమంత్రిగా నియమించగలిగింది.

సీత ఇప్పుడు చాలా సమయం క్షీణిస్తున్న తల్లి ఆరోగ్యాన్ని సంరక్షిస్తూ గడుపుతూ ఉంది. రాజ్యంలోని మంత్రులతో సీత సమావేశాలను సునయన తన మందిరంలో తన పడక పక్కన జరుపుతూ మార్గదర్శిగా ఉంది.

తన చెల్లెలితో తన అనుబంధం గురించి తల్లి ఎక్కువగా ఆలోచిస్తోందని సీతకు తెలుసు. అందువల్ల ఊర్మిళతో అనుబంధం ఏర్పరచుకోవాలని సీత ప్రయత్నిస్తోంది. మిథిల మహారాణి రాబోయే గడ్డుకాలంలో తన పిల్లలిద్దరూ బలమైన బంధం కలిగి ఉండాలని, ఆ పరిస్థితిని ఎదుర్కోవాలని కోరుకుంటోంది. తప్పనిసరిగా వారు ఒకరికొకరు అండగా ఉండవలసిన అవసరాన్ని గురించి ఆమె వారికి చెప్పింది. ఇద్దరి మధ్య ఉండాల్సిన ప్రేమ, విధేయతలను గురించి చెప్పింది.

ఒకనాటి సాయంత్రం సునయన మందిరంలో దీర్ఘంగా జరిగిన సమావేశం తర్వాత, తల్లి మందిరం పక్కనే ఉన్న ఊర్మిళ గదిలోకి సీత అడుగు పెట్టింది. ఒక పళ్ళెంలో నల్లద్రాక్షలు తెమ్మని సహాయకురాలికి చెప్పింది. ఊర్మిళకు నల్లద్రాక్షలంటే ఇష్టం. సహాయకురాలిని వెళ్ళమని, పళ్ళెం పట్టుకుని గదిలోకి అడుగుపెట్టింది.

గదిలో అంతగా వెలుగులేదు. సూర్యుడస్తమించాడు కాని కొన్ని దీపాలే వెలుగుతున్నాయి.

'ఊర్మిళా!'

ఆమె మంచం మీద లేదు. చెల్లెలికోసం చూసింది సీత. రాజోద్యాన వనానికి ఎదురుగా ఉన్న ఆ గది మిద్దె వసారాలో నడిచింది.

ఎక్కడుంది?

మళ్ళీ గదిలోకి నడిచింది. వెలుతురు తక్కువగా ఉందని చిరాగ్గా మరిన్ని దీపాలు వెలిగించమని ఆదేశించబోతూ, ఒక మూలన వణుకుతూ ఉన్న ఆకారాన్ని చూసింది.

'ఊర్మిళా?'

అటు నడిచింది.

ఊర్మిళ ఒక మూల కూర్చుని, మోకాళ్ళు గుండెలకానించుకుని ఉంది. తల మోకాళ్ళ మీద పెట్టుకుంది.

సీత వెంటనే పళ్ళెం పక్కకు పెట్టి, నేల మీద ఊర్మిళ పక్కనే కూర్చుంది. చెల్లెలి భుజం చుట్టూ చేయి వేసింది.

'ఊర్మిళా...' నిదానంగా పిలిచింది.

ఊర్మిళ అక్క వైపు చూసింది. కన్నీటి చారికలున్న ఆ ముఖం ఎంతో వేదనాభరితంగా ఉంది.

'అక్కా...'

'నాతో మాట్లాడు, చెల్లీ', సీత అంది.

'నిజంగా...'

ఊర్మిళ భుజాలను సీత మృదువుగా నొక్కింది.

'చెప్పు'.

'అమ్మ మనల్ని వదిలిపెట్టి స్వర్గానికి వెళ్ళిపోతుందా?'

సీత భారంగా గుటక మింగింది. ఊర్మిళ ప్రశ్నలకు సమాధానం చెప్పటానికి అమ్మ ఉంటే బాగుండేది అని అనుకుంది. తర్వాత వెంటనే, సునయన ఇక్కడ కొన్నాళ్ళ తర్వాత ఉండదని గుర్తుకొచ్చింది. ఊర్మిళ తన బాధ్యత. ఆమెకి సమాధానం చెప్పాల్సిన బాధ్యత తనదే.

'లేదు. ఊర్మిళా అమ్మ ఎప్పుడూ ఇక్కడే ఉంటుంది'.

ఊర్మిళ పైకి చూసింది. అయోమయంగా, ఆశగా. 'కాని ప్రతివారూ అమ్మ వెళ్ళిపోతుందని చెబుతున్నారు. నేను దానికి...'

'నీకు, నాకు తెలిసినది అందరికీ తెలియదు, ఊర్మిళా. అమ్మ మరో ప్రదేశంలో ఉంటుంది అంతే. ఆమె ఇంక తన శరీరంలో ఉండదు'. ఊర్మిళ హృదయాన్ని, తన హృదయాన్ని చూపించింది. 'అమ్మ ఈ రెండు చోట్ల ఉంటుంది. తను మన హృదయాల్లోనే ఉంటుంది ఎప్పుడూ. మనిద్దరం కలిసి ఉన్నపుడు ఆమె పరిపూర్ణమవుతుంది'.

ఊర్మిళ తన ఛాతీవైపు చూసింది. గుండె వేగంగా కొట్టుకుంటున్నట్టు అనిపించింది. సీత వైపుచూసింది. 'తను మనల్ని ఎన్నటికీ వదిలి వెళ్ళదు కదూ?'

'ఊర్మిళా, కళ్ళు మూసుకో'.

అక్క చెప్పినట్టుగా చేసింది ఊర్మిళ.

'ఏం కనిపించింది?'

ఆమె చిరునవ్వు నవ్వింది. 'అమ్మ కనిపించింది. ఆమె నన్ను ఎత్తుకుని, నా ముఖం నిమురుతూ ఉంది'.

సీత తన వేళ్ళతో ఊర్మిళ ముఖం మీద నుంచి కిందికి రాసింది. తను కళ్ళు తెరిచింది. ఇంకా చక్కగా నవ్వుతూ.

'ఆమె మనతో ఎప్పుడూ ఉంటుంది'.

ఊర్మిళ, సీతను గట్టిగా పట్టుకుంది. 'అక్కా...'

'మనిద్దరం కలిసి ఉంటే మన అమ్మ అవుతాం'.

—౹౭—

'ఇంక నా జీవితయాత్ర ముగుస్తూంది', సునయన అంది. మహారాణి మందిరంలో సీత, సునయన ఇద్దరూ ఒంటరిగా ఉన్నారు. సునయన పడుకుని ఉంది. ఆమె చేతిని పట్టుకుని సీత ఆమె ప్రక్కనే కూర్చుంది.

'అమ్మా...'

'నా గురించి మిథిల ప్రజలు ఏమనుకుంటారో నాకు తెలుసు.'

'అమ్మా, మూర్ఖులెవరో అన్నదాని గురించి బాధపడకు...'

'తల్లీ నన్ను మాట్లాడనీయి', సీత చేతిని నొక్కుతూ అంది సునయన. 'గతంలో నేను సాధించిన విజయాలు గత కొన్ని సంవత్సరాలుగా ఆవిరై పోయాయని వారికి తెలుసు. అప్పటి నుంచి కుశధ్వజుడు మన రాజ్యాన్ని పిండేస్తున్నాడు'.

ఆమెకు అలవాటైన అపరాధ భావం కడుపులో దేవినట్టయింది.

'అది నీతప్పు కాదు', సునయన దృఢంగా అంది. 'కుశధ్వజుడు మనల్ని బాధించటానికి ఏ సాకునైనా వాడుకునేవాడు. అతను మిథిలను లాక్కోవాలని అనుకుంటున్నాడు'.

'నన్నేం చేయమంటావు అమ్మా?'

సునయనకు కుమార్తె ఆవేశ స్వభావం తెలుసు. 'కుశధ్వజుడిని ఏమీ చేయకు. అతను మీ నాన్నగారి సోదరుడు. కాని నా ప్రతిష్ఠను నాకు తిరిగి తెచ్చివ్వమని కోరుతున్నాను'. సీత మౌనంగా ఉండిపోయింది.

'ఈ ప్రపంచంలోకి మనమేమీ తీసుకుని రాము. ఏమీ తీసుకొనిపోము అంటారు. కాని అది నిజం కాదు. మన కర్మను మనతో తీసుకుని పోతాం.

మన వెనక మన పేరును, ప్రతిష్ఠను వదిలివెళతాం. నా ప్రతిష్ఠ నాకు కావాలి సీతా. అది నువ్వు చేయాలని నా కోరిక. మిథిలను మళ్ళీ నువ్వు సౌభాగ్యవంతం చేయాలని నా కోరిక'.

'నేను చేస్తాను, అమ్మా'.

సునయన చిరునవ్వు నవ్వింది. 'ఆ పని పూర్తయిందంటే... మిథిల వదిలి వెళ్ళటానికి నా అనుమతి నీకు లభిస్తుంది'.

'అమ్మా?'

'సీతా, నీలాంటి అమ్మాయికి మిథిల చాలా చిన్న ప్రదేశం. నువ్వు గొప్ప పనుల కోసం జన్మించావు. నీకు పెద్ద వేదిక కావాలి. బహుశా ఆ వేదిక భారతదేశ మంతటిది. లేకపోతే చరిత్రే తనంతట తాను..'

మలయపుత్రులు తనను తర్వాతి విష్ణువుగా గుర్తించారని సునయనకు చెప్పాలా అని ఆలోచించింది.

నిర్ణయం తీసుకొనడానికి ఆమెకి కొన్ని క్షణాలే పట్టింది.

— —

ప్రధాన పురోహితుడు కుడిచేతిలో కాగడా పట్టుకుని సీత దగ్గరకు వచ్చాడు. మిగిలిన పురోహితులు అతని వెనుక వరుసగా ఉన్నారు, గరుడ పురాణంలోని మంత్రాలు చదువుతూ.

'సమయమైంది, దేవీ'.

సీత అతనిని చూసి తల ఊపి ఎడమవైపు చూసింది. సునయన మరణించినప్పటి నుంచి ఊర్మిళ ఏడుపు ఆపలేదు. రెండు చేతులతో సీత చేతిని పట్టుకుని ఉంది. సీత వాటిని విడదీయాలనుకుంది. కాని ఆమె చెల్లెలు మరింత గట్టిగా పట్టుకుంది. సీత తండ్రివైపు చూసింది. ఆయన వచ్చి ఊర్మిళను ఎత్తుకుని పెద్ద కూతురు పక్కన నిలబడ్డాడు. చిన్నపిల్ల ఊర్మిళలాగే జనకుడు కూడా దుఃఖిస్తున్నాడు. తాను తాత్త్విక శిఖరాలను చేరుతుండగా, తనను కాపాడిన మానవ కవచం ఇప్పుడు లేదు. ఆయన జీవితంలోకి వాస్తవం నిర్దయగా ప్రవేశించింది.

సీత పురోహితుడివైపు చూసి కాగడా అందుకుంది. సునయన గురుకులానికి వచ్చి మూడు నెలలే ఇప్పటికి.

సునయనతో తానెక్కువ కాలం గడపగలనని సీత అనుకుంది. నేర్చుకొన
దానికి. జీవించడానికి. ప్రేమించడానికి.

కాని అలా జరగలేదు.

పండితులు *ఈశావాస్యోపనిషత్తు* నుంచి మంత్రాలు చదవడం విని
ముందుకు వచ్చింది.

'*వాయుర్ అనిలమ్ అమృతమ్; అథేదం భాస్మంతమ్ శరీరమ్*

*ఈ తాత్కాలిక శరీరం కాలిబూడిదైపోనీ. కాని జీవశ్వాస మరెక్కడికో
చెందుతుంది. అది మరణం లేని శ్వాసగా ఉండే మార్గం కనుక్కోనీ.*

తల్లి శరీరం మీద ఉంచిన చందనపు దుంగల వద్దకు వచ్చింది. తల్లి ముఖం
గుర్తుచేసుకుంటూ కళ్ళు మూసుకుంది. తను ఏడ్వకూడదు. ఇక్కడ కాదు.
అందరి ముందూ కాదు. శ్వేతకేతు గురుకులానికి వచ్చేలా చేసినందువల్ల
సునయన ఆరోగ్యం మరింత త్వరగా క్షీణించిందని చాలామంది మిథిల
వాసులు రహస్యంగా తనను నిందిస్తున్నారని ఆమెకు తెలుసు. కుశధ్వజుడు
పెట్టే ఇబ్బందులకు కూడా వారు తనను నిందిస్తున్నారని ఆమెకు తెలుసు.

తను దృఢంగా ఉండాలి. తల్లి కోసం. ఆమె దూరంగా నిలబడిన తన
స్నేహితురాలు సమిచి వైపు చూసింది. ఆమె పక్కనే గురుకులంలోని
స్నేహితురాలు రాధిక నిలబడి ఉంది. వారి అండ ఆమెకు బలాన్నిచ్చింది.

ఆమె తన చేతిలోని కట్టెతో చితికి నిప్పు అంటించింది. నేతితో తడిపిన
కర్రలు త్వరగా అంటుకున్నాయి. అంత ఉదాత్తురాలిని పవిత్రీకరించే
సాధనంగా ఉన్నందుకు గర్విస్తున్నట్టుగా చితి ప్రజ్వరిల్లింది.

వీడ్కోలు అమ్మా.

సీత వెనక్కి నడిచి ఆకాశంలోని ఏకైక భగవంతుడు బ్రహ్మను చూసింది.

మోక్షానికి అర్హత సాధించిన వారెవరైనా ఉంటే ఆమే, నా తల్లి.

యజమానురాలైన ఆడ ఏనుగు చనిపోయినప్పుడు సంతాపాన్ని
చూస్తున్న సందర్భంలో తల్లి చెప్పిన మాటలు గుర్తువచ్చాయామెకు.

వెనక్కి చూడకు. భవిష్యత్తులోకి చూడు.

చితిని చూస్తూ మెల్లగా గొణిగింది. 'నేను వెనక్కి చూస్తాను అమ్మా.
చూడకుండా ఎలా ఉండగలను? నువ్వు నా జీవితం'.

తల్లితో చివరిసారి అర్థవంతమైన సంభాషణ గుర్తు చేసుకుందామె.
మలయపుత్రులనుగాని, వాయుపుత్రులనుగాని పూర్తిగా నమ్మవద్దని,
విష్ణువుగా తన విధిని నెరవేర్చాలంటే ఇది అవసరమని చెప్పింది. రెండు
తెగలకు తమతమ ప్రణాళికలున్నాయి. ఆమెకు భాగస్వాములు కావాలి.

తల్లి స్వరం మనసులో ప్రతిధ్వనించింది. 'నువ్వు నమ్మగలిగే భాగస్వాము లను వెదుకు; నీ కర్తవ్యానికి విధేయులై ఉండేవారు. వ్యక్తిగత విధేయత ముఖ్యం కాదు. కాని వారు నీ కర్తవ్యానికి విధేయులై ఉండాలి.

తల్లి చివరి మాటలు గుర్తుచేసుకుంది.

నేను నిన్నెప్పుడూ చూస్తుంటాను. నేను గర్వపడేలా చేయి.

సీత గాఢంగా శ్వాస తీసుకుని పిడికిళ్ళు బిగించి ఒట్టు వేసింది.

'నేను చేస్తాను, అమ్మా. నేను చేస్తాను'.

11వ అధ్యాయం

సీత, సమీచి కోట బయటిగోడ అంచున కూర్చుని ఉన్నారు. సీత కొంచెం ముందుకు జరిగి నగరం చుట్టూ ఆవరించి వున్న కందకాన్ని చూసింది. అది చాలా కింద వుంది. ఇంతకుముందు చాలాసార్లు అనుకున్నట్లుగానే, కోటగోడపై నుంచి కింద పడిపోతే ఏమవుతుందని అనుకుంది. నొప్పిగా వుంటుందా? దేహం నుంచి వెంటనే ప్రాణం విడుదలైపోతుందా? చివరికి స్వేచ్ఛ లభిస్తుందా? మరణం తరువాత ఏమవుతుంది?

నా మనసులోకి ఈ పిచ్చి ఆలోచనలు ఎందుకు వస్తాయి?

'సీతా...' అంది సమీచి నెమ్మదిగా, నిశ్శబ్దాన్ని భంగపరుస్తూ.

వాళ్ళక్కడ కొంతసేపటి నుంచి కూర్చుని వున్నారు. వాళ్ళ మధ్య సంభాషణ పెద్దగా ఏమీ జరగటం లేదు. ఏదో ఆలోచనలో వున్న సీత గోడ అవతలి వైపుకు చూస్తూ వుంది. సీత వేదన సమీచికి అర్థమవుతోంది. యువరాణి తన తల్లి పార్థివదేహానికి దహన సంస్కారాలు జరిపి ఒకరోజే అయింది. ఈమధ్య కాలంలో కొంత ప్రజాభిమానం తగ్గినప్పటికీ రాణి సునయన మృతికి మొత్తం రాజ్యమంతా సంతాపంలో వుంది. కేవలం సీత మాత్రమే కాదు, మొత్తం మిథిలానగరమే తల్లిని కోల్పోయింది. సీత బదులు పలకలేదు.

'సీతా....'

అంతఃప్రేరణ పురికొల్పటంతో సావధానమైన సమీచి ముంచుకు వస్తున్న ఏదో తెలియని ఉపద్రవాన్ని ఆపాలన్నట్లుగా తన చేతిని చాపి సీత ముందు ఉంచింది. నిర్వేదంతో, నిరాశతో నిండిన ఆలోచనల ప్రభావం మనసుపై ఎలా వుంటుందో సమీచికి బాగా తెలుసు.

అనవసరమైన ఆలోచనలను బయటికి తోసేయాలన్నట్లు సీత తల విదిలించింది.

'సీతా...' సమీచి మళ్ళీ పిలిచింది నెమ్మదిగా.

సీత పరధ్యానంగా తనకు తనే చెప్పుకుంటోంది. 'ఎప్పటిలాగానే అమ్మ సరిగానే చెప్పింది... నాకు భాగస్వాములు కావాలి... నేను నా కర్మను పూర్తి చేయాలి... కాని దీన్ని నేను ఒంటరిగా పూర్తి చేయలేను. నాకు ఒక భాగస్వామి కావాలి...'

సమీచి ఊపిరి బిగపట్టి వింటోంది. తన పట్ల సీతకు ఏవో ఆలోచనలు, ప్రణాళికలు ఉన్నాయని అనుకుంటోంది. మిథిల కోసం ఏమేం చేయాలని సునయన అనుకుందో, తను చనిపోతున్నప్పుడు మాట్లాడిన ఈ కర్మ గురించి సీత మాట్లాడుతోందని అనుకుంది సమీచి. కాని సీత ఆలోచిస్తున్నది మలయపుత్రుల నాయకుడు తనకు ఉద్దేశించిన విధి గురించి.

విశ్వామిత్రుడికి కర్తవ్యం సాక్షిగా చేసిన ప్రమాణం గుర్తు చేసుకుంటూ సీత తన ఎడమచేతిపై నున్న గాయపు మచ్చను తడిమింది. ఆమె 'మహాప్రభువైన రుద్రుడి మీద, మహాప్రభువైన పరశురాముడి మీద ప్రమాణం చేస్తున్నాను', నెమ్మదిగా అనుకుంది.

సీత పరశురాముడి పేరున మొదటిసారిగా ప్రమాణం చేయడం సమీచి గమనించలేదు. సామాన్యంగా యువరాణి ఎప్పుడూ రుద్రదేవుణ్ణి మాత్రమే తలుస్తుంది. కాని సమీచి మాత్రం ఎలా గమనించగలుగుతుంది? ఆమె ఊహలు, ఆలోచనలు కూడా అసలైన ప్రభువు ఇరైవా చుట్టూ తిరుగుతున్నాయి.

మిథిలలో సీత తనకు, తన తర్వాత స్థానాన్ని ఇవ్వబోతోందా? ఇరైవాకు జయం. ఇరైవా ప్రసన్నుడవుతాడు.

—— ೧೮ ——

సునయన గతించి ఒక సంవత్సరం అయింది. రాజ్యవ్యవహారాల్ని పదహారేళ్ళ సీత సవ్యంగా నడిపిస్తోంది. తన తల్లికి సలహాదారులుగా ఉన్నవారిని, తల్లి నెలకొల్పిన విధానాలనూ కొనసాగిస్తూ తన స్థానాన్ని సుస్థిరం చేసుకుంది. ఆమె చేసిన ఒకే ముఖ్యమైన మార్పు సమీచిని రక్షకభటుల ముఖ్యాధికారిగా చేయడం. అంతకుముందు ఆ పదవిలో ఉన్నాయన హఠాత్తుగా హృద్రోగంతో మరణించడంతో, ఈ నియామకం జరిగింది. మలయపుత్ర సేనానాయకుడు జటాయువు తన మాట ప్రకారం, తన బృందంతో ఎప్పుడూ సీతను నీడలా

వెన్నంటే వుంటాడు. ఆమెకు అంగరక్షకులుగా వుండడం వారి విధి.. ఈ
ప్రత్యేక భద్రతా ఏర్పాటు అవసరం సీతకు కనిపించలేదు. కాని నీడను
వదిలించుకోవడం ఎలా సాధ్యం? నిజానికి జటాయువు మనవిని మన్నించి
కొందరు మలయ పుత్రులను మిథిల రక్షకభటులుగా నియమించడం
జరిగింది. వారి నిజమైన గుర్తింపు, వారు నిజంగా ఎవరనేది రహస్యంగా
ఉంచబడింది. సమీచికి కూడా వారి గురించి తెలియదు. వారెప్పుడూ సీతను
వెన్నంటి వుంటారు.

గడచిన సంవత్సరకాలంలో జటాయువు పట్ల సీతకు నమ్మకం పెరిగింది.
ఇప్పుడామెకు అతను సోదరుడులాంటివాడు. ఆమె తరచుగా సంభాషించే
మలయపుత్రులలో అత్యధిక హోదా వున్న వ్యక్తి జటాయువు. విష్ణువుగా తన
విధులను గురించి తను చర్చించగలిగే ఒకే వ్యక్తి కూడా.

'మీకు అర్థమయిందనుకుంటాను, అయింది కదా జటాయువుగారూ?'
అడిగింది సీత.

మిథిల నుంచి ఒక గంట సేపు గుర్రం మీద ప్రయాణం చేసి, పాడుబడిన
గాజుల కర్మాగారంలో కలిసారు వీరిద్దరూ. మిథిల రక్షకభటుల వేషంలో
మలయపుత్ర అంగరక్షకులు ఆమెను అనుసరించి వచ్చారు. విశ్వామిత్రుడు
సీత అగస్త్యకూటానికి రావాలని ఆశిస్తున్నట్లుగా జటాయువు ఆమెకు
తెలిపాడు. అగస్త్యకూటం భారతదేశపు దక్షిణ భాగంలో వున్న రహస్య ప్రాంతం.
మలయ పుత్రుల రాజధాని. విష్ణువుగా బాధ్యతలు స్వీకరించేముందు ఆమె
అక్కడ కొన్ని నెలలపాటు శిక్షణ పొందాల్సి వుంటుంది. ఆ శిక్షణ తర్వాత,
కొన్ని సంవత్సరాల పాటు, ఆమె సంవత్సరంలో ఆరు నెలలు మిథిలలో వుండి,
మిగిలిన ఆరు నెలలు తను రక్షించాల్సిన భూమిని అర్థం చేసుకోవడానికి
సప్తసింధు అంతా పర్యటించాల్సి వుంటుంది.

అయితే, సీత జటాయువుతో తను ఇప్పుడు మిథిలను వదిలి రావడానికి
సిద్ధంగా లేనని చెప్పింది. ఇక్కడ ఇంకా చేయాల్సింది చాలా వుంది.
మిథిలను సుస్థిరపరచి, భద్రత కల్పించాల్సి వుంది. ముఖ్యంగా కుశధ్వజుడి
నుంచి వున్న ప్రమాదం నుంచి.

'నాకు అర్థమయింది సోదరీ. మీరింకా కొన్ని సంవత్సరాలు మిథిలలో
వుండాలి. నేనీ విషయం గురుదేవులకు తెలియజేస్తాను. ఆయన కూడా ఈ
విషయం అర్థం చేసుకుంటారనే నమ్ముతున్నాను. నిజానికి ఇక్కడ మీరు
చేస్తున్న పని కూడా ఒక విధంగా మీ శిక్షణలో భాగమే'.

'కృతజ్ఞతలు', అంది సీత. కొంతకాలం నుంచి అడగాలనుకుంటున్న ప్రశ్నను, ఆమె ఇప్పుడు జటాయువును అడిగింది. 'అన్నట్లు, అగస్త్యకూటం రావణలంకకు చేరువలోనే వుంటుందని విన్నాను. నిజమేనా?'

'అవును. నిజమే. కాని ఆదుర్దా పడాల్సిందేమీ లేదు. మీరక్కడ క్షేమంగా వుంటారు. అది రహస్య నగరం. దాని ఆచూకీ తెలిసినా రావణుడు అగస్త్య కూటంపై దండెత్తే సాహసం చేయడు'.

అగస్త్యకూటం భద్రత గురించి సీతకు బాధ లేదు. ఆమెని ఇబ్బంది పెట్టే విషయం మరొకటి. కాని ఇంకా వివరంగా అడగకూడదని నిశ్చయించుకుంది. కనీసం ఇప్పుడు.

'ధనంతో ఏం చేయాలో నిర్ణయించుకున్నారా?' జటాయువు అడిగాడు.

మిథిలలో సీత అధికారం త్వరితంగా స్థాపించే ఉద్దేశంతో మలయపుత్రులు లక్ష బంగారు నాణేలు మిథిలకు ఇచ్చారు. ఆ తెగవారికి అది చాలా చిన్న మొత్తం, కాని మిథిలకు అది అదృష్టం కలిసొచ్చి వచ్చిన సంపద. జ్ఞానార్జనకు అంకితమైన నగరానికి, ఋషులకు ప్రియమైన నగరానికి విరాళమని మలయపుత్రులు అధికారికంగా చెప్పారు.

అనుకోని ఉదారత్వాన్ని చూసి ఎవరూ ఆశ్చర్యపడలేదు. యోగి జనకుడి జ్ఞాననగరాన్ని మహాఋషులు ఎందుకు పోషించరు? వాస్తవానికి ఎందరో మలయపుత్రులు, మహర్షి విశ్వామిత్రుడు కూడ మిథిలకు తరచుగా రావడం మిథిలవాసులకు అలవాటైంది.

రెండు ముఖ్యమైన పథకాలకు పెట్టుబడి కావాలి. ఒకటి– మిథిలను సంకాశ్యతో కలిపే రహదారి. రెండవది– మురికివాడల్లో నివసించే వారికి నివాస యోగ్యమైన చవకైన శాశ్వతమైన గృహాలు.

'ఆ రహదారి వ్యాపారాన్ని బాగా పునరుద్ధరిస్తుంది', జటాయువు అన్నాడు. 'నగరానికి చాలా సంపద వస్తుంది. అత్యంత అనుకూల విషయం'.

'అవును, కాని ఆ సంపద ఇప్పటికే ధనవంతులైన కొద్దిమందికే ఎక్కువగా లభిస్తుంది. వాళ్ళలో చాలామంది తమ సంపదను తీసుకుని మరింత వ్యాపారాను కూల నగరాలకు కూడా వెళ్ళిపోవచ్చు. ఆ రహదారి వల్ల సంకాశ్య రేవు మీద మేము ఆధారపడడం తగ్గదు. మా బాబాయి ఎప్పుడు కావాలంటే అప్పుడు మిథిలకు సరుకులు రాకుండా నిలపడం కూడా ఆపడు. మేం స్వతంత్రంగా, స్వయం నిర్భరంగా ఉండాలి. నిజమే. మురికివాడలను మెరుగుపరిచే పథకం వల్ల బీదలకు శాశ్వతగృహాలు ఏర్పాటవుతాయి.

నగర ప్రధాన ద్వారాల దగ్గర కంటికింపుకాని దృశ్యం కూడా చెరిగిపోయి, రాకపోకలకు అనువుగా ఉంటుంది'.

'మ్మ్'.

'మీకు బీదల విధేయత కూడ లభిస్తుంది. మిథిలలో వాళ్ళే ఎక్కువమంది. సోదరీ, వాళ్ళ విధేయత ప్రయోజనకరంగా ఉంటుంది'.

సీత మందహాసం చేసింది. 'బీదలు ఎప్పుడూ విధేయంగా ఉంటారని నాకు నమ్మకం లేదు. విధేయంగా ఉండగల వాళ్ళు విధేయంగా ఉంటారు. విధేయంగా ఉండని వాళ్ళు ఉండరు. నేను వారికోసం చేసేదానితో దీనికి సంబంధం ఉండదు. అయినా మనం బీదలకు సాయపడాలి. ఈ పథకం ద్వారా మనం ఎన్నో ఉద్యోగాలు ఇవ్వవచ్చు. స్థానికంగానే బీదలకు ఉపాధి దొరుకుతుంది. ఇది మంచి విషయం'.

'నిజమే'.

'ఈ పథకానికి సంబంధించి నాకు కొన్ని ఆలోచనలున్నాయి. అవి మా స్వయం నిర్భరతను పెంచుతాయి. కనీసం ఆహారం, ఇతర అత్యవసరాల విషయంలో'.

'ఇప్పటికే మీరు నిర్ణయం తీసుకున్నారనిపిస్తోంది నాకు!'

'తీసుకున్నాను. కాని తుది నిర్ణయం తీసుకునే ముందుగా వివేకులైన ఇతరుల అభిప్రాయాలు వినడం కూడ మంచిది. మా అమ్మ కచ్చితంగా ఇలాగే చేసేది'.

'ఆవిడ విశిష్టమైన స్త్రీ'.

'అవును', సీత చిరునవ్వు నవ్వింది. ఆమె ఒక క్షణం సంకోచించింది, మరోసారి జటాయువు వైపు చూసింది. తర్వాత మరో సున్నితమైన విషయం అడిగింది. 'జటాయువుగారూ, నేను మిమ్మల్ని ప్రశ్న అడిగితే నొచ్చుకుంటారా?'

'మహావిష్ణూ, మీ ఇష్టమైనప్పుడెప్పుడైనా అడగవచ్చు', జటాయువు చెప్పాడు. 'నేనెందుకు సమాధానం చెప్పను?'

'మహర్షి విశ్వామిత్రులకు, మహర్షి వశిష్ఠులకు మధ్య ఉన్న సమస్య ఏమిటి?'

జటాయువు విచారంగా నవ్వాడు. 'అవసరం లేని విషయాలు తెలుసుకునే, అరుదైన సామర్థ్యం మీకుంది. రహస్యంగా ఉండాల్సిన విషయాలు'.

సీత చిరునవ్వు నవ్వింది. 'నా ప్రశ్నకు సమాధానం అదికాదు జటాయువుగారూ?'

'కానే కాదు. చెల్లీ', జటాయువు నవ్వాడు. 'నిజానికి నాకూ దాని గురించి ఎక్కువగా తెలియదు. కాని నాకు తెలిసింది ఇది: వాళ్ళు ఒకరినొకరు విపరీతంగా ద్వేషించుకుంటారు. మహర్షి విశ్వామిత్రుల సమక్షంలో మహర్షి వశిష్ఠుడి పేరు తలవడం కూడ అవివేకం'.

'మంచి ప్రగతి' సీత గొణిగింది. మిథిలలో రుద్రదేవుడి ఆలయ ఉద్యానవనంలో నిలబడి, నగరంలో మురికివాడలో అభివృద్ధి పనులను చూసింది.

కొన్ని నెలల కిందట మిథిల దక్షిణ ద్వారం దగ్గరున్న మురికివాడలను పడగొట్టి, అక్కడ కొత్త శాశ్వత గృహాలు నిర్మించి అక్కడున్న పేదలకు ఇవ్వమని ఆదేశించింది. మలయపుత్రులు ఇచ్చిన ధనంతో నిర్మించే ఈ గృహాలను బీదలకు ఉచితంగా ఇస్తారు.

ప్రధానమంత్రి ఇచ్చిన ప్రశంసతో సమీచి గర్వించింది. అసాంప్రదాయిక పద్ధతిలో పథకానికి కేటాయించిన ఆర్థిక వనరులను తగినట్టుగా ఆచరణలో పెట్టే బాధ్యతను సీత నగర నిర్మాణ నిపుణుడికి కాకుండా సమీచికి అప్పగించింది. తన రక్షకభట నాయకురాలు ప్రతి చిన్న విషయంపైన శ్రద్ధ పెడుతుందని, పనిచేయించ డానికి కింది వారితో నిర్దాక్షిణ్యంగా వ్యవహరిస్తుందని ఆమెకు తెలుసు. అంతేకాక చిన్నతనంలో అక్కడ గడిపినందువల్ల, అక్కడ నివసించే బీదల సమస్యలు ఆమె బాగా అర్థం చేసుకోగల అర్హత కలిగిన వ్యక్తి అని సీత ఉద్దేశం.

కార్యనిర్వహణ భారం సమీచికి అప్పగించినా, సీత స్వయంగా మురికి వాడల్లో నివసించే వారి ప్రతినిధులతో సంప్రదించి పథకాన్ని రూపొందించింది. ప్రణాళికారచన చేసింది. ఇంతేకాక వారి నివాసగృహ సమస్యలకే కాకుండా, వారికి నిలకడగా ఉపాధి కూడా ఏర్పాటు చేయగలిగింది ఆమె.

మురికివాడల్లో నివసించేవారు తమ ప్రదేశాన్ని కొన్ని నెలలపాటు వదిలిపెట్టటానికి కూడ ఇష్టపడలేదు.. వారికి పరిపాలకులు మీద నమ్మకం లేదు. ఈ పథకం ద్వారా ఏళ్ళ తరబడి నిర్మాణం సాగుతుందని, అంతకాలం తాము నిరాశ్రయంగా ఉండాలని భావించడం ఒక కారణం. ఇదీకాక మరికొందరు తమకు నిర్మించే ఇల్లు అదివరకు తామున్న చోటే నిర్మించాలని మూఢ విశ్వాసంతో ఉండడం రెండోది. ఇలా చేస్తే శుభ్రంగా నిర్మించే వీధులకు

అదనంగా స్థలం దొరకదు. మురికివాడల్లో అంతకుముందు సరైన వీధులు లేవు. ఏవో ఇష్టం వచ్చినట్టు ఏర్పడిన నడకదార్లు తప్ప.

సీత తెలివైన పరిష్కారం ఆలోచించింది. తేనెపట్టులాంటి నిర్మాణాలు చేయడం. అన్ని పక్కల ఇతరులతో కలిసి పంచుకునే గోడలు కలిగినవి. నివసించేవారు పై నుంచి కిందికి మెట్ల ద్వారా దిగుతూ తమ ఇళ్ళలోకి వెళతారు. అన్ని ఇళ్ళపైకప్పులు బయటి నుంచి చూస్తే విడిగా, కలిసి ఉన్న వేదికలా కనిపిస్తాయి: అన్ని ఇళ్ళపైన కొత్త నేల; భూమికి నాలుగు అంతస్తులు పైన కృత్రిమ నేల. మురికివాడల్లో నివసించే వారికి ఆకాశం చూడడానికి అవకాశం కల్పించేచోటు, అక్కడ రంగుతో 'వీధులను' గుర్తిస్తారు. ఆ వీధుల్లో తలుపులు వారి గృహాలకు ప్రవేశమార్గాలుగా ఉంటాయి. దీనివల్ల వారి మూఢ విశ్వాసాలకు సమాధానం దొరుకుతుంది; ప్రతివారికీ అదివరకు తమ గుడిసె ఉన్నచోటనే ఇల్లు లభిస్తుంది. అంతేకాక తేనెపట్టు నిర్మాణం నాలుగంతస్తులలో ఉంటుంది గనుక ప్రతిగృహంలో నాలుగు గదులు ఉంటాయి. అంతకుముందు ఉన్న దానికన్న పెద్ద ఇల్లు.

తేనెపట్టు లాంటి నిర్మాణం కావడంతో సమీచి ఆ నివాసాలను తేనెటీగల గృహసముదాయాలు అని పిలిచేది. సీతకు ఆ పేరు ఎంతగా నచ్చిందంటే అదే ఆ గృహాల అధికారిక నామం అయిపోయింది!

అక్కడ నివసించేవారికి ఇళ్ళ నిర్మాణం జరుగుతున్నప్పుడు తాత్కాలిక నివాసాలు ఏర్పాటు చెయ్యడం అనే సమస్య ఇంకా అలాగే ఉంది. సీతకు మరో నూతన ఆలోచన వచ్చింది. కోటగోడకు అవతల ఉన్న కందకాన్ని ఆమె సరస్సులా మార్చి వర్షపు నీరు వృథాకాకుండా దానిలోకి పంపి, వ్యవసాయానికి తోడ్పడేలా చేసింది. బయటి కోటగోడ, లోపలి కోటగోడ మధ్య ఖాళీ ప్రదేశాన్ని మురికి వాడల్లోని వారు నివసించడానికి ఇచ్చారు. వాళ్ళు వెదురుతోను, వస్త్రంతోను తాత్కాలిక గుడారాలు వేసుకున్నారు. మిగిలిన భూమిని ఆహారపంటలు, ప్రత్తి, ఆయుర్వేద మూలికలు పెంచడానికి ఉపయోగించారు. తేనెటీగల గృహ సముదాయాలు సిద్ధమై వారు తమ ఇళ్ళలోకి మారిన తర్వాత కూడా కొత్తగా ఇచ్చిన ఈ భూమి వారికే ఉంటుంది.

దీనివల్ల బహుళ ప్రయోజనాలు లభించాయి. భద్రతకోసం బయటి, లోపలి కోటగోడల మధ్య ఉంచిన ఖాళీ స్థలాన్ని ప్రయోజనకరంగా ఉపయోగించడం వీటిలో మొదటిది. వ్యవసాయ ఉత్పాదకత పెరిగింది. దీనివల్ల బీదలకు అదనపు ఆదాయం సమకూడింది. దాడి జరిగినప్పుడు మిథిలవాసులకు

ఆహారభద్రత లభిస్తుంది; అయితే మిథిల వంటి బీద దేశంపైన దాడి జరుగుతుందని అనుకోలేం.

మరీ ముఖ్యంగా మిథిలవాసులు ఆహారం, ఔషధాలు, ఇతర అత్యవసరాల విషయంలో స్వయం నిర్భరులయ్యారు. దీనివల్ల వారు సంకాశ్య ఓడరేవు పైన ఆధారపడడం తగ్గింది.

దీనివల్ల కుశధ్వజుడు సైనికులతో మిథిలపై దాడిచేసే అవకాశం ఉందని సమీచి సీతను హెచ్చరించింది. కాని సీత సందేహించింది. మిథిల వంటి ప్రశాంత రాజ్యం మీద దాడిచేసి రాజకీయంగా సమర్థించుకొనడం తన బాబాయికి కష్టమవు తుంది. దీనికి సంకాశ్య ప్రజలు కూడా తిరుగుబాటు చేస్తారు. అయినా ఇవన్నీ ఆలోచించకుండా, ఊహించనిదేదో జరుగుతుందని భావించి సిద్ధంగా ఉండడం వివేకం.

కోట బయటి కందకం ఒక్కటే నగరానికి నీటి సరఫరా ఆధారం. ఈ విషయం సీతకు ఇబ్బందికరంగా ఉండేది. ఒకవేళ ముట్టడి జరిగితే శత్రువు నీటిలో విషం కలిపి సంక్షోభం సృష్టించవచ్చు. ముందు జాగ్రత్తగా నగరం లోపలే లోతైన సరస్సు నిర్మించాలని ఆజ్ఞ జారీచేసింది. అంతేకాకుండా మిథిల రక్షణ కోసం నిర్మించిన గోడలను కూడా బలోపేతం చేసింది.

నగరంలో గందరగోళంగా ఉన్న ప్రధాన సంతను కూడ సువ్యవస్థితం చేసింది. వ్యాపారుల కోసం శాశ్వతమైన దుకాణాలు ఏర్పాటు చేసింది. శుభ్రత, క్రమబద్ధత ఏర్పడింది. అమ్మకాలు పెరిగాయి. చిల్లరదొంగతనాలు, వ్యర్థం చేయడం తగ్గింది. దీనివల్ల సహజంగానే ధరలు తగ్గాయి. వ్యాపారం మరింత పెరిగింది.

ఈ చర్యలన్నీ సీత ప్రతిష్ఠను ఇనుమడింపచేశాయి. కనీసం బీదల దృష్టిలో. వారి జీవితాలు తగినంతగా మెరుగయ్యాయి, దానికి యువరాణి కారణం.

—ॐ—

'నేను ఒప్పుకోవాల్సిందే, చాలా ఆశ్చర్యపోయాను', అన్నాడు జటాయువు. 'రక్షక భటాధికారి తేనెటీగల గృహసముదాయాల నిర్మాణాన్ని ఇంత సమర్థంగా పర్యవేక్షిస్తుందని ఊహించలేదు'.

సీత నగరానికి బయట జటాయువుతో కలిసి కూర్చుంది. రోజులో మూడో ప్రహర మొదలైంది. ఆకాశంలో సూర్యుడింకా బాగా కనిపిస్తున్నాడు.

ఆమె మందహాసం చేసింది. 'సమీచి ప్రతిభావంతురాలు. సందేహం లేదు'.

'అవును. కాని...'

సీత అతడివైపు చూసి భ్రుకుటి ముడివేసింది. 'కాని, ఏమిటి? జటాయువుగారూ?'

'నన్ను తప్పుగా అర్థం చేసుకోకు అమ్మా మహావిష్ణూ. ఇది మీ రాజ్యం. మీరు ప్రధానమంత్రి. మలయపుత్రులమైన మేము దేశమంతటి కోసం ఆలోచిస్తుంటాం. మిథిల ఒక్కదాని కోసమే కాదు...'

'ఏమిటి జటాయువుగారూ?' సీత అడ్డు వచ్చింది. 'మీ మీద నాకు పూర్తి విశ్వాసముందని మీకు తెలుసు. నాతో దాపరికం లేకుండా మాట్లాడండి'.

'రక్షకభటులలో ఉన్న నా మనుషులు ఇతర అధికారులతో మాట్లాడు తుంటారు. ఇది సమీచిని గురించి. ఆమె గురించి...'

సీత నిట్టూర్చింది. 'నాకు తెలుసు... ఆమెకు పురుషులతో ఏదో సమస్య ఉందనేది స్పష్టం...'

'ఇది సమస్య కాదు. పురుషద్వేషం అనిపిస్తుంది'

'దానికి కారణం ఉండి ఉండవచ్చు. ఏ మనిషో ఆమెతో...'

'ఒక మనిషి చేసిన దానికి అందరినీ ద్వేషించడం అస్థిర వ్యక్తిత్వాన్ని సూచిస్తుంది. తనెంత కష్టపడినా అది తగదు. పక్షపాతంతో ఉండడం కూడా పక్షపాతమే. జాతిద్వేషం లేకుండా ఉండడం కూడా జాతిద్వేషమే. లైంగిక వ్యతిరేకత కూడా లైంగికమే'.

'నేను అంగీకరిస్తాను'.

'ఆమె తన భావాలు మనసులోనే ఉంచుకుంటే మంచిది. కాని ఆమె పక్షపాత ధోరణి తన పని మీద ప్రభావాన్ని చూపిస్తోంది. అన్యాయంగా పురుషులను వేధిస్తోంది. తిరుగుబాటుకు తోడ్పడడం మంచిది కాదు'.

'వ్యక్తిగత విషయాలలో నా సహాయాన్ని ఆమె అంగీకరించదు. ఆమె ద్వేషం వల్ల పనిపై ప్రభావం పడకుండా నేను చూస్తాను. నేనేదో ఒకటి చేస్తాను'.

'మహావిష్ణూ, నేను మీ మహత్తర ప్రయోజనం దృష్ట్యా మాట్లాడు తున్నాను. వ్యక్తిగతంగా ఆమె మీకు చాలా విధేయురాలని నాకు తెలుసు'.

'నేను పురుషుణ్ణి కాదు కనుక అని నా అభిప్రాయం!'

జటాయువు ఫకాలున నవ్వాడు.

— ౧౮ —

'బాగున్నావా నారదా?' హనుమంతుడు అడిగాడు.

పరీహా నుంచి హనుమంతుడు ఇప్పుడే తిరిగి వచ్చాడు. గుజరాత్ లోని లోథాల్ రేవుకు చేరాడు. మధ్య భారతానికి తూర్పుదిశగా వెళ్ళడానికి. రేవులో అతని స్నేహితుడు నారదుడు కలిశాడు. లోథాల్‌లో అత్యంత తెలివైన వ్యాపారి. కళలు, సాహిత్యం, తాజా పోసుకోలు కబుర్లు ఇష్టం! వెంటనే నారదుడు, తన తోటివారితో పాటుగా స్నేహితుడిని కూడ తన దుకాణం వెనుక వైపున ఉన్న కార్యాలయానికి తీసుకెళ్ళాడు.

'చాలా బాగున్నాను', నారదుడు సంతోషంగా చెప్పాడు. 'ఇంతకంటె బాగుండడం పాపం'.

హనుమంతుడు చిరునవ్వు నవ్వాడు. 'పాపం చెయ్యకుండా ఉండడానికి నువ్వు కష్టపడతావని నేననుకోను నారదా!'

నారదుడు నవ్వి మాట మార్చాడు. 'మామూలు సరుకులేగా, మిత్రుడా? నీకు, నీ బృందానికి?'

హనుమంతుడి ప్రయాణాల్లో అతనితోపాటు పరీహావాసుల సైనిక బృందం కూడా ఉంటుంది.

'అవును, కృతజ్ఞతలు'.

నారదుడు తలూపి, గుసగుసగా తన సహాయకుడికి ఏవో కొన్ని సూచనలు ఇచ్చాడు.

'నేనెక్కడికి వెళుతున్నానని అడగనందుకు కూడా నీకు ధన్యవాదాలు చెబుతున్నాను'.

అలా అనడం అంటే ఎరవేసినట్టే, ముఖ్యంగా నారదుడికి. అతను ఎరనే కాకుండా కొక్కేన్ని, కర్రను కూడా మింగేశాడు.

'నిన్నెందుకు అడగాలి నేను? నువ్వు వశిష్ఠ గురుదేవులను కలవడానికి వెళుతున్నావని నాకు ముందే తెలుసు!'

వశిష్ఠుడు అయోధ్య రాజగురువు. ఆయన నలుగురు రాకుమారులను – రాముడు, భరతుడు, లక్ష్మణుడు, శత్రుఘ్నుడు – తన గురుకులానికి తీసుకొని వెళ్ళి శిక్షణ ఇస్తున్నారని విద్య నేర్పుతున్నారని అందరికీ తెలుసు. అయితే గురుకులం ఎక్కడుందో రహస్యంగా ఉంచారు.

హనుమంతుడు ఏమీ అనకుండా నారదుడినే చూశాడు. 'భయపడకు, మిత్రమా, నాతో సహా ఎవ్వరికీ నువ్వెవరిని కలవబోతున్నావో తెలియదు. ఎవరికీ, చివరికి నాకు కూడా గురుకులం ఎక్కడుందో తెలియదు'.

హనుమంతుడు మందహాసం చేశాడు. ఠపీమని ఏదో సమాధానం చెప్పి నోరుమూయిద్దామనుకునేలోగా బిగ్గరగా స్త్రీ గొంతు వినపడింది.

'హనూ!'

హనుమంతుడు క్షణకాలం కళ్ళు మూసుకుని, చికిలిస్తూ, వెనక్కి తిరిగాడు. నారదుడి దగ్గర పనిచేసే ఉద్యోగిని సురస. హనుమంతుడంటే చచ్చేంత ఇష్టం.

హనుమంతుడు చేతులు జోడించి నమస్కారం చేశాడు. ఎంతో మర్యాదగా, 'అమ్మా, నా పేరు హనుమంతుడు. హనూ కాదు', అన్నాడు.

'నాకు తెలుసు', చెప్పింది సురస. హనుమంతుడివైపు వస్తూ. 'కాని హనూ అంటే బాగుంది. అమ్మా, అనేకంటే సుర్ అనడం బాగుంటుందనిపించడం లేదా?'

సురస హనుమంతుడికి అసౌకర్యం కలిగించేలా బాగా దగ్గరకి రావడంతో నారదుడు కిసుక్కున నవ్వాడు. నాగుడు తనను ఆరాధించే ఆమె నుంచి దూరంగా జరుగబోతూ తన స్నేహితుడిని కోపంగా చూశాడు. 'అమ్మా, నేను నారదుడితో ముఖ్యమైన సంభాషణలో ఉన్నాను...'

సురస అతణ్ణి మాట్లాడనివ్వలేదు. 'నేను అంతరాయం కలిగించాలని నిర్ణయించుకున్నాను. నేను చెప్పేది విను'.

'అమ్మా...'

సురస కనుబొమలు విల్లులా వంచి, నడుము వయ్యారంగా ఒక పక్కకి తిప్పింది. 'హనూ, నీ మీద నాకెలాంటి భావం ఉందో అర్థం కాలేదా?' నీకోసం నేను చేయగలిగే పనులు... ఇంకా... నీకు...'

'అమ్మా' హనుమంతుడు మధ్యలో అడ్డుతగిలాడు, ముఖమంతా ఎర్రగా కందిపోగా, ఇంకా వెనక్కి జరుగుతూ. 'నీకు నేను చాలాసార్లు చెప్పాను. నేను బ్రహ్మచర్యం పాటిస్తానని ప్రతిన పూనాను. ఇది నీకు తగదు. నేను నిన్ను అవమానించడం లేదు. దయచేసి అర్థం చేసుకో. నేను....'

నారదుడు గోడకి ఆనుకుని, నోటికి చేతిని అడ్డం పెట్టుకుని, భుజాలు కదులుతుండగా, నిశ్శబ్దంగా నవ్వుతున్నాడు. శబ్దం చేయకుండా ఉండాలని శతవిధాలుగా ప్రయత్నిస్తున్నాడు.

'ఎవరికీ తెలియాల్సిన అవసరం లేదు. నీ ప్రతిజ్ఞ పాటిస్తున్నట్టు గానే నువ్వు కనిపించు. నువ్వు నన్ను పెళ్ళాడాల్సిన పని లేదు. నాకు నువ్వు కావాలి అంతే. నీ పేరు కాదు'. సురస ముందుకు వచ్చి హనుమంతుడి చెయ్యి పట్టుకొనబోయింది.

అంత భారీ ఆకృతి ఉన్న హనుమంతుడు ఆశ్చర్యకరంగా త్వరగా వెనక్కి జరిగి సురస స్పర్శను తప్పించుకున్నాడు. అతడు ఆందోళనతో గొంతు పెంచి హెచ్చరించాడు. 'అమ్మా! దయచేసి ఆగు! అర్థిస్తున్నాను!'

సురస తన వేళ్ళతో తన శరీరాన్ని చూపించింది. 'నేను ఆకర్షణీయంగా లేనా?'

హనుమంతుడు నారదుడివైపు తిరిగాడు. 'ఇంద్రదేవుడి మీద ఆన. నారదా, ఏదైనా చెయ్యి!'

నారదుడు నవ్వును ఆపుకోలేకపోతున్నాడు. అతను హనుమంతుడి ముందుకు వచ్చి ఆ స్త్రీకి అభిముఖంగా నిలబడ్డాడు. 'సురసా, విను. ఇంక చాలు. నీకు తెలుసుగా...'

సురస భగ్గుమంది. హఠాత్తుగా ఆగ్రహించింది. 'నీ సలహా నాకు అవసరం లేదు నారదా! నేను హనూని ప్రేమిస్తున్నానని నీకు తెలుసు. నువ్వు నాకు సహాయం చేస్తానని మాటిచ్చావు'.

'నన్ను క్షమించు. నేను అబద్ధమాడాను', అన్నాడు నారదుడు. 'నేను సరదాగా అన్నాను'.

'ఇది నీకు సరదానా? నీకేమైంది?'

నారదుడు తన ఉద్యోగులు ఇద్దరిని పిలిచాడు. ఇద్దరు స్త్రీలు వచ్చి ఆగ్రహిస్తున్న సురసను పక్కకు తీసుకెళ్ళారు.

'నీ తర్వాత వ్యాపారంలో సగం ధనం నష్టపోయేలా చేస్తాను. బుద్ధిలేని మూర్ఖుడా!' సురస అరిచింది, ఆ స్త్రీలు ఆమెని బయటికి తీసుకుని వెళుతుండగా.

మళ్ళీ ఇద్దరూ ఒంటరిగా ఉండగానే, హనుమంతుడు స్నేహితుడి వైపు కోపంగా చూశాడు. 'నీకేమైంది నారదా?'

'నేను సరదాకోసం అన్నాను. అంతే. మిత్రమా. క్షమించు.'

నారదుణ్ణి భుజం పట్టి నొక్కి పెట్టి అతని పక్కన ధ్వజస్తంభంలా నిలబడి ఉన్నాడు హనుమంతుడు. 'ఇది వేళాకోళం కాదు! నువ్వు సురసను అవమానిస్తు న్నావు. నన్ను వేధిస్తున్నావు. నీ ఎముకలు విరగ్గొడతాన్నేను!'

నారదుడు కపటవిచారం నటిస్తూ, కళ్ళు చిలిపిగా పెట్టాడు. 'మలయ పుత్రులు విష్ణువుగా ఎవరిని నియమించారో నేను చెబితే నువ్వు నన్ను కొట్టాలనుకోవు'.

హనుమంతుడు నారదుణ్ణి వదిలేశాడు. నిర్ఘాంతపోయాడు. 'నియమిం చారా?'

విశ్వామిత్ర గురుదేవులు అదెలా చేయగలరు? వాయుపుత్రుల అనుమతి లేకుండా!

నారదుడు చిరునవ్వు నవ్వాడు. 'నేనిచ్చే సమాచారం లేకుండా నువ్వు ఒక్కరోజు కూడా బ్రతకలేవు. అందుకే నువ్వు నన్ను కొట్టలేవు?'

హనుమంతుడు తల విదిల్చి, ఆలోచనగా చిరునవ్వు నవ్వాడు, నారదుడి భుజం మీద సరదాగా కొట్టాడు. 'ఇంక చెప్పు, మూర్ఖుడా', అన్నాడు.

12వ అధ్యాయం

'రాధికా!' సీత ఆనందంగా చిరునవ్వు నవ్వింది.

గురుకులంలో సీత స్నేహితురాలు అనుకోకుండా చూడడానికి వచ్చింది. సీతకన్న ఒక సంవత్సరం తక్కువ వయస్సున్న పదహారేళ్ళ రాధికను యువరాణి ఆంతరంగిక మందిరంలోకి మిథిలా నగర కొత్త దౌత్యమర్యాదల ముఖ్యురాలు తోడ్కొని వచ్చింది. ఈ దౌత్య మర్యాదల విధులు సమీచికి అదనపు బాధ్యతలు కావడంతో, ఆమె రక్షకభట బాధ్యతలకు దూరమవ్వవలసి వచ్చింది. అందువల్ల ఆమెకు సహాయంగా ఉప రక్షకభట ముఖ్యుణ్ణి సీత నియమించింది. ఈ ఉప అధికారి పురుషుడు. బలమైనవాడు, న్యాయబుద్ధి కలవాడు. సమీచి పక్షపాత ధోరణి రక్షకభటుల వృత్తిని ప్రభావితం చేయకుండా జాగ్రత్త తీసుకున్నాడు.

ఈసారి రాధిక ఒంటరిగా రాలేదు. ఆమె తండ్రి వరుణ రత్నాకరుడు, తండ్రి సోదరుడు వాయుకేసరి ఇద్దరూ ఆమెతో వచ్చారు.

వరుణ రత్నాకరుడిని సీత గతంలో కలిసింది. కాని రత్నాకరుడి సోదరుడు రాధిక పెదనాన్న అయిన వాయుకేసరిని కలవడం ఇదే ప్రథమం. ఆయనకు తన రక్త సంబంధీకుల పోలికలు లేవు. చాలా పొట్టిగా, లావుగా, తెల్లని మేనిఛాయతో ఉన్న అతని శరీరం కండలు తిరిగి, రోమాలతో నిండి ఉంది.

బహుశ ఆయన వానరులలో ఒకడై ఉంటాడు, అనుకుంది సీత.

రాధిక తెగ అయిన వాల్మీకులది మాతృస్వామ్యం. ఆ తెగ స్త్రీలు బయటివారిని వివాహం చేసుకోరు.

ఆ తెగలోని పురుషులు మాత్రం వాల్మీకులు కాని స్త్రీలను పెళ్ళాడవచ్చు. కాని వారలాంటి వివాహం చేసుకుంటే కులాన్ని వీడిపోవాలనేది షరతు.

బహుశ వాయుకేసరి అటువంటి వెలివేయబడ్డ వాల్మీక తెగ పురుషుడికీ, వానర స్త్రీకి పుట్టిన వాడై ఉంటాడు. సీత కిందకు వంగి పెద్దవారి పాదాలకు

నమస్కరించింది. ఇద్దరూ సీతకు దీర్ఘాయువు కలగాలని ఆశీర్వదించారు. వరుణ రత్నాకరుడు గౌరవనీయుడైన మేధావి, తత్త్వవేత్త. జ్ఞానానికి విలువనిచ్చే వారందరూ అతడిని గౌరవిస్తారు. సప్తసింధులోనే అత్యంత మేధావి అయిన తన తండ్రితో కొంత సమయం గడపడానికి ఆయన ఇష్టపడతాడని సీతకు తెలుసు. తన ప్రధాన గురువైన అష్టావక్రుడు హిమాలయాలకు వెళ్ళడంతో, జనకుడి తాత్త్విక చర్చలకు ఎవరూ లేక లోటుగా ఉంది. తోటి మేధావుల సాంగత్యంలో కొంత నాణ్యమైన సమయం వెచ్చించగలిగితే ఆయన ఆనందిస్తాడు.

ఆ పురుషులిద్దరూ వెంటనే జనక మహారాజు మందిరానికి వెళ్ళారు. సమీచి కూడా బయలుదేరింది. తీరికలేని పనులవల్ల ఆమె సామాజిక మర్యాదలకు సమయం కేటాయించలేని స్థితిలో ఉంది. సీత, రాధిక మిథిల యువరాణి అధ్యయన మందిరంలో ఉన్నారు.

'జీవితం ఎలా ఉంది రాధికా?' తన మిత్రురాలి చేతులు పట్టుకుని సీత అడిగింది.

'ఉత్తేజకరమైన జీవితం గడుపుతున్నది నేను కాదు. నువ్వు సీతా', చిరునవ్వుతో అంది రాధిక.

'నేనా?' నవ్వింది సీత. అతిశయించిన సరదాతో కళ్ళు గుండ్రంగా తిప్పుతూ. 'చాలా భారంగా. నేను చేసేది ఒక చిన్న రాజ్యానికి రక్షకభటత్వం చెయ్యడం, పన్నులు సేకరించి మురికివాడలను అభివృద్ధి చెయ్యడం'.

'కేవలం ఇప్పటికి మాత్రమే. నువ్వు చేయవలసింది ఇంకా చాలా ఉంది..'

సీత వెంటనే జాగరూకమైంది. ఈ సంభాషణ పైకి కనిపించే దానికన్న ఇంకా ఎంతో ఉన్నట్టుగా అనిపించింది. సీత జాగ్రత్తగా మాట్లాడింది. 'అవును మిథిల ప్రధానమంత్రిగా నేను చేయాల్సింది చాలానే ఉంది. కాని అది చేయలేనంత పెద్ద పనేం కాదు. నీకు తెలుసుగా. మాది చిన్నదైన అంత ప్రాముఖ్యం లేని రాజ్యం'.

'కాని భారతదేశం పెద్దది'.

సీత మరింత జాగ్రత్తగా మాట్లాడసాగింది. 'ఈ మారుమూల రాజ్యం భారతదేశం కోసం ఏం చెయ్యగలదు రాధికా? మిథిల అందరూ విస్మరించే శక్తిహీన రాజ్యం'.

'అయితే కావచ్చు', చిరు మందహాసం చేసింది రాధిక. 'కాని తెలివైన భారతీయుడెవరూ అగస్త్యకూటాన్ని విస్మరించడు'. సీత క్షణకాలం ఊపిరి

బిగబట్టింది. తన శాంతవైఖరిని అలాగే నిలుపుకున్నా, ఆమె గుండె మాత్రం చాటింపు డప్పులా కొట్టుకుంటోంది.

రాధికకు ఎలా తెలుసు? ఇంకా ఎవరికి తెలుసు? అమ్మకి తప్ప నేనెవరికీ చెప్పలేదు.

'నేను నీకు సహాయం చెయ్యాలనుకుంటున్నాను సీతా,' గుసగుసగా చెప్పింది రాధిక. 'నన్ను నమ్ము. నువ్వు నా స్నేహితురాలివి. నువ్వంటే నాకు ప్రేమ. నేను భారతదేశాన్ని అంతకంటె ఎక్కువగా ప్రేమిస్తాను. '*జై పరశురామ్*'.

'*జై పరశురామ్*' సీత చిన్నగా అంది. 'నువ్వూ మీ తండ్రిగారు...' అని అడిగే ముందు ఒక్క క్షణం సంకోచించింది.

రాధిక నవ్వింది. 'నేనెవరినీ కాను సీతా. కాని మా నాన్న... ముఖ్యులని అనుకుందాం. ఆయన నీకు సహాయం చేయాలనుకుంటున్నాడు. నన్ను నీ స్నేహితురాలిని చేయాలని విశ్వం తలచింది కనుక నేను ఒక ఉపకరణాన్ని మాత్రమే.'

'మీ తండ్రి మలయపుత్రులా?'

'కాదు.'

'వాయుపుత్రులా?'

'వాయుపుత్రులు భారతదేశంలో నివసించరు. నీకు తెలుసుగా మహాదేవుడి తెగ పవిత్ర భారతదేశాన్ని ఎప్పుడైనా సందర్శించవచ్చుగాని ఇక్కడ నివసించలేరు. మరి మా నాన్న వాయుపుత్రుడెలా అవుతాడు?'

'మరి ఆయనెవరు?'

'అన్నీ తగిన సమయంలో...' చిరునవ్వు నవ్వింది రాధిక. 'ఇప్పుడు మాత్రం నీకు కొన్ని విషయాలు చెప్పవలసిన కర్తవ్యం నాకు అప్పగించారు'.

వృక్షానికి ఆనుకుని విశ్రమిస్తూ నిశ్శబ్దంగా నేల మీద కూర్చుని ఉన్నాడు వశిష్ఠుడు. ప్రాతఃకాలాన ఏకాంతాన్ని అన్వేషిస్తూ దూరంగా ఉన్న తన ఆశ్రమాన్ని చూశాడు. మెల్లగా పారుతున్న ఏరువైపు చూశాడు. నీళ్ళ మీద ఊరేగింపులో వెళుతున్నట్టుగా ఆకులు సమదూరంలో తేలుతూ వెళుతున్నాయి విచిత్రంగా. ఆ వృక్షము, నీరు, ఆకులు... ప్రకృతి తన లోపలి సంతృప్తిని ప్రతిబింబిస్తున్నట్టుగా ఉన్నాయి.

తన శిష్యులైన అయోధ్య రాకుమారులు నలుగురు – రామ, భరత, లక్ష్మణ, శత్రుఘ్నులు తన ప్రణాళికలో ఒదిగే విధంగా బాగా ఎదుగుతున్నారు. లంక రాక్షసరాజు రావణుడు చక్రవర్తి దశరథుణ్ణి ఘోరంగా ఓడించి, సప్తసింధు అదృష్టాన్ని ఒక్క వ్రేటుతో మార్చివేసి పన్నెండు సంవత్సరాలు కావస్తూంది.

ఈ పరిణామం వల్లే విష్ణువు రాకకు సమయం ఆసన్నమైందని వశిష్ఠుడు భావించాడు.

వశిష్ఠుడు మళ్ళీ తన నిరాడంబరమైన గురుకులం దిశగా చూశాడు. ఈ ప్రదేశంలోనే మహర్షి శుక్రాచార్యుడు కొందరు బలహీన భారత రాజవంశీయులను ప్రపంచం అంతకుముందెన్నడూ చూడనంతటి మహాసామ్రాజ్యాలకు నాయకులుగా తీర్చిదిద్దాడు. అసుర సవిత్రులు, అసుర సూర్యులు.

మరో గొప్ప సామ్రాజ్యం ఈ పవిత్రభూమిలో ఉదయిస్తుంది. కొత్త విష్ణువు ఇక్కడ ఆవిర్భవిస్తాడు.

వశిష్ఠుడు ఇంకా నిర్ణయించుకోలేదు. రామ, భరతులలో తరువాతి విష్ణువుగా తానెవరిని ప్రతిపాదిస్తాడో ఇంకా తెలియదు. ఒకటి మాత్రం కచ్చితం. వాయుపుత్రులు తనకు మద్దతునిస్తారు. కాని రుద్రదేవుడి తెగవారు చేసేదానికి కూడ హద్దులున్నాయి. వాయుపుత్రులకు, మలయపుత్రులకూ *వారి వారి బాధ్యతలు విడిగా ఉన్నాయి; విష్ణువును అధికారికంగా గుర్తించవలసిన వారు మలయపుత్రులు. మలయపుత్రుల నాయకుడు... తన మాజీ స్నేహితుడు.*

సరే...

ఈ విషయం నేను సమర్థించగలను.

'ఆచార్యా'

వశిష్ఠుడు తిరిగి చూశాడు. రాముడు, భరతుడు అతడిని నిశ్శబ్దంగా సమీపించారు.

'చెప్పండి' అన్నాడు వశిష్ఠుడు. 'ఏం తెలుసుకున్నారు?'

'వాళ్ళు అక్కడలేరు గురువర్యా', అన్నాడు రాముడు.

'వాళ్ళు?'

'నాయకుడు వరుణుడే కాదు, అతని సలహాదార్లు చాలామంది కూడ గ్రామంలో లేరు'.

శోణనది ప్రవాహానికి అత్యంత పడమరగా ఉన్న ఈ ఆశ్రమాన్ని నిర్వహించే తెగకు నాయకుడు వరుణుడు. అతనిది వాల్మీకి తెగ. .వారు గురువులకు

ఆ ఆవరణను అద్దెకు ఇస్తూ ఉంటారు. వశిష్ఠుడు ఈ ఆశ్రమాన్ని అయోధ్య రాకుమారులు నలుగురికీ విద్యాభ్యాసం నేర్పడానికి గురుకులంగా అద్దెకు తీసుకున్నాడు.

వశిష్ఠుడు తన శిష్యులెవరో వారికి తెలియకూడదని వాల్మీకుల నుంచి వారి గుర్తింపును దాచాడు. అయితే తన శిష్యులెవరో ఇప్పుడు వారికి తెలిసి పోయిందేమోనని వశిష్ఠుడు అనుమానించాడు. వాల్మీకులకు కూడ కాపాడు కోవలసిన రహస్యాలున్నాయని ఆయనకు అనిపించింది.

రాముడిని, భరతుణ్ణి గ్రామానికి వెళ్ళి వరుణుడు ఉన్నాడేమో చూసి రమ్మన్నాడు. అతనితో మాట్లాడవలసిన సమయం వచ్చింది. తన గురుకులాన్ని వేరే ప్రదేశానికి మార్చాలో వద్దో అప్పుడు నిర్ణయించవచ్చు.

కాని వశిష్ఠుడికి చెప్పకుండా వరుణుడు వెళ్ళిపోయాడు. ఇలా సాధారణంగా జరగదు.

'ఎక్కడికి వెళ్ళారు వాళ్ళు?' వశిష్ఠుడు అడిగాడు.

'కనిపిస్తున్న దానిని బట్టి మిథిల'.

వశిష్ఠుడు తల ఊపాడు. వరుణుడు జ్ఞానాన్ని ప్రేమించి, అన్వేషిస్తాడని ఆయనకు తెలుసు. అటువంటి వారు వెళ్ళే సహజమైన ప్రదేశం మిథిల.

'మంచిది అబ్బాయిలూ, మీరు అధ్యయనానికి ఉపక్రమించండి'.

— ॐ —

'విష్ణువు రుధిర ప్రమాణస్వీకారం జరిగిందని విన్నాము', చెప్పింది రాధిక.

'అవును. శ్వేతకేతు ఆచార్యుల గురుకులంలో కొన్నేళ్ళ కిందట', చెప్పింది సీత.

రాధిక నిట్టూర్చింది.

సీత భ్రుకుటి ముడిపడింది. 'ఏదైనా సమస్య ఉందా?'

'అవును... మహర్షి విశ్వామిత్రులు కొంచెం ... సంప్రదాయాలు పాటించని వ్యక్తి.'

'సంప్రదాయాలు పాటించని వ్యక్తా? ఏమంటున్నావు?'

'ఇది వాయుపుత్రుల సమక్షంలో జరగవలసినది'.

సీత కనుబొమలు ఎగురవేసింది. 'నాకు ఈ విషయం తెలియదు'.

'విష్ణువు, మహాదేవుడి తెగలు రెండూ భాగస్వాములుగా కలిసి పనిచేయాల్సి ఉంది'.

సీతకి ఏదో గుర్తు వచ్చింది. 'వశిష్ఠ గురువులా?'

రాధిక మందహాసం చేసింది.. 'శిక్షణ కూడా ఆరంభించని నీకు, త్వరగానే విషయాలు అర్థమవుతున్నాయి!'

సీత భుజాలు ఎగరేసి చిరునవ్వు నవ్వింది.

రాధిక స్నేహితురాలి చేతిని తన చేతిలోకి తీసుకుంది. 'వాయుపుత్రులకు మహర్షి విశ్వామిత్రుడి మీద నమ్మకం లేదు. ఆయన మీద ఇష్టమూ లేదు. వాళ్ళ కారణాలు వారికున్నాయని నేననుకుంటున్నాను. కాని మలయపుత్ర నాయకుడిని బహిరంగంగా వ్యతిరేకించలేరు. అవును, నువ్వు సరిగానే ఊహించావు. వాయుపుత్రులు వశిష్ఠ మహర్షికి మద్దతునిస్తారు.'

'అంటే నువ్వనేది విష్ణువు ఎవరు కావాలనే దాని విషయంలో గురువర్యులు వశిష్ఠులకి తన స్వంత అభిప్రాయం ఉందనా?'

రాధిక తలూపింది. 'అవును'.

'వాళ్ళకి ఒకరంటే ఒకరికి అంత ద్వేషమెందుకు?'

'చాలా కొద్దిమందికి మాత్రమే తెలుసనుకుంటాను. వారి శత్రుత్వం చాలా పాతది. చాలా తీవ్రమైంది...'

సీత విచారంగా నవ్వింది. 'యుద్ధం చేస్తున్న రెండు మదగజాల మధ్య పడి ఇరుక్కున్న గడ్డిపోచ పరిస్థితి నాది అనిపిస్తోంది!'

'అయితే ఆ పోరాటంలో నీ పక్కన తోడుగా మరొక జాతి గడ్డిపోచ కూడా ఉంటే నువ్వేమీ అనుకోవు కదా!'

సీత సరదాగా రాధిక భుజాలను తట్టింది.

'అయితే ఈ మరొక గడ్డిపోచ ఎవరు?'

రాధిక దీర్ఘంగా శ్వాస తీసుకుంది. 'వాస్తవానికి ఇద్దరున్నారు'.

'ఇద్దరా?'

'గురువర్యులు వశిష్ఠులు వారికి శిక్షణనిస్తున్నారు.'

'ఆయన ఇద్దరు విష్ణువులను తయారుచేయదలచుకున్నారా?'

'లేదు. ఇద్దరిలో ఒకరిని వశిష్ఠులు ఎంపిక చేస్తారని మా తండ్రిగారి భావం'.

'వారెవరు?'

'అయోధ్య రాకుమారులు రాముడు, భరతుడు'.

సీత కనుబొమలు పైకెత్తింది. 'నిజంగానే వశిష్ఠ గురువర్యులు పెద్దలక్ష్యం పెట్టుకున్నారు. చక్రవర్తి కుటుంబాన్నే!'

రాధిక మందహాసం చేసింది.

'వీరిద్దరిలో శ్రేష్ఠులెవరు?'

'మా తండ్రి అభిప్రాయంలో రాముడు'.

'నువ్వెవరు శ్రేష్ఠులంటావు?'

'నా అభిప్రాయానికేమీ విలువలేదు. నిజం చెప్పాలంటే మా తండ్రి అభిప్రాయం కూడా ఇక్కడ లెక్కలోకి రాదు. వశిష్ఠ గురువులు ఎవరిని ఎంపిక చేస్తే వాయుపుత్రులు వారికే మద్దతునిస్తారు'.

'వశిష్ఠ గురువర్యులు, విశ్వామిత్ర గురుదేవులు కలిసి పనిచేసే మార్గం లేదా? వాళ్ళిద్దరూ భారతావనికి మంచి జరగాలనే పరమ ప్రయోజనంతోనే కదా పని చేస్తున్నారు. అవునా? వశిష్ఠులు ఎంపిక చేసే విష్ణువుతో కలిసి పనిచేయడానికి నేను సిద్ధంగా ఉన్నాను. వారిద్దరూ ఒకరితో ఒకరు ఎందుకు కలవరు?'

రాధిక తల అడ్డంగా తిప్పింది. 'ఒకప్పటి ఆత్మీయ మిత్రుడే మనిషికి బద్ధశత్రువు అవుతాడు'.

సీత నిర్ఘాంతపోయింది. 'నిజంగా? ఒకప్పుడు వారిద్దరూ స్నేహితులా?'

'మహర్షి వశిష్ఠుడు, మహర్షి విశ్వామిత్రుడు బాల్యస్నేహితులు. దాదాపు సోదరుల్లాంటి వారు. ఏదో జరిగి వారిద్దరూ శత్రువులయ్యారు'.

'ఏమిటి?'

'చాలాకొద్దిమందికే తెలుసు. వాళ్ళు తమకు అత్యంత సన్నిహితులతో కూడా దీని గురించి మాట్లాడరు'.

'ఆసక్తికరంగా ఉంది...'

రాధిక మౌనంగా ఉండిపోయింది.

సీత గవాక్షంలోంచి బైటకు చూసి, మళ్ళీ తన స్నేహితురాలివైపు చూసింది. 'నీకు వశిష్ఠుల వారి గురించి ఇంత ఎక్కువగా ఎలా తెలుసు?'

'మా గ్రామానికి సమీపంలో ఒక గురుకులం మా అధీనంలో ఉందని నీకు తెలుసుగదా? అది వశిష్ఠుల వారి గురుకులం. మేము అద్దెకిచ్చిన గురుకులంలో ఆయన నలుగురు రాకుమారులకు శిక్షణనిస్తారు'

'నేను వచ్చి రాముడిని, భరతుడిని కలవవచ్చా? నిజంగా వారు వశిష్ఠ గురువర్యులు అనుకున్నంత గొప్పవారా తెలుసుకోవాలని కుతూహలంగా ఉంది?'

'వారింకా బాలురు సీతా. రాముడు నీకన్న అయిదు సంవత్సరాలు చిన్నవాడు. అంతేగాక మలయపుత్రులు నిన్నెపుడూ కనిపెడుతూనే

ఉంటారని మర్చిపోకు. వాళ్ళు ప్రతిచోటకీ నిన్ననుసరిస్తూనే ఉంటారు. వశిష్ఠుల వారి గురుకులం ఎక్కడుందో వారికి ఆచూకీ తెలిసే ప్రమాదం ఉంది. ఆ పని చేయలేం...

సీత తప్పనిసరిగా అంగీకరించవలసి వచ్చింది.

'వాళ్ళేం చేస్తున్నారో నేను నీకు తెలియజేస్తాను. నాన్న కూడా వశిష్ఠుల వారితో దాపరికం లేకుండా మాట్లాడాలని అనుకుంటున్నారని అనుకుంటాను, బహుశ తను సహాయం కూడా చేస్తానని చెబుతారేమో'.

'వశిష్ఠుల వారికి సాయం చేస్తారా? నాకు వ్యతిరేకంగా?' రాధిక చిరునవ్వు నవ్వింది.

'నాన్న కూడా నువ్వు కోరుకునేలాంటి భాగస్వామ్యం కోరుకుంటున్నారు'.

సీత ముందుకు వంగింది. 'నాకు తెలిసినదంతా నీకు చెప్పాను. మీ తండ్రిగారెవరు? తెలుసుకొనే అర్హత నాకుందని భావిస్తున్నాను. చెప్పు?'

రాధిక సంశయిస్తున్నట్టుగా ఉంది.

'మీ నాన్న చెప్పమన్నారు కనుకే అయోధ్య రాకుమారుల గురించి నువ్వు మాట్లాడావు', అంది సీత. 'నేనీ ప్రశ్న వేస్తానని ఆయన తప్పక ఊహించి ఉంటారు. తానెవరో చెప్పడానికి సిద్ధపడే, ఆయన నన్ను కలవడానికి నిన్ను పంపారు. చెప్పు, ఆయనెవరు?'

రాధిక కొన్ని క్షణాలు ఆగింది. 'మోహినీదేవి గురించి విన్నావా?'

'నిజంగా అడుగుతున్నావా?' సీత అడిగింది. 'ఆవిడ గురించి ఎవరికి తెలియదు? మహావిష్ణువు కదా?'

రాధిక మందహాసం చేసింది. 'కానీ అందరూ ఆమెను విష్ణువు అనుకోరు. చాలామంది భారతీయులు అలా భావిస్తారు. మలయపుత్రులు ఆమెను విష్ణువుగా ఆరాధిస్తారని నాకు తెలుసు'.

'నేను కూడా'.

'మేముకూడా. మోహినీదేవికి సంబంధించిన తెగ మా తండ్రి తెగ. మేము వాల్మీకులం.'

సీత నిటారుగా కూర్చుంది. నిర్ఘాంతపోయింది. 'ఓ', వెంటనే ఆమెకు మరో ఆలోచన వచ్చింది. 'మీ పెదనాన్న వాయుకేసరి హనుమన్న తండ్రా?'

రాధిక తల ఊపింది. 'అవును'.

సీత మందహాసం చేసింది. 'అందుకేనా...'

రాధిక ఆమె మాటకు అడ్డు వచ్చింది. 'నువ్వు సరిగానే కనుక్కున్నావు. అనేక కారణాలలో అది ఒకటి. కాని అదొక్కటే కారణం కాదు'.

13వ అధ్యాయం

తన పాదాల వద్దకు వచ్చి చేతులు జోడించి నమస్కరిస్తున్న అతణ్ణి చూసి 'నాయకుడా, వరుణా', అన్నాడు వశిష్ఠుడు.

వరుణుడు అప్పుడే మిథిల నుంచి వచ్చాడు. వశిష్ఠుడు కూడ అతని రాకకోసం ఎదురుచూస్తున్నాడు.

వరుణుడికన్న వశిష్ఠుడు ఎత్తైన మనిషి. కాని కండలు తిరిగిన ఆ ఆటవిక తెగ నాయకునికన్న సన్నని, బక్కపల్చని మనిషి.

'వశిష్ఠ, గురువర్యా', అన్నాడు వరుణుడు వశిష్ఠుడి పలకరింపుకు బదులుగా. 'మనం ఏకాంతంగా మాట్లాడుకోవలసి ఉంది'.

వశిష్ఠుడు వెంటనే జాగరూకుడయ్యాడు. నిశ్శబ్దమైన ప్రదేశానికి వరుణుడిని తీసుకెళ్ళాడు.

కొన్ని నిముషాల తర్వాత ఆశ్రమం సమీపంలో పారే సెలయేటి తీరంలో, నలుగురు విద్యార్థులకు, ఇతరులెవ్వరికీ తమ మాటలు వినబడనంత దూరంలో కూర్చున్నారు.

'నాయకా, వరుణా ఏమిటి విషయం?' అని మర్యాదగా అడిగాడు వశిష్ఠుడు.

వరుణుడు స్నేహపూర్వకంగా నవ్వాడు. 'గురుదేవా! మీరూ, మీ విద్యార్థులు ఇక్కడ ఎన్నో ఏళ్ళ నుంచి ఉంటున్నారు. ఒకరికి ఒకరం సరిగ్గా పరిచయమయ్యే సమయం ఆసన్నమైంది'.

వశిష్ఠుడు అర్థం కానట్టు తన తెల్లగడ్డాన్ని నిమురుకున్నాడు. 'నీవేమంటు న్నావు?'

'నేననేది ఏమిటంటే... ఉదాహరణకు అయోధ్య రాజకుమారులు ఇక మీదట ఎవరో ఉన్నత వంశీయుల, లేదా వ్యాపారుల పిల్లల్లా నటించవలసిన అవసరం లేదు'.

వెంటనే వశిష్ఠుని ఆలోచనలు ఆ పిల్లలు నలుగురి మీదకు మళ్ళాయి. ఎక్కడున్నారు వారు? వరుణుడి యోధులు వారిని చుట్టుముట్టారా? వరుణ నాయకుడి తెగ సంప్రదాయ చట్టం ప్రకారం అయోధ్య రాజకుటుంబానికి సహాయం చెయ్యడానికి వీలు లేదు.

బహుశా, నేనంత తెలివైన వాడిని కానేమో. లంకేయుల, మలయపుత్రుల అధీనంలో లేని ప్రదేశంలో ఉంటే భద్రంగా ఉంటామని భావించాను.

వశిష్ఠుడు ముందుకు వంగాడు. 'మీ చట్టాల గురించి మాట్లాడుతున్న ట్లయితే, మీరు అతిథులుగా అంగీకరించిన వారికి హాని చేయకూడదని కూడ ఒక చట్టం ఉందని గుర్తుంచుకో'.

వరుణుడు మందహాసం చేశాడు. 'గురుదేవా, మీకు గాని, మీ శిష్యులకు గాని హాని చేయాలని నేననుకోవడం లేదు'.

వశిష్ఠుడు తేలిగ్గా శ్వాస తీసుకున్నాడు. 'నిన్ను నొప్పించి ఉంటే నన్ను క్షమించు. నాకు భద్రంగా ఉన్నచోటు అవసరమైంది... మేము వెంటనే వెళ్ళిపోతాం.'

వరుణుడు ప్రశాంతంగా 'అలా వెళ్ళవలసిన అవసరం కూడా లేదు', అన్నాడు. 'మిమ్మల్ని వెళ్ళగొట్టడం నా ఉద్దేశం కాదు. నేను మీకు సాయం చెయ్యాలనుకుంటున్నాను, గురుదేవా!'

వశిష్ఠుడు ఆశ్చర్యచకితుడైనాడు. 'అయోధ్య రాజవంశీయులకు సహాయపడడం మీ చట్టాలను ఉల్లంఘించడం కాదా?'

'ఉల్లంఘించడమే. మా తెగలో అత్యున్నత చట్టం అన్నిటినీ కొట్టేస్తుంది. అది మా తెగ అస్తిత్వ ప్రధాన కారణం'.

వశిష్ఠుడు అర్థం చేసుకోవటానికి ప్రయత్నిస్తున్నట్లుగా తలూపాడు.

'మీరు మా రణనినాదం తెలుసుకోవాలి: ఏది ఏమైనా గెలిచి తీరాలి... యుద్ధం వచ్చినప్పుడు, అన్ని చట్టాలను వదిలేస్తాం. యుద్ధం రాబోతూంది. మిత్రమా..'

పూర్తిగా నిర్ఘాంతపోయిన వశిష్ఠుడు అతడివైపు చూస్తుండిపోయాడు.

వరుణుడు మందహాసం చేశాడు. 'వాయుపుత్రుడైన మా అన్న కొడుకు క్రమం తప్పక మీ ఆశ్రమంలోకి అర్ధరాత్రి జొరబడతాడని నాకు తెలుసు. మాకు తెలియదని అతని ఉద్దేశం. బాబాయిని మోసగించగలనని అనుకుంటాడు'.

వశిష్ఠుడు వెనక్కి జరిగాడు. కళ్ళముందు నుంచి తెర తొలగి పోయినట్టుగా. 'హనుమంతుడా?'

'అవును. అతని తండ్రి నాకు అన్న.'

వశిష్ఠుడు అవాక్కయ్యాడు. కాని మామూలు స్వరంతో అడిగాడు. 'వాయుకేసరి నీ సోదరుడా?'

'అవును'

వశిష్ఠుడికి, హనుమంతుడికి మధ్య ఉన్న బంధం వరుణుడికి తెలుసు. చాలా ఏళ్ళ క్రితం ఈ గురుదేవులు అతనికి సాయం చేశారు. దానిని ప్రస్తావించ కూడదనుకున్నాడు. పరిస్థితి చాలా క్లిష్టంగా ఉందని అతడికి తెలుసు.

'నువ్వెవరు?' చివరికి వశిష్ఠుడు అడిగాడు.

'నా పూర్తిపేరు వరుణ రత్నాకరుడు'.

ఆకస్మాత్తుగా అన్ని విషయాలు అర్థం అయ్యాయి. ఈ రెండో పేరుకున్న ప్రాముఖ్యం వశిష్ఠుడికి తెలుసు. తనకి స్నేహితులు దొరికారు. శక్తిమంతులైన స్నేహితులు. ఏమీ ప్రయత్నించకుండా.

ఇంక చేయవలసిన పని ఒక్కటే మిగిలింది. వశిష్ఠుడు తన కుడి మోచేతిని ఎడమ చేత్తో పట్టుకుని, బిగించిన కుడి పిడికిలితో నుదుటిని స్పృశించాడు. ఇది వరుణుడి తెగకు సాంప్రదాయక నమస్కారం. గౌరవంతో సనాతనమైన ప్రణామాన్ని ఉచ్చరించాడు. 'జై మోహినీదేవి!'

వరుణుడు సోదరునిలా వశిష్ఠుడి ముంజేతిని పట్టుకుని 'జై మోహినీదేవి!' అంటూ బదులిచ్చాడు.

—౬౮—

సప్తసింధులోని భారతీయులకు సూర్యదేవుడితో వింత అనుబంధం ఉంది. కొన్నిసార్లు అతడు వారికి కావాలి. కొన్నిసార్లు వద్దు. వేసవిలో అతడి ఆగ్రహాన్ని భరిస్తారు. ప్రార్థనలు చేసి, కుదిరితే మబ్బుల చాటున దాగమని మనవి చేస్తారు. శీతాకాలంలో తన ప్రతాపాన్ని చూపించి చలిని పోగొట్టి రక్షించమని ప్రాధేయ పడతారు.

అటువంటి శీతాకాలపు రోజుల్లో ఒకనాడు సూర్యుడు ఉదయిస్తుండగా, సీత, సమిచి ఇద్దరూ రాజప్రాసాద ప్రధాన ఉద్యానవనంలోకి స్వారీ చేస్తూ వెళ్ళారు. సీత ఆదేశాల మేరకు అది ఈ మధ్యనే పునరుద్ధరించబడింది. వాళ్ళిద్దరూ వ్యక్తిగత పోటీ పెట్టుకుందామనుకున్నారు – రథం పోటీ. సీతకి నిజంగా అది చాలా ఇష్టం. ఉద్యానవనంలోని ఇరుకుదారులు పోటీ మార్గంలా ఉపయోగపడతాయి. చాలా రోజులనుంచి వారు పోటీ

పెట్టుకోలేదు. రాజప్రాసాదంలోని ఉద్యానవనంలో అప్పటి వరకు ఎప్పుడూ వీరు ఇలా పోటీ పెట్టుకోలేదు.

ఆ ఉద్యానవనంలోని దారులు ఇరుగ్గా ఉండి, వృక్షాలు, పొదలు ఉన్నాయి. రథంలో వాటి మధ్య నుంచి వెళ్ళడానికి తగినంత నిపుణత ఉండాలి. చిన్న పొరపాటు జరిగినా వేగంగా వెళ్ళి వృక్షాలకు ఢీకొంటారు. ప్రమాదకరం.... ఉల్లాసవంతం కూడా.

దానిలోని ప్రమాదం, ఉత్కంఠ, ఆ పోటీని అమూల్యం చేశాయి. అది మనిషి సహజజ్ఞానానికి, కన్ను, చేయి అత్యంత సమన్వయంతో పనిచేయడానికి పోటీ.

ఏ వేడుక లేకుండా పోటీ మొదలైంది.

'హ్యా!' సీత అరుస్తూ తన గుర్రాలను వెంటనే కదలమని కొరడాతో అదిలించింది.

వేగంగా, వేగంగా.

సమీచి ఆమె వెనకే వేగంగా వస్తోంది. సీత ఒక్క క్షణం వెనక్కి చూసింది. సమీచి తన రథాన్ని కుడివైపుకి నడపడం చూసింది. సీత ముందుకు చూసి, తన గుర్రాలను కొంచెం కుడివైపుకి నడిపింది. సమీచి మొదటి మలుపులో తనను దాటి వెళ్ళకుండా అడ్డుకుంది.

'అయ్యో!' సమీచి అరిచింది.

సీత నవ్వి, గుర్రాలను కొరడాతో అదిలించింది 'పదండి!'

తరువాతి మలుపులోకి గుర్రాల్ని అదిలించకుండానే తిరిగింది. రథం ఎడమవైపుకి తిరిగి వేగంగా వెళుతోంది. బండి కుడివైపుకి జరిగింది. సీత నిపుణంగా ఎడమవైపుకి వంగి పడిపోకుండా పాదాలను నిలువరించుకుంది. గుర్రాలు ఆగకుండా వేగంగా వెళుతుండడంతో బండి ఎటూ ఒరగకుండా ఉంది.

'హ్యా!' సీత మళ్ళీ అరచింది, కొరడాను గాలిలో ఊపుతూ.

ఇప్పుడు కొంతదూరం పాటు నిలువుగా, ఇరుగ్గా ఉండే దారి. ఎవరినైనా దాటుకుని ముందుకు వెళ్ళడం అసాధ్యం. కొంచెం వేగంగా వెళ్ళడానికి మంచి సమయం. సీత గుర్రాన్ని కొరడాతో గట్టిగా కొట్టింది. ముందుకు వెళుతూనే ఉంది. ఆమె వెనక సమీచి వస్తోంది.

ముందు చాలా దూరంలో మరొక మలుపుంది. ఆ మలుపుకు దగ్గరగా దారి వెడల్పయింది, సమీచికి ముందుకు దూసుకుపోవడానికి అవకాశమిస్తూ.

సీత కళ్ళేన్ని నిదానంగా కుడివైపుకు లాగి గుర్రాలను దారి మధ్యలోకి నడిపిస్తూ, రెండువైపులా వీలైనంత తక్కువ స్థలాన్ని విడిచిపెట్టింది. సమీచి ఇంక తన రథాన్ని దాటి వెళ్ళలేదు.

'హ్యా!'

తన వెనుక ఎడమవైపు సమీచి బిగ్గరగా అరవడం సీత విన్నది. ఆ స్వరం ఎప్పటికన్నా బిగ్గరగా ఉంది. తన ఉనికిని చాటుతున్నట్టుగా ఉందది.

తన స్నేహితురాలిని సీత సరిగ్గానే అర్థం చేసుకుంది.

కొన్ని సెకనుల తర్వాత సీత వేగంగా వంగింది. అనుకోకుండా కుడివైపు రోడ్డుకు అడ్డంగా. సమీచి ఎడమవైపు కొస్తున్నట్టు నటించింది. వాస్తవానికి ఆమె కుడివైపు నుంచి ముందుకు వెళ్ళాలనుకుంది. సీత అడ్డు రావడంతో ఆ అవకాశం పోయింది.

సమీచి గట్టిగా తిట్టుకొనడం సీతకు వినిపించింది.

నవ్వుతూ, సీత మళ్ళీ తన గుర్రాలను అదిలించింది. అత్యంత వేగంగా మలుపు తిరుగుతూ. ఆ మలుపుకు ముందు దారి నేరుగా ఉండి, తర్వాత ఇరుగ్గా అవుతుంది మళ్ళీ.

'హ్యా!'

'సీతా!' సమీచి బిగ్గరగా అరిచింది.

ఆమె స్వరంలో ఏదో ఉంది.

కంగారు.

వెంటనే జరగాల్సిన సంఘటనలా సీత రథం కుదుపుకు లోనైంది.

ఆ కుదుపు వేగానికి సీత గాలిలోకి ఎగిరింది. గుర్రాలు ఆగలేదు. అవి పరిగెడుతూనే ఉన్నాయి.

సీత సహజజ్ఞానంతో తలకిందకు వంచి, కాళ్ళు కూడా ముడుచుకుని, ఛాతీవరకూ మోకాళ్ళు వచ్చేలా ముడిచింది. తలను చేతులతో పట్టుకుంది కౌగలించుకుంటున్నట్టుగా.

సీతకు ప్రపంచమంతా మెల్లగా కదులుతున్నట్లుగా ఉంది. ఇంద్రియాలు చురుగ్గా పనిచేస్తున్నాయి. అంతా అస్పష్టంగా ఉంది.

కిందకి పడటానికి ఇంత సమయం ఎందుకు పడుతోంది?

దబ్!

భుజం మీదుగా క్రింద పడేసరికి దేహమంతా నొప్పి పాకినట్లయింది. ఆమె శరీరం మళ్ళీ బంతిలా గాలిలో ఎగిరి ముందుకు విసిరినట్టుగా పడిపోయింది.

'రాకుమారీ!'

సీత తన తల వంచుకునే ఉంది.

శిరస్సును కాపాడుకోవాలి తను.

విపు నేలకు ఉంచి పడింది. పడీ పడగానే ఆ గరుకు నేల మీద దొర్లుతూ వెళ్ళింది. శరీరమంతా ఘోరంగా చెక్కుకు పోయింది.

ఆకుపచ్చని రంగులో ఏదో అస్పష్టంగా తన ముఖం ప్రక్కనుంచి పోయింది.

దడ్!

ఆమె బలంగా వృక్షానికి గుద్దుకుంది. ఆమె వెన్నులో తీక్షణంగా నొప్పి పుట్టింది. హఠాత్తుగా కదల్లేకపోయింది.

ఆమె కళ్ళకి మాత్రం ప్రపంచమంతా గిర్రున తిరుగుతున్నట్లుగా ఉంది.

ఆశ్చర్యంతో సీత తన పరిసరాలను గమనించాలని ప్రయత్నించుతూ ఉంది.

సమిచి తన రథం ఆపి, వేగంగా కిందికి దిగి రాకుమారి దగ్గరకు వెళ్ళింది. సీత రథం ముందుకు పోతూ ఉంది. రథానికున్న లోహం, నేలకు రాసుకునే వేగానికి నిప్పురవ్వలు గాలిలో ఎగురుతున్నాయి. ఆ వెర్రెక్కిన గుర్రాలు భయంకరంగా ముందుకు ఉరుకుతూనే ఉన్నాయి.

సీత సమిచి వైపు చూసింది. 'నా... రథం... తీసుకురా'.

తరువాత ఆమెకు స్మృహపోయింది.

—౹౨౩—

సీత లేచేసరికి చీకటి పడింది. ఆమె కనురెప్పలు బరువుగా ఉన్నాయి. పెదాల్లోంచి చిన్న మూలుగు వెలువడింది.

కంగారుగా ఉన్న అరుపు వినిపించింది. 'అక్కా... నువ్వు బాగానే ఉన్నావా? నాతో మాట్లాడు...'

ఊర్మిళ.

'నేను బాగానే ఉన్నాను, ఊర్మిళా.'

ఆమె తండ్రి చిన్నపిల్లను మృదువుగా మందలించాడు. 'ఊర్మిళా అక్కను విశ్రాంతి తీసుకోనీ'.

సీత కళ్ళు తెరిచి వేగంగా చిట్లించింది. గదిలోని వివిధ కాగడాల వెలుగులో ఆమెకు కళ్ళు కనిపించలేదు. మళ్ళీ రెప్పలు మూసింది. 'ఎంతసేపట్నించి... నేను'

'రోజంతా, అక్కా'.

ఒక్కరోజేనా? ఎంతోకాలమైనట్టుగా ఉంది.

ఆమె శరీరమంతా నొప్పి ముద్దలా ఉంది. ఆమె ఎడమ భుజం, వెన్ను మొద్దుబారినట్టుగా ఉన్నాయి.

నొప్పి నివారిణులు. అశ్వినీదేవతలు వైద్యులను ఆశీర్వదించుగాక.

సీత మళ్ళీ నెమ్మదిగా కళ్ళు తెరిచింది. కనుపాపలు వెలుగుకు అలవాటు య్యేలా, నిదానంగా వెలుతురు కనిపించేలా.

మంచం పక్కనే ఊర్మిళ నిలబడింది, రెండు చేతులతో దుప్పటి పట్టుకుని. గుండ్రని ఆమె కళ్ళల్లో నీటి చెలమలున్నాయి. ముఖం మీది నుంచి కన్నీళ్ళు కారుతున్నాయి. చిన్న కూతురి ప్రక్కనే ఆమె తండ్రి జనకుడు నిలబడి ఉన్నాడు. సాధారణంగా ప్రశాంతగా ఉండే ఆయన ముఖం అలసిపోయి, ఆందోళనగా ఉంది. ఆయన ఇప్పుడే తీవ్రమైన అనారోగ్యం నుంచి కోలుకున్నాడు. ఈ స్థితిలో అదనంగా ఇటువంటి ఒత్తిడి ఆయనకు అవసరం లేదు.

'నాన్నా... మీరు విశ్రాంతి తీసుకోవాలి. మీరింకా బలహీనంగానే ఉన్నారు', అంది సీత తండ్రితో.

జనకుడు తల అడ్డంగా ఊపాడు. 'నా బలం నువ్వే, తొందరగా కోలుకోమ్మా'.

'మీ గదిలోకి వెళ్ళి విశ్రమించండి. నాన్నా'

'నేను విశ్రమిస్తాను. నువ్వు విశ్రాంతి తీసుకో. ఇంకేమీ మాట్లాడకు'.

సీత తన కుటుంబం వెనక్కి చూసింది. సమీచి ఉంది. అరిష్టనేమి కూడా ఉన్నాడు. అతనొక్కడే శాంతంగా కనిపించాడు, కలత పడకుండా.

సీత దీర్ఘంగా శ్వాసతీసుకుంది. ఆగ్రహం పెరుగుతున్నట్టుగా అనిపించింది. 'సమీచి...'

'చిత్తం, రాకుమారీ', అంటూ సమీచి త్వరగా మంచం దగ్గరికి వచ్చింది.

'నా రథం...'

'చిత్తం, రాకుమారీ'.

'నేను దానిని చూడాలి...'

'చిత్తం, రాకుమారీ'.

అరిష్టనేమి వెనకాలే ఉండిపోవడం సీత గమనించింది. ఇప్పుడే అతడి ముఖంలో ఒక చిన్న మందహాసం కనిపించింది. ప్రశంసాపూర్వకమైన చిరునవ్వు.

'నిన్ను హతమార్చే ప్రయత్నం ఎవరు చేసి ఉంటారని అనుకుంటున్నావు?' అడిగాడు అరిష్టనేమి.

ప్రమాదం జరిగి ఐదురోజులు కావస్తోంది. సీత మంచం మీద లేచి కూర్చోగలిగేంత కోలుకుంది. కొంచెం నడవగలుగుతూ ఉంది. ఆమె సైనికుడిలా తింటూ, త్వరగా శక్తిస్థాయిలు పుంజుకునేలా, చురుకుదనం పెరిగేలా చూసు కుంటూ ఉంది. పూర్తిగా కోలుకోవడానికి ఇంకా కొన్ని వారాల సమయం పడు తుంది.

తన ఎడమ చెయ్యి కట్టుకట్టి ఉంది. వెన్నెముకకు కణజాలాన్ని బాగుచేసే ఆయుర్వేద మూలికల మందు, వేప ముద్ద కలిపి రాశారు. శరీరం మీద చిన్న చిన్న గాయాలకు కూడ మందు రాసి కట్టుకట్టి ఉన్నాయి. త్వరగా నయం కావటానికి.

'ఇది తెలుసుకోవడానికి ఎవరూ వ్యోమకేశులు కానవసరం లేదు', సీత చెప్పింది. జానపద కథల్లోని ప్రసిద్ధ నేర పరిశోధకుడిని గుర్తు చేస్తూ.

అరిష్టనేమి మృదువుగా నవ్వాడు.

ఆయురాలయంలో సీత గదికి రథాన్ని తీసుకుని వచ్చారు. సీత దాన్ని క్షుణ్ణంగా పరీక్షించింది. చాలా తెలివిగా దాన్ని చేశారు.

రెండు దూలాలకు రెండు వేర్వేరు రకాల చెక్కను ఉపయోగించారు. మిగిలిన బండికి దానికి ఆకారంలో తేడా కనిపించడం లేదు. చూడడానికి బలంగా కనిపిస్తోంది. కాని చేవలేదు. పాత మేకులను ఉపయోగించడంలో చాలా జాగ్రత్త తీసుకున్నా కూడా, దూలాలకు బిగించిన మేకు గుర్తులు కొత్తగా ఉన్నాయి. ఒక దూలం బండి కదలికల వేగానికి ఎండిపోయిన చెట్టు కొమ్మలాగా విరిగిపోయింది. ముక్కలైన దూలం భూమిలో ఇరుక్కోగా, ఇరుసు కదల్లేదు. దీనితో రథం అత్యంత వేగంగా ఉండగా చక్రాలు కదల్లేదు. రథం విరిగిపోయిన దూలాన్ని ఆసరాగా చేసుకుని పైకి ఎగిరి బోల్తాపడి నేలపై కూలిపోయింది.

చాలా తెలివిగా చేసిన పని.

ఇలా చేసిన వారెవరికో నక్షత్రాలను గణించే జ్యోతిష్యులకు ఉన్నంత ఓపిక ఉండి ఉండాలి. ఎన్నో మాసాలు, బహుశా సంవత్సరాల మునుపు ఇలా చేసి ఉండవచ్చు. చాలా పాత నిర్మాణ లోపంలాగా భ్రమింపజేశారు. మరణం సంభవిస్తే అది ప్రమాదవశాత్తూ జరిగిందని అనిపించేలా చేయడానికి. ప్రమాదవశాత్తు జరిగినది కాని హత్య కాదు అన్నట్టు అనిపింపజేయడానికి.

మేకు గుర్తుల ఆనవాళ్ళను దగ్గరగా పరిశీలించడం ద్వారా సీత ఈ కుట్రను బయటపెట్టింది.

ఆ రథం తప్పకుండా సీతదే. అంటే ప్రమాదం ఉద్దేశింపబడ్డ లక్ష్యమెవరో సుస్పష్టం. మిథిలకూ, మిథిల శత్రు బాహుళ్యానికీ నడుమనున్నది తాను మాత్రమే. ఊర్మిళకు కేవలం కళ్యాణం జరిపించి అడ్డం తొలగించవచ్చు. ఇక జనక మహారాజు సరేసరి. సీత తర్వాత ఆయన వరకూ ఎక్కువ సమయం పట్టదు.

తాను చాలా అదృష్టవంతురాలు. ఆఖరి మలుపు తిరిగిన తర్వాత ప్రమాదం జరిగింది. వస్తు కదలికకున్న జడత్వం వల్ల వేగంగా కలిగే తోపుకు తాను లోనైంది. తను పడిన వైపు రథం ఈడ్చుకు రాలేదు. అలా జరిగి ఉంటే ఆ రథ చక్రాల కింద, లోహం కింద పడి తాను నుజ్జునుజ్జయ్యేది. నిశ్చయంగా అప్పుడు మరణం సంభవించేది.

'ఏం చేయాలనుకుంటున్నావు?' అరిష్టనేమి ప్రశ్నించాడు.

పైకి ప్రమాదంలాగా కనిపిస్తున్న ఈ కుట్రకు కారకులెవరో సీతకు సందేహం లేదు. 'నేను కూటమిగా ఏర్పడటానికి కూడ సమ్మతించాను. వాస్తవానికి రాజకుటుంబానికి ఆయన పెద్ద కూడా కావచ్చు. నాకు పెద్ద ప్రణాళికలున్నాయి. నేను కోరేది నా తండ్రి, నా చెల్లెలు సురక్షితంగా, క్షేమంగా ఉండాలని మాత్రమే. నా ప్రజలు సంరక్షింపబడాలి అంతే. ఆయన ఎందుకిలా చేశాడు?'

'జనం లోభులు. బుద్ధిహీనులు. పరిస్థితులను తప్పుగా అర్థం చేసుకుంటారు. అంతేకాకుండా, మలయపుత్రులకు తప్ప బయటి వారెవరికి నీకు నిర్దేశించిన గమ్యం తెలియదు. బహుశా భవిష్యత్తులో నిన్ను పరిపాలకురాలిగా భావించి భయపడుతున్నాడేమో'.

'గురుదేవులు విశ్వామిత్రులు తిరిగి ఎప్పుడు వస్తున్నారు?'

అరిష్టనేమి భుజాలెగరేశాడు. 'నాకు తెలియదు'.

'అయితే ఈ పని మనమే చెయ్యాల్సి ఉంటుంది'.

'ఏం చెయ్యాలనుకుంటున్నావు?' మళ్ళీ ప్రశ్నించాడు అరిష్టనేమి.

విశ్వామిత్ర గురుదేవులు వాస్తవమే చెప్పారు. ఆయన నాతో ఎప్పుడూ ఎదురు చూడవద్దు. మొట్టమొదటి పనిగా ప్రతీకారం తీర్చుకోవాలని చెప్పారు.

అరిష్టనేమి చిన్నగా నవ్వాడు. 'సైనిక బలగాల దాడా?'

'బాహాటంగా నేనలా చేయలేను. బాహాటంగా యుద్ధం చేసేంత సమర్థత మిథిలకు లేదు'.

'మరి నీ మనసులో ఏముంది?'

'అది ప్రమాదంలా కనిపించాలి. నాకు జరిగి ఉండవలసిన ఉపద్రవం ఎలాగైతే ప్రమాదంలా కనిపించిందో అలానే'.

'అవును, తప్పనిసరిగా అలాగే కనిపించాలి'.

'అంతేగాక దీనికి అసలైన కారకుడు లక్ష్యం కావడానికి వీల్లేదు'.

అరిష్టనేమి భ్రుకుటి ముడివడింది.

'అసలైన వ్యక్తి కేవలం వ్యూహకర్త. అలా కాకున్నా నేనతనిపై సూటిగా దాడి చేయలేను... మా తల్లి నిషేధించారు... అతడి కుడిభుజాన్ని తీసివేయాలి. ఇటువంటి కుయుక్తులను ఇకమీదట అతను అమలు పరచకుండా'.

'సులోచనుడు'.

సంకాశ్య ప్రధానమంత్రి సులోచనుడు. సీత బాబాయి కుశధ్వజుని కుడి భుజం. తన ప్రభువు కోసం చేయదగిన ఏ పనైనా చేస్తాడు. కుశధ్వజుడికి సులోచనుడి సహకారం లేకపోతే ఏమీ చేయలేడు.

సీత తల ఊపింది.

అరిష్టనేమి ముఖం రాయిలా కఠినంగా మారింది.

'జరుగుతుంది'.

సీత ప్రతిస్పందించలేదు.

ఇప్పుడు మీకు నిజంగా విష్ణువు కాగలిగే అర్హత వచ్చింది, అనుకున్నాడు అరిష్టనేమి. *తన కోసం తాను పోరాడలేని విష్ణువుకు తన ప్రజల కోసం పోరాడగలిగే సమర్థత ఉండదు.*

మార సమయాన్ని, దినాన్ని బాగా ఎంచుకున్నాడు. రవి దక్షిణ దిశా గమనానికి ప్రారంభదినం. శీతాకాలంలో బ్రహ్మాండంగా జరుపుకునే నవరాత్రులు, ఉత్తరాయన పుణ్యకాలాన్ని సూచించే రోజు. లోకానికి పోషకుడైన సూర్యుడు ఉత్తర దిక్కుకు అత్యంత దూరంగా ఉండే రోజు. అప్పటినుంచి ఉత్తర దిశగా తన ఆరు నెలల ప్రయాణం ఆరంభమవుతుంది. ఒక రకంగా ఉత్తరాయనం పునఃసృష్టికి దూత. పాత విషయాలకు ఉపశమనం. కొత్తదనానికి ఆరంభం.

తొలి ప్రహర తొలిజాము. అర్ధరాత్రి అప్పుడే దాటుతూ ఉంది. నది రేవు వద్ద తప్ప సంకాశ్య నగరం నిద్రిస్తున్నవేళ. అలసిన సంతోష జీవుల ప్రశాంతమైన నిద్ర. ఉత్సవాలు ఎప్పుడూ ఈ విషయంలో తోడ్పడతాయి. నగరాన్ని కాపలాకాసే సిబ్బందిలో మేలుకొని ఉన్నవారిలో కొందరు ప్రతి గంటకూ ఒకసారి పిలుస్తుంటారు: అంతా క్షేమంగానే ఉంది.

కానీ దురదృష్టం. సిబ్బంది అందరూ అంత నిజాయితీగా పనిచేయలేరు.

ఇరవైమంది కావలివాళ్ళు ముఖ్యమంత్రి సులోచనుడి ప్రాసాదంలో కావలి గదిలో గుమిగూడారు; అది అర్ధరాత్రివేళ వారు ఫలహారం తీసుకునే సమయం. వారి కావలి స్థానాలనూ, విధులనూ వదిలి రాకుండా ఉండవలసింది. అది శీతాకాలం. చలి తీవ్రంగా ఉంది. ఫలహారం కేవలం ఒక సాకు మాత్రమే. అసలైతే దీపపు పురుగుల్లాగా, వెచ్చని చలిమంటకు ఆకర్షితులైపోయారు. అది స్వల్పకాలిక విరామమేనని వారికి తెలుసు. మళ్ళీ వెంటనే కాపలా స్థలానికి వెళతారు.

సులోచనుడి ప్రాసాదం కొండమీద కుదురుకున్నట్లుగా ఉంది. రాజోద్యానవనానికి జరీ అంచులాగా. మరొకవైపున ధారాళంగా గండకీనది ప్రవహిస్తూ ఉంది. అది నిజంగా నగరంలో శక్తిమంతుడైన రెండో వ్యక్తికి ఉన్న అందమైన నివాస స్థలం. కాని కావలివారి పట్ల దయలేని గృహం. ప్రాసాదం ఎత్తు చలిగాలుల తీవ్రతను హెచ్చిస్తూ ఉంది. అందువల్ల ఆ ఎత్తులో నిలబడి కావలి కాయడమంటే పంచభూతాలతో పోరాటం చేస్తున్నట్లే. అందువల్లే కావలివాళ్ళు కాపలా గదిలో వెచ్చదనాన్ని నిజంగానే ఆనందిస్తున్నారు.

రాజోద్యానం చివర, రాజగృహం పైకప్పు భాగంలో ఇద్దరు కాపలా సిబ్బంది పడి ఉన్నారు. వారి శ్వాస నిలకడగా, స్థిరంగా ఉంది. ఆదమరిచి నిద్రిస్తున్నారు. వారికి ఏమీ గుర్తుండదు. వాస్తవానికి గుర్తుంచుకోవడానికి ఏమీ లేదు, వాసనలేని వాయువేదో సౌమ్యంగా వారిపై వీచి వారిని గాఢనిద్రలోకి దింపింది. మర్నాటి ఉదయం వారు విధి నిర్వహణ చేయకుండా నిద్రపోయామనే అపరాధ భావంతో మేల్కొంటారు. ఏ నేర పరిశోధకుడి ముందు ఈ వాస్తవాన్ని ఒప్పుకోలేరు. విధి నిర్వహణ సమయంలో నిద్రించడం అనే తప్పుకు మరణశిక్ష వేస్తారు.

మార, కళాకారుడు. తన అత్యద్భుతమైన సృష్టిని ఆవిష్కరించే ప్రక్రియలో నిమగ్నమై ఉన్నాడు.

సులోచనుడి భార్య, పిల్లలు ఆమె పుట్టింట్లో ఉన్నారు. శీతాకాలం నవరాత్రి సమయంలో ఆమె వార్షిక సెలవుల కోసం పుట్టింటికి వెళుతుంది.

సాధారణంగా కొన్ని రోజుల తర్వాత సులోచనుడు వారితో కలుస్తాడు. కాని ఈ సారి అత్యవసర రాచకార్యాలుండడంతో వెళ్ళలేకపోయాడు. మార ఆ దినాన్ని, సమయాన్ని బాగా ఎంపిక చేసుకున్నాడు. ఎందుకంటే అతడికి కచ్చితంగా చెప్పారు: ఇంకెవరికీ ప్రమాదం జరగరాదని.

అతడు సులోచనుడి ఊబకాయాన్ని చూశాడు. మంచం మీద పడుకున్నాడు. చేతులు పక్కకు పెట్టుకుని, కాళ్ళు చాచి పడుకున్నాడు ఎప్పటి లానే. లేత గోధుమ రంగు ధోవతి కట్టుకుని ఉన్నాడు. ఛాతీ మీద ఆచ్ఛాదన ఏమీ లేదు. అంగవస్త్రాన్ని మంచం పక్కన ఉన్న అరలో జాగ్రత్తగా మడత పెట్టి ఉంచాడు. నిద్రించే ముందు రోజూ అలాగే చేస్తాడు. అతడి ఉంగరాలు, ఆభరణాలు తీసి ఆభరణాల భరిణెలో పెట్టాడు, అంగవస్త్రం ప్రక్కగా రోజూ అదే విధంగా ఉంచుతాడు.

కాని ఎప్పుడూ తీసుకునే విధంగా శ్వాస తీసుకోవడం లేదు. అప్పటికే చనిపోయాడు. మూలికావిషాన్ని తెలివిగా నాసికారంధ్రాల ద్వారా ప్రయోగించారు. ఆచూకీ ఏమాత్రం ఉండదు. విషం వెంటనే అతని శరీరంలోని కండరాలను పక్షవాతానికి గురిచేసింది.

గుండె ఒక కండరం. అదే విధంగా ఊపిరితిత్తుల కింద ఉండే కణజాలం కూడా. బాధితుడి శ్వాసకు నిముషాలలో అవరోధం ఏర్పడింది.

ఇది జరిగినప్పుడు సులోచనుడు స్పృహలో ఉన్నాడో లేడో కూడా బహుశా ఎవరికీ తెలియదు.

మార తెలుసుకోవాలనుకోలేదు.

హత్య జరిగిపోయింది.

ఇప్పుడు మార సన్నివేశాన్ని అమర్చుతున్నాడు.

అరలోంచి ఒక రాతప్రతిని తీశాడు. ఆ రాతప్రతి దేశాలు తిరిగే వర్తకుడికి, ఒక నాట్యగత్తెకు మధ్య జరిగిన దురదృష్టకరమైన ప్రేమను వర్ణించే గ్రంథం. సప్తసింధులో అంతటా అది ప్రఖ్యాతి గాంచిన నాటకం. సులోచనుడికి పుస్తక పఠనం ప్రీతికరమైన విషయమని అందరికీ తెలుసు. అంతేగాక విశేషంగా ప్రణయగాథలంటే అతడికి మక్కువ. మార సులోచనుడి విగతశరీరం దగ్గరకు నడిచి పుట మడిచి పెట్టిన రాతప్రతిని మంచం మీద అతని ఛాతీ పక్కన పెట్టాడు.

పుస్తకం చదువుతూ సులోచనుడు నిద్రపోయాడు.

గాజు దీపాన్ని తీసుకుని, వత్తి వెలిగించి, పడక పక్కన ఉన్న పెట్టె మీద పెట్టాడు.

అతడు చదువుకునే దీపం..

గదిలో మూలగా ఉన్న బల్ల మీద ఉన్న మదిరను, పానపాత్రను పెట్టె మీద పెట్టాడు. కొంచెం మదిరను ఖాళీ పానపాత్రలో పోశాడు.

రోజంతా అలసిపోయిన సులోచనుడు కొంచెం మదిర సేవించి ఒక ప్రణయగాథను చదువుతున్నాడు.

పడక పక్కనే ఉన్న పెట్టె పైన ఆయుర్వేద మూలికల ముద్దనుంచాడు. చెక్క పట్టకారు ఆ ముద్దలో ముంచి సులోచనుడి నోరు తెరిచి, నోరంతా సమంగా పూశాడు. అతడి గొంతు చివర కూడా ఆ లేపనం అంటేలా జాగ్రత్త పడ్డాడు. వైద్యులు దీనిని కడుపు నొప్పికి, అజీర్తికి గృహవైద్యంగా వాడతారు.

మంత్రి ఊబకాయుడు. కడుపుకి సంబంధించిన అజీర్తి వంటి బాధలు సహజంగా వస్తాయని అనుకోవచ్చు.. చిన్న చిన్న జబ్బులకూ, నొప్పులకూ ఇంట్లోనే చికిత్స చేసుకోగలిగేంత ఆయుర్వేద వైద్యం ఆయనకు వచ్చు అనే విషయం అందరికీ తెలిసినదే.

కిటికీ వద్దకు నడిచాడు.

తెరిచిన గవాక్షం. హోరుగా గాలి వీస్తున్న రాత్రి.

మళ్ళీ వెనక్కి నడిచి సులోచనుడి మెడ వరకు ముసుగు కప్పాడు.

సులోచనుడు తనను తాను కప్పుకున్నాడు. అతడికి చలిగా ఉంది.

మార ఒక్కసారి ముసుగునూ, అంగవస్త్రాన్నీ తాకాడు. అన్నీ ఏ విధంగా ఉండాలో అలాగే ఉన్నాయి.

పరిపూర్ణం.

సులోచనుడు గుండెపోటును అజీర్తిగా భావించాడని మొదట భావిస్తారు. దురదృష్టకరమైన తప్పిదం. కాని సర్వసాధారణంగా అందరూ చేసేదే. అజీర్తికి అతడి దగ్గర ఏదో మందు ఉంది. తన అసౌకర్యానికి ఆ మందు కొద్దిగా గుణం చూపించింది. ఏదో ఒక రాతప్రతిని తీసుకుని, కాస్త మదిర సేవించాలనుకున్నాడు. గుండెపోటులో సహజంగా కనిపించే వణుకు, చలి అతడికి అనిపించాయి. అందుకని ముసుగు పెట్టుకున్నాడు. అప్పుడు గుండెపోటు ఉధృతంగా వచ్చింది.

దురదృష్టం.

సంపూర్ణంగా దురదృష్టం.

మార చిరునవ్వు నవ్వాడు. చుట్టూ చూసి ఆ దృశ్యాన్ని ఆఖరుసారి మనసులో ముద్రించుకున్నాడు. ఎప్పటిలానే.

అతడి భ్రుకుటి ముడిపడింది.

ఏదో తప్పు జరిగింది.

మళ్ళీ చుట్టూ చూశాడు. మృగంలా అప్రమత్తతతో.

ఛ! బుద్ధిలేని చవటా!

మార సులోచనుడి దగ్గరకు నడిచి ఎడమచేతిని పట్టుకున్నాడు. దేహం అప్పటికే గట్టిపడి బిగుసుకు పోవడం మొదలైంది. కొద్ది కష్టంతో సులోచనుడి ఎడమచేతిని ఛాతీపై ఉంచాడు. అతికష్టం మీద వేళ్ళను విడదీసి పరచినట్టుగా పెట్టాడు. ఆ మనిషి తీవ్రమైన నొప్పితో ఛాతీ పట్టుకుని మరణించినట్టుగా.

ఈ పని ముందుగానే చేసి ఉండవలసింది. బుద్ధిహీనుడా! బుద్ధిహీనుడా!

తన పనితనానికి సంతృప్తి చెంది, మార మళ్ళీ ఒకసారి గదంతా కలయ జూశాడు. బాగుంది.

అది సాధారణమైన గుండెనొప్పిలా ఉంది.

అతను నిశ్శబ్దంగా నిలబడి తన సృష్టికి తనే అచ్చెరువొందాడు. తన కుడిచేతి వేళ్ళ చివర్లను ముద్దు పెట్టుకున్నాడు.

లేదు, అతను హంతకుడు కాడు. కళాకారుడు.

ఇంక ఇక్కడ నా పని పూర్తయింది.

వెనుతిరిగి గబగబా కిటికీ దగ్గరకు వెళ్ళి ఎగిరి పైకప్పు పిట్ట గోడను అందు కున్నాడు. అదే వేగంతో పిల్లిమొగ్గ వేసి పిట్టగోడ ఎక్కి, పైకప్పుకి చేరాడు.

మార కంటికి కనబడని వ్యక్తి. శరీరం మీద జిగటగా ఉన్న నల్లటి లేపనం పూశాడు. నల్లటి ధోవతి ధరించాడు. రాత్రివేళల్లో కనిపించడు.

ఆ కళాకారుడు తృప్తిగా నిట్టూర్చాడు. రాత్రివేళలో వచ్చే శబ్దాలు అతడు వినగలుగుతున్నాడు. ఇలకోళ్ళ అరుపులు. పహరా వాళ్ళ గదిలో మంట మండే చప్పుడు. వీచేగాలి. పైకప్పు మీద మంద్రంగా కావలి వాళ్ళు పెడుతున్న గురక... అంతా ఎలా ఉండాలో అలాగే ఉంది. ఏదీ తక్కువగా లేదు.

రాజోద్యానం వైపు పరుగు తీశాడు. ఏమాత్రం సంశయించకుండా, వేగం పెంచుకుంటూపోయాడు. పైకప్పు అంచుకు చేరువైన సమయంలో పిల్లిలా దూకి నేలపైన కొంత ఎత్తులో గాలిలో తేలుతూ పోయాడు. చాచిన చేతులు వేలాడుతున్న చెట్టుకొమ్మను పట్టుకున్నాయి. కొమ్మ పైకి ఎగిరి, చెట్టు బోదె వరకూ బరువును సమతూకం చేసుకుంటూ బోదెను చేరి అక్కడి నుంచి సులభంగా కిందికి జారాడు.

పరిగెత్తడం ఆరంభించాడు. మృదువైన పాదాలు. నిశ్శబ్దమైన ఉచ్ఛ్వాస నిశ్వాసాలు. అనవసరమైన శబ్దాలేవీ లేదు.

మార నీడ, చీకటిలో మాయమైంది. వెలుతురుకి చిక్కలేదు. మళ్ళీ.

14వ అధ్యాయం

గత కొన్నేళ్లుగా కన్న మిథిల ఎంతో స్థిరంగా ఉంది. కొత్తగా నిర్మించిన బీదల గృహాలు, అనుబంధంగా వచ్చిన అవకాశాలు, బీదల జీవితాలను గణనీయంగా మెరుగుపరచాయి. రెండు కోట గోడల మధ్య చేసిన వ్యవసాయం వల్ల వ్యవసాయ ఉత్పాదకత పెరిగింది. ద్రవ్యోల్బణం తగ్గింది. దురదృష్టవశాత్తు ప్రతిభాశాలి అయిన సంకాశ్య ప్రధానమంత్రి చనిపోవడంతో కుశధ్వజుడు కూడా కొంచెం వెనక్కి తగ్గాడు. ఇప్పుడు బాగా పేరు తెచ్చుకున్న సీత, దేశవ్యాప్తంగా దౌత్యపరమైన సందర్శనలు చేస్తానంటే ఎవరూ వ్యతిరేకించలేదు.

అయితే మొదటి సందర్శన కథలుగా చెప్పుకునే మలయ పుత్రుల రాజధాని అగస్త్యకూటానికి అని కొద్దిమందికే తెలుసు.

ప్రయాణం చాలా దీర్ఘం. ఎన్నో మలుపులు. జటాయువు, సీత, మలయ పుత్రుల సైనిక బృందం కలిసి మట్టిరోడ్డు గుండా సంకాశ్య చేరారు. అక్కడి నుంచి పడవలపై గండకీ నదిలో ప్రయాణించి గంగా సంగమం చేరారు. అటు నుంచి గంగానదిలో యమునానది సమీపం వరకు ప్రయాణించారు. తర్వాత యమునా తీరంలో కాలినడకన నడిచి మళ్ళీ యమునానదిలో సట్లెజ్ వరకు ప్రయాణించారు. ఈ రెండూ కలిసి అక్కడ సరస్వతీ నది రూపొందుతుంది. అక్కడి నుంచి కిందికి సరస్వతీ నదిలో అది పడమటి సముద్రంలో కలిసేవరకూ ప్రయాణించారు. తర్వాత సముద్రంలో ప్రయాణించే సామర్థ్యమున్న నౌకను ఎక్కారు. ప్రస్తుతం భారత దేశ పడమటి తీరంలో ప్రయాణిస్తున్నారు, భారత ఉపఖండానికి నైరుతిమూలలకు చేరుతున్నారు. గమ్యం: కేరళ. కొందరు దీనిని దేవుడి దేశం అంటారు. ఎందుకు కాదు, ఇది అంతకుముందున్న విష్ణువు పరశురామ ప్రభువు భూమి. ఆయన దీనిని తన భూమి అని చెప్పాడు.

ఒక వేసవి ఉదయాన, నౌక ప్రశాంతమైన నీటిలో ప్రయాణించసాగింది. సముద్రంలో ప్రయాణం సీతకిది మొదటిసారి. ఆహ్లాదంగా ఉంది. ఎలాంటి అసౌకర్యమూ అనిపించలేదు.

'పరశురామ ప్రభువు అగస్త్యకూటంలో జన్మించారా?' సీత అడిగింది.

సీత, జటాయువు నౌకపై భాగంలో నిలబడ్డారు. వారి చేతులు పై భాగానికి అమర్చిన స్తంభాలపై ఆని ఉన్నాయి. జటాయువు ఒక స్తంభానికి ఆనుకుంటూ సీతవైపు తిరిగాడు. 'మేమలా భావిస్తాం. నేను ఋజువులైతే చూపలేను. కాని కచ్చితంగా పరశురామ ప్రభువు కేరళ వాడని, కేరళ ఆయనదని మేము కచ్చితంగా చెప్పగలం.'

సీత మందహాసం చేసింది.

సీత ఏమనబోతుందో జటాయువు ముందుగానే ఊహించాడు. 'అయితే భారతదేశంలో పరశురామ ప్రభువుని చాలామంది మాలాగే పూజిస్తారని నేను అంగీకరిస్తున్నాను'.

ఆమె ఏదో అనబోతుండగా, దూరంగా రెండు నౌకలపై ఆమె దృష్టి పడింది. లంక నౌకలు. అవి ప్రశాంతంగానే, వేగంగా వస్తున్నాయి.

సీత భ్రుకుటి ముడిపడింది. 'ఆ నౌకలు మన నౌకలానే ఉన్నాయి. తెరచాపలు కూడా మనకున్నన్నే ఉన్నాయి. మరి వాళ్ళు అంతవేగంగా ఎలా ప్రయాణిస్తున్నారు?'

జటాయువు నిట్టూర్చాడు. 'నాకు తెలియదు. అదో రహస్యం. అదే వాళ్ళకి సముద్రంపై ఎంతో ఉపయోగకరంగా ఉంది. ఎవరూ వెళ్ళలేనంత వేగంగా వాళ్ళ సైన్యం, వ్యాపారులు వెళతారు'.

ఇతరుల దగ్గరలేని సాంకేతిక నిపుణత ఏదో రావణుడి దగ్గర ఉండి ఉండాలి.

ఆ రెండు నౌకల తెరచాప కొయ్యలను చూసింది. నల్లటి లంక జెండాలు ఎగురుతున్నాయి. జ్వలిస్తున్న మంటల మధ్య నుంచి గర్జించే సింహం తల బొమ్మ ఉంది వాటిమీద.

మలయపుత్రులకు, లంకవాసులకు మధ్య ఉన్న సంబంధమేమిటని సీత ఆశ్చర్యపోవడం ఇది మొదటిసారి కాదు.

వారు కేరళ తీరాన్ని సమీపించగానే, ప్రయాణీకులను ముంపునీరులో ప్రయాణించ గల ఓడలలోకి మార్చారు.

భూప్రాంతాన్ని సమీపిస్తున్నపుడు ఎలా ఉంటుందో జటాయువు ముందు గానే సీతకు చెప్పాడు. తీరంలో మొదలైన చిక్కుతోపల గుండా నీటిలో

వారు ప్రయాణించారు. ఏరులు, నదులు, సరసులు, వరదకులోనైన చిత్తడి నేలల మధ్య సరైన దారిని ఎంచుకుని దేవుడి స్వదేశం మధ్యకు చేరారు. చూసినప్పుడు బాగుండే ఈ నీళ్ళు, క్రూరమైనవి: నీరు సమృద్ధిగా ఉన్న ఈ దేశంలో అవి నిరంతరం ప్రవాహదిశను మార్చుకుంటూ పోతాయి. ఫలితంగా కొన్ని దశాబ్దాల కోసారి పాత సరస్సులు ఎండిపోతూ, కొత్తవి పుడుతూ ఉంటాయి. అకస్మాత్తుగా ఈ ముంపునీరు ఒకదానితో ఒకటి సంబంధం కలిగి ఉంటాయి. తెలిసిన వారైతే ఈ నీటి చిక్కుదారుల్లోంచి బైటపడి భూభాగానికి చేరగలరు. ఒకవేళ సరైన మార్గదర్శి లేకపోతే, మార్గం తెలియక తప్పిపోవడం లేదా ఎటు వెళ్ళాలో తెలియక ఆగిపోవడం జరుగుతుంది. అట్లా జరిగితే జనసాంద్రత అతి తక్కువగా ఉండే ఈ ప్రదేశంలో ప్రమాదకరమైన జంతువులు చాలా ఉంటాయి. అది మరణశిక్ష కిందే లెక్క.

సీత ఓడ ఇలా అస్తవ్యస్తంగా ఉన్న నీటి మార్గంలో ఒక వారం పాటు ప్రయాణించి అంతగా బయటికి కనిపించని కాలువను చేరింది. ముందు ఆ కాలువ ప్రవేశం దగ్గరున్న మూడు కొబ్బరి చెట్లను ఆమె చూడలేదు. ఆ మూడు కొబ్బరి దుంగల మీద అల్లుకున్న లతలు గొడ్డలి ఆకారంలో చెల్లా చెదురుగా ఉన్నాయి.

ఆ కాలువ చివర మార్గం లేదు. దట్టంగా చెట్లున్నాయి. నౌకకు లంగరు వేయడానికి నౌకాశ్రయం లేదు. సీత భ్రుకుటి ముడిపడింది. మధ్యలోనే లంగరు వేస్తే, మరికొన్ని పడవలు వస్తాయని ఆమె భావించింది. ఆశ్చర్యకరంగా ఓడ ఆగే సూచనలేమీ కనిపించలేదు. వేగాన్ని నియంత్రించే డప్పుశబ్దం వేగవంతమైంది. సరంగులు వేగవంతమైన ధ్వనికి అనుగుణంగా వేగంగా నడుపుతున్నారు. నౌక నేరుగా చెట్ల మధ్యకు వెళుతూ ఉంది.

ఓడ పై భాగంలో ఆమె ఒక్కతే ఉంది. కమ్మీలు పట్టుకుని గట్టిగా 'నెమ్మదించండి, మనం బాగా దగ్గరకి వచ్చేశాం', అంది.

కాని ఆమె స్వరం జటాయువును చేరలేదు. అతను రెండో అంతస్తులో ఉన్నాడు. సిబ్బందితో నిపుణంగా పనిచేయిస్తూ.

ఆయనెలా చూడలేదు! ఈ చెట్లు మనకు ఎదురుగా ఉన్నాయి!

'జటాయుగారూ!' సీత ఆందోళనగా అరిచింది. కచ్చితంగా ఓడ ఇప్పుడు నేలకు తగులుతుంది. కమ్మీలను గట్టిగా పట్టుకుని కిందికి వంగి తనను తాను పట్టుకుంది. జరగబోయే దానికి సిద్ధంగా.

ఏమీ జరగలేదు. చిన్న కుదుపు, కొంచెం నిదానంగా ఓడ ముందుకు సాగుతూనే ఉంది.

అయోమయంతో, సీత తల ఎత్తి చూసింది.

చెట్లు కదిలాయి. ఓడ సునాయాసంగా వాటిని పక్కకు తోసింది! చెట్లు ఉన్నాయని భ్రమించిన చోటికే ఓడ ప్రయాణించింది. సీత వంగి నీటిలోకి చూసింది.

ఆశ్చర్యంతో నోరు తెరిచింది.

వరుణదేవా!

తేలుతున్న చెట్లను పక్కకు తోసుకుంటూ ఓడ మడుగులోకి ప్రవేశించింది. ఆమె వెనక్కి చూసింది. తేలుతున్న చెట్లు యథాప్రకారం తమ స్థానాల్లోకి వెళ్ళిపోయాయి, నీటిని దాస్తూ ఓడ ముందుకు సాగింది, అవి సుందరి చెట్ల ఉపజాతికి చెందిన ప్రత్యేక వృక్షాలని తర్వాత జటాయువు ఆమెకు చెప్పాడు.

సీత ఆశ్చర్యంగా చిరునవ్వు నవ్వి తల ఊపింది. 'పరశురామ ప్రభువు భూమిలో ఏమి రహస్యాలున్నాయి!'

మళ్ళీ ముందుకు చూసింది. ఆమె కళ్ళు మండాయి. తర్వాత, భీతితో బిగుసుకు పోయింది.

రక్తనదులు!

ఆమె ముందు దూరంగా మడుగు పూర్తయి, కొండలు మొదలైనచోట, వివిధ దిశల నుంచి మూడు రక్తప్రవాహాలు పారుతున్నాయి. అవి మూడూ కొండనానుకుని వంపుతిరిగి ప్రవహిస్తున్నాయి.

చాలా కాలం కిందట పరుశురామ ప్రభువు భారతదేశంలో ప్రజల్ని పీడిస్తున్న దుష్టులైన రాజులందరినీ సంహరించాడని అంటారు. ఆ సంహారం ముగిసినపుడు రక్తమోడిన గొడ్డలి ఆత్మప్రక్షాళనార్థం ఆ దుష్టరాజుల రక్తం కక్కిందని, ఆ రక్తమే మలప్రభ నదిగా ప్రవహిస్తుందని చెబుతారు.

అయితే అదొక పురాణకథ మాత్రమే!

అయినా ఇక్కడ తను ఓడమీద, నిలబడి చూస్తోంది. ఒక్కటి కాదు మూడు వేగంగా ప్రవహిస్తున్న ఏర్లు రక్తాన్ని కక్కుతూ మడుగులో కలుస్తున్నాయి.

సీత భయంగా తన మెడలోని రుద్రాక్ష పతకాన్ని గట్టిగా పట్టుకుంది. ఆమె గుండె వేగంగా కొట్టుకుంటోంది.

రుద్రదేవుడా, కరుణించు.

— ౧౮ —

'సీత ఇక్కడికి వస్తూంది, గురువర్యా,' నూరు స్తంభాల మంటపంలోకి ప్రవేశిస్తూ చెప్పాడు అరిష్టనేమి. 'ఆమె రెండు, మూడు వారాలలోపు అగస్త్యకూటానికి వస్తుంది'.

విశ్వామిత్రుడు అగస్త్యకూటంలో పరశురామ ఈశ్వర ప్రధాన దేవాలయంలో కూర్చుని వున్నాడు. పరశురామప్రభువు ఆరాధించిన రుద్రదేవుడి దేవాలయం అది. తను చదువుతున్న రాతప్రతి నుంచి తలెత్తి చూశాడు.

'శుభవార్త. అన్ని సన్నాహాలు సిద్ధంగా ఉన్నాయా?'.

'ఉన్నాయి, గురువర్యా', చెప్పాడు అరిష్టనేమి. తన చేతిని చాపి ఒక చుట్ట చుట్టిన కాగితాన్ని చూపాడు. దానిమీద రాజముద్ర చెరిగిపోయి ఉంది. అయినా దానిని గుర్తించవచ్చు. అను వారసుల రాజముద్ర అది. 'రాజు అశ్వపతి సందేశాన్ని పంపాడు.'

విశ్వామిత్రుడు సంతృప్తిగా నవ్వాడు. అశ్వపతి కేకయ రాజు. కైకేయి తండ్రి. దశరథ చక్రవర్తి మామ. అందువల్ల దశరథుడి రెండో పుత్రుడైన భరతుడికి మాతామహుడు. 'ఓహో అయితే అతనికి విషయం అర్థమై, కొత్త సంబంధాలు ఏర్పరచుకోవాలనుకుంటున్నాడు'.

'ఆకాంక్షలకు కూడా వాటి ప్రయోజనాలున్నాయి. గురువర్యా. ఆకాంక్ష తనకోసమైనా, తన సంతతికోసమైనా. నేననుకునేది అయోధ్య ఉన్నత వంశీకుడు సేనాని మృగాస్యుడు....'

'గురువర్యా!' కుర్రవాడు పరిగెత్తుతూ వచ్చి ఆయాసంతో రొప్పుతున్నాడు.

విశ్వామిత్రుడు చిరాగ్గా అతన్ని చూశాడు.

'గురువర్యా, ఆమె అభ్యాసం చేస్తూంది'.

విశ్వామిత్రుడు వెంటనే లేచి నిలబడ్డాడు. త్వరగా చేతులు జోడించి రుద్రదేవుడు, పరశురామదేవుడి విగ్రహాలకు నమస్కరించాడు. వెంటనే దేవాలయం బయటకు వచ్చాడు. అతడి వెనకే అరిష్టనేమి, ఆ కుర్రవాడు వచ్చారు.

వాళ్ళు గబగబా గుర్రాలనెక్కి వాటిని ముందుకు ఉరికించారు. ఇప్పుడు సమయం అత్యంత విలువైనది.

కొంచెంసేపటిలోనే ఎక్కడికి చేరాలనుకున్నారో వారు అక్కడికి చేరారు. చిన్న గుంపు అక్కడ చేరింది. ఆరుబయలు ప్రదేశం. ముప్ఫయి అడుగుల రాతిస్తంభం మీద చిన్న చెక్క ఇల్లు కట్టి ఉంది. కొందరు తలలు ఎత్తి ఇంటివైపు చూస్తున్నారు. కొందరు కింద కూర్చుని పరవశంతో కళ్ళు

మూసుకుని ఉన్నారు, కొందరు మెల్లగా ఏడుస్తున్నారు, తమ ఉద్వేగాలను అనుభవిస్తున్నారు.

మాధుర్యభరితమైన సంగీతం గాలిలో ఆక్రమించింది. దేవుడే తయారు చేసినట్లుగా ఉన్న వాద్య పరికరం మీద దైవికమైన వేళ్ళు కదులుతున్నాయి. ఎన్నో ఏళ్ళుగా ఇంటి బయట అడుగుపెట్టని మహిళ రుద్రవీణ మీటుతూ ఉంది. అంతకు ముందున్న మహాదేవుడి పేరుపెట్టిన వాయిద్యం. ఆమె వాయిస్తున్న రాగాన్ని భారతీయ సంగీతాభిమానులు ఇట్టే గుర్తుపట్టగలరు. కొందరు దీనిని హిందోళరాగం అంటారు, ఇంకొందరు దీనిని మల్కౌన్స్ రాగం అంటారు. ఇది మహాదేవుడైన రుద్రదేవుడికి అంకితం చేయబడిన రాగం.

ఇతరులు దారి ఇస్తుండగా విశ్వామిత్రుడు గబగబా వచ్చాడు. ఆ స్తంభం ప్రవేశద్వారం మెట్ల దగ్గర ఆయన ఆగాడు.

ఆ ధ్వని మృదువుగా ఉంది. ఆ ఇంటి చెక్క గోడలనుంచి వడపోసి వస్తున్నట్లుగా ఉంది. స్వర్గాన్ని తలపిస్తోంది. విశ్వామిత్రుడికి తన హృదయం సామరస్య పూర్వక లయలో చిక్కుకున్నట్లు అనిపించింది. ఆయన కళ్ళలో నీళ్ళు తిరిగాయి.

'వా, అన్నపూర్ణాదేవీ, వా' విశ్వామిత్రుడు, లోలోన అనుకున్నాడు. ఎటువంటి ఇతర ధ్వని చివరికి తన గొంతు అయినాసరే మంత్రముగ్ధం చేసే ఆ స్వర్గానికి అంతరాయం కలిగించకూడదని.

విశ్వామిత్రుడి ప్రకారం నిస్సందేహంగా అన్నపూర్ణ సజీవులైన వీణ విద్వాంసులలో అత్యంత ప్రతిభ కలిగినది. కాని ఇటువంటి ప్రశంసాపూర్వకమైన మాటలు ఆమె విన్నదంటే, ఆమె తన అభ్యాసాన్ని మాని వెయ్యవచ్చు.

నేల ఈనినట్లుగా వందలాది మంది గుమికూడారు. అరిష్టనేమి వారివైపు ఇబ్బందిగా చూశాడు. ఈ విషయంలో అతనెప్పుడూ సంతోషంగా లేడు.

లంక ఆస్థాన సంగీత విద్వాంసుడి లేచిపోయిన భార్యకి ఆశ్రయమివ్వడం? గతంలో రావణుడుకి ప్రియమైన వ్యక్తి?

అరిష్టనేమిది సైనిక మేధ. వ్యూహాత్మక ఆలోచనకు ప్రాధాన్యమిస్తాడు. సంగీతం మీద ప్రేమ ఉన్నవారికిలా ఉద్వేగపరమైన అనుభూతులు ఉండవు.

కాని, తన గురువు తనతో ఏకీభవించడని అతనికి తెలుసు. అందువల్ల సహనంగా నిరీక్షించాడు.

ఆ రాగం తన అలౌకిక ఇంద్రజాలాన్ని వ్యాపింపజేస్తూనే ఉంది.

— ౹౮ —

'అది రక్తం కాదు చెల్లీ', సీతవైపు చూసి చెప్పాడు జటాయువు.

'రక్తనదుల' గురించి సీత ప్రశ్నించలేదు కాని, ఆమె ముఖంలో కనిపిస్తున్న భీతి చూసి ఆమె మనసును నెమ్మదింపచేయడానికి జటాయువే చెప్పాడు.

ఆమె తన చేతిలోని రుద్రాక్ష పతకాన్ని వదలలేదు. కాని ముఖంలో భీతిపోయి మామూలుగా అయింది.

ఈలోపు మలయపుత్రులు తేలుతున్న రేవుకట్టలో ఓడకు లంగరు వేస్తున్నారు.

'కాదా?' సీత అడిగింది.

'కాదు. నదిలో పెరిగే విశిష్టమైన మొక్కలవల్ల ఇలా కనిపిస్తుంది. ఇది ఏరు అడుగున పెరుగుతుంది. ఎరుపు ఊదా కలిసిన రంగులో ఉంటుంది. ఈ ఏరులు పరిశుభ్రంగా ఉంటాయి. అందుకని దూరం నుంచి ఎర్రగా కనిపిస్తాయి. ఏరంతా రక్తంతో నిండినట్టు. కాని మడుగు నీళ్ళ రంగుని రక్తం మార్చదు. కనిపించడం లేదా? ఎందుకంటే మడుగులో ఎక్కడో చాలా కింద ఆ మొక్కలు ఉంటాయి'.

ఆమె ఇబ్బందిపడుతున్నట్టుగా నవ్వింది.

'మొదటిసారి చూసినపుడు ఆందోళనగా అనిపిస్తుంది. మాకు ఇది పరశురామదేవుడి భూమి. పౌరాణిక గాథల్లోని రక్తనది'.

సీత తలూపింది.

'కాని ఇక్కడ రక్తం మరో రకంగా కూడ ప్రవహించవచ్చు. ఇక్కడికి, అగస్త్యకూటానికి మధ్య ఉన్న దట్టమైన అడవుల్లో ప్రమాదకరమైన క్రూర మృగాలు ఉంటాయి. మనందరం కలిసికట్టుగా ఉంటూ జాగ్రత్తగా నడవాలి. ఇంకా రెండు వారాలు నడవాల్సి ఉంటుంది'.

'సరే'.

రేవుకట్ట మీద చెక్కవేసిన శబ్దం రావడంతో వాళ్ళ సంభాషణ ఆగిపోయింది.

—ఠ—

రెండు వారాలకు కొంచెం తక్కువగా అయిదు దళాలతో కూడిన సమూహం గమ్యం చేరింది. దారిలో వారు దట్టమైన దుర్గమారణ్యంలో దారి చేసుకుంటూ ప్రయాణించారు. మలయ పుత్రులు తీసుకుని వెళితే తప్ప కొత్తవారు ఈ అరణ్యాల్లో ఎక్కడో తప్పిపోతారు అనిపించింది.

పరశురామ ప్రభువు లోయను ఒడిలోకి చేర్చుకున్న కొండను చేరినపుడు ఆమె నరాల్లో ఉత్తేజం ప్రవహించింది.

'అబ్బా...' సీత గొణిగింది.

కొండ మీద నిలబడి లోయ సౌందర్యాన్ని చూసి ముగ్ధురాలైంది. అది ఊహకి అందనంత అందంగా ఉంది.

తమిరవారుణి నది పడమటికి ప్రవహిస్తూ, పెద్దగా అండాకారంలో ఉన్న లోయలో జలపాతాలుగా పడుతూ ఉంది. లోయలో పచ్చదనం చెట్టూ చేమ విపరీతం. నదిలోయలో ప్రవహిస్తూ తూర్పుదిశలో ఇరుగ్గా ఉన్న చోటకి ప్రవహిస్తూ తమిళులు నివసించే భూమివైపు వెళ్ళిపోతుంది.

లోయ చాలా లోతుగా ఉంది. దాదాపు రెండు వేల ఆరొందల అడుగుల లోతు. ఆ ఎత్తైన శిఖరాల నుంచి తమిరవారుణి లోయలోకి పడుతుంది. శిఖరపు అంచులు వాడిగా మొనదేలి ఉన్నాయి. లోయ పైభాగం ఎర్రగా కనిపిస్తుంది. బహుశా ఏదో ముడిఖనిజానికి సంబంధించిన రంగు. నది కిందికి పడుతున్నప్పుడు ఈ ఖనిజం రంగుని కొంత తీసుకుని పడుతూ ఉంది. ఇది నీళ్ళకు కొద్దిగా లేత ఎరుపు రంగు నిచ్చింది. జలపాతం ఎర్రగా కనిపిస్తూ ఉంది. నది లోయలో ఆకుపచ్చని అండం మీద మెలికలు తిరుగుతూ లేత ఎరుపు రంగేసుకున్న సర్పంలా ప్రవహిస్తోంది.

నదీజలం, భారీవర్షపాతం, భారీ గాలుల వల్ల ఎన్నో యుగాలుగా లోయ కోతకు గురవుతూ ఉంది. ఒక పెద్ద రాయి, ఎత్తైన స్తంభంలా ఉన్న ఏకశిల ఒకటే మిగిలి ఉంది. అది లోయలో సుమారు మూడువేల అడుగుల ఎత్తున లోయ భుజాలపైన ఉన్నట్టుగా ఉంది. వెడల్పు కూడ మూడున్నర చదరపు కోసులు. ఆ ఏకశిల బూడిదరంగులో, బలమైన నల్లరాయిలా ఉంది. అందువల్లే ప్రకృతిమాత దానిచుట్టూ ఉన్న అన్నిటి రూపాలను పదే పదే మారుస్తూ ఉన్నా అది మాత్రం కాలానికి కాపలాదారులా కదలకుండా నిలబడే ఉంది.

సాయంకాల మేఘాలు దానిని సరిగా కనిపించనీయక పోయినా, దాని సౌందర్యాన్ని చూసి సీత ఆశ్చర్యానందాలకు లోనైంది.

ఆ ఏకశిల ప్రక్కలు దాదాపు తొంభై డిగ్రీల కోణంలో లోయలోకి పై నుంచి కిందికి దిగాయి. వాస్తవంగా నిట్టనిలువుగా ఉన్నా ప్రక్కలు దిబ్బలతో ఎగుడు దిగుడుగా ఉన్నాయి. ఆ ఎగుడు దిగుడు ప్రదేశంలో పొదలు, లతలు ఉన్నాయి కొన్ని లతలు ఆ ఏకశిల పైకి ధైర్యంగా పాకాయి. మూడున్నర చదరపు కోసుల వైశాల్యంగల విశాలమైన ఆ ప్రదేశంలో చెట్లు బాగా పెరిగి

ఉన్నాయి. రాతి మీద చెట్టూ చేమ ఉన్నా అది ఏకశిలలా లోయమధ్యలో నిలబడి ఉంది. ఆ రాతి మీద చెట్టూ చేమల పచ్చదనం పరుచుకుని సొబగులీనుతూంది.

ఆ రాతికొండపైన పరశురామ ఈశ్వర దేవాలయం ఉంది. కాని మేఘాలు అడ్డురావడంతో సీత దానిని స్పష్టంగా చూడలేకపోయింది.

ఆ ఏకశిల అగస్త్యకూటం అంటే అగస్త్యుడికొండ. మలయపుత్రులు దుర్గమమైన అగస్త్యకూటాన్ని చేరటానికి లోయపై భాగం నుంచి కొండమీదికి తాళ్ళు, లోహంతో వంతెన నిర్మించారు.

'అటుపక్కకి దాటుదామా?' జటాయువు అడిగాడు.

'సరే' అని సీత ఆ బృహత్‌శిల నుంచి తన దృష్టిని మరల్చింది.

'జై పరశురామ్'.

'జై పరశురామ్'.

తాళ్ళతోను, లోహంతోను నిర్మించిన ఆ వంతెనపై నుంచి జటాయువు తన అశ్వాన్ని జాగ్రత్తగా నడిపాడు. సీత అతడి వెనకే తన అశ్వాన్ని నడిపించింది. మిగిలినవారు కూడా ఒకరి వెనుక ఒకరు నడిచారు.

ఆ తాళ్ళ వంతెన స్థిరత్వాన్ని చూసి సీత ఆశ్చర్యపోయింది. వంతెన అడుగున వేసిన లోహ పలకల వల్ల ఇది సాధ్యమైందని జటాయువు ఆమెకు వివరించాడు. ఒకదానితో ఒకటి కలిపి వేసిన ఈ పలకల పునాదులు రెండువైపుల లోతుగా దిగి ఉన్నాయి; ఒకవైపు లోయపై భాగంలో, మరో వైపు నల్లరాతి కొండపైన.

ఆ వంతెన రూపొందించిన విధానానికి అచ్చెరువొందిన సీత దృష్టి దానిపైన ఎక్కువసేపు నిలవలేదు. ఆమె తాళ్ళ వంతెన పై నుంచి రెండువేల ఆరొందల అడుగుల కింద ప్రవహిస్తున్న తమిరవారుణిని చూసింది. జాగ్రత్తగా నిలబడింది; చాలా ఎత్తు, లోతు ఉంది; సీత నడుస్తున్న కొండను ఒరుసుకుని ప్రవహిస్తూ ఉంది. నది రెండు పాయలుగా చీలి కొండని ఆలింగనం చేసుకున్నట్టుగా ప్రవహిస్తోంది. ఆ రెండు పాయలు కొండకి అవతలి ప్రక్కన కలుసుకొని తర్వాత తమిరవారుణి తూర్పుగా ప్రవహిస్తూ లోయ నుంచి బైటికిపోతోంది. ఈ నల్లరాతి ఏకశిలాపర్వతం నది నిర్మించిన ద్వీపంలా ఉంది చూడడానికి.

'తమిరవారుణి అనే పేరుకి అర్థమేమిటి జటాయువుగారూ?' సీత అడిగింది.

జటాయువు వెనక్కి తిరక్కుండా సమాధానం చెప్పాడు. 'వారుణి అంటే వరుణదేవుడి నుంచి వచ్చేది. నీటికి, సముద్రాలకి దేవుడు. ఈ ప్రాంతంలో నదికి పర్యాయపదం అది. స్థానిక మాండలికంలో తమిర అంటే రెండర్థాలున్నాయి. ఒకటి ఎరుపు'.

సీత మందహాసం చేసింది. 'ఓ. ఆలోచించనవసరంలేదు! ఎర్రనది!' జటాయువు నవ్వాడు. 'కాని తమిరకు మరో అర్థం కూడా ఉంది'.

'ఏమిటి?'

'రాగి'.

సీత అవతలి వైపుకు చేరగానే మేఘాలు విడిపోయాయి. ఆమె హఠాత్తుగా ఆగడంతో గుర్రం తడబడింది. ఆశ్చర్యం, విభ్రమాలతో ఆమె నోరు తెరిచింది.

'రుద్రదేవా, దీనినెలా నిర్మించారు?'

జటాయువు వెనుతిరిగి సీతవైపు చూసి చిరునవ్వు నవ్వి ముందుకు నడవమన్నట్లుగా సైగ చేశాడు. వెంటనే వెనుతిరిగి నడవడం ఆరంభించాడు. వంతెన మీద జాగ్రత్తగా నడవాలని అతడికి శిక్షణ నివ్వడం జరిగింది.

ఆ ఏకశిలలో వంపులు తిరిగిన పెద్ద గుహను తొలిచారు. దాదాపు ఏభై అడుగుల ఎత్తు, ఏభై అడుగుల లోతు ఉన్న ఆ గుహ ఆ కొండ బయటివైపుకు ఉంది. ఆ దారి అలా నేలమీద పోతుండగా పైకప్పు ఎత్తు కూడా వంపులు తిరిగిన దారికనుగుణంగా పెరుగుతూ ఉంది. ఆ దారి ఆ కొండ పై వరకూ ఉంది. అది కొండలో తొలిచిన రహదారిలా ఉంది. ఆ రహదారి కొండకింద వైపుకు కూడా ఉంది. లోయ నేలకు ఆరొందల ఏభై అడుగుల వరకు అంటే కొండ కింది వరకు ఉంది. అయితే ఈ పెద్ద గుహ వంపులు తిరుగుతూ కొండలోపలే ఉండడంతో ఇది పైకప్పుగాను, రహదారిగానే కాకుండా, మరో రకంగా కూడా ఉపయోగపడుతూ ఉంది. ఈ గుహలోపల కొండను తొలిచి నిర్మించిన నిర్మాణాలున్నాయి. ఈ నిర్మాణాలు గృహాలుగా, కార్యాలయాలుగా, దుకాణాలుగా నాగరకులు నివసించేందుకు వీలుగా ఉన్నాయి. ఇలా నూతనంగా నిర్మించిన ఈ నిర్మాణాలు అగస్త్యకూటంలోని

పదివేలమంది మలయపుత్రులలో చాలామందికి నివాసాలుగా ఉన్నాయి. మిగిలినవారు కొండపైన నివసిస్తారు. భారతదేశ వ్యాప్తంగా మరో తొంభై వేల మంది మలయపుత్రులు అక్కడక్కడ శిబిరాలలో నివసిస్తున్నారు.

'కఠినమైన నల్లరాతిలో ఇంత పెద్ద నిర్మాణం ఎలా చేయగలిగారు?' సీత అడిగింది. 'అది కూడా నిట్టనిలువుగా ఉన్న కొండమీద. ఇది దేవుళ్ళు చేసే పని!'

'మలయపుత్రుల ప్రభువైన పరశురామ దేవుడి ప్రతినిధులం. మేము చేయలేనిది ఏదీ లేదు'.

వంతెన పై నుంచి కొండలో తొలిచిన భూభాగంపైన అడుగుపెట్టగానే జటాయువు మళ్ళీ తన అశ్వాన్ని అధిరోహించాడు. గుహను గుర్రం మీద స్వారీ చేసే సైనికుడు వెళ్ళగలిగేలా తొలిచారు. సీత కూడా తన గుర్రం ఎక్కడం చూశాడు. దారి పక్కన కుడివైపున పిట్టగోడపై చెక్కిన పనితనం చూసి ఆ నిపుణతకు సీత అబ్బురపడింది.

ఆ పనితనం చూస్తూ నడిచేవారు లోయలోకి పడకుండా అంచులు ఆపుతాయి. ఆ అంచులు కూడ ఏడడుగుల ఎత్తున ఉన్నాయి. వాటిలోపల స్తంభాలు కూడ ఉండి అవి ఉన్నచోట ఏర్పడిన సందుల్లోంచి వెలుతురు పడి దారి బాగా కనిపిస్తూ ఉంది. ప్రతి స్తంభం మధ్యన 'చేప' గుర్తు చెక్కారు.

'సోదరీ', జటాయువు గొణిగాడు.

సీత తన అశ్వాన్ని గుహమార్గంలోపల ఎడమ పక్కనున్న నాలుగంతస్తుల ఇళ్ళ వైపు నడిపించింది. ఆమె వెనుతిరిగి జటాయువును చూసింది.

'సోదరీ, వాగ్దానం చెయ్యి', అన్నాడు జటాయువు, 'ముందు ఏంజరిగినా నువ్వు కుంగిపోననీ, వెనుతిరగననీ చెప్పు'.

'ఏమిటి?' సీత భ్రుకుటి ముడిపడింది.

'నువ్వు నాకు ఇప్పుడు అర్థమయ్యావని అనుకుంటాను. ఇప్పుడు నువ్వు చూడబోయేది నిన్నాశ్చర్యానికి లోను చేయవచ్చు. కాని మలయపుత్రులమైన మాకు ఈ రోజు ఎంత ముఖ్యమైనదో నువ్వు ఊహించలేవు. ఎవరి నుంచీ వెనుతిరగకు, దయచేసి'.

సీత మరిన్ని ప్రశ్నలు వేయకముందే జటాయువు ముందుకు నడిచాడు. జటాయువు తన అశ్వాన్ని కుడివైపుకు పైవరకూ వంపులు తిరిగి ఉన్న మార్గంలోకి మళ్ళించాడు.

సీతకూడా తన అశ్వాన్ని అదే విధంగా నడిపించింది.

అప్పుడు డోలు శబ్దాలు మొదలయ్యాయి.

మార్గం ముందుకు సాగగానే దారికిరువైపులా చాలామంది నిలబడి ఉండడం చూసింది. ఎవరూ అంగవస్త్రాలు ధరించలేదు. కేరళ ప్రజలు దేవీ, దేవతలను దర్శించేటపుడు ఈ విధంగా వస్త్రధారణ చేస్తారు. అంగవస్త్రం లేకపోవడం వారు తామారాధించే దేవీ, దేవతలకు దాసులని సూచిస్తుంది. ఈ రోజున వారికి దేవత తమ ఇంటికి వచ్చినట్లుగా ఉంది; అందుకే ఇటువంటి వస్త్రధారణ.

కొంచెం కొంచెం దూరంలో పెద్ద డోళ్లు భుజాలకు కట్టుకుని వాద్యగాళ్లు నిలబడి ఉన్నారు. సీత కనిపించగానే వాళ్లు లయబద్ధంగా వాయిస్తున్నారు. ప్రతి డోలు వాద్యగాడి ప్రక్కన వీణ వాయించే కళాకారుడున్నాడు. డోలుతోపాటు లయబద్ధంగా వీణమీటుతున్నారు. మిగిలిన వారందరూ తలలు వంచి మోకాళ్లమీద ఉన్నారు. వారు మంత్రాలు ఉచ్చరిస్తున్నారు.

ఓమ్ నమో భగవతే విష్ణుదేవాయ
తస్మై సాక్షిణే నమో నమః
విష్ణుదేవుడికి నమస్కారాలు
సర్వసాక్షికి నమస్కారాలు, నమస్కారాలు

సీత రెప్పవేయకుండా చూసింది. ఏం చేయాలో తెలియక. ఆమె అశ్వం కూడా ఆగింది.

జటాయువు తన అశ్వంతో సీత వెనక ఆగాడు. అతడు ఏదో క్లిక్‌మని శబ్దం చేయగానే సీత అశ్వం కదిలింది. ముందుకు నిదానంగా పైకి నడిచింది. సీత ముందుకు వెళుతుండగా ఊరేగింపు ఆమె వెనక నడిచింది.

ఓమ్ నమో భగవతే విష్ణుదేవాయ
తస్మై మత్స్యాయ నమో నమః
విష్ణుదేవుడికి నమస్కారాలు
మత్స్యదేవుడికి నమస్కారాలు

సీత అశ్వం నిదానంగా, సందేహించకుండా నడిచింది. అక్కడ గుమి కూడిన వారిలో చాలామంది ముఖాలు భక్తితో నిండిపోయాయి. కొందరి కళ్ల లోంచి అశ్రువులు జాలువారుతున్నాయి.

కొందరు బుట్టల్లో గులాబి రేకులు పట్టుకొని ముందుకు వచ్చారు. వాటిని గాలిలోకి విసిరారు. తమ దేవత సీతపై గులాబిల వర్షం కురిపించారు.

ఓమ్ నమో భగవతే విష్ణుదేవాయ
తస్మై కూర్మాయ నమో నమః
విష్ణుదేవుడికి నమస్కారాలు

కూర్మదేవుడికి నమస్కారాలు, నమస్కారాలు

ఒక స్త్రీ పసిబిడ్డడిని చేతుల్లో వేసుకుని వచ్చింది. ఆ బిడ్డని గుర్రంమీద కూర్చున్న సీత పాదాలకు తగిలేలా ఉంచి, అతడి నుదుటిని సీత పాదాలకు తాకించింది.

అయోమయంగా ఇబ్బంది పడుతున్న సీత వెనక్కి జరక్కుండా ఉండాలని విశ్వప్రయత్నం చేసింది.

సీత, ఆమెతో వస్తున్న వారు కొండ శిఖరం వైపు స్వారీ చేస్తూనే ఉన్నారు.

డోలు, వీణ, మంత్రోచ్చారణ కొనసాగుతూనే ఉన్నాయి... నిరంతరంగా.

ఓమ్ నమో భగవతే విష్ణుదేవాయ

తస్యై వారాహ్యై నమో నమః

విష్ణుదేవుడికి నమస్కారాలు

వారాహీ దేవికి నమస్కారాలు, నమస్కారాలు.

వాళ్ళముందు కొందరు మోకాళ్ళమీద వంగి తలను నేలకు ఆనించి చేతులు జోడించి ఉన్నారు. ఉద్వేగంతో వారి శరీరాలు కంపిస్తున్నాయి.

ఓమ్ నమో భగవతే విష్ణుదేవాయ

తస్మై నరసింహాయ నమో నమః

విష్ణుదేవుడికి నమస్కారాలు

నృసింహ దేవుడికి నమస్కారాలు, నమస్కారాలు.

పైకి వెళుతున్న మార్గం కొండశిఖరానికి చేరింది. శిఖరం చుట్టూ పిట్టగోడ ఉంది. మెలికలు తిరిగిన గుహ మార్గం నుంచి ఊరేగింపుగా జనం సీత వెనకే వచ్చారు.

ఆ కొండమీద జాలకంలా ఏర్పాటైన మార్గాలు చక్కగా ఉన్నాయి. ఎత్తు తక్కువున్న భవనాలు కూడా అక్కడున్నాయి. వీధులకు రెండు వైపులా కందకాల్లో పూలమొక్కలు పెరుగుతున్నాయి. వాటిని పెంచడానికి మట్టిని ఎంతో శ్రమకోర్చి లోయలోనుంచి పైకి తెచ్చారు. ఆ కందకాలు ఒక్కోసారి లోతుగా కూడా ఉంటాయి. వాటిలో పెద్ద వృక్షాలు కూడా పెరుగుతాయి. నిరాడంబరమైన రాతినేలలో జాగ్రత్తగా పెంచిన పర్యావరణమిది.

శిఖరం మధ్యలో ఎదురెదురుగా రెండు పెద్ద దేవాలయాలున్నాయి, ఆ రెండూ కలిసి పరశురామ ఈశ్వర దేవాలయ సముదాయమైంది. ఒక ఆలయం, ఎరుపు రంగులో ఉంది. అది మహాదేవుడైన రుద్రదేవుడిది. మరొకటి పూర్తిగా శ్వేత వర్ణంలో ఉంది. అది ఆరో విష్ణువు పరశురామ ప్రభువుది.

మిగిలిన భవనాలన్ని పరశురామ ఈశ్వర దేవాలయాల కన్న ఎత్తు తక్కువలో ఉన్నాయి. కొన్ని కార్యాలయాలు, కొన్ని గృహాలు, మహర్షి విశ్వామిత్రుడి గృహం శిఖరం అంచున పచ్చని లోయను చూస్తూ ఉంది.

ఓమ్ నమోభగవతే విష్ణుదేవాయ

తస్మై వామనాయ నమో నమః

విష్ణుదేవుడికి నమస్కారాలు

వామన దేవుడికి నమస్కారాలు, నమస్కారాలు

మంత్రోచ్చారణ కొనసాగుతూనే ఉంది.

శుష్కించిన శరీరంతో ఉన్న వృద్ధ స్త్రీని చూడగానే జటాయువు ఊపిరి బిగబట్టాడు. ఆమె తెల్లటి జుట్టు గాలికి ఎగురుతూ ఉంది, దూరంగా వేదికమీద కూర్చుని ఉంది. గర్వంగా, జీవం లేనట్టుగా ఉన్న కళ్ళు సీత మీద నిలిచాయి. సంతోషంగా రుద్రవీణను మీటుతున్న వేళ్ళు. అన్నపూర్ణాదేవి. చాలా ఏళ్ళకిందట మొదటిసారి అగస్త్యకూటానికి వచ్చినపుడు ఆమెను చూశారు. అంతే, ఆనాటి తర్వాత ఈ రోజే ఆమె ఇంటినుంచి పాదం బయట పెట్టింది. కావాలని తన ప్రతినను భగ్నంచేసి అందరి ముందు వీణ మీటుతూ ఉంది. ఆమె ప్రేమించిన భర్త తప్పనిసరిగా చేయించిన వాగ్దానం అది. ఆ వాగ్దానభంగానికి ఈ రోజు శ్రేష్ఠమైన కారణమే ఉంది. ప్రతిరోజూ మహావిష్ణువు ఇంటికిరాడు.

ఓమ్ నమో భగవతే విష్ణుదేవాయ

తస్యై మోహిన్యై నమో నమః

విష్ణుదేవుడికి నమస్కారాలు

మోహినీదేవికి నమస్కారాలు, నమస్కారాలు

కొంతమంది పవిత్రికరణవాదులు ఒక మహాదేవుడు, ఒక విష్ణువు ఏకకాలంలో ఉండరని నమ్ముతారు. ఏ కాలంలోనైనా అంతకు ముందున్న విష్ణువు తెగతో కలిసి మహాదేవుడు ఉంటాడు. లేదా అంతకు ముందున్న మహాదేవుడి తెగతో కలిసి విష్ణువు ఉంటాడు. దుష్టశిక్షణ, మంచిని ప్రచారం చేయడం రెండూ ఒకే సమయంలో జరగవు కదా? అందువల్ల కొందరు మోహినీదేవి విష్ణువు అని అంగీకరించలేదు. మోహినీదేవి విష్ణువని నమ్మిన అత్యధికులతో మలయపుత్రులు కలిశారు.

మంత్రోచ్చారణ కొనసాగింది.

ఓమ్ నమో భగవతేవిష్ణుదేవాయ

తస్మైపరశురామాయ నమో నమః

విష్ణుదేవుడికి నమస్కారాలు

పరశురామదేవుడికి నమస్కారాలు, నమస్కారాలు.

మహర్షి విశ్వామిత్రుడి దగ్గరకు వెళ్ళగానే సీత తన అశ్వాన్ని కళ్ళేలు పట్టి ఆపింది. మిగిలిన వాళ్ళలా కాకుండా ఆయన తన అంగవస్త్రాన్ని ధరించాడు. అగస్త్య కూటంలో ఉన్న మలయపుత్రులు అందరూ ఇప్పుడా కొండమీదే ఉన్నారు.

సీత అశ్వాన్ని దిగి, వంగి గౌరవంగా విశ్వామిత్రుడికి పాదాభివందనం చేసింది. లేచి నిలబడి చేతులు జోడించి నమస్కరించింది. విశ్వామిత్రుడు తన దక్షిణ హస్తాన్ని పైకెత్తాడు.

సంగీతం, మంత్రోచ్చారణ, కదలికలు అన్నీ వెంటనే ఆగిపోయాయి.

శిఖరం మీద గాలి మెల్లగా వీస్తూ ఉంది. అది చేస్తున్న మృదువైన శబ్దమే వినవస్తోంది. కాని ఆత్మతో వినగలిగితే పదివేల హృదయాల స్పందనకూడా వినిపిస్తుంది. ఒకవేళ దైవిక శక్తి ఉంటే, ఆశ్చర్యానందాలకు లోనైన స్త్రీ ఆక్రోశం, కోల్పోయిన ప్రియమైన తల్లిని పిలుస్తూన్న పిలుపు వినిపించేవి.

రెండు పాత్రలను పట్టుకుని మలయపుత్ర పురోహితుడొకరు విశ్వామిత్రుడి దగ్గరకు వచ్చాడు. ఒక దానిలో ఎర్రటి చిక్కని ద్రవం, రెండో దానిలో అంతే పరిమాణంలో తెల్లటి చిక్కటి ద్రవం ఉంది. విశ్వామిత్రుడు తన చూపుడు వేలును, ఉంగరంవేలును, తెల్లని ద్రవంలోను, మధ్యవేలును ఎర్రటి ద్రవంలోను ముంచాడు.

తరువాత తన మణికట్టును ఛాతీమీద పెట్టి గొణిగాడు, 'మహాదేవుడైన రుద్రప్రభువు, విష్ణువైన పరశురామ ప్రభువు కృపతోను'.

ఆయన తన మూడు రంగులద్దిన వేళ్ళను సీత కనుబొమల మధ్య ఉంచి నుదుటిపై వరకు రాశాడు. వేళ్ళు ఎడంగా పెట్టి, సీత నుదుటిమీద త్రిశూలం ఆకారంలో తిలకం ఏర్పడింది. తిలకంలో బయటివైపు తెలుపు ఉండగా, మధ్యలో ఎరుపు రంగు ఉంది.

చేతితో సైగచేసి, విశ్వామిత్రుడు మంత్రోచ్చారణను ప్రారంభించమని సూచించాడు. పదివేల కంఠాలు ఒక్కసారిగా కలిశాయి. ఈసారి మంత్రం భిన్నంగా ఉంది.

ఓమ్ నమో భగవతే విష్ణుదేవాయ

తస్యై సీతాదేవ్యై నమో నమః

విష్ణుదేవుడికి నమస్కారాలు.

సీతాదేవికి నమస్కారాలు, నమస్కారాలు.

15వ అధ్యాయం

సాయంత్రం పొద్దుపోయాక సీత పరశురామ దేవుడి ఆలయంలో కూర్చుంది. ఆమె కోరిన విధంగా ఆమెని ఒంటరిగా వదిలేశారు.

నల్లరాతి కొండమీద నూటయాభై ఎకరాల స్థలంలో పరశురామ ఈశ్వర ఆలయం నెలకొని వుంది. మధ్యలో నలుచదరంగా మానవనిర్మితమైన సరస్సు ఉంది. దాని అడుగున ఎరుపు, ఊదా కలిసిన నీటిలో పెరిగే మొక్కలున్నాయి. దానిని చూడగానే ఆమెకు రహస్య మడుగులో చూసిన మూడు రక్తపుటేరులు గుర్తువచ్చాయి. నదిలో మొక్కల్ని ఇక్కడ అంటుకట్టారు, అలాచేస్తే పారని నీరులో కూడా పెరుగుతాయని. ఆ సరస్సులోని నీరే కొండమీద నిర్మించిన నగరానికి ఆధారం. నీటిని వంపు తిరిగిన మార్గానికి సమాంతరంగా గొట్టాలద్వారా చేరుస్తారు.

ఈ సరస్సుకు అటూ ఇటూ పరశురామ ఈశ్వర దేవాలయాల సముదాయం ఉంది. ఒకటి రుద్రదేవుడి ఆలయం మరొకటి పరశురామ ప్రభువు ఆలయం.

నల్లరాతితో నిర్మించిన రుద్రదేవుడి ఆలయ అంతర నిర్మాణంపైన ఓడలలో సుదూరం నుంచి తెప్పించిన ఎర్రరంగు రాళ్ళను ఒక వరుస కప్పారు. దానికి బలమైన పునాది ఉంది. పది అడుగుల ఎత్తు. ప్రధాన ఆలయానికి ఇది వేదికగా నిలుస్తుంది. బయటివైపున ఋషులు, ఋషికల బొమ్మలు చెక్కారు. మధ్యలో ఉన్న విశాలమైన మెట్లవరుస పెద్ద వరండాకు దారితీస్తుంది. ప్రధాన దేవాలయాన్ని సున్నితమైన రాగి మిశ్రమం చేసిన లోహ అల్లికతో అలంకరించారు. అది చూడడానికి గోధుమ రంగులో ఉంది. లోహానికి సహజంగా ఉన్న ఎరుపు – నారింజ రంగుల కలయిక ఆ అల్లికలో కనిపించడం లేదు. అల్లికలో చిన్న చదరాలు ఉన్నాయి. చదరాన్ని అడుగు భాగంలో లోహపు దీపంలా తీర్చిదిద్దారు. వేలాది దీపాలు

వెలుగుతూ ఉంటే ప్రధాన దేవాలయానికి నక్షత్రాల ఆకాశం తెరగా ఉన్నట్టు ఉంది.

అలౌకికం.

వేలాది దీపాలు ఉన్న లోహ తెర తరువాత నూరు స్తంభాల మంటపం ఉంది. ప్రతి స్తంభాన్ని గజశక్తిగల తరిమెన యంత్రాలు అమర్చి గుండ్రంగా నిర్మించారు. ఈ స్తంభాలు ఆలయ ప్రధాన గోపురం పైన శంకువు ఆకారంలో ఉన్న నిర్మాణానికి దన్నుగా నిలిచాయి. అది పెద్దగా ఏభై మీటర్ల పొడవుంది. దానిమీద అన్నివైపులా గతంలోని మహాపురుషుల, స్త్రీల బొమ్మలు చెక్కి ఉన్నాయి. సంగం తమిళులు, ద్వారకావాసులు, మానసకుల్, ఆదిత్యులు, దైత్యులు, వసులు, అసురులు, దేవులు, రాక్షసులు, గంధర్వులు, యక్షులు, సూర్యవంశీయులు, చంద్ర వంశీయులు, నాగులు, ఇంకా ఎందరో ఎన్నో సమూహాల ప్రజలవి ఉన్నాయి. ఉన్నతమైన వేదభూమి భారతదేశానికి మూలపురుషులు, స్త్రీలు వీరిలో ఉన్నారు.

ఆ మంటపం మధ్యలో గర్భగుడి ఉంది. దానిలో నిలువెత్తు పరిమాణంలో రుద్రదేవుడిది, ఆయన ప్రేమించిన మోహినీదేవివి విగ్రహాలున్నాయి. సాధారణంగా ఉండే విగ్రహాల్లా ఈ విగ్రహాల చేతిలో ఆయుధాలుండవు. వారి ముఖాల్లో అభివ్యక్తులు శాంతంగా, మృదువుగా, ప్రేమగా ఉంటాయి. ఇంకా అద్భుతంగా రుద్రదేవుడు, మోహినీదేవి చేతులు పట్టుకుని ఉంటారు.

చదరంగా ఉన్న సరస్సుకు ఆవలివైపున రుద్రదేవుడి ఆలయానికి అభిముఖంగా పరశురామదేవుడి ఆలయం ఉంది. ఇదికూడా దాదాపుగా రుద్రదేవుడి దేవాలయంలానే ఉంటుంది. ఒక్కటే తేడా కనిపిస్తుంది. పరశురామ దేవుడి ఆలయం లోపల నల్లరాతి నిర్మాణానికి పైన పాలరాతిని అమర్చారు. నూరు స్తంభాల మంటపంలో ఉన్న గర్భగుడిలో ఆరో విష్ణువు, ఆయన భార్య ధరణిల నిలువెత్తు విగ్రహాలు ఉన్నాయి. ఈ విగ్రహాల చేతుల్లో ఆయుధాలు ఉన్నాయి. పరశురామ దేవుడి చేతిలో భీతి పుట్టించే గొడ్డలి, ధరణీదేవి ఎడమచేతిలో పెద్ద విల్లు, కుడిచేతిలో బాణం ఉన్నాయి.

సీత జాగ్రత్తగా గమనించి ఉంటే, ధరణీదేవి చేతిలోని విల్లుపై ఉన్న గుర్తులను చూసి ఉండేది. కాని ఆమె తన ఆలోచనల్లో తానుంది. స్తంభానికి ఆనుకుని, పరశురామ దేవుడి, ధరణీదేవిల విగ్రహాలను చూస్తూ వుంది.

ఈ రోజు అగస్త్యకూటానికి వచ్చినపుడు మహర్షి విశ్వామిత్రుడు చెప్పిన మాటలు గుర్తుచేసుకుంది. వాళ్ళు తొమ్మిదేళ్ళపాటు నిరీక్షిస్తారు. మలయపుత్ర జ్యోతిష్యులు లెక్కలకు, నక్షత్ర స్థానాలకు పొంతన కలిగే సమయం వరకూ.

అప్పుడు ఆమె విష్ణుత్వాన్ని ప్రపంచానికి ప్రకటిస్తారు. అప్పటి వరకు సిద్ధం కావడానికి సమయం ఉందని ఆమెకు చెప్పారు. శిక్షణ పొందడానికి తనేం చేయాలో ఆమె అవగాహన చేసుకొనడానికి. మలయపుత్రులు ఈ శిక్షణలో అన్ని విధాలుగా ఆమెకు మార్గదర్శకులుగా ఉంటారు.

ఆ పవిత్రక్షణం వచ్చేవరకూ ప్రతి ఒక్క మలయపుత్రుడు రహస్యాన్ని కాపాడాల్సిన కర్తవ్యం కలిగి ఉంటాడు. చాలా ప్రమాదాలుంటాయి.

ఆమె వెనుతిరిగి ప్రవేశ ద్వారంవైపు చూసింది. ఎవరూ ఆలయం లోపలికి ప్రవేశించలేదు. ఆమెను ఒంటరిగా వదలిపెట్టారు.

పరశురామ దేవుడి విగ్రహం వైపు చూసింది.

మలయపుత్రులలో ప్రతి ఒక్కరు తను విష్ణువు కావటానికి తగిన శక్తి సామర్థ్యాలు కలిగి ఉందని భావించడం లేదని ఆమెకు తెలుసు. కాని ఎవరూ కఠినుడైన విశ్వామిత్రుడిని ఎదిరించే సాహసం చేయరు.

విశ్వామిత్ర గురుదేవులు నన్నే ఎందుకు విష్ణువు అనుకున్నారు? నాకు తెలియనిది ఆయనకేం తెలుసు?

— ౧౮ —

సీత అగస్త్యకూటానికి వచ్చి ఒక మాసం అయింది. విశ్వామిత్రుడు, ఆమె కలిసి ఎన్నో విస్తృత సంభాషణలు జరిపారు.

వీటిలో కొన్ని కేవలం జ్ఞానార్జనకు సంబంధించినవి; విజ్ఞానశాస్త్రం, ఖగోళశాస్త్రం, వైద్యశాస్త్రం. మిగిలినవి వివిధ విషయాల మీద ఆమెకు స్పష్టత రావడం కోసం రూపొందించిన పాఠాలు. ఆ విషయాలను నిర్వచించడం, ప్రశ్నించడం, ఎదిరించడం, తన దృక్పథాన్ని స్థిరీకరించుకొనడం ఈ విషయాలలో ఉంటాయి. ఉదా. పురుషత్వం, స్త్రీత్వం, సమానత్వం, అధికారక్రమం, న్యాయం - స్వాతంత్ర్యం, స్వేచ్ఛావాదం - క్రమం, ఇంకా ఇలాంటివి ఎన్నో వారి సంభాషణల్లో వచ్చాయి. ఈ చర్చల ద్వారా సీత ఎంతో నేర్చుకుంది. కులవ్యవస్థపై జరిపిన చర్చలు కొంచెం ఉద్రిక్తంగా సాగాయి.

ఇప్పుడున్న కులవ్యవస్థను పూర్తిగా నాశనం చేయవలసిన ఆవశ్యకత ఉందని గురుశిష్యులిద్దరూ అంగీకరించారు. ఇది భారతదేశ జీవశక్తిని తినేస్తుందని భావించారు. గతంలో మనిషి లక్షణాలు, అర్హతలు, పనులు చూసి మనిషి కులం నిర్ణయించేవారు. సరళమైన విధానం. కాని కాలక్రమంలో

కౌటుంబిక ప్రేమ ఈ భావన పునాదులను కదిల్చివేసింది. తల్లిదండ్రులు తమ సంతానం కూడా తమ కులానికే చెందాలని భావించేవారు. అంతే కాకుండా కులాలమధ్య క్రమానుగత శ్రేణులు ఆర్థిక, రాజకీయ, ప్రభావాల దృష్ట్యా ఏర్పడ్డాయి. కొన్ని కులాలు 'ఉన్నతమైనవి', కొన్ని కులాలు 'తక్కువవి' అయ్యాయి. క్రమంగా కులవ్యవస్థ కఠినమై జన్మనిబట్టి ఏర్పడసాగింది. విశ్వామిత్రుడు కూడా ఈ విషయంలో ఎన్నో అవరోధాలు ఎదుర్కొన్నాడు. క్షత్రియుడిగా జన్మించి, బ్రాహ్మణుడు కావాలనుకున్నాడు. వాస్తవానికి ఋషి అవ్వాలనుకున్నాడు. ఈ కఠినత్వం వల్ల సమాజంలో వేర్పాట్లు మొదలయ్యాయి. ఈ వేర్పాట్లు ఉపయోగించుకొని రావణుడు సప్తసింధుపై అధికారం చెలాయించసాగాడు.

కాని దీనికి పరిష్కారమేమిటి? అందరూ పూర్తిగా సమానంగా ఉండే సమాజాన్ని సృష్టించడానికి సాధ్యంకాదని మహర్షి నమ్మారు. ఇది కోరదగినదే కాని ఆదర్శవాద ఆలోచనగా మిగిలిపోతుంది ఎప్పుడూ. ప్రజలు తమ నైపుణ్యాలలో రకం, స్థాయిలనుబట్టి భిన్నంగానే ఉంటారు. కచ్చితమైన సమానత్వాన్ని రుద్దాలని క్రమం తప్పక చేసిన ప్రయత్నాలవల్ల హింస, గందరగోళం చెలరేగాయి.

విశ్వామిత్రుడు స్వాతంత్ర్యానికి ప్రాధాన్యమిచ్చాడు. మనిషి తనను తాను అర్థంచేసుకుని, తన కలలను సాకారం చేసుకొనడానికి ప్రయత్నించాలి. ఆయన చేయాలనుకున్న విషయాలలో, ఒక బిడ్డ గనుక శూద్రులైన తల్లిదండ్రులకు జన్మిస్తే, అతనికి బ్రాహ్మణ నైపుణ్యాలు ఉంటే అతడు బ్రాహ్మణుడు కావడానికి సమ్మతించాలి. క్షత్రియుడైన తండ్రికి పుట్టిన కొడుకు వ్యాపార నైపుణ్యాలు కలిగి ఉంటే అతడు వైశ్యుడు కావడానికి తగిన శిక్షణ ఇప్పించాలి.

కృత్రిమమైన సమానత్వాన్ని బలవంతంగా ఆపాదించడం కంటే, జన్మసంబంధంవల్ల జీవిత సౌభాగ్యాలను దూరం చేసే శాపాన్ని తొలగించడం ముఖ్యం. సమాజాల్లో ఎప్పుడూ క్రమానుగత శ్రేణి తప్పనిసరిగా ఉంటుంది. అవి ప్రకృతిలో కూడ ఉంటాయి. మార్పులకు లోనవుతూ ఉంటాయి. క్షత్రియ సైనికులు ఉన్నతవర్గంలో ఉన్న కాలం, తర్వాత శూద్రులైన నిపుణ సృష్టికర్తలు ఉన్నతవర్గంలో ఉన్న కాలం ఉన్నాయి. సమాజంలో తేడాలను ప్రతిభను బట్టి నిర్ణయించాలి కాని జన్మను బట్టి కాదు. అంతే.

దీనిని సాధించడానికి విశ్వామిత్రుడు కుటుంబాలను పునర్నిర్మించాలని అన్నాడు. ఎందుకంటే ప్రతిభకు, సమాజంలో స్వేచ్ఛగా సంచరించటానికి వ్యతిరేకంగా బలంగా పనిచేసేది వారసత్వమే.

జన్మసమయంలో రాజ్యం పిల్లలను దత్తత తీసుకోవాలి. బిడ్డలను కనగానే తల్లిదండ్రులు వారిని రాజ్యానికి సమర్పించాలి. ఈ పిల్లలను రాజ్యమే పెంచి, పోషించి, వారిలో జన్మసిద్ధంగా ఉన్న ప్రతిభలను వెలికితీస్తుంది. వారికి పదిహేనేళ్ళ ప్రాయంలో వారి శారీరక, మానసిక, మేధాసామర్థ్యాలకు సంబంధించిన పరీక్షలు పెడతారు. ఈ పరీక్షల ఫలితాలను బట్టి వారికి కులాన్ని కేటాయిస్తారు. తర్వాత ఇచ్చే శిక్షణ వల్ల వారి సహజ ప్రతిభలు మరింత మెరుగవుతాయి. కాలక్రమంలో వారిని అదే కులానికి చెందిన పౌరులకు దత్తత ఇస్తారు. పిల్లలకు తమకు జన్మనిచ్చిన తల్లిదండ్రులెవరో తెలియదు. తమను దత్తత చేసుకున్న కుల తల్లిదండ్రులే తెలుస్తారు. జన్మనిచ్చిన తల్లిదండ్రులకు కూడ తమకు జన్మించిన బిడ్డల భవిష్యత్తేమిటో తెలియదు.

ఇది న్యాయమైన వ్యవస్థ అని సీత అంగీకరించింది. ఇది కఠినమైంది. అవాస్తవికమైంది అని కూడ భావించింది. తల్లిదండ్రులు ఇష్టపూర్వకంగా బిడ్డలను శాశ్వతంగా రాజ్యానికి అప్పగిస్తారనుకోవడం ఊహించశక్యంగా లేదు. లేదా వాళ్ళకేం జరిగిందో తెలుసుకోవడానికి ప్రయత్నించరని భావించడం కూడ ఊహాతీతం. ఇది అసహజం. వాస్తవానికి, అందరికీ మంచి జరగాలని భారతీయులు మౌలిక చట్టాలను కూడ అనుసరించని అసాధ్యమైన కాలమది. అందువల్ల సమాజ శ్రేయస్సు కోసం ఇంత పెద్ద త్యాగం చేస్తారనుకోవడం ఊహించశక్యం కూడ కాదు.

సమాజాన్ని విప్లవాత్మకంగా పరివర్తన జేయడం విష్ణువు కర్తవ్యమని విశ్వామిత్రుడు సమాధానమిచ్చాడు. సమాజాన్ని ఒప్పించడానికి, ముందుగా విష్ణువును ఒప్పించాలని సీత చెప్పింది. తప్పకుండా ఒప్పిస్తానని గురువు ఆమెకు హామీ ఇచ్చాడు. కాలం గడిచే కొద్దీ 'ఆశ్చర్యం గొలిపే న్యాయమైన, పక్షపాతం లేని ఈ సమాజ సంస్థకు' ఆమె తనంతటతానే ప్రచారకర్త అవుతుందని ఆయన పందెం కాశాడు.

కుల వ్యవస్థ గురించి వారి చర్చలు పూర్తి కాగానే సీత లేచి ఉద్యానవనం చివరికి నడిచింది దాని గురించే ఇంకా ఆలోచిస్తూ. ఉద్యానం ఆ కొండ శిఖరం అంచున ఉంది. గురువుగారు ప్రతిపాదించే విధానాన్ని ప్రశ్నించే వాదనల కోసం ఆమె ఆలోచిస్తూ ఉంది. అలా ఆలోచిస్తూ కిందకు ఎనిమిది వందల యాభై మీటర్ల లోతుకు చూసింది. తమిరవారుణి గురించి ఎందుకో విభ్రమానికి గురైంది. ఆలోచించడం ఆపింది. చూస్తూండిపోయింది.

ఇంతకుముందు దీనిని నేనెందుకు చూడలేదు?

ఆ నది లోయ బయటికి ప్రవహిస్తున్నట్టుగా కనిపించడం లేదు. అండాకారంలో ఉన్న ఆ లోయకు తూర్పుగా, తమిరవారుణి భూగర్భంలోకి అదృశ్యమవుతూ ఉంది.

రుద్రదేవా, ఏం జరుగుతోంది....

'నది ఒక గుహలోకి ప్రవహిస్తుంది, సీతా', నిశ్శబ్దంగా తన శిష్యురాలి వెనకే వచ్చిన విశ్వామిత్రుడు చెప్పాడు.

— ౬౫ —

విశ్వామిత్రుడు, సీత సహజంగా ఏర్పడిన గుహ ముఖద్వారం దగ్గర నిలబడ్డారు. అది కొండను నిలువుగా చెక్కడం వల్ల ఏర్పడినట్లు ఉంది.

తమిరవారుణి ప్రవాహాన్ని చూసి ఆలోచనకు లోనైన సీత మంత్రం వేసినట్టుగా నది ఎక్కడ అదృశ్యమవుతుందో లోయ తూర్పు భాగంలో ఉన్న ఆ చోటు చూడాలని అనుకుంది. దూరం నుంచి చూస్తే నది భూమిలో రంధ్రంలో పడిపోతున్నట్టు ఉంది. దగ్గరికి వెళుతున్న కొద్దీ గుహ ఇరుకు ప్రవేశద్వారాన్ని చూడగలిగింది. నిలువుగా ఉన్న గుహ. ఆ చిన్న రంధ్రంలోకి మొత్తం నదంతా ప్రవహించడం ఊహించశక్యంగా లేదు. కాని గుహలోపలి నుంచి వస్తున్న నది ప్రవాహ శబ్దం గుహ భూగర్భంలో బాగా విశాలంగా ఉందని తెలుపుతోంది.

'కాని ఈ జలమంతా ఎటుపోతోంది?' సీత అడిగింది.

సీతకు, విశ్వామిత్రుడికి వెనుకగా మలయపుత్ర సైనిక దళం ఉంది. వాళ్ళు మాటలు వినబడనంత దూరంగా. కాని అవసరమైతే త్వరగా రావడానికి వీలుగా.

'నది తూర్పుకు ప్రవహిస్తుంది', విశ్వామిత్రుడు చెప్పాడు. మన్నార్ అఖాతంలో కలుస్తుంది. ఇది భారతదేశాన్ని, లంకను వేరు చేస్తుంది'.

'ఇది తను తప్పుకున్న రంధ్రంలోంచి ఎలా బైటపడుతుంది?'

'భూగర్భంలో పెద్దగుహలో ఐదున్నర కోసుల దూరం ప్రవహించి.'

ఆశ్చర్యంతో సీత కళ్ళు పెద్దవయ్యాయి. 'ఈ గుహ అంత పెద్దదా?' విశ్వామిత్రుడు చిరునవ్వు నవ్వాడు. 'రా. చూపిస్తాను'. విశ్వామిత్రుడు సీతను గుహ ప్రవేశద్వారం అంచుకు తీసుకొని వెళ్ళాడు. ఆమె సంశయించింది. ప్రవేశ ద్వారం దగ్గర సుమారుగా ఎనబై అడుగుల వెడల్పే ఉంది. ఇరుకుగా

ఉండడం వల్లే నది వేగం బాగా పెరిగింది. ఇది అసాధారణ వేగంతో భూగర్భమార్గంలోకి పోతూ ఉంది.

విశ్వామిత్రుడు గుహ ప్రవేశమార్గానికి ఎడమవైపున ఉన్న మెట్ల వరుసను చూపించాడు. అది మనుషులు ఏర్పరచినదే. ఏటవాలుగాఉన్న గోడ మీద మెట్లు చెక్కారు. ప్రవాహంలోకి పడిపోకుండా కుడివైపున పిట్టగోడను కట్టారు.

వేగంగా ప్రయాణిస్తున్న నది నుంచి వెలువడిన నురగ, నీటి జల్లులు దృష్టిని మసకబారేలా చేశాయి. దీనివల్ల మెట్లు కూడా ప్రమాదకరంగా జారుతున్నాయి.

పైకప్పు నుంచి నీటి బిందువులు పడకుండా విశ్వామిత్రుడు తన అంగవస్త్రాన్ని తలకు చుట్టుకున్నాడు. సీత కూడ అలాగే చేసింది.

మెట్లవైపు వెళుతూ, 'జాగ్రత్త, మెట్లు జారతాయి', అన్నాడు విశ్వామిత్రుడు.

సీత తలూపి గురువుగారిని అనుసరించింది. మలయపుత్ర సైనికులు వారి వెనుకే వెళ్ళారు.

నిశ్శబ్దంగా, జాగ్రత్తగా దిగుతున్నారు. గుహలోకి లోతుగా. సీత అంగవస్త్రాన్ని ఒళ్ళంతా కప్పుకుంది. పగటి వెలుగు కనిపిస్తూంది. కాని వెళ్ళేకొద్దీ లోపలంతా చీకటిగా ఉంటుంది అనుకుందామె. నీటిజల్లులు పడుతూనే ఉండడంతో కాగడాలు వెలిగించడం అసాధ్యంగా తోచింది.

సీతకు ఎప్పుడూ చీకటి అంటే భయం. దానికి తోడు ఇరుగ్గా, జారుతున్న ప్రదేశం కనీకనిపించని కొండ, భీకరంగా గర్జిస్తూ కిందికి ప్రవహిస్తున్న నది అన్నీ కలిసి భయభ్రాంతమయ్యే అనుభవాన్నిస్తున్నాయి.

తల్లి మాటలు గుర్తువచ్చాయి. తన మనసులో లోతుగా దాచిన జ్ఞాపకం.

చీకటిని చూసి భయపడవద్దు తల్లీ. వెలుగుకి మూలం ఉంటుంది. దానిని ఆర్పేయవచ్చు. చీకటికి మూలం లేదు. అది ఉంటుంది అంతే. అంధకారమే మూలం లేని దేవుడికి మార్గం.

వివేకంతో కూడిన మాటలు. కాని ఈ సమయంలో సీతకు ప్రశాంతత నిచ్చే మాటలు కావు. ఆమె గుండెలో భయం నిదానంగా చోటుచేసుకుంటూ ఉంది. ఆమె సచేతనలోకి బాల్యజ్ఞాపకం ఒకటి బలవంతంగా చొరబడింది. చీకటిగా ఉన్న భూగర్భ గృహం, ఎలుకలు అటూ ఇటూ పరిగెడుతూ ఉండగా, గుండె వేగంగా కొట్టుకొనడం. శ్వాస తీసుకొనడం కూడ కష్టంగానే ఉంది. ఆమె బలవంతంగా చైతన్యాన్ని వర్తమానంలోకి లాగింది. విశ్వామిత్రుడి తెల్లటి వస్త్రం అప్పుడప్పుడు వారి మధ్య అడ్డు వస్తూంది. హఠాత్తుగా ఆయన

ఎడమవైపుకు తిరగడం చూసిందామె. ఆయనను అనుసరించింది. పిట్టగోడ కమ్మీలను మాత్రం వదల్లేదు.

హఠాత్తుగా వెలుతురు వచ్చి కళ్ళు కనిపించలేదు. క్రమంగా అస్పష్టంగా విశ్వామిత్రుడు తన ముందు నిలబడి ఉండడం కనిపించిందామెకు. ఆయన ఒక కాగడాను పైకి పట్టుకుని ఉన్నాడు. దానిని ఆమెకిచ్చాడు. మలయపుత్ర సైనికుడొకరు మరో కాగడాను ఆయనకు ఇవ్వడం చూసిందామె.

విశ్వామిత్రుడు మళ్ళీ కిందికి దిగడం ఆరంభించాడు. మెట్లు ఇప్పుడు విశాలంగా ఉన్నాయి. నది ప్రవాహవేగం, జలప్రవాహం గోడలను ఒరుసుకుంటూ పారుతున్న హోరు గుహ అంతటా ప్రతిధ్వనిస్తోంది.

ఇంత చిన్న గుహలో అంత పెద్ద శబ్దం.

కేవలం రెండు కాగడాలే ఉండడం వల్ల సీతకేమీ కనిపించలేదు. కొంచెం సేపటిలోనే మలయపుత్రులందరూ కాగడాలు పట్టుకున్నారు. వెలుతురు నిండింది ఆ చోటంతా సీత ఊపిరి బిగబట్టంది.

రుద్రదేవా!

చిన్నగుహ పెద్ద గుహగా అయింది. చాలా పెద్దది. సీత చూసిన గుహలన్నిటికన్న పెద్దది. దాదాపు పద్దెనిమిది వందల అడుగుల వెడల్పుంది. మెట్లు మరింతగా కిందికి దిగుతున్నా, పైకప్పు అంతే ఎత్తులో ఉంది. వాళ్ళు గుహ అడుగుకి దిగగానే చూస్తే పైకప్పు ఆరు వందల అడుగుల ఎత్తుపైన ఉంది. ఈ భూగర్భంలో ఏ రాజైనా పెద్ద ప్రాసాదాన్ని కట్టుకోవచ్చు. అయినా చాలా చోటు మిగిలేది. తమిరవారుణి ఈ గుహకు కుడివైపుగా కిందికి ప్రవహిస్తూ ఉంది వేగంగా, పెద్ద శబ్దంతో.

'యుగాలుగా గుహను నదీ ప్రవాహం కోసేసింది. ఇది పెద్దది కదా, కాదా?' విశ్వామిత్రుడు వివరించాడు.

'నేను చూసిన వాటిలో అన్నిటికన్న పెద్దది!' సీత ఆశ్చర్యంగా అంది.

ఎడమవైపున పెద్ద తెల్ల కొండ వుంది. లోపల కూడా బాగా వెలుతురు ఉండడానికి కారణమదే. కాగడాల వెలుగును ప్రతిబింబింపజేసి గుహ నలు మూలలకూ ప్రసరింపజేసింది.

'ఆ కొండ దేనితో తయారైంది గురువర్యా?' సీత అడిగింది.

విశ్వామిత్రుడు నవ్వాడు. 'చాలా గబ్బిలాలు నివసిస్తాయి ఇక్కడ'.

సీత అనుకోకుండా పైకి చూసింది.

'ఇప్పుడవన్నీ నిద్రపోతుంటాయి. పగలు కదా. అవి రాత్రివేళ మెలకువగా ఉంటాయి. ఎన్నో వేల సంవత్సరాలుగా కోట్లాది గబ్బిలాల పెంటతో ఆ కొండ ఏర్పడింది'.

సీత ముఖం వికారంగా పెట్టింది. 'యాక్!'

విశ్వామిత్రుడి నవ్వు ఆ విశాలప్రదేశంలో ప్రతిధ్వనించింది. అప్పుడు సీత దృష్టి విశ్వామిత్రుడి వెనుక ఉన్న దాని మీద పడింది. గోడల నుంచి ఎన్నో తాళ్ళు నిచ్చెనలు వేలాడుతున్నాయి. ఎన్నో, లెక్కలేనన్ని. లెక్కపెట్టలేక వదిలేసింది. పైన ఎక్కడో బిగించినవి కిందివరకు వేలాడుతూ ఉన్నాయి.

సీత వాటిని చూసి, 'అవేమిటి గురువర్యా?' అనడిగింది.

విశ్వామిత్రుడు తిరిగి చూశాడు. 'అవి ఈ గోడల మూలల్లో ఉన్న అర్ధవలయాకారంలోని పక్షి గూళ్ళు. ఆ గూళ్ళు ఎంతో విలువైనవి. వాటిని చేసే పదార్థం చాలా విలువైనది. ఈ నిచ్చెనల ద్వారా వాటి దగ్గరకు చేరవచ్చు'.

సీత ఆశ్చర్యపోయింది. 'పక్షి గూడు తయారుచేసే పదార్థం ఎందుకంత విలువైంది? దానిలో ఏముంటుంది? ఈ నిచ్చెనలు బాగా పైకి ఉన్నాయి. వీటి మీది నుంచి పడితే తక్షణం మృత్యువే'.

'అవును. కొందరు చనిపోయారు. కాని చేయదగిన త్యాగమే'.

సీత భ్రుకుటి ముడిపడింది.

'రావణుడిపైన మాకు నియంత్రణ అవసరం. ఆ గూళ్ళలోని పదార్థం మాకు ఆ నియంత్రణనిస్తుంది'.

సీత బిగుసుకుపోయింది. కొన్నాళ్ళుగా ఆమెని వేధిస్తున్న ఆలోచన మళ్ళీ సాక్షాత్కారించింది: *మలయపుత్రులకు, లంకవాసులకు, మధ్య ఉన్న సంబంధమేమిటి?*

'ఏదో ఒకనాడు నేను నీకు వివరంగా చెబుతాను', అన్నాడు విశ్వామిత్రుడు యథాప్రకారం ఆమె ఆలోచనలు తెలిసినట్లుగా. 'ఇప్పుడు నా మీద విశ్వాసముంచు'.

సీత మౌనంగా ఉండిపోయింది. కాని ఆమె ఏదో ఇబ్బందిపడుతున్నట్లుగా ముఖంలో కనిపిస్తోంది.

'మన ఈ భూమి పవిత్రమైంది. ఉత్తరాన శిరస్సులా హిమాలయాలు, దక్షిణాన హిందూమహాసముద్రం పాదాల వద్ద, పడమటి, తూర్పు సముద్రాలు చేతుల్లా ఉన్నాయి. ఈ గొప్ప నేల స్వచ్ఛమైంది. ఈ భూమిలో పుట్టిన వారందరూ భారత భూమాతను తమలో మోస్తున్నారు. ఈ దేశం ఇలా దుర్భరస్థితిలో ఉండకూడదు. ఇది మన మహాత్ములైన పూర్వీకులను

అవమానించడం. మళ్ళీ భారతదేశాన్ని గొప్పదానిగా చెయ్యాలి మనం. మన పూర్వీకుల ఔన్నత్యానికి తగినట్లుగా ఈ భూమిని తయారుచేయడానికి నేనేమైనా చేస్తాను. ఏమైనా. అలాగే విష్ణువు కూడా.

—ॐ—

సీత, జటాయువు, మలయపుత్ర సైనికదళం సప్తసింధు దిశగా పడమటి తీరంలో ప్రయాణిస్తున్నారు. సీత మిథిలకు తిరిగి వెళుతూ ఉంది. ఆమె అగస్త్యకూటంలో అయిదు నెలలకు పైగా ఉండి పరిపాలన సూత్రాలు, తాత్త్విక సిద్ధాంతాలు, యుద్ధ విద్య, అంతకుముందున్న విష్ణువుల చరిత్రను గురించి జ్ఞానం సంపాదించుకుంది. మిగిలిన విషయాలలో కూడా ముందస్తుగానే శిక్షణ పొందింది. ఇది ఆమె విష్ణుత్వానికి సిద్ధపడేందుకు. విశ్వామిత్రుడే వ్యక్తిగతంగా ఆమెకు శిక్షణనిచ్చాడు.

జటాయువు, ఆమె నౌకపై భాగంలో కూర్చుని వేడివేడి అల్లం కషాయం తాగుతున్నారు.

సీత తన చేతిలోని పాత్రను పక్కకు పెట్టి మలయపుత్రుడి వైపు చూసింది. 'జటాయువుగారూ, మీరు నాప్రశ్నకు సమాధానం చెబుతారని ఆశిస్తాను'.

జటాయువు సీతవైపు తిరిగి తలను వంచాడు. 'నేనెలా తిరస్కరించగలను మహావిష్ణూ?'

'మలయపుత్రులకు, లంకవాసులకు ఉన్న సంబంధమేమిటి?'

'మేము వాళ్ళతో వ్యాపారం చేస్తాం. సప్తసింధులోని అన్ని రాజ్యాల్లానే. తమిరవారుణి పెద్ద గుహలోంచి తీసిన విలువైన పదార్థాన్ని మేము లంకకు ఎగుమతి చేస్తాం. మాకు కావలసినది వారు మాకు ఇస్తారు.'

'నాకు అది తెలుసు. కాని రావణుడు లంకతో వ్యాపారం చేయడానికి కొందరు ఉప వ్యాపారులకు అనుమతులిస్తాడు. అతడితో ఎవరూ వ్యాపారం చేయలేరు. కాని అగస్త్యకూటంలో అటువంటి ఉపవ్యాపారులెవరూ లేరు. మీరతనితో నేరుగా వ్యాపారం చేస్తారు. ఇది వింతగా ఉంది. అతడు పడమటి, తూర్పు సముద్రాలను కఠినంగా నియంత్రిస్తాడని నాకు తెలుసు. అతడికి పన్ను చెల్లించకుండా ఏ ఓడ ఈ నీటిలో ప్రయాణించలేదు. ఈ రకంగా అతను వ్యాపార నియంత్రణ చేస్తాడు. కాని మలయపుత్ర నౌకలు ఏమీ చెల్లించకుండానే, ఏ హానీ జరగకుండా ప్రయాణిస్తున్నాయి, ఎందుకని?'.

'నేను చెప్పానుగా. మేము అతనికి చాలా విలువైనది అమ్ముతాము విష్ణూ'.

'పక్షి గూటిలో పదార్థం గురించేనా మీరనేది?' సీత అడిగింది నమ్మశక్యం కానట్లుగా. 'సప్తసింధులోని ఇతర ప్రాంతాలనుంచి విలువైన ఎన్నో వస్తువులు అతనికి దొరుకుతాయని నాకు తెలుసు'.

'ఈ పదార్థం చాలా చాలా విలువైంది. సప్తసింధు నుంచి దొరికే వాటన్నిటికన్న ఎన్నో రెట్లు విలువైనది'.

'అయితే అగస్త్యకూటంపై దాడి చేసి తీసుకోవచ్చుకదా? అతని రాజ్యం నుంచి అది అంత దూరం కూడా కాదు'.

జటాయువు మౌనంగా ఉండిపోయాడు. ఎంతవరకు బయట పెట్టాలో నిర్ణయించుకోలేక.

'నేను ఇంకోటి కూడా విన్నాను', సీత జాగ్రత్తగా పదాలు ఎంపికచేసుకుని వాడింది, 'కొంత వారసత్వం కూడా ఉందని'.

'ఉండే ఉండవచ్చు. కాని మలయపుత్రులలో ప్రతి ఒక్కరు తమ ప్రాథమిక విధేయత మీకు చూపుతారు. విష్ణు దేవీ'.

'నాకు ఆ విషయంలో సందేహం లేదు. కాని నాకో విషయం చెప్పండి. ఈ సామాన్య వారసత్వమేమిటి?'

జటాయువు గాఢంగా శ్వాసించాడు. మొదటి ప్రశ్నను దాటేయాలని చూశాడు కాని ఈ ప్రశ్నకు సమాధానం చెప్పకుండా ఉండడం సాధ్యం కాదు. 'మహర్షి విశ్వామిత్రుడు బ్రాహ్మణ ఋషి కాక ముందు క్షత్రియ రాకుమారుడు'.

'నాకా విషయం తెలుసు'.

'ఆయన తండ్రి గాధిరాజు. కనౌజ్ రాజ్యాన్ని పాలించేవాడు. కొంతకాలం విశ్వామిత్ర గురువర్యులు కూడ రాజుగా ఉన్నారు'.

'అవును. నేను అది కూడ విన్నాను'.

'అప్పుడాయన సింహాసనాన్ని త్యజించి బ్రాహ్మణుడు అవ్వాలనుకున్నాడు. అది అంత సులభమైన నిర్ణయం కాదు. కాని మన ఘనమైన గురుదేవులకు శక్యం కానిది కాదు. ఆయన బ్రాహ్మణుడు అవడమే కాకుండా మహర్షి బిరుదు కూడా పొందారు. ఆయన ఎన్నో ఉన్నత శిఖరాల నధిరోహించి చివరికి మలయపుత్రులకు నాయకుడు కూడా అయ్యారు'.

సీత తలూపింది. 'గురుదేవులైన విశ్వామిత్రులు చేయలేనిదేదీ లేదు. ఆయన మహాపురుషులలో ఒకడు'.

'నిజమే', అన్నాడు జటాయువు. సంశయిస్తూ కొనసాగించాడు. 'విశ్వామిత్ర గురుదేవుల మూలాలు కనౌజ్‌లో ఉన్నాయి'.

'కాని రావణుడికి దీనితో సంబంధమేమిటి?'

జటాయువు నిట్టూర్చాడు. 'చాలామందికి ఈ విషయం తెలియదు. చాలా జాగ్రత్తగా దాచిన రహస్యం, సోదరీ. రావణుడిది కూడ కనౌజే. అతడి కుటుంబం అక్కడిదే'.

16వ అధ్యాయం

ఇరవై ఏళ్ళ ప్రాయంలో ఉన్న సీతకు యువతిగా శక్తి, ఉత్సాహం జిజ్ఞాస ఉండి ఉండవచ్చు, కాని భారతదేశమంతటా ఆమె చేసిన ప్రయాణాలు, అగస్త్యకూటంలో ఆమె తీసుకున్న శిక్షణ ఆమెకు వయసుకు మించిన వివేకాన్ని ఇచ్చాయి.

దేశమంతటా సీత పదేపదే పర్యటించడం చూసి సమీచి మొదట ఆలోచనలో పడింది. ఆ పర్యటనలన్నీ వ్యాపారం, దౌత్యసంబంధాల కోసం అని ఆమెకు చెప్పారు, ఆమె దానిని నమ్మింది. లేదా నమ్మినట్లుగా నటించింది. రాకుమారి లేని సమయంలో ఆమె స్వేచ్ఛగా మిథిలను పాలించింది వాస్తవానికి. ఇప్పుడు సీత మిథిలకు తిరిగి వచ్చింది. పాలనపగ్గాలు ప్రధానమంత్రి చేతిలోకి వచ్చాయి.

రాధిక తరచుగా మిథిలకు వస్తూపోతూ ఉంది. ఇప్పుడు అలాగే వచ్చింది.

'ఎలా ఉన్నావు సమీచీ?' రాధిక అడిగింది.

మిథిల ప్రధానమంత్రి వ్యక్తిగత మందిరంలో సీత, రాధిక, సమీచి ఉన్నారు.

'బాగున్నాను!' సమీచి చిరునవ్వు నవ్వింది. 'అడిగినందుకు ధన్యవాదాలు'.

'దక్షిణ ద్వారం దగ్గర మురికివాడలను చక్కగా చేయడం నాకు చాలా నచ్చింది. మురికి గుంటను సువ్యవస్థిత శాశ్వత నిర్మాణంగా చేశావు'.

'ప్రధాని మార్గదర్శకత్వం లేకుండా అది సాధ్యమయేది కాదు', సమీచి ఉచితమైన విధేయతతో చెప్పింది. 'ఆలోచన, దర్శనం ఆమెది. నేను అమలు పరచాను అంతే'.

'ప్రధానమంత్రి కాదు సీత'.

'క్షమించండి?'

'నేను నీకు ఎన్నోసార్లు చెప్పాను. మనం ఒంటరిగా ఉన్నపుడు నువ్వు నన్ను పేరుతో పిలవవచ్చునని', అంది సీత.

సమీచి రాధికవైపు చూసి, తర్వాత సీతవైపు చూసింది.

'రాధిక స్నేహితురాలు, సమీచీ!'

సమీచి చిరునవ్వు నవ్వింది. 'క్షమించండి. నొప్పించాలనే ఉద్దేశం లేదు'.

'నేనేమీ నొచ్చుకోలేదు, సమీచీ!' రాధిక అంది. 'నువ్వు నా స్నేహితురాలి కుడి భుజానివి. నువ్వు అన్నదాన్ని నేనెలా తప్పనుకుంటాను?'

సమీచి లేచింది. 'నువ్వు వెళ్ళడానికి అనుమతిస్తే, నేను నగరంలోపలికి వెళ్ళాలి. ఉన్నత వంశీయుల సమావేశాలున్నాయి.. నేను పాల్గొనాలి'.

'నేను విన్నాను', అంది సీత సమీచిని ఆగమన్నట్లుగా సైగ చేస్తూ, 'ధనవంతులు సంతోషంగా లేరట కదా!'

'అవును'. అంది సమీచి. 'వాళ్ళు అంతకుముందుకన్న సంపన్నంగా ఉన్నారు. ఇప్పుడు మిథిల సుభిక్షంగా ఉంది. కాని పేదలు వేగంగా మెరుగయ్యారు. ఇప్పుడు సంపన్నులకు చౌకగా కార్మికులు దొరకడంలేదు. ఇంట్లో పనికి మనుషులు కుదరడం లేదు. అయితే సంతోషంగా లేనిది ధనవంతులు ఒక్కరే కాదు. బీదలు కూడా, జీవితాలు మెరుగైన తర్వాత కూడా అంతకు ముందుకన్న అసంతృప్తిగా ఉన్నారు. ఇప్పుడు ఇంకా ఎక్కువ ఫిర్యాదులు చేస్తున్నారు. త్వరగా సంపన్నులు కావాలనుకుంటున్నారు. ఎక్కువగా ఆశిస్తూ, ఎక్కువ అసంతృప్తికి లోనవుతున్నారు'.

'మార్పు కల్లోలానికి కారణం అవుతుంది'. సీత ఆలోచనగా అంది.

'అవును'.

'ఏదైనా సమస్యకు సంకేతాలు కనిపిస్తే వెంటనే చెప్పు'.

'సరే. సీతా', సమీచి వందనం చేసి గది నుంచి బైటకి వెళ్ళింది.

వాళ్ళు ఇద్దరే గదిలో ఉన్నప్పుడు సీత రాధికను ఇలా అడిగింది. 'మిగిలిన విష్ణు అభ్యర్థులు ఏం చేస్తున్నారు?'

'రాముడి ప్రగతి అద్భుతంగా ఉంది. భరతుడికి కొంచెం తలబిరుసు. ఇంకా నిర్ణయం జరగలేదు'.

మహర్షి కశ్యపుడి గురుకులంలో సాయంత్రం దాటి కొంచెంసేపైన తర్వాత అయిదుగురు స్నేహితులు, అందరూ ఎనిమిదేళ్ళ వయసువారు ఆట ఆడు తున్నారు. తెలివైన విద్యార్థులు ఆడే ఆట. ఈ మహావిద్యాకేంద్రంలో ఉన్నవారు ఆడే ఆట. తెలివితేటల ఆట.

ఒక విద్యార్థి ప్రశ్నలు వేస్తున్నాడు. మిగిలినవారు సమాధానం చెప్పాలి. ప్రశ్నించే వ్యక్తి చేతిలో ఒక రాయి ఉంది. దాన్ని నేల మీద ఒకసారి కొట్టాడు. తర్వాత ఆగాడు. మళ్ళీ కొట్టాడు. మళ్ళీ ఆగాడు. తర్వాత వెంట వెంటనే రెండుసార్లు. ఆగాడు. మూడుసార్లు. ఆగాడు. అయిదుసార్లు. ఆగాడు. ఎనిమిదిసార్లు. ఆగాడు. తన స్నేహితుల వైపు చూసి అడిగాడు, నేనెవరు?'

అతని స్నేహితులు అయోమయంగా ఒకరి ముఖం ఒకరు చూసు కున్నారు.

వాళ్ళ వెనుక నుంచి ఏడేళ్ళ బాలుడు ఉత్సుకంగా ముందుకు వచ్చాడు. అతడు చింకి పాతలు ధరించి ఉన్నాడు. అక్కడ ఉండకూడని మనిషిలా ఉన్నాడు. 'రాతితో కొట్టినవి 1,1,2,3,5,8 కదా? అది పింగళ శ్రేణి. అందువల్ల నేను పింగళ ఋషిని'.

స్నేహితులు అతనివైపు చూశారు. అతడు అనాథ. స్థానిక అమ్మవారి దేవాలయంలో కాపలాదారు. చిన్నగదిలో ఉంటాడు. ఆ అబ్బాయి బలహీనంగా, పోషకాహారలోపంతో, అనారోగ్యంగా ఉన్నాడు. కాని తెలివైనవాడు. గురుకులం లోని ఒక విద్యార్థి విశ్వామిత్రుడు, ఈ బీద విద్యార్థిని గురుకులంలో చేర్చుకునేలా ప్రధానాచార్యులను ఒప్పించాడు. తన తండ్రి కనౌజ్‌రాజు ఈ గురుకులానికి చేసిన బృహత్సహాయాన్ని ఉపయోగించి ఈ పని చేయగలిగాడు.

బీద విద్యార్థి చెప్పిన సమాధానం సరైనదైనా, ఆ అబ్బాయిలందరూ అతడికి దూరంగా వెళ్ళిపోయారు.

ప్రశ్నలు అడిగిన విద్యార్థి 'వశిష్ఠా, నువ్వు చెప్పేది మాకు అవసరం లేదు', అన్నాడు. 'నువ్వెళ్ళి కాపలాదారు గది శుభ్రం చేయవచ్చు గదా?'

అబ్బాయిలందరూ నవ్వసాగారు, వశిష్ఠుడి శరీరం అవమానంతో కుంగిపోయింది. కాని వెళ్ళడానికి తిరస్కరించి, కదలకుండా అలాగే నిలబడ్డాడు.

ప్రశ్నలు అడిగిన వ్యక్తి మళ్ళీ తన స్నేహితుల వైపు తిరిగి నేలను ఒకసారి కొట్టాడు. తర్వాత తను కొట్టిన బిందువు చుట్టూ ఒక వలయం గీశాడు.

తరవాత వలయం వ్యాసం గీశాడు. తర్వాత వలయం వెలుపల ఒకసారి కొట్టాడు. తర్వాత రాయిని నేల మీద ఉంచాడు. ఆగాడు. మళ్ళీ రాతితో వేగంగా నేలమీద కొట్టాడు. వేగంగా ఎనిమిదిసార్లు. 'నేనెవరు?'

వశిష్ఠుడు వెంటనే చెప్పాడు, 'నాకు తెలుసు! నువ్వు నేల మీద కొట్టి వలయం గీశావు. అది భూమాత. తర్వాత వ్యాసం గీశావు. తర్వాత 1-0-8 సార్లు బయటకొట్టావు. భూవ్యాసానికి 108 రెట్లు ఏమిటి? సూర్యుడి వ్యాసం. నేను సూర్యదేవుడిని!'

స్నేహితులెవరూ వశిష్ఠుడివైపు చూడను కూడా లేదు. ఎవరూ అతడి సమాధానాన్ని పట్టించుకోలేదు.

కాని వశిష్ఠుడు తిరస్కరణను పట్టించుకోలేదు. 'ఇది సూర్య సిద్ధాంతంలోది... ఇదే సరైన సమాధానం...'

ప్రశ్నించిన పిల్లవాడు కోపంగా వశిష్ఠుడి వైపు తిరిగి 'ఇక్కణ్ణించి పో, వశిష్ఠా!' అన్నాడు.

బిగ్గరగా ఒకస్వరం వినిపించింది. 'హే!'

విశ్వామిత్రుడు. ఎనిమిదేళ్ళ వాడే కాని భారీగా ఉన్నాడు. ఈ అయిదుగురు అబ్బాయిల్ని భయపెట్టడానికి తగినంత శక్తిమంతుడు.

'కౌశికా'... ప్రశ్నలడిగిన అబ్బాయి భయంగా విశ్వామిత్రుడిని గురుకుల నామంతో పిలుస్తూ, 'దీనికి, నీకు సంబంధం లేదు...' అన్నాడు.

విశ్వామిత్రుడు వశిష్ఠుడి దగ్గరకు వెళ్ళి అతని చేయి పట్టుకున్నాడు. ఆ అయిదుగురు అబ్బాయిలవైపు తిరిగాడు కోపంగా. 'ఇప్పుడు ఇతను గురుకులంలో విద్యార్థి. మీరతణ్ణి మర్యాదగా అతని గురుకుల నామంతో పిలవండి'. ప్రశ్నించిన అబ్బాయి గుటక మింగాడు. భయంతో వణికాడు.

'ఇతడి గురుకుల నామం దివోదాసు', వశిష్ఠుడి చేతిని గట్టిగా పట్టుకుని చెప్పాడు విశ్వామిత్రుడు. దివోదాసు ప్రాచీన కాలంలో ఉన్న గొప్పరాజు. ఈ పేరును విశ్వామిత్రుడే ఎంపిక చేసి, దీనిని అధికారికం చేయమని ప్రధానాచార్యుణ్ణి ఒప్పించాడు.

'పిలవండి', అన్నాడు.

అయిదుగురు స్నేహితులు కదల్లేనట్టుగా నిలబడ్డారు.

విశ్వామిత్రుడు ముందుకు అడుగువేశాడు, శరీరంలోని ప్రతిరంధ్రంలో నుంచి హింస బైటకు వస్తున్నట్టుగా కోపంగా. తన కోప స్వభావంతో ఇప్పటికే ప్రసిద్ధుడై ఉన్నాడతడు. 'పిలవండి, నా స్నేహితుడి గురుకుల నామధేయం దివోదాసు అనండి'.

ప్రశ్నలు వేసిన అబ్బాయి నత్తుతూ వినీవినపడనట్లుగా అన్నాడు. 'దివోదాసు'.

'గట్టిగా, గౌరవంగా దివోదాసు'.

అయిదుగురు అబ్బాయిలూ ఒకేసారి అన్నారు, 'దివోదాసు'.

విశ్వామిత్రుడు వశిష్ఠుడిని తన వైపుకు లాగాడు. 'దివోదాసు నా మిత్రుడు. అతని నేమైనా అంటే నన్ను అన్నట్లే.

'గురువర్యా!'

వశిష్ఠుడు ప్రాచీనమైన, దాదాపు నూట నలభై ఏళ్ళ నాటి జ్ఞాపకం నుంచి వర్తమానంలోకి వచ్చాడు. త్వరగా కళ్ళు తుడుచుకున్నాడు. కన్నీళ్ళు దాచుకో వలసినవి.

ఆయన శత్రుఘ్నుడివైపు తిరిగాడు, అతని చేతిలో సూర్యసిద్ధాంతం రాతప్రతి ఉంది.

ప్రపంచంలో ఇన్ని పుస్తకాలుండగా... ఏంజరగబోతూంది?

ఈ విపాకాన్ని చూసి వశిష్ఠుడు మందహాసం చేసేవాడు. కాని ఇది పెద్ద చర్చ అవుతుందని ఆయనకు తెలుసు. అయోధ్య రాకుమారులలో కడపటివాడు నలుగురిలోకి తెలివైన వాడు. అందుకని శత్రుఘ్నుని వైపు గంభీరంగా చూస్తూ 'చెప్పు, నాయనా. నీ ప్రశ్న ఏమిటి?' అని అడిగాడు.

రెండేళ్ళ తర్వాత సీత, రాధిక కలుస్తున్నారు.

ఈలోగా సీత భారతదేశ పడమటి ప్రాంతాలను పర్యటించింది. హిందూకుష్ పర్వతాల దగ్గరి గాంధార వరకూ. భారతీయ సాంస్కృతిక పాదముద్రలు ఈ పర్వతాల కావల కూడ ఉన్నా, హిందూషాహి పాస్థూన్లు, శౌర్యవంతులైన బలోచ్‌లు నివసించే హిందూకుష్ పర్వతాలు భారతదేశానికి పడమటి సరిహద్దుగా విశ్వసిస్తారు. దాని తర్వాత ఉండేదంతా మ్లేచ్ఛ భూమి, విదేశీయులది.

'అను భూములను గురించి నువ్వేమనుకుంటున్నావు?' రాధిక అడిగింది.

కేకయను అశ్వపతి పాలిస్తున్నాడు. ప్రాచీన కాలంలో యోధుడుగా ప్రసిద్ధిగాంచిన అను రాజు వారసుల రాజ్యం అనున్నకి కూడ కేకయ రాజు

అధీనంలోనే ఉంది. కేకయ చుట్టుపట్ల ఉన్న అనున్నకి తెగల వారు అశ్వపతి పట్ల విధేయత ప్రకటించారు. అశ్వపతి తిరిగి దశరథుడికి విధేయుడు. కనీసం దీనిని అందరూ విశ్వసిస్తారు. ఎందుకంటే అశ్వపతి కుమార్తె కైకేయి దశరథుడి ప్రియపత్ని.

'ఆవేశం కలవాళ్ళు,' చెప్పింది సీత. 'అనున్నకి వాళ్ళు ఏదీ సగం సగం చెయ్యరు. వాళ్ళ ఆవేశాన్ని సక్రమంగా ఉపయోగించుకుంటే, భారతదేశం నూతన శిఖరాలను అధిరోహించడానికి తోడ్పడుతుంది. నియంత్రణ లేకపోతే సంక్షోభానికి దారితీయవచ్చు'.

'అంగీకరిస్తున్నాను', అంది రాధిక. 'రాజగృహం అందంగా లేదా?'

రాజగృహం కేకయ రాజధాని. జీలంనది ఒడ్డున ఉంది. దీనికి సమీపంలోనే చీనాబ్ నది సంగమస్థానం ఉంది. రాజగృహం నదికి రెండుపక్కలా విస్తరించి ఉంది. అలౌకికమైన సౌందర్యంతో విలసిల్లే రాజుగారి బృహత్ ప్రాసాదం జీలం నదితూర్పు తీరంలో ఉంది.

'చాలా బాగుంది', చెప్పింది సీత. 'ప్రతిభ కలిగిన భవన నిర్మాతలున్నారు'.

'ఇంకా, ఆవేశపరులైన యోధులు. కొంచెం పిచ్చివాళ్ళు కూడా!' రాధిక ముసిముసిగా నవ్వింది.

సీత బిగ్గరగా నవ్వింది. 'నిజమే.... ఆవేశానికి, పిచ్చికి మధ్య విభజన రేఖ చాలా చిన్నది'.

రాధిక మామూలుగా కన్న సంతోషంగా ఉన్నట్లుగా సీత గమనించింది. 'అయోధ్య రాకుమారుల గురించి చెప్పు నాకు'.

'రాముడు బాగున్నాడు. గురుదేవులు వశిష్ఠులు అతనిని ఎంపిక చేస్తారని మా నాన్న నమ్మకం'.

'మరి భరతుడు?'

రాధిక కొంచెం సిగ్గుపడింది. సీత అనుమానాలు నిజమైనాయి.

'అతను కూడా బాగానే పెరుగుతున్నాడు', చిన్నగా అంది రాధిక, ముఖంలో మైమరపు కనపడుతుండగా.

'అంత బాగానా?' సీత హాస్యమాడింది.

ఎర్రగా కందిన ముఖంతో, రాధిక స్నేహితురాలి మణికట్టు మీద కొట్టింది. 'నోర్ముయ్!'

సీత ఆనందంగా నవ్వింది. 'దేవీ మోహినీ, రాధిక ప్రేమిస్తోంది!'

రాధిక సీతవైపు కోపంగా చూసింది, కాని ఆమె మాటలు ఖండించలేదు.

'కాని చట్టం మాటేమిటి...'

రాధిక తెగ మాతృస్వామికం. ఆ తెగ స్త్రీలు తెగ బయటి పురుషులను వివాహమాడకూడదు. పురుషులు తెగ బయటి స్త్రీలను వివాహమాడవచ్చు కాని వారిని తెగ నుంచి వెలివేస్తారు.

రాధిక అదంత పట్టించుకోవలసిన విషయం కాదన్నట్టు చెయ్యి ఊపింది. 'అదంతా భవిష్యత్తులో సంగతి. ఇప్పుడు భరతుడితో సంతోషంగా ఉండని. ప్రకృతి పుట్టించిన అత్యంత అనురక్తి కలిగిన ప్రేమికుడు'.

సీత మందహాసంచేసి, విషయం మార్చింది. 'రాముడెలా ఉంటాడు?'

'చాలా విరాగిలా. చాలా చాలా గంభీరంగా'.

'గంభీరంగానా?'

'అవును. గంభీరంగా. పనికొచ్చేపనిలో. అవిశ్రాంతంగా అన్ని వేళలా పనికొచ్చే పని చేస్తుంటాడు. అతనికి నిబద్ధత, గౌరవం ఉన్నాయి. ఇతరులతోను, తనతో తాను కఠినంగానే ఉంటాడు. అత్యంత దేశభక్తుడు. భారతదేశంలోని ప్రతి మూల మీద అతనికి ప్రేమ. చట్టాన్ని గౌరవిస్తాడు ఎల్లప్పుడూ! ఇంక అతని శరీరంలో ఒక్క ఎముక కూడా ప్రేమించేది లేదు. మంచి భర్త అవుతాడని నాకు నమ్మకంలేదు'.

సీత తన ఆసనంలో వెనక్కి జారబడి, చేతులను దిండ్లపై ఆన్చింది. ఆమె కళ్ళు చిన్నవిగా చేసి తనలో తాను గొణుక్కుంది. అతను మంచి విష్ణువు అవుతాడేమో.

—◌౭౮◌—

స్నేహితులిద్దరూ కలిసి ఒక ఏడాది అయింది. పనిలో తీరికలేక మిథిల దాటి సీత బైటకి ప్రయాణించలేదు. అందుకని చెప్పకుండా రాధిక వచ్చినందుకు ఆమె చాలా సంతోషించింది.

సీత ఆప్యాయంగా ఆమెను కౌగిలించుకుంది. కాని స్నేహితురాలి కళ్ళు చూసి వెనక్కి జరిగింది.

'ఏం జరిగింది?'

'ఏమీ లేదు', అంది రాధిక, తల అడ్డంగా ఊపుతూ. ఏదో కోల్పోయినట్టుగా. సీత వెంటనే ఏం జరిగి ఉంటుందో ఊహించింది. స్నేహితురాలి చెయ్యి పట్టుకుంది. 'నిన్ను వదిలి వెళ్లిపోయాడా?'

రాధిక అర్థం కానట్టు చూసి తల అడ్డంగా ఊపింది. 'కాదు. నీకు భరతుడు తెలియదు. అతను మర్యాదస్తుడు. వాస్తవానికి తనను విడిచి వెళ్ళవద్దని నన్ను బ్రతిమాలాడు'.

ఆమె అతన్ని వదిలేసిందా?!

'అబ్బ దేవీ మోహినీ, ఎందుకు? మీ తెగ పిచ్చి చట్టాన్ని మర్చిపో. నీకతను కావలిస్తే అతని కోసం పోరాడు...'

'అదేమీ కాదు. చట్టాల గురించి కాదు... నేను తెగను వదిలేసి ఉండేదాన్ని ఒకవేళ... ఒకవేళ నేనతణ్ణి పెళ్ళి చేసుకోవాలనుకుంటే...'

'మరి సమస్య ఏమిటి?' సీత అడిగింది.

'ఇది కుదిరేది కాదు... నాకు తెలుసు. ఈ 'గొప్పతనపు పథకం'లో నేను భాగం కాలేను, సీతా. నాకు రాముడు, భరతుడు, నువ్వు దేశం కోసం ఎంతో చేస్తారని తెలుసు. గొప్పతనం కూడా వ్యక్తిగతంగా ఎంతో వేదన పడితే తప్ప రాదని నాకు తెలుసు. ఎప్పుడూ అలాగే జరుగుతూ వస్తోంది. ఎప్పుడూ అలాగే జరుగుతుంది. నాకు అది అవసరం లేదు. నాకు సాధారణ జీవితం కావాలి. నేను సంతోషంగా ఉండాలనుకుంటున్నాను. గొప్పదాన్ని కావాలని కోరుకొనడం లేదు'.

'నువ్వు మరీ నిరాశావాది వవుతున్నావు,రాధికా'.

'కాదు. నేనలా అవడం లేదు. నువ్వు నన్ను స్వార్థపరురాలిని అను కాని...'

సీత మధ్యలో అడ్డుకుంది, 'నేను నిన్ను స్వార్థపరురాలివని ఎప్పుడూ అనను. వాస్తవికవాదివేమో బహుశా. కాని స్వార్థపరురాలివి కాదు'.

'అయితే వాస్తవికంగా మాట్లాడితే, నేను దేనికి వ్యతిరేకమో నాకు తెలుసు. నేను మా నాన్నని జీవితమంతా గమనించాను. ఆయనలో ఏదో అగ్ని ఉంది. ఆయన కళ్ళలో అదెప్పుడూ కనిపిస్తూ ఉంటుంది. అదే అగ్నిని నీలోనూ చూస్తున్నాను. రాముడిలో కూడా. భారతమాతకు సేవ చేయాలనే కోరిక. ఇంతకుముందు నేను గ్రహించలేదు,కాని ఇప్పుడు భరతుడి కళ్ళలో కూడ అదే అగ్ని చూస్తున్నాను. మీరందరూ ఒకేలా ఉన్నారు. భరతుడు కూడ. మీ అందరిలాగే భారతదేశం కోసం అన్నీ త్యాగం చేయాలనుకుంటున్నాడు. నేను దేనినీ త్యాగం చెయ్యాలని అనుకోవడం లేదు. నేను సంతోషంగా ఉండాలను కుంటున్నాను. మామూలుగా ఉండాలని అనుకుంటున్నాను'.

'కాని అతను లేకుండా సంతోషంగా ఉండగలవా?'

విషాదంగా ఉన్న రాధిక చిరునవ్వు బాధను దాచలేదు. 'నేను అతన్ని పెళ్ళి చేసుకుని, భారతదేశంకోసం అతను కంటున్న కలల్ని వదలమని నా ఆశలు,

సంతోషం కోసం అతన్ని వేధిస్తూ ఉంటే పరిస్థితి ఇంకా ఘోరంగా ఉంటుంది. నేనతణ్ణి అసంతృప్తికి గురిచేస్తాను. నేనూ అసంతృప్తికి లోనవుతాను'.

'కాని...'

'ఇప్పుడు బాధగానే ఉంటుంది. కాని కాలం అన్నిటినీ మాన్పుతుంది సీతా. ఇప్పటినుంచి మిగిలేవి చేదు –తీపి జ్ఞాపకాలు. ఎక్కువ మధురమైనవి, కొంచెం చేదైనవి. ఎవరూ అనురక్తి, ప్రేమ జ్ఞాపకాలను తీసుకోలేరు. ఎప్పటికీ అదిచాలు'.

'దీని గురించి నువ్వు బాగా ఆలోచించావా?'

'సంతోషం ప్రమాదం కాదు. మనం ఎంచుకున్నది. సంతోషంగా ఉండడం మన చేతిలో ఉంది. ఎప్పుడూ మన చేతుల్లోనే. ఆత్మీయుడు ఒక్కడే ఉండాలని ఎవరన్నారు? కొన్నిసార్లు ఆత్మీయులైన దంపతులు కూడ ఒకరికొకరు విరుద్ధమైన వస్తువులు కావాలనుకుంటారు. ఇలా ఒకరికొకరు అసంతృప్తికి కారణమవుతారు చివరికి. ఏదో ఒకనాడు నేను కోరుకునేది కోరుకునే ఆత్మీయుడిని కనుగొంటాను. అతడు భరతుడిలా ఆకర్షణీయంగా ఉండకపోవచ్చు. లేకపోతే భరతుడి అంత గొప్పవాడు కాకపోవచ్చు. కాని నాకు కావలసినది అతను ఇస్తాడు. సాధారణమైన సంతోషం. మా తెగలోనే నాకు అటువంటి వ్యక్తి దొరుకుతాడు. లేకపోతే బయట అయినా'.

సీత తన చేతిని మృదువుగా స్నేహితురాలి భుజంపైన వేసింది.

రాధిక గాఢంగా శ్వాస తీసుకుని తల విదిల్చింది. తన విచారంలోంచి బయటకు వచ్చింది. మిథిలకు ఒక ప్రయోజనం కోసం ఆమెను పంపారు. 'సరే, గురువర్యులు వశిష్ఠులు నిర్ణయం తీసుకున్నారు. అదేవిధంగా వాయుపుత్రులు కూడ'.

'మరి?'

'రాముడు'.

సీత దీర్ఘంగా, సంతృప్తిగా శ్వాసించింది. తరవాత చిరునవ్వు నవ్వింది.

—౧౮—

మరో ఏడాది గడిచింది. సీతకు ఇప్పుడు ఇరవై నాలుగేళ్ళు. గత సంవత్సరం భారతదేశ పడమటి తీరమంతా పర్యటించింది. బలోచిస్థాన్ సముద్ర తీరాల నుంచి అగస్త్యకూటం ఉన్న కేరళ వరకు పర్యటించింది.

చివరికి మిథిల వచ్చి నెరవేర్చవలసిన రాచవిధులలో మునిగింది. వీలు చిక్కినప్పుడల్లా చెల్లెలు ఊర్మిళతోను, తండ్రి జనకుడితోను గడపసాగింది.

కుశధ్వజుడు కొంతకాలం నుంచి మిథిలకురాలేదు. అతడు సంకాశ్యలో కూడ లేడు. అది వింతగా ఉంది. అతనెక్కడున్నాడో తెలుసుకోవాలని సీత ప్రయత్నించింది. కాని సఫలం కాలేదు. సులోచనుడి మరణం తర్వాత సంకాశ్య పరిపాలన సమర్థత తగ్గిందని ఆమెకు తెలుసు. అందరూ అతడు దురదృష్ట వశాత్తు గుండెపోటుతో మరణించాడని అనుకున్నారు.

ఇప్పటికి రాధిక అనుకోకుండా రావడం సీతకు అలవాటైంది. కొన్ని నెలల తరవాత కలుసుకొనే తన స్నేహితురాలు ఇప్పుడే రాగానే ఆమె చాలా సంతోషించింది.

'అయోధ్య రాకుమారులకు ఆతిథ్యమిచ్చే ఉత్సుకత పోయాక ఇప్పుడు మీ గ్రామమెలా ఉంది?'

రాధిక నవ్వింది. 'బాగానే ఉంది...'

'నువ్వు బాగున్నావా?'

'నేను బాగుంటున్నాను'.

'అయోధ్యలో రాముడు ఎలా ఉన్నాడు?'

'అతనిని రక్షకభట అధిపతిగా నియమించారు. భరతుణ్ణి దౌత్య సంబంధాల అధికారిగా నియమించారు'.

'మ్‌మ్... రాణి కైకేయి చేతిలోనే ఇంకా అయోధ్య ఉంది. భరతుణ్ణి యువరాజుగా చేయడానికి వీలుగా నియమించారు. రక్షకభటాధిపతి పదవి కష్టమైంది. కృతజ్ఞత దొరకనిది'.

'అలా కనిపిస్తుంది. కాని రాముడు చాలా బాగా చేస్తున్నాడు. నేరాలను నియంత్రణలోకి తెచ్చాడు. ప్రజల్లో అతనికి పేరు ప్రఖ్యాతులు వచ్చాయి'.

'ఈ అద్భుతాన్ని అతనెలా చేయగలిగాడు?'

'అతడు చట్టాలను అనుసరించాడు, హా!'

సీత నవ్వింది, అర్థం కానట్లుగా. 'రాముడు చట్టాన్ని అమలు చేస్తే తేడా ఏమిటి? ప్రజలు కూడ దాన్ని అనుసరించాలి. భారతీయులు అలా ఎన్నటికీ చేయరు. వాస్తవానికి మనం నియమాలను ఉల్లంఘించి ఆనందిస్తాం. కారణం లేకుండా. కావాలని ఉల్లంఘిస్తారు. భారతీయులతో వ్యవహరించేటప్పుడు వాస్తవికంగా ఉండాలి. చట్టాల్ని అమల్లో పెట్టాలి. అవును. కాని ఇదే అంతా చెయ్యదు. ఒక్కోసారి నీకు కావలసినది చేయడానికి చట్టాన్ని దుర్వినియోగం కూడ చెయ్యాలి'.

'నేను ఒప్పుకోను. రాముడు కొత్త మార్గం చూపించాడు. అతడు కూడ చట్టానికి లొంగి ఉండవలసిన వాడేనని ఆచరణలో చూపాడు. అయోధ్య ఉన్నత వంశీకులకు ఇంక దగ్గరి దారులేమీ లేవు. ఇది సామాన్యులను ఉత్తేజితం చేసింది. ఒక రాకుమారుడికన్న చట్టం గొప్పది అయితే వారికన్న ఎందుకు కాదు?'

సీత తన ఆసనంలో వెనక్కి వాలింది.. 'ఆసక్తికరంగా ఉంది...'

'సరే', రాధిక అడిగింది. 'విశ్వామిత్ర గురువర్యులెక్కడ?'

సీత సంశయించింది.

'గురుదేవులు వశిష్ఠులు విష్ణువుగా రాముడి అభ్యర్థిత్వాన్ని ప్రతిపాదించడానికి పరీహకు వెళ్ళారు. అందుకనే అడుగుతున్నాను'.

సీత నిర్ఘాంతపోయింది. 'విశ్వామిత్ర గురువర్యులు కూడ పరీహాలోనే ఉన్నారు.'

రాధిక నిట్టూర్చింది. 'ఇంక విషయాలు తేలుతాయి. విష్ణువులుగా నువ్వు, రాముడు భాగస్వాములుగా ఉండడానికి నువ్వు విశ్వామిత్రులను ఒప్పించే ప్రణాళిక సిద్ధం చేసుకో'.

సీత గాఢంగా శ్వాసించింది. 'వాయుపుత్రులు ఏం చేయబోతున్నారో తెలుసా?'

'నీకు ఇప్పటికే చెప్పాను. వాళ్ళు వశిష్ఠుడి వైపే మొగ్గుతారు. వాళ్ళు విశ్వామిత్రుడి మాట వింటారా అనేది ప్రశ్న. ఆయన మలయపుత్రుల నాయకుడు. పూర్వపు విష్ణువుకి ప్రతినిధి'.

'నేను హనుమన్నతో మాట్లాడతాను'.

17వ అధ్యాయం

'కాని, అక్కా', స్వరం చిన్నగా ఉంచి సీతతో మాట్లాడుతూంది ఊర్మిళ. 'నువ్వు స్వయంవరానికి ఎందుకు అంగీకరించావు? నువ్వు వెళ్ళడం నాకిష్టం లేదు. నువ్వు లేకుండా నేనేం చేస్తాను?'

ఊర్మిళ, సీత ఒక వృక్షంపైన ఏర్పాటు చేసిన మంచెపై కూర్చుని ఉన్నారు. వాళ్ళ కాళ్ళు కిందికి వేలాడుతున్నాయి. సీత విల్లు చేతికందేంత దూరంలో ఉంది. పక్కనే అమ్ముల పొది నిండా బాణాలున్నాయి. అడివంతా ఈ మధ్యాహ్నం వేళ నిశ్శబ్దంగా, జోగుతున్నట్లుగా ఉంది. జంతువులు అన్నీ నిద్రపోతున్నట్టుగా ఉంది.

సీత చిరునవ్వు నవ్వి ఊర్మిళను దగ్గరగా లాక్కుంది. 'నేను ఎప్పుడో ఒకసారి వివాహం చేసుకోవాలి, ఊర్మిళా. నాన్నగారు కోరుకునేది ఇదే అయితే, నేను ఎదురుచెప్పకుండా ఆయన మాటను గౌరవించవలసిందే'.

సీతే తండ్రిని స్వయంవరానికి ఒప్పించిందని ఊర్మిళకు తెలియదు. స్వయంవరం ప్రాచీన సంప్రదాయం. వధువు తండ్రి అర్హులైన వరులను ఒక సమావేశానికి ఆహ్వానిస్తాడు. కుమార్తె అక్కడున్న పురుషులలో తనకు నచ్చిన వాణ్ణి భర్తగా ఎన్నుకుంటుంది. లేదా ఒక పోటీ పెడతారు. సీత చురుగ్గా ఏర్పాట్లు చూస్తోంది. ఎలాగోలా మిథిలలో స్వయంవరానికి రాముడిని తీసుకుని రావటానికి ఆమె విశ్వామిత్రుడిని ఒప్పించింది. మిథిల నుంచి ఆధికారిక ఆహ్వానం పంపినా అయోధ్య నుంచి ప్రతిస్పందన వచ్చేది కాదు. చిన్నది, అప్రధానమైనది అయిన మిథిలతో అయోధ్యకు స్నేహం ఎందుకు? కాని శక్తిమంతుడైన మలయపుత్ర నాయకుడు స్వయంవరానికి రమ్మని అభ్యర్థిస్తే కాదని చెప్పడం అయోధ్యకు శక్యం కాదు. స్వయంవరంలోనే తన గురువు ఏర్పాటు చేసిన విధంగా ఆమె రాముడిని తన భర్తగా చేసుకొనగలదు. విశ్వామిత్రుడికి ఈ ఆలోచన నచ్చింది. ఈ రకంగా వశిష్ఠుడిని వెనక్కితోసి

రాముడిని ప్రత్యక్షంగా ప్రభావితం చేయగలడు. సీత మరోరకంగా ప్రణాళికలు వేసుకుందని ఆయనకు తెలియదు. రాముడిని భాగస్వామిగా చేసుకుని విష్ణువుగా పనిచెయ్యాలని ప్రణాళిక.

హనుమన్నకు దైవాశీర్వాదం లభించుగాక! ఎంత అద్భుతమైన ఆలోచన!

ఊర్మిళ సీత భుజం మీద తన తలను ఆన్చింది. యువతి అయినా, స్వతంత్రంగా పెరగకపోవడంతో ఆమె ఎప్పుడూ అక్కమీద ఆధారపడి ఉంటుంది. తన పోషకురాలు, రక్షకురాలు లేకుండా ఆమె తనజీవితాన్ని ఊహించుకోలేక పోతోంది. 'కాని...'

సీత ఊర్మిళను గట్టిగా హత్తుకుంది. 'నీకూ త్వరలోనే వివాహమవుతుంది'.

ఊర్మిళ సిగ్గుపడి దూరం జరిగింది.

సీత దూరంగా ఏదో శబ్దం వింది. అడవిలోకి ఆరాగా చూసింది.

సీత, సమీచి, ఇరవైమంది రక్షకభటులు కలిసి ఈ అడవికి వచ్చారు. మిథిల నుంచి ఒక రోజు ప్రయాణం. ఆ ప్రాంతంలో ఉన్న గ్రామీణులను చంపుతున్న పులిని చంపడానికి వచ్చారు. ఊర్మిళ తను కూడా వస్తానని పట్టుబట్టింది. అడవిలో ఒకచోట అయిదు మంచెలు నిర్మించారు. ప్రతి మంచె వద్ద మిథిల రక్షకభటుడు ఒకరున్నారు. ఎరగా ఒక మేకను ఆరుబయల్లో కట్టారు. వాతావరణాన్ని బట్టి ఒక నీటిగుంటను కూడ తవ్వారు. ఒకవేళ మాంసం కోసం కాకపోయినా నీటికోసమైనా పులి వస్తుందని భావించారు.

'అక్కా, విను,' ఊర్మిళ గుసగుసగా అంది, 'నేనేమనుకుంటున్నానంటే..'

సీత తన పెదవుల మీద వేలుపెట్టగానే, ఊర్మిళ మౌనంగా ఉండిపోయింది. తర్వాత సీత చుట్టూ చూసింది. మంచెకు ఆ చివర ఇద్దరు రక్షకభటులు కూర్చుని ఉన్నారు. చేతితో సైగ చేసి వారికి త్వరితంగా ఆజ్ఞలిచ్చింది. నిశ్శబ్దంగా వారు ఆమె దగ్గరికి పాకుతూ వచ్చారు. ఊర్మిళ వెనక్కు జరిగింది. సీత తన విల్లును తీసుకుని అమ్ములపొది నుంచి నిశ్శబ్దంగా ఒక బాణాన్ని తీసింది.

'దేవీ, ఏమైనా కనిపించిందా మీకు?' రక్షకభటుడు గుసగుసగా అడిగాడు.

లేదు అన్నట్టుగా సీత తల ఊపింది. తరవాత తన చెవిని ఎడమ చేతితో మూసింది.

రక్షకభటులు చెవులు రిక్కించి వినడానికి ప్రయత్నించారు కాని, ఏమీ వినలేకపోయారు. వారిలో ఒకడు వినీవినపడనట్టుగ 'నాకు ఏ శబ్దం వినపడడం లేదు', అన్నాడు.

సీత బాణాన్ని నారికి సంధించి, గుసగుసగా అంది. 'శబ్దం లేకపోవడమే. మేక అరవడం ఆపింది. అది భయంతో బిక్కచచ్చింది. అది సాధారణ జంతువు కాదని మేక గ్రహించిందనిపిస్తుంది నాకు'.

రక్షకభటులు కూడా విల్లులు ముందుకు పెట్టి త్వరత్వరగా, నిశ్శబ్దంగా బాణాలు సంధించడానికి సిద్ధంగా ఉన్నారు.

చెట్ల వెనక తనకేవో చారలు క్షణకాలం కనిపించాయనుకుంది సీత. ఆమె బాగా దూరంగా పరికించి చూసింది. నిదానంగా గోధుమ వర్ణం కలిసిన నారింజ, నల్లచారలు చెట్ల వెనుక నీడల్లో కనిపించాయి. దృష్టిని కేంద్రీకరించి చూసింది. చారలు కదులుతున్నాయి.

ఆ కదలికలవైపు ఆమె చూపించింది.

రక్షకభటులు కూడ దానిని చూశారు. 'అది బాగా చెట్లలో కలిసి పోయింది...'

సీత చేతులు పైకెత్తి నిశ్శబ్దంగా ఉండమని సైగ చేసింది. మొదటి అవకాశం రాగానే బాణం సంధించేందుకు సిద్ధంగా విల్లును పట్టుకుంది.

కొన్ని భారమైన, ఉత్కంఠభరితమైన క్షణాల తర్వాత పులి నిదానంగా నీటిగుంట వైపుకు వస్తూ కనిపించింది. అది మేకను చూసింది. చిన్నగా గాండ్రించింది. మళ్ళీ తన దృష్టిని నీటివైపు మరల్చింది. మేక భీతితో నేలమీద ఒరిగిపోయింది. భయంతో వెంటనే దానికి మూత్రం జారిపోయింది. అది కళ్ళు మూసుకుని విధికి తలవంచింది. అయితే భయంతో బిక్కచచ్చిన ఎర మీద పులి దృష్టి లేదు. అది నీటిని తాగుతూ ఉంది.

సీత వింటినారిని బాగా వెనక్కి లాగింది పూర్తిగా. హఠాత్తుగా కుడివైపున ఉన్న మంచెల్లో ఒకదాని నుంచి మృదువైన శబ్దం వినవచ్చింది.

పులి జాగరూకమై పైకి చూసింది.

సీత ఊపిరి బిగబట్టి తిట్టుకుంది. కోణం సరిగా లేదు. పులి వెనుతిరిగి క్షణాల్లో పారిపోతుందని ఆమెకు తెలుసు. ఆమె బాణం వేసింది.

అది రివ్వున వెళ్ళి పులి భుజానికి గుచ్చుకుంది. ఆ బాణం దాన్ని రెచ్చగొట్టడానికి చాలు. కాని శక్తిహీనం చేయలేదు.

పులి కోపంగా గాండ్రించింది. దాని గాండ్రింపు కూడ హఠాత్తుగా ఆగింది. ఒక బాణం దాని గొంతులో లోపలికి గుచ్చుకుంది. కొన్ని క్షణాల్లోనే పద్దెనిమిది బాణాలు ఆ పులికి గుచ్చుకున్నాయి. కొన్ని కళ్ళలోను, మరికొన్ని పొట్టలోను గుచ్చుకున్నాయి. మూడు క్షిపణులు దాని భుజం కండరాలను చీల్చేశాయి. దాని వెనక కాళ్ళు కదలలేకపోయాయి. పులి నేల మీద

పడిపోయింది. మిథిల వాసులు త్వరగా బాణాలు సంధించారు మళ్ళీ. మరో ఇరవై బాణాలు తీవ్రంగా గాయపడిన మృగాన్ని చీల్చుకుంటూ పోయాయి. పులి చివరిసారి తల ఎత్తి చూసింది. గాయపడని కంటితో అది తననే నేరుగా చూస్తోందనిపించింది సీతకు.

నన్ను క్షమించు. మహామృగమా. ఎవరో ఒకరు చనిపోవలసిందే.. నువ్వు గాని నా రక్షణలో ఉన్న గ్రామస్థులుగాని.

పులి తల వాలిపోయింది. తిరిగి ఎన్నడూ లేవదు.

నీ ఆత్మకు మళ్ళీ పునర్జన్మ లభించుగాక.

— ౕ౫ —

ఆ సమూహానికి ముందు సీత, ఊర్మిళ, సమీచి స్వారీ చేస్తున్నారు. రక్షకభటులు కొంచెం వెనకగా ఉన్నారు. అందరూ తిరిగి మిథిలకు వెళ్ళిపోతున్నారు.

ఆ పులికి తగిన విధంగా అంత్యక్రియలు చేశారు. పులి చర్మం తనకు ఉంచుకోవాలని లేదని సీత అందరికీ చెప్పింది. పులిచర్మం సంపాదించే అవకాశం రావడం వేటగాడి ధైర్యానికి గుర్తు. అది కావాలని చెప్పి ఉంటే రక్షకభటులు బాణాలు జాగ్రత్తగా వేసేవారు. చర్మం పాడవడం వారికి ఇష్టముండేది కాదు. దానివల్ల పులి కేవలం గాయపడేది. చనిపోయేది కాదు.

సీత ఉద్దేశం స్పష్టం. పులి దాడులనుంచి గ్రామస్థులను రక్షించడం ఆమె ఉద్దేశం. గాయపడిన మృగం మనుషులకు మరింత ప్రమాదకరం. రక్షకభటులందరూ బాణాలు వెయ్యడం దాన్ని చంపడానికి తప్పనిసరి. అందువల్ల పులికి అంత్యక్రియలు నిర్వహించుదామని చెప్పింది అందరికీ.

'మీరు ఆ ఆదేశం ఎందుకిచ్చారో నాకు అర్థమైంది ప్రధానమంత్రీ', అంది సమీచి. 'కాని పులిచర్మం ఇంటికి తీసుకెళ్ళనందుకు నాకు విచారంగా ఉంది. అది మీ నైపుణ్యానికి, సాహసానికి చిహ్నంగా ఉండేది'.

సీత సమీచివైపు చూసింది. తర్వాత చెల్లెలి వైపు తిరిగింది. 'ఊర్మిళా కొంచెం వెనగ్గా రా. దయచేసి'.

ఊర్మిళ వెంటనే తన గుర్రం కళ్ళేలు పట్టి మిగిలిన ఇద్దరికన్న వెనక్కి, వాళ్ళ మాటలు వినబడనంత దూరం వెళ్ళింది.

సమిచి తన గుర్రాన్ని సీత దగ్గరగా తీసుకొచ్చింది. 'నేనది చెప్పాలి సీతా. నీ సాహసం గురించి చెప్పడానికి. దానివల్ల ఊర్మిళకి ప్రోత్సాహం ఇంకా...'

సీత తల అడ్డంగా తల ఊపి సమిచికి అడ్డు తగిలింది. 'ప్రచారం,కథలు చెప్పడం పాలనలో భాగలే. నాకు తెలుసు. కాని నమ్మశక్యం కాని కట్టుకథలు చెప్పి అభాసుపాలు కాకూడదు. ఈ వేటలో నేను నిపుణత, సాహసం చూపలేదు'.

'కాని....'

'నేను వేసిన బాణం సరిగా తగల్లేదు. అక్కడున్న అందరికీ ఆ విషయం తెలుసు'.

'కాని, సీతా...'

'ప్రతి ఒక్కరికీ తెలుసు', సీత మళ్ళీ అంది. 'అంతకుముందు కూడా వేట అంతా నేనే చేసినట్టుగా మాట్లాడావు రక్షకభటుల దగ్గర'.

'కాని నీకు అర్హత ఉంది...'

'లేదు... నాకు లేదు'.

'కాని...'

'నువ్వు నాకు సేవ చేశానని అనుకుంటున్నావు. లేదు సమిచి. నువ్వు సేవ చేయలేదు. అర్హత లేని ప్రశంస పొంది నేను ఆ మనుషుల గౌరవాన్ని కోల్పోయాను'.

'కాని...'

'నా పట్ల నీ విధేయత నిన్ను అంధురాలిని చేయకూడదు.నువ్వు నాకు చేయగల అపచారం అదే'.

సమిచి వాదించడం ఆపివేసింది. 'నన్ను క్షమించు'.

సీత చిరునవ్వు నవ్వింది. 'ఫరవాలేదు'. తర్వాత తన చెల్లెలు వైపు చూసి పిలిచింది. ముగ్గురూ నిశ్శబ్దంగా స్వారీ చేస్తూ వెళ్ళారు.

—✧✧—

కొద్దిరోజుల కిందటే సీత వేట నుంచి వచ్చింది. ఆమె స్వయంవరం కోసం ఏర్పాట్లు ఊపందుకున్నాయి. చాలా పనులు ఆమె స్వయంగా పర్యవేక్షించినా, సమిచి, ఆమె చెల్లెలు ఊర్మిళ ఆమెకు సమర్థంగా సహాయం చేశారు.

సీత తన గదిలో కూర్చుని పత్రాలు పరిశీలించుతూంది. అప్పుడు ఒక సందేశకుడు వచ్చాడని వార్తాహరుడు చెప్పాడు.

'లోపలికి తీసుకొనిరా'.

ఇద్దరు కావలివాళ్ళు సందేశకుడితో వచ్చారు. ఆమె ఆ వ్యక్తిని గుర్తుపట్టింది. అతడు రాధిక తెగకు సంబంధించినవాడు.

ఆమెకు చురుగ్గా వందనం చేసి సందేశకుడు ఒక కాగితం చుట్టను అందించాడు. సీత లక్కముద్రను పరీక్షించింది. అది విరిగిలేదు.

సందేశకుడిని పంపివేసి, లక్కముద్రను పగులగొట్టి రాధిక సందేశాన్ని చదివింది.

చివరి పదం చదవకముందే ఆమె ఆగ్రహం పెరిగింది. కాని అంత ఆగ్రహంలోను తానేం చేయాలో ఆమె మర్చిపోలేదు. ఆ కాగితం చుట్టను పూర్తిగా కాల్చివేసింది.

ఆ పని పూర్తిచేసి మనసు ప్రశాంతంగా ఉంచుకోవడానికి వరండాలోకి వెళ్ళింది.

'రామా... *గురువర్యుల ఉచ్చులో పడవద్దు*'.

—ॐ—

సీత స్వయంవరానికి మిథిల కొన్ని వారాల దూరంలో ఉంది. విశ్వామిత్రుడు మిథిలకి అయోధ్య రాకుమారులతో కలిసి వస్తున్నారని తెలిసి సీతలో ఉత్సాహం ఉరకలేసింది. ఆమె మనసులో స్వయంవరాన్ని రద్దు చేయడానికి తగిన కారణాలు వెదుకుతూ ఉంది. రాముడు రాని పక్షంలో అది నిరుపయోగమైన పని.

'సీతా', అంది సమీచి రాకుమారి గదిలోకి అడుగుపెట్టి.

సీత వెనుతిరిగింది. 'చెప్పు, సమీచీ?'

'ఇబ్బంది పెట్టే సమాచారం తెచ్చాను?'

'ఏం జరిగింది?'

'స్వయంవరానికి మీ బాబాయి కుశధ్వజుడిని ఆహ్వానించారు. వాస్తవానికి ఆయన తన స్నేహితులు కొందరిని ఆహ్వానిస్తున్నాడు. ఆయన నిర్వాహకులలో ఒకడుగా ప్రవర్తిస్తున్నాడు'.

సీత నిట్టూర్చింది. తన తండ్రి కుశధ్వజుణ్ణి ఆహ్వానిస్తాడని తాను ఊహించి ఉండాల్సింది.

అనుచితమైన ఉదారత్వం.

ఎన్నో ఏళ్ళుగా కుశధ్వజుడు మిథిలకు రాలేదు. బహుశా క్షీణించిన పరిస్థితుల వల్ల సమాధానపడిపోయాడేమో.

'ఎంతైనా నేను ఆయన అన్న కూతురిని'. సీత భుజాలు కదుపుతూ అంది. 'బహుశా సప్తసింధు రాజులకు తన అన్న గృహ విషయాల్లో, రాజ్యంలో తన మాట చెల్లుతుందని చూపించుకోవాలని బాబాయి అనుకుంటున్నాడేమో. ఆయన్ని రానీ'.

సమీచి చిరునవ్వు నవ్వింది. 'నువ్వు కోరుకున్న వ్యక్తి వస్తే, ఎవరొచ్చినా సరేనా?'

'రాముడు వస్తున్నాడు.... అతను వస్తున్నాడు...'

సమీచి అరుదైన చిరునవ్వు నవ్వింది. రాముడి మీద సీతకు హఠాత్తుగా అంత ఆసక్తి ఎందుకు కలిగిందో ఆమెకు అర్థం కాలేదు. అయోధ్యతో స్నేహం చేయాలని ఎందుకు అనుకుంటుందో తెలియకపోయినా నెచ్చెలిని హృదయ పూర్వకంగా సమర్థించింది. బలహీనంగా ఉన్న అయోధ్యతో స్నేహం చేస్తే దీర్ఘకాలంలో మిథిలకు ప్రయోజనమే కలుగుతుంది. ఇంక సీత అయోధ్యకు వెళ్ళిపోతే, సమీచి తానింకా శక్తిమంతురాలు అవుతుంది. బహుశా మిథిల పరిపాలన వాస్తవానికి తనే చేస్తుందేమో.

మరి ఇంకెవరు ఉన్నారు?

18వ అధ్యాయం

భయపడుతున్న సమీచి అడవిలోని చిన్న చదునైన ప్రదేశంలో నిలబడి ఉంది. అడవి నుంచి వస్తున్న శబ్దాలు, అంధకారంతో, చంద్రుడు లేని రాత్రిని మరింత భయంకరంగా చేస్తున్నాయి.

గతంలోని జ్ఞాపకాలు వర్తమానాన్ని చుట్టుముట్టాయి. చాలాకాలమైంది. ఎన్నో ఏళ్ళు. తనను మర్చిపోయి ఉంటారని అనుకుంది. తన మానాన తనని వదిలేశారు. మిథిల సప్తసింధులో చిన్న అప్రధాన రాజ్యం. ఆమె ఇది ఊహించలేదు. ఏదో సంతోషం, ఇబ్బంది రెండూ కలగలిసి ఆమె మనస్సును ఉద్వేగభరితం చేశాయి.

ఆమె ఎడమ చేతిని ఒరలో ఉన్న కత్తిపిడి మీద ఉంచింది. 'సమీచీ, నేను చెప్పింది నీకర్థమైందా?' ఆ మనిషి అడిగాడు. గరగరమనే ఆ గొంతు విలక్షణంగా ఉంది. పొగాకు, మద్యం అతిగా సేవించిన దాని ఫలితం. దానికి తోడు నియంత్రితం కాని అరపులు.

ఆ వ్యక్తి కచ్చితంగా ఉన్నత వంశీయుడే. ఖరీదైన వస్త్రాలు. చక్కగా చలువ చేసినవి. మెత్తగా చక్కగా దువ్విన తెల్లజుట్టు. చేతి వేళ్ళు అన్నిటికీ ఉంగరాలు. అతని కత్తి, ఖడ్గం మీద నవరత్నాలు తాపడం చేసి వున్నాయి. అతని కత్తి ఒర కూడా బంగారురేకుతో చేసినది. ముడతలు పడిన నుదుటి మీద మధ్యలో నల్లటి మందమైన గీతలా తిలకం ఉంది.

ఇరవైమంది సైనికులు నల్లటి వస్త్రాలు ధరించి దూరంగా, నిశ్శబ్దంగా కనిపించకుండా నిలబడి ఉన్నారు. కత్తులన్నీ జాగ్రత్తగా ఒరల్లోనే ఉన్నాయి. సమీచిని చూసి భయపడాల్సిందేమీ లేదని వారికి తెలుసు.

తరువాత రోజు ఆమె విశ్వామిత్ర గురుదేవులను సంకాశ్యలో ఆహ్వానించి తీసుకురావాలి. అనుకోకుండా ఇలా ఇక్కడికి వచ్చి ఇలా కలవడం ఆమెకు

కుదిరేది కాదు. ఇప్పుడు కాదు. ఆమె తమ నిజమైన ప్రభువు పేరెత్తింది. అకంపనుడు తగ్గుతాడని ఆశించి. అంది,

'కాని, అకంపన ప్రభూ...' సమీచి ఇబ్బందిగా అంది, '...ఇరైవా సందేశం...'

'ఇంతకుముందు నీకు చెప్పినదంతా మర్చిపో', అకంపనుడు చెప్పాడు. 'నీ ప్రతిజ్ఞ గుర్తుపెట్టుకో'.

సమీచి బిగుసుకుపోయింది. 'నేను నా ప్రతిజ్ఞను ఎన్నడూ మర్చిపోను, అకంపన ప్రభూ'.

'నువ్వు మర్చిపోకూడదు'. అకంపనుడు తన చేతిని ఎత్తాడు. యదాలాపంగా చక్కగా కత్తిరించిన గోళ్లు చూశాడు. చక్కగా కత్తిరించి, నునుపు చేసి ఉన్నాయి. వాటి మీద లేత పసుపు రంగు వేసి ఉంది జాగ్రత్తగా. సన్నగా, గులాబీరంగులో ఉన్న వేలి మీద మాత్రం నల్లరంగు వేసి ఉంది. 'అయితే రాకుమారి సీత స్వయంవరం తప్పక...'

'మీరు చెప్పినదే చెప్పనవసరం లేదు', సమీచి మధ్యలో అడ్డు వచ్చింది. 'అది జరుగుతుంది. అది రాకుమారి ఆసక్తి వల్లే జరుగుతూ ఉంది'.

అకంపనుడు చిరునవ్వు నవ్వాడు. బహుశా సమీచి మందబుద్ధికి ఏదో తట్టింది చివరికి. 'అవును జరుగుతుంది'.

---◆◇◆---

సీత నిట్టూర్చి, చిన్నగా తల మీద కొట్టుకుంది. 'తెలివి తక్కువదాన్ని'.

ఆమె తన పూజామందిరంలోకి వెళ్ళి కత్తిని తీసుకుంది. ఆ రోజు అస్త్ర పూజాదినం. అనాదిగా అస్త్రాలను సాంప్రదాయికంగా పూజించేరోజు. ఆమె గర్భగృహంలో దేవతల పాదాల వద్ద పూజ తరువాత కత్తిని తీసుకోవడం మర్చిపోయింది.

అదృష్టవశాత్తు, ఈ రోజు ఆయుధం లేకుండా గడపగలిగింది. ఆమెకి ధనవంతుడైన వ్యాపారి విజయుడు మిథిల కన్న సంకశ్యకు విధేయుడని అనుమానం. ఆ రోజున కొంతసేపటి కిందట వాణిజ్య ప్రదేశంలో గుంపును ఆమె మీదకు రెచ్చగొట్టాలని చూశాడు. ఒక దొంగ పిల్లవాడిని గుంపు కొట్టకుండా ఆమె జోక్యం చేసుకున్నందుకు అతనలా చేశాడు.

అదృష్టవశాత్తు అది అంతా సజావుగా ముగిసింది. ఎవరికీ గాయాలు తగల్లేదు. ఆ విజయుడికి మాత్రం ప్రక్కటెముక విరిగింది. సాయంత్రంగాని,

రేపు గాని వెళ్ళి ఆయురాలయంలో అతన్ని చూసి రావాలి. విజయుడికి ఏమైనా ఆమెకి లెక్కలేదు. కాని ఆమెకు పేదల సంక్షేమంపైనే కాకుండా, ధనికుల సంక్షేమం పైన కూడ శ్రద్ధ ఉందని ఆమె ప్రదర్శించాలి. చివరికి ధనవంతుల్లో మార్చలేని మూర్ఖులపైన కూడా శ్రద్ధ ఉందని తెలియజేయాలి.

సమీచి ఎక్కడుంది?

రక్షకభటాధికారి, దౌత్యమర్యాదల ముఖ్యురాలు విశ్వామిత్రుడిని, ఆయనతో వస్తున్న మలయపుత్రులను ఏ నిముషంలోనైనా ఇక్కడికి తీసుకొని వస్తుంది. రామ, లక్ష్మణులను కూడా. ద్వారపాలకుడు హఠాత్తుగా మలయ పుత్రుల సైన్యాధికారి అరిష్టనేమి వచ్చారని ప్రకటించాడు.

సీత బిగ్గరగా సమాధానం చెప్పింది. 'వారిని సగౌరవంగా లోనికి తీసుకొనిరా'.

అరిష్టనేమి గదిలోకి వచ్చాడు. విశ్వామిత్రుడి కుడిభుజం అయిన ఆ వ్యక్తికి శిరస్సు వంచి, చేతులు జోడించి సీత నమస్కారం చేసింది.

'అభివందనాలు అరిష్టనేమి గారూ. మిథిలలో మీకు అన్ని సౌకర్యాలు అమరాయని భావిస్తున్నాను'.

'తమ స్వగృహం అని భావించే ప్రదేశం ఎప్పుడూ సౌకర్యంగానే ఉంటుంది', అరిష్టనేమి చిరునవ్వు నవ్వాడు.

సమీచి అతనితో లేనందుకు సీత ఆశ్చర్యపోయింది. ఇది సంప్రదాయ విరుద్ధం. సమీచి ఈ పెద్ద అధికారిని గౌరవంతో తన గదికి తోడ్కొని రావాల్సి ఉంది.

'క్షమించండి, అరిష్టనేమిగారూ. మిమ్మల్ని నా గదికి సమీచి తోడ్కొని రావాల్సింది. మిమ్మల్ని అగౌరవపరచడం ఆమె ఉద్దేశం కాదు. అయినా నేనామెతో మాట్లాడతాను'

'లేదు, లేదు', అన్నాడు అరిష్టనేమి చేతిని పైకెత్తి అదేమీ కాదు అన్నట్లుగా...'నేనే నిన్ను ఏకాంతంగా కలుస్తానని ఆమెకు చెప్పాను'.

'అయితే సరే. మీ వసతి సంతృప్తికరంగా ఉందనుకుంటాను. ముఖ్యంగా విశ్వామిత్ర గురుదేవులకు, అయోధ్య రాకుమారులకు సౌకర్యంగా ఉందనుకుంటాను'.

అరిష్టనేమి చిరునవ్వు నవ్వాడు. సీత నేరుగా విషయాన్ని ప్రస్తావిస్తోంది ఆలసించకుండా. 'గురువర్యులు విశ్వామిత్రులు రాజప్రాసాదంలోని తమకు మామూలుగా ఇచ్చే గదులలో సౌకర్యంగానే ఉన్నారు. కాని రామలక్ష్మణులకు తేనెటీగల గృహ సముదాయంలో వసతి కల్పించడం జరిగింది'.

తేనెటీగల గృహసముదాయంలోనా? సీత నిర్ఘాంతపోయింది.

సమీచికి పిచ్చిపట్టలేదు కదా?

ఆమె ఆలోచన తను విన్నట్టుగా అరిష్టనేమి చెప్పాడు, 'వాస్తవానికి, గురువర్యులే రాకుమారులు అక్కడ ఉండాలని కోరుకున్నారు'.

సీత అలసిపోయినట్టుగా తన చేతులు పైకి ఎత్తింది. 'ఎందుకు? వాళ్ళు అయోధ్య రాకుమారులు. రాముడు సామ్రాజ్యానికి యువరాజు. అయోధ్య దీనిని భయంకరమైన అవమానంగా భావిస్తుంది. మిథిల ఎటువంటి సమస్యలోను ఇరుక్కోవడం నాకు ఇష్టం లేదు. ఎందుకంటే...'

'రాకుమారుడు రాముడు దీనిని అవమానంగా భావించడం లేదు', అరిష్టనేమి మధ్యలో అడ్డువచ్చాడు. 'అతడు అర్థం చేసుకోగల పరిణతి ఉన్న వ్యక్తి. అతని ఉనికిని ప్రస్తుతానికి రహస్యంగా ఉంచాలి. నీవు కూడ కొన్ని రోజుల పాటు అతడిని కలవకూడదు'.

సీత తన సహనాన్ని కోల్పోతోంది. 'రహస్యమా? అరిష్టనేమి గారూ,అతను స్వయంవరంలో పాల్గొనాలి. అందుకనే అతనిక్కడ ఉన్నాడు. కాడా? మనం దీన్ని రహస్యంగా ఎలా ఉంచగలం?'

'సమస్య వుంది రాకుమారీ'.

'ఏ సమస్య?'

అరిష్టనేమి నిట్టూర్చాడు. కొన్ని క్షణాలు ఆగి, గుసగుసగా అన్నాడు, 'రావణుడు'.

'అతడిని ఇంతవరకు కలవకుండా తెలివైన పనిచేశారు', సమీచి చెప్పింది.

సీత, సమీచి రాజ్య ఆయుధాగారంలో రాచవంశీయుల ఆయుధ విభాగంలో ఉన్నారు. రాచకుటుంబీకులకు ఇష్టమైన వ్యక్తిగత ఆయుధాలకోసం ఒక ప్రత్యేక గదిని కేటాయించారు. సీత ఒక ఆసనంలో కూర్చుని జాగ్రత్తగా పినాకకు తైలం రాస్తూంది. అది రుద్రదేవుడి విల్లు.

అరిష్టనేమితో జరిపిన సంభాషణవల్ల ఆమె కలత చెందింది. నిజానికి మలయపుత్రుల ప్రణాళిక విషయంలో కూడ ఆమెకు అనుమానాలున్నాయి. వాళ్ళు తనకు వ్యతిరేకంగా ఏమీ చేయరని ఆమెకు తెలుసు. వారి ప్రణాళికలకు తను కీలకం. కాని రాముడు కాదు.

నేను మాట్లాడడానికి ఎవరైనా ఉంటే బాగుంటుంది. హనుమన్న గాని, రాధికగాని ఉండి ఉంటే...

సమీచి వైపు చూసి సీత అప్పటికే మెరుస్తూన్న పినాకకు తైలం రాస్తూనే ఉంది.

సమీచి భయపడుతున్నట్టుగా ఉంది. అంతరంగంలో ఏదో సంఘర్షణకు లోనవుతున్నట్టుగా ఉంది. 'నేను నీకో విషయం చెప్పాలి. ఇతరులేమనుకుంటారో నాకు అవసరం లేదు. కాని ఇది సత్యం సీతా. రాకుమారుడు రాముడి ప్రాణాలకు ముప్పు ఉంది. ఎలాగైనా అతడిని స్వదేశానికి పంపించెయ్యాలి'.

సీత విల్లుకు తైలం రాయడం ఆపి పైకి చూసింది. 'అతడు జన్మించినప్పటి నుంచి అతని ప్రాణం ప్రమాదంలోనే ఉంది'.

కాదన్నట్టుగా సమీచి తలూపింది.

'లేదు. నేననేది నిజంగా ప్రమాదం ఉందని'.

'నిజం కాని ప్రమాదమేది సమీచీ? ప్రమాదం కానిది...'

'దయచేసి నేను చెప్పేది విను...'

'ఏం దాస్తున్నావు సమీచీ?'

సమీచి నిటారుగా నిలబడింది. 'ఏమీ లేదు. రాకుమారీ'.

'నువ్వు గత కొన్ని రోజులుగా వింతగా ప్రవర్తిస్తున్నావు'.

'నాగురించి మర్చిపో. నేను ముఖ్యం కాదు. నీకు ప్రయోజనం కలిగించని దేదైనా నీకు నేను చెప్పానా? దయచేసి నన్ను నమ్ము. నీకు వీలైతే రాకుమారుడు రాముడిని స్వదేశానికి పంపెయ్'.

సీత సమీచివైపు చూసింది. 'అది జరగదు'.

'బలమైన శక్తులు పనిచేస్తున్నాయి సీతా. వాటిని నువ్వు నియంత్రించలేవు. నన్ను నమ్ము. దయచేసి అతనికి ఆపద రాకముందే అతడిని పంపెయ్'.

సీత సమాధానం చెప్పలేదు. ఆమె పినాక వైపు చూసి విల్లుకు తైలం రాస్తూనే ఉంది

రుద్రదేవా, ఏంచేయాలో చెప్పు నాకు...

— ౨౫ —

'మా మిథిలవాసులు నిజంగా చప్పట్లు చరిచారా?' సీత కళ్ళు వెడల్పు చేసి నమ్మలేనట్టుగా అంది.

సీత వ్యక్తిగత కార్యాలయంలోకి అరిష్టనేమి అప్పుడే వచ్చాడు. కొంచెం ఆందోళన కలిగించే ఊహిస్తున్న వార్తతో. రావణుడు సీత స్వయంవరంలో పాల్గొనడానికి మిథిలకు వచ్చాడు. అతని ఎగిరే వాహనం పుష్పక విమానం మిథిల బయట దిగింది. అతడితో పాటు అతని సోదరుడు కుంభకర్ణుడు, కొంతమంది ముఖ్యమైన అధికారులు వచ్చారు. అతని అంగరక్షక దళం పదివేలమంది లంక సైనికులు విడిగా వచ్చారు. వారు నగరం బయట శిబిరాల్లో ఉన్నారు.

నగర కందకానికి ఆవల పొలాల్లో పుష్పక విమానం ఆగడం చూసి మిథిలవాసులు హర్షం వ్యక్తం చేశారని విని సీత కుతూహలానికి లోనైంది.

'పుష్పకవిమానాన్ని మొదటిసారి చూసినపుడు సామాన్యులు చాలామంది చప్పట్లతో హర్షం వ్యక్తం చేస్తారు సీతా', అరిష్టనేమి చెప్పాడు. 'కాని అదంత ముఖ్యంకాదు. రాముడు వెళ్ళిపోకుండా ఆపడం ముఖ్యం'.

'రాముడు వెళ్ళిపోతున్నాడా? ఎందుకని? అతడు రావణుడికి ఒక విషయం స్పష్టం చేస్తాడనుకున్నానే...'

'ఇంకా అతను నిర్ణయం తీసుకోలేదు. కాని వెళ్ళిపోదామని లక్ష్మణుడు అన్నని ఒప్పిస్తాడని నాకు అనిపిస్తోంది'.

'అయితే, లక్ష్మణుడు లేకుండా అతనితో మాట్లాడమని నాకు చెబుతున్నారు'.

'అవును'.

'మీరు...'

'నేనతనితో ఇప్పటికే మాట్లాడాను. కాని నామాటలు అంత ప్రభావం చూపాయని నేననుకోవడం లేదు...'

'అతనితో ఇంకెవరైనా మాట్లాడేవారున్నారేమో మీరు చెప్పగలరా?'

అరిష్టనేమి తల అడ్డంగా ఊపాడు. 'విశ్వామిత్ర గురుదేవులు కూడా రాముడిని ఒప్పించలేరని నాకు అనిపిస్తోంది'.

'కాని...'

'నీ ఇష్టం సీతా', అరిష్టనేమి చెప్పాడు. 'ఒకవేళ రాముడు వెళ్ళిపోతే ఈ స్వయంవరం రద్దు చేయాల్సి ఉంటుంది!'

'రుద్రదేవా, నేను అతనికి ఏం చెప్పాలి? అతను, నేనూ ఎప్పుడూ కలుసుకోలేదు. ఉండమని ఒప్పించడానికి అతనికి నేనేం చెప్పాలి?'

'నాకూ తెలియదు'.

సీత నవ్వి, తల విదిల్చింది. 'ధన్యవాదాలు'.

'సీతా... నాకు తెలుసు ఇది...'

'ఫరవాలేదు. నేను చేస్తాను'.

నేనేదో మార్గం వెతకాలి. ఏదో ఒకటి దొరుకుతుంది.

అరిష్టనేమి అసాధారణంగా ఆందోళనగా కనిపించాడు. 'ఇంకా ఉంది సీతా..'

'ఇంకానా?'

'పరిస్థితి మరింత సంక్లిష్టంగా ఉండవచ్చు'.

'ఎలా?'

'రాముడిని... ఒక రకంగా... ఇక్కడికి రావడానికి మోసగించారు.'

'ఏమిటి?'

'మిథిలలో ముఖ్యమైన పనికి విశ్వామిత్రులతో కలిసి తోడుగా వచ్చినట్లు అతనికి తెలుసు. చక్రవర్తి దశరథుడు రాముడితో విశ్వామిత్రుడి మాట జవదాటవద్దని చెప్పడంతో అతడు కాదనలేకపోయాడు.... ఈ స్వయంవరంలో అతడు పాల్గొనవలసి ఉందనే వాస్తవం అతనికి తెలియదు, మిథిలకు వచ్చేవరకూ'.

సీత నిర్ఘాంతపోయింది. 'మీరు వేళాకోళమాడుతున్నారు!'

'కొన్ని రోజుల క్రితం చివరికి స్వయంవరానికి ఒప్పుకున్నాడు. నువ్వు వాణిజ్యప్రదేశంలో బాలదొంగని రక్షించడానికి పోరాటం చేసిన రోజున...'

సీత తలపట్టుకుని, కళ్ళు మూసుకుంది. 'మలయపుత్రులు ఇలా చేశారంటే నమ్మలేకపోతున్నాను'.

'గమ్యం చేరాలంటే మార్గం గురించి ఆలోచించకూడదు, సీతా'.

'ఆ పరిణామాలతో నేను జీవించాలని అనుకున్నప్పుడు ఇలా చేయకూడదు!'

'కాని తరవాత స్వయంవరంలో పాల్గొనడానికి ఒప్పుకున్నాడు'.

'అది రావణుడు రాకముందు, నిజమేనా?'

'అవును'.

ఆమె తన చూపు పైకి లేపింది. *రుద్రదేవా సాయం చెయ్యి.*

19వ అధ్యాయం

సీత, సమీచి తేనెటీగల గృహసముదాయానికి బయలుదేరారు. వారితోపాటు పదిమంది అంగరక్షకులు ఉన్నారు. భారతదేశాన్ని కాకపోతే భారత దేశ రాజులను పీడిస్తున్న లంకరాజు రావణుడు వచ్చాడనే వార్తతో మిథిలానగరం కల్లోలంగా ఉంది. అందరూ అతడి పుష్పక విమానం గురించి విపరీతంగా చర్చించుకుంటు న్నారు. సీత చెల్లెలు ఊర్మిళ కూడా లంక సాంకేతిక నైపుణ్యాన్ని గురించిన వార్తలకు అబ్బురపడింది. ఆ విమానం చూడడానికి తన అక్కతో కలిసి వెళ్ళాలని కూడ పట్టుబట్టింది.

వాళ్ళు తేనెటీగల గృహసముదాయం చివర కోటగోడల వరకూ నడిచి వెళ్ళారు. పుష్పక విమానం నగర కందకానికి అవతల, అడవి ముందు ఆగింది. దాన్ని చూసి సీత కూడా అబ్బురపడింది.

విమానం చాలా పెద్ద శంకు ఆకారంలో ఉంది. ఏదో తెలియని వింత లోహంతో తయారుచేసింది. వాహనంపైన పెద్దవైన గుండ్రంగా తిరిగే యంత్రాలు వాహనంపైన కోసుగా ఉన్నచోట అమర్చారు. కింది భాగంలో అన్ని వైపులా గుండ్రంగా తిరిగే చిన్న యంత్రాలు అమర్చారు.

'పైన ఉన్న యంత్రం విమానాన్ని ఎగిరేలా చేస్తుంది. చిన్నయంత్రాలు అది ఎగిరే దిశను నియంత్రిస్తాయి అనుకుంటాను', సమీచి చెప్పింది.

విమానం ప్రధాన భాగంలో గాలి, వెలుతురు కోసం అమర్చిన ఎన్నో రంధ్రాలున్నాయి. అన్నిటినీ లోహపు తెరలతో మూసివేశారు.

సమీచి కొనసాగించింది. 'విమానం ఎగురుతున్నపుడు లోహపు తెరలను తొలగిస్తారు. ఆ రంధ్రాలకు గాజు కవచం కూడా ఉంటుంది. విమానంలో ఒకచోట ప్రధానద్వారం కనిపించకుండా ఉంటుంది. ఆ భాగం తెరుచుకోగానే తలుపు పక్కకు జరిగి లోపలికి పోతుంది. అందువల్ల విమాన ప్రవేశద్వారం రెండుసార్లు మూతవేసినట్టుగా ఉంటుంది'.

సీత సమీచి వైపు తిరిగింది. 'నీకు లంకవాసుల నైపుణ్యం గురించి బాగా తెలుసుననుకుంటాను'.

సమీచి తన తలను అడ్డంగా ఊపి, విచారంగా చిరునవ్వు నవ్వింది. 'లేదు. లేదు. విమానం దిగుతుండగా చూశాన్నేను. అంతే...'

విమానం చుట్టూ వేలాదిమంది లంకసైనికులు ఉన్నారు. కొందరు నిద్రపోతున్నారు. కొందరు తింటున్నారు. కాని ప్రతి మూడో వ్యక్తి ఆయుధాన్ని సిద్ధంగా పట్టుకుని, శిబిరంలో కీలక ప్రదేశాల్లో కాపలా కాస్తున్నాడు. చుట్టూ పరికించి చూస్తున్నారు. ఏదైనా ప్రమాదం వస్తే ఎదుర్కొనడానికి.

సీతకు ఈ శిబిర భద్రత వ్యూహం తెలుసు: 1/3 వంతు వంతులవారీ ప్రణాళిక. సైనికుల్లో మూడోవంతు మంది నాలుగు గంటలకోసారి విధులు మార్చుకుంటూ ఉంటారు. ఎప్పుడూ కాపలా ఉంటుంది: మిగిలినవారు విశ్రాంతి తీసుకుంటూ ఉంటారు.

లంకవాసులు తమ భద్రతను తేలిగ్గా తీసుకోవడం లేదు.

'ఎంతమంది ఉన్నారు?' సీత అడిగింది.

'బహుశ పదివేల మంది సైనికులు', సమీచి చెప్పింది.

'రుద్రదేవా దయచూపు..'

సీత సమీచి వైపు చూసింది. అది అరుదైన దృశ్యం. ఆమె స్నేహితురాలు నిజంగానే భయపడుతూ ఉంది.

సీత సమీచి భుజాలమీద చేతులు వేసింది. 'భయపడకు. మనం దీన్ని ఎదుర్కొనగలం'.

సమీచి కిందికి వంగి తేనెటీగల గృహసముదాయంలో రెండు భాగాలుగా ఉన్న తలుపులో కింది భాగాన్ని కొట్టింది. పదిమంది రక్షకభటులు ఆమె వెనక ఉన్నారు. సీత ఊర్మిళ వైపు శాంతంగా, ధైర్యం చెబుతున్నట్టు చూసింది.

ఎవరూ తలుపు తీయలేదు.

సమీచి సీతవైపు చూసింది.

'మళ్ళీ కొట్టు', సీత ఆజ్ఞాపించింది. 'ఈసారి గట్టిగా కొట్టు'. ఆదేశానుసారం చేసింది సమీచి.

తన అక్క ఏంచేస్తోందో ఊర్మిళకు అర్థం కాలేదు. 'అక్కా మనం ఎందుకు...'

ఆమె కింది తలుపు పైకి తెరుచుకొనడంతో మాట్లాడడం ఆపింది.

సమీచి కిందికి చూసింది.

మెట్ల వరుస కింద గది ముందు లక్ష్మణుడు నిలబడి ఉన్నాడు. కండలు తిరిగిన దేహంతో, ఎత్తుగా, భారీకాయంతో ఉన్న అతని ఆకారం ఆ చోటును ఆక్రమించింది. అతని శరీరఛాయ తెలుపు. అందంగా ఉన్నాడు. ఎద్దులా ఉన్నాడు. సాధారణ సైనికులు విధుల్లో లేనపుడు వేసుకునే ముతకగా ఉండే వస్త్రాలు ధరించాడు. సైనికులు వేసుకునే ధోవతి, అంగవస్త్రం. దాన్ని భుజం మీది నుంచి తిప్పి నడుముకు కట్టాడు. మెడలో ఉన్న రుద్రాక్షమాల అతడు రుద్రదేవుడికి విధేయుడని గర్వంగా చెబుతోంది.

లక్ష్మణుడు కత్తిని పట్టుకుని ఉన్నాడు. అవసరమైతే ఉపయోగించేందుకు సిద్ధంగా. పొట్టిజుట్టు, నల్లటి శరీర ఛాయ, కండలు తిరిగిన దేహం ఉన్న స్త్రీ తన వైపు చూడడం గమనించాడు. 'నమస్కారం. రక్షణాధికారి సమీచీ. ఇలా విచ్చేయడానికి కారణం?' విసుగ్గా అడిగాడు.

సమీచి పళ్ళు బైటికి కనిపించేలా నవ్వింది. 'మీ కత్తిని ఒరలో పెట్టండి, యువకుడా'.

'నేనేం చేయాలో, ఏం చేయకూడదో నన్ను నిర్ణయించుకోనీ. ఇక్కడ నీకేం పని?'

'మీ అన్నగారిని ప్రధానమంత్రి కలవాలనుకుంటున్నారు'. లక్ష్మణుడు స్థాణువయ్యాడు. ఇది ఊహించనిది. అతను తన అన్న రాముడు నిలుచున్న వైపు గది చివరికి చూశాడు. అతడి సైగను గ్రహించగానే, తన కత్తిని ఒరలో పెట్టి మిథిలవాసులు రావడానికి వీలుగా వెనక్కి జరిగి గోడకు ఆనుకుని నిలబడ్డాడు.

సమీచి మెట్లు దిగింది. సీత ఆమెను అనుసరించింది. తలుపులోంచి సీత లోపలికి వస్తూ, వెనక్కి తిరిగి 'ఊర్మిళా, ఇక్కడే ఉండు', అని చెప్పింది.

లక్ష్మణుడు అనుకోకుండా పైకి చూశాడు ఊర్మిళను చూశాడు. మిథిల ప్రధానమంత్రికి స్వాగతం చెప్పడానికి రాముడు ముందుకు వచ్చాడు. ఆ ఇద్దరు స్త్రీలు వేగంగా కిందికి దిగారు. కాని లక్ష్మణుడు అలాగే నిలబడ్డాడు. పైన చూసిన దృశ్యానికి మోహితుడై. ఊర్మిళ అందమైన యువతిగా ఎదిగింది. అక్క కన్న పొట్టిగా ఉంది. తెల్లగా ఉంది. ఎంత తెల్లగా అంటే ఆమె శరీరఛాయ దాదాపుగా పాలరంగులో ఉంది. గుండ్రటి పసిపిల్ల

లాంటి ముఖంలో పెద్ద కళ్ళు పసిపిల్లల్లోని అమాయకత్వంతో ఉన్నాయి. జుట్టు ముడి వేసింది. ఎక్కడా రేగలేదు.కళ్ళకు పెట్టిన కాటుక వాటి అందాన్ని ఇనుమడింపచేసింది. ఆమె పెదవులకు ఎర్రటి రంగు. వస్త్రాలు అధునాతనంగా అందంగా ఉన్నాయి : ముదురు గులాబీ రవికె. ముదురు ఎరుపు ధోవతి మామూలుగా కన్న చాలా పొడవుగా– ఆమె మోకాళ్ళ కిందికి ఉంది. చక్కగా చలువ చేసిన అంగవస్త్రం భుజాల మీద నుంచి వేలాడుతూ ఉంది. కాళ్ళకున్న పట్టీలు,మెట్టెలు దృష్టిని ఆమె అందమైన పాదాల వైపు మరలుస్తున్నాయి. ఆమె చేతులకి గాజులు, వేళ్ళకి ఉంగరాలు ఉన్నాయి. లక్ష్మణుడు సమ్మోహితుడైనాడు. ఊర్మిళ అది గ్రహించి ఉదారంగా చిరునవ్వు నవ్వింది. తరువాత సిగ్గు, అయోమయంతో చూపు తిప్పుకుంది.

సీత వెనుతిరిగి ఊర్మిళను లక్ష్మణుడు చూడడం గమనించింది. ఆమె కళ్ళు కొంచెం విశాలమైనాయి.

ఊర్మిళ, లక్ష్మణుడు? మ్మ్...

'తలుపు మూయి, లక్ష్మణా', రాముడు చెప్పాడు.

లక్ష్మణుడు అయిష్టంగా చెప్పినట్టుగా చేశాడు.

'రాకుమారీ, మీకు నేనేం సహాయం చేయగలను?' రాముడు సీతను అడిగాడు.

తను భర్తగా ఎంపిక చేసుకున్న పురుషుణ్ణి సీత చూసింది. అతని గురించి ఎంతో విన్నది ఇప్పటివరకు. ఆమెకు అతను నిజంగానే తనకు తెలుసు అనిపించింది. ఇప్పటివరకు అతని గురించి ఆమె చేసిన ఆలోచనలన్నీ హేతువు, తర్కంతో కూడినవి. విష్ణువు అయ్యే విధిలో అతడిని తన భాగస్వామిగా ఆమె చూసింది; తన మాతృభూమి సంక్షేమం కోసం, తను ప్రేమించే అందమైన ఈ భారతదేశం కోసం కలిసి పనిచేయగలిగిన వ్యక్తి.

కాని ఇప్పుడే మొదటిసారి అతణ్ణి రక్తమాంసాలతో వాస్తవంగా చూస్తోంది. హేతువు పక్కనే చెప్పాపెట్టకుండా ఉద్వేగాలు వచ్చి చేరాయి. మొదటి అభిప్రాయం చాలా సంతోషించదగినదిగా ఉందని ఆమె అంగీకరించక తప్పలేదు.

అయోధ్య యువరాజు గదిలో వెనుక నిలబడి ఉన్నాడు. నల్లటి నిగనిగలాడే శరీరఛాయను అతడు వేసుకున్న తెల్లటి ముతక ధోవతి, అంగవస్త్రం స్ఫుటంగా కనిపించేలా చేస్తున్నాయి. అతని కులీనత వేసుకున్న బట్టలకు హుందా తనాన్ని తెచ్చింది. అతను పొడువుగా, సీతకన్న కొంచెం పొడవుగా ఉన్నాడు. విశాలమైన భుజాలు, బలమైన చేతులు, బక్క పల్చని

కండలు దీరిన దేహం అతడి విలువిద్యానైపుణ్యానికి ప్రతీకలుగా ఉన్నాయి. పొడవాటి అతడి జుట్టు చక్కగా ముడిలా కట్టి ఉంది. రుద్రాక్షమాలను మెడలో ధరించాడు: తను కూడ మహాదేవుడైన రుద్రదేవుడి భక్తుడని అవి సూచిస్తున్నాయి. ఒంటి మీద నగలేమీ లేవు. సూర్యవంశం వాడని, మహోన్నత ఇక్ష్వాకు చక్రవర్తికి వారసుడని తెలిపే చిహ్నాలేమీ లేవు. అతని ఆకృతి సౌజన్యంతోను, శక్తిమంతంగాను కనిపిస్తోంది.

సీత చిరునవ్వు నవ్వింది. *బాగున్నాడు. చాలా బాగున్నాడు.*

'ఒక్క నిముషం రాకుమారా?' అంది సీత. సమీచి వైపు చూసి, 'రాకుమారుడితో నేను ఒంటరిగా మాట్లాడాలి', అంది.

'మంచిది', అంటూ సమీచి గదిలోంచి వెంటనే మెట్లు ఎక్కి పైకి వెళ్ళిపోయింది.

రాముడు కూడ లక్ష్మణుడి వైపు చూశాడు. అతను కూడ వెళ్ళిపోవడానికి వెనుతిరిగాడు. హుషారుగా.

ఒక్క క్షణంలో రాముడు సీత ఒంటరిగా మిగిలారు.

సీత చిరునవ్వు నవ్వి గదిలోని ఆసనం చూపించింది. 'దయచేసి కూర్చోండి రాకుమారా?'

'ఫరవాలేదు'.

'కూర్చోండి'. సీత తనూ కూర్చుంటూ చెప్పింది.

సీతకు అభిముఖంగా మరో ఆసనంలో రాముడు కూర్చున్నాడు. కొన్ని క్షణాల పాటు ఇబ్బందికరమైన మౌనం. తరువాత సీత మాట్లాడింది, 'మిమ్మల్ని మాయచేసి ఇక్కడికి తీసుకొని వచ్చారనుకుంటాను'.

రాముడు ఏమీ అనలేదు కాని, అతడి కళ్ళు సమాధానం చెప్పాయి.

'అయితే మరి మీరు ఎందుకు వెళ్ళిపోలేదు?'

'ఎందుకంటే అది చట్టవ్యతిరేకం కాబట్టి'.

అయితే స్వయంవరానికి ఉండిపోవాలని నిర్ణయించుకున్నాడన్న మాట. రుద్రదేవా, పరశురామదేవా మీకు జయం కలగాలి.

'అయితే చట్టం కోసమే ఎల్లుండి స్వయంవరంలో మీరు పాల్గొనాలని భావిస్తున్నారా?' సీత అడిగింది.

రాముడు మళ్ళీ మౌనాన్ని ఎంచుకున్నాడు. కాని అతడి మనసులో ఏదో ఉందని సీతకు అర్థమైంది.

'మీరు అయోధ్యరాజు. సప్తసింధు చక్రవర్తి. నాది చిన్న రాజ్యం మిథిల, శక్తి తక్కువ. ఈ బంధుత్వం వల్ల ఏ ప్రయోజనం నెరవేరుతుంది?'

'వివాహానికి ఉన్నతమైన పరమార్థం ఉంటుంది; ఇది రాజకీయ బంధుత్వాన్ని మించినది'.

సీత చిరునవ్వు నవ్వింది. 'కాని రాచకుటుంబీకుల వివాహాలన్నీ రాజకీయ లబ్ధికోసమేనని ప్రపంచం భావిస్తుంది. వాటి మూలంగా ఇంకే ఇతర ప్రయోజనాలు వస్తాయని మీరు భావిస్తున్నారు?'

రాముడు సమాధానం చెప్పలేదు. అతను ఎక్కడో మరో ప్రపంచంలో ఉన్నట్టుగా ఉన్నాడు. అతని కళ్ళు అరమోడ్పులయ్యాయి.

అతను నేను చెప్పేది వినడం లేదు.

రాముడి కళ్ళు తనని పరీక్షిస్తున్నాయని సీత గమనించింది. కేశాలు.మెడ. అతడు చిరునవ్వు నవ్వడం చూసింది. విచారంగా. అతని ముఖం...

సిగ్గుపడుతున్నాడా? ఏం జరుగుతోంది? రాముడు రాజ్యవిషయాల్లోనే ఆసక్తి కలిగి ఉంటాడని చెప్పారే.

'రాకుమారా, రామా?' సీత గట్టిగా పిలిచింది.

'క్షమించండి ఏమంటున్నారు?' రాముడు అడిగాడు. ఆమె చెప్పే విషయం వినడానికి అతడు శ్రద్ధ చూపాడు.

'వివాహం రాజకీయ సంబంధం కాకపోతే, మరేమిటని అడిగాను'.

'చెప్పాలంటే అది ఆవశ్యకం కాదు; వివాహం తప్పనిసరిగా చేసుకోవాలని లేదు. సరిపడని వ్యక్తిని వివాహం చేసుకోవడం కన్న దుర్భరమైంది లేదు. మనం ఆరాధించగలవ్యక్తి, మన జీవిత పరమార్థాన్ని అర్థం చేసుకొని దాన్ని నెరవేర్చడానికి తోడ్పడే వ్యక్తిని వివాహం చేసుకోవాలి. అప్పుడే ఆమె జీవిత పరమార్థాన్ని పూర్తి చేయడానికి తోడ్పడగలుగుతాం. ఆ ఒక్క వ్యక్తి కనిపిస్తే, ఆమెని వివాహం చేసుకోవాలి'.

సీత కనుబొమలు పైకెత్తింది. 'మీరు చెప్పేది ఏకపత్నీ వ్రతమా? ఎక్కువమంది కాదా? చాలామంది మీకు భిన్నంగా ఆలోచిస్తారు'.

'అందరూ బహుభార్యాత్వం సరైనది అని భావించినా, అది కాదు'.

'చాలామందికి ఎక్కువమంది భార్యలుంటారు; ముఖ్యంగా కులీనులకి.'

'నేను అలా చేయను. మరొకరిని వివాహమాడితే, భార్యను అవమానించి నట్లే'.

ఆలోచనగా ఆమె చుబుకాన్ని ఎత్తింది. కళ్ళు ఆరాధనతో మృదువుగా అయ్యాయి. ఆహా... *ఈమనిషి ప్రత్యేక వ్యక్తి.*

గదంతా ఉద్వేగభరితమైన మౌనం అలముకుంది. సీత అతనివైపు చూస్తుండగా, ఏదో హఠాత్తుగా గుర్తు వచ్చినట్టు ముఖంలో మార్పు వచ్చింది.

'నిన్నటి రోజున వాణిజ్య ప్రదేశంలో ఉన్నది మీరే కదా?' సీత అడిగింది.

'అవును'.

సీత వివరాలు గుర్తుచేసుకోవాలని ప్రయత్నించింది. *అవును. లక్ష్మణుడు కూడా ఉన్నాడు. అతని పక్కన. భారీకాయుడు. అటువైపు నిలబడిన గుంపులో ఉన్నారు. నిలబడి చూస్తున్నారు. ఆ బాలదొంగని కొట్టాలని చూసిన గుంపులో కాదు. ఆ అబ్బాయిని ఇవతలికి లాగుతున్నప్పుడు నేను వారిని చూశాను. విజయుణ్ణి కొట్టిన తర్వాత.* తర్వాత మరొక వివరం గుర్తుకు రాగానే ఆమె ఊపిరి బిగబట్టింది. *ఆగు... రాముడు తనను చూసి శిరస్సు వంచాడు... ఎందుకు? లేకపోతే నేను సరిగా గుర్తుపెట్టుకోలేదా?*

'మీరు నాకు సహాయం చేయడానికి ఎందుకు రాలేదు?' సీత అడిగింది.

'పరిస్థితి మీ అదుపులోనే ఉంది',

సీత చిన్న చిరునవ్వు నవ్వింది. *క్షణక్షణానికీ మెరుగవుతున్నాడు.*

ఇప్పుడు ప్రశ్నలడగడం రాముడి వంతు. 'రావణుడు ఇక్కడికెందుకు వచ్చాడు?'

'నాకు తెలియదు. కాని నాకు స్వయంవరం నా వ్యక్తిగతం'.

రాముడి కండరాలు బిగుసుకున్నాయి. అతడు నిర్ఘాంతపోయాడు. కాని ముఖంలో ఏ భావాలు వ్యక్తం కానీయలేదు. 'మీ స్వయంవరంలో పాల్గొనడానికి వచ్చాడా?'

'అలా అని నాకు చెప్పారు'.

'మరి?'

'అందుకని నేను ఇక్కడికి వచ్చాను'. సీత తరవాతి వాక్యాన్ని తన మనసులోనే దాచింది. *నీకోసం వచ్చాను.*

ఆమె మాట్లాడుతుందని రాముడు నిరీక్షించాడు.

'విలువిద్యలో మీరు నిపుణులా?' సీత అడిగింది.

రాముడు కనీకనిపించనట్లుగా చిరునవ్వు నవ్వాడు.

సీత కనుబొమలెత్తింది. 'అంత నిష్ణాతులా?'

సీత తన ఆసనం నుంచి లేచింది. రాముడు కూడా లేచాడు. మిథిల ప్రధానమంత్రి చేతులు జోడించి నమస్కారం చేసింది. 'రుద్రదేవుడి కృప మీపై సదా ఉండాలి, రాకుమారా'.

రాముడు ప్రతి నమస్కారం చేశాడు. 'మిమ్మల్ని ఆయన ఆశీర్వదించాలి రాకుమారీ'.

సీతకు ఒక ఆలోచన వచ్చింది. 'రేపు మీ తమ్ముడిని, మిమ్మల్ని నేను వ్యక్తిగతంగా రాజోద్యానంలో కలవవచ్చా?'

రాముడి కళ్ళు మళ్ళీ ఎక్కడో ఉన్నాయి. అతను సీత చేతులను ఎంతో ప్రేమతో ఆరాగా చూస్తున్నాడు. అతని మనసులో ఏ భావాలు చెలరేగుతున్నాయో ఆ దేవుడికి, అతనికే తెలుసు. బహుశా, జీవితంలో మొదటిసారి సీతకు తన ఆకృతిపట్ల చైతన్యం కలిగింది. పోరాటాల్లో మచ్చలు పడిన తన చేతులను చూసుకుంది. ఆమె ఎడమ చేతి మీద మచ్చ స్పుటంగా కనిపిస్తూ ఉంది. ఆమె దృష్టిలో ఆమె చేతులు అంత అందంగా ఉండవు.

'రాకుమారా, రామా, నేనడిగేది...' సీత అంది.

'క్షమించండి. మరోసారి చెప్పగలరా?' రాముడు వర్తమానంలోకి వచ్చి అడిగాడు.

'నేను మిమ్మల్ని, మీ సోదరుడిని వ్యక్తిగతంగా రాజోద్యానంలో రేపు కలువగలనా?'

'తప్పకుండా. అభ్యంతరం లేదు.'

'మంచిది', అంటూ సీత వెళ్ళడానికి వెనుతిరిగింది. ఏదో గుర్తు వచ్చి ఆగింది. తన నడుముకు కట్టుకున్న సంచిలో నుంచి ఒక ఎర్రటి దారాన్ని తీసింది. 'దీనిని మీరు కట్టుకుంటే మంచిది. అదృష్టం కోసం. కన్యాకుమారి ఆశిస్సులు దీనిలో ఉన్నాయి. మీరు ఇది కట్టుకోవాలని నేను...'

రాముడి దృష్టి ఎక్కడో ఉందని గ్రహించి సీత మాట్లాడడం ఆపింది. అతను ఎర్రటి దారాన్ని చూస్తూ ఏదో మంత్రం ఉచ్చరిస్తున్నాడు. వివాహంలో చదివే మంత్రం.

రాముడు మౌనంగా జపిస్తున్న మంత్రం సీతకు తెలిసింది. పెదవుల కదలికను ఆమె అర్థం చేసుకోగలదు. ఆమెకు ఆ మంత్రం బాగా తెలుసు.

మాంగల్యం తంతునానేన భవ జీవన హేతుమే. సంస్కృతంలోని వాక్యం. దాని అర్థం: ఈ పవిత్రమైన దారాన్ని నీకు కడుతున్నాను. దయచేసి నా జీవిత పరమార్థానివి అవుదువుగాక...

ఆమె నవ్వు నాపుకోవడానికి చాలా ప్రయత్నించింది.

'రాకుమారా, రామా...' గట్టిగా పిలిచింది సీత.

రాముడు హఠాత్తుగా వాస్తవంలోకి వచ్చాడు. అతని మనసులోని వివాహమంత్రం మౌనం వహించింది. 'క్షమించండి, ఏమిటి?'

సీత మర్యాదగా చిరునవ్వు నవ్వింది. 'నేనేం చెబుతున్నానంటే...' అంటూ ఆపేసింది. 'ఏమీలేదు. ఈ దారాన్ని ఇక్కడ వదిలివెళుతున్నాను. మీకు నచ్చితే దీన్ని కట్టుకోండి, దయచేసి'.

బల్లమీద దారాన్ని ఉంచి సీత మెట్లు ఎక్కసాగింది. తలుపు దగ్గరకి రాగానే, ఆఖరిసారి ఆమె వెనుతిరిగి చూసింది. రాముడు తన అరచేతిలో ఆ దారాన్ని పట్టుకుని ఎంతో గౌరవంగా చూస్తున్నాడు. ప్రపంచంలో ఎంతో పవిత్ర వస్తువును చూస్తున్నట్టుగా.

సీత మరోసారి చిరునవ్వు నవ్వింది. ఇది పూర్తిగా అనుకోనిది...

౨౦

20వ అధ్యాయం

సీత తన ఏకాంతమందిరంలో కూర్చుని వుంది. ఆమె చాలా విస్మయంతోనూ, ఆనందాశ్చర్యాలతోనూ వుంది.

లక్ష్మణుడు, ఊర్మిళల మధ్య జరిగిన సంభాషణను సమీచి ఆమెకు చెప్పింది. తన చెల్లితో లక్ష్మణుడు ప్రేమలో పడ్డాడని విశదమవుతోంది. అలాగే అతనికి తన అన్నపట్ల చాలా గర్వం ఉంది. అతను రాముడి గురించి మాట్లాడకుండా ఉండలేదు. లక్ష్మణుడు ఊర్మిళకు సమీచికి వివాహంపట్ల రాముడి దృక్పథమేమిటో కూడా చెప్పాడు. దాన్నిబట్టి ఒక సామాన్య వనితను వివాహమాడటం అతనికి ఇష్టంలేదని తెలుస్తోంది. ఆరాధనతో తలవంచి అభివాదం చేయతగిన వ్యక్తిని అతను భార్యగా కోరుకుంటున్నాడు.

ఈ విషయాన్ని సీతకు చెపుతూ సమీచి నవ్వింది. 'చిత్తశుద్ధి, ధర్మ పరాయణత్వం కల గురుకుల విద్యార్థిలాంటివాడు రాముడు. అతనింకా ఎదగలేదు. అతనిలో ఏ కోశానా ద్వేషంకాని అల్పబుద్ధికాని లేవు. అలాగే వాస్తవ దృక్పథం కూడా లేదు. నా మాట నమ్ము సీతా. అతనికి అపకారం జరగకముందే అయోధ్యకు పంపించేయి.'

ఎటువంటి ప్రతిస్పందన లేకుండా సమీచి చెప్పిన విషయాన్ని సీత వింది. కాని ఆమె మనసులో ఒకే విషయం ప్రతిధ్వనిస్తోంది. రాముడు తను ఆరాధనతో అభివాదం చేయతగ్గ మహిళనే వివాహమాడాలనుకుంటున్నాడు.

అతను నాకు అభివాదం చేసాడు...

ఆమె ముసిముసిగా నవ్వుకుంది. ఆమె ఎప్పుడూ అలా నవ్వదు. అది కొంచెం వింతగా వుంది. ఇంకా చెప్పాలంటే అమ్మాయి స్వభావంలా.

సీత తన ఆకారం, అలంకరణల గురించి ఎప్పుడూ పట్టించుకోదు. కాని ఇప్పుడు ఏ కారణంచేతో, మెరుగుపెట్టిన రాగి అద్దంలో తన ప్రతిబింబం చూసుకుంది.

ఆమె ఇంచుమించుగా రాముడి అంత ఎత్తుగానూ వుంది. సన్నగా, కండలు తీరి వుంది. ఆమె శరీరఛాయ గోధుమవర్ణంలో వుంది. గుండ్రటి ముఖంమాత్రం ఒకింత లేతరంగులో వుంది. పొడవాటి దవడ ఎముకలతో, మొనతేలిన చిన్న ముక్కు, అంత పలచగానూ, అంత లావుగానూ కాకుండా మధ్యస్థంగా వుండే పెదవులు, అంత పెద్దవీ, అంత చిన్నవీకాని కళ్ళు, ముడతలేని కనురెప్పలపై చక్కటి వంపుతో తీర్చిదిద్దినట్లున్న ఒత్తైన కనుబొమలు, సాఫీగా ఉన్న ఆమె నల్లటి జుట్టు ఎప్పటిలానే జడవేసి ముడిపెట్టి వుంది.

ఆమె హిమాలయ ప్రాంతాలకు చెందిన గిరిజన యువతిలా వుంది.

ఇదివరకు కొన్నిసార్లు అనుకున్నట్లుగానే, తను హిమాలయ ప్రాంతానికి చెందిన దానినా అని అనుకుందామె.

ముంజేతి మీద వున్న యుద్ధ గాయపు మచ్చను తడుముకుని కొంచెం నిరాశపడింది. ఒకప్పుడవి గర్వచిహ్నాలు.

ఈ మచ్చలు నన్ను అనాకారిగా చేస్తాయా?

ఆమె తల విదుల్చుకుంది.

రాముడివంటి మనిషి ఈ గాయపు మచ్చలను గౌరవిస్తాడు. ఇది యోధురాలి శరీరం.

ఆమె తిరిగి ముసిముసిగా నవ్వుకుంది. ఆమె తనను ఎప్పుడూ యోధురాలిగానే, యువరాణిగానే, రాచరికం నెరిపే వ్యక్తిగానే తలచింది.

ఈ మధ్యకాలంలో మలయపుత్రులతో విష్ణువుగా పరిగణింపబడి, అలా వ్యవహరింపబడటానికి అలవాటుపడింది. కాని ఇప్పుడు కలుగుతున్న భావం కొత్తది. ఆమెకు ఇప్పుడు తను ఊహించశక్యం కాని అందంతో అప్సరసలా దేవకన్యలా ఉన్నట్లు వుంది. తను రెప్పనార్పటంతో తన వాడిని నిలవరించగలననే భావం కలుగుతోంది. ఆ భావం ఉత్తేజకరంగా, ఉద్రేకపూర్వంగా వుంది.

ఆమె "అందమైన మహిళలు" అనే వారిపట్ల నిరసన భావంతో ఉండేది. వారి గురించి అంతగా పట్టించుకునేది కాదు. కాని ఇప్పుడలా కాదు.

సీత తన చేతిని పిరుదుపై ఉంచుకుని ఓరగా అద్దంలోకి చూసింది.

తేనెటీగల గృహ సముదాయం వద్ద తను రాముడితో గడిపిన క్షణాలను మననం చేసుకుంది.

రామ్....

ఇది కొత్తగా ఉంది. ప్రత్యేకంగా ఉంది. మళ్ళీ ముసిముసిగా నవ్వుకుంది. ఆమె జుట్టు విరబోసుకుని అద్దంలో తన ప్రతిబింబాన్ని చూసి నవ్వింది.

ఒక అందమైన బంధానికి ఇది ఆరంభం.

—ॐ—

అయోధ్యతో పోలిస్తే మిథిల రాజోద్యానవనం చిన్నది. ప్రాంతీయంగా ఉండే చెట్లు, మొక్కలు, పూలతో వుంది. ఆ ఉద్యానవనం అలా అందంగా ఉండటానికి మాత్రం తోటమాలుల పనితనమే కాని, ఖర్చుపెట్టిన నిధులు కాదని తేలికగానే తెలుస్తుంది. ఆ ఉద్యానవనం పొందికగా ఏర్పాటుచేయబడి, పచ్చిక చక్కగా సమంగా కోయబడి వుంది. ఆ ఒత్తైన పచ్చి తివాసీతోనూ, అన్నిరకాల ఆకృతులు, పరిమాణాలు వున్న పూలు, చెట్లతోనూ వున్న ఆ ఉద్యానవనం నయనానంద కరంగా ఉంది. అతి నేర్పుగా, రూపొందించిన ఆ వనం పొందికగా ప్రకృతి వేడుక చేసుకుంటున్నట్లుగా వుంది.

ఆ ఉద్యానవనం వెనుకవైపున ఒక చదునుచేసిన ప్రదేశంలో సీత, ఊర్మిళ వేచివున్నారు. తన చెల్లి లక్ష్మణుడితో ఎక్కువ సమయం గడపటానికి వీలుగా సీత ఊర్మిళను తనతో తీసుకు వచ్చింది. దీని మూలంగా తనక్కూడా రాముడితో ఏకాంతంగా గడపటానికి అవకాశం ఉంటుంది.

అయోధ్య రాకుమారులను తీసుకురావడానికి సమీచి ఉద్యానవనం ప్రవేశద్వారం వద్ద ఉంది. కొంతసేపటికి ఆమె రామలక్ష్మణులతో అక్కడికి చేరింది.

సాయంత్రపు ఆకాశం అతని ప్రకాశాన్ని పెంచింది... సీత వేగంగా కొట్టుకుంటున్న గుండెను, ఊహా లోకాల్లోకి మళ్ళుతున్న మనసును త్వరగా అధీనంలోకి తెచ్చుకుంది.

'అభివాదం, రాకుమారీ', అన్నాడు రాముడు సీతతో.

'అభివాదం, రాకుమారా', అంటూ సీత, తన చెల్లి వైపు తిరిగి 'ఈమె నాచెల్లెలు ఊర్మిళ' అంటూ పరిచయం చేసింది. రామ లక్ష్మణుల వైపు చూపిస్తూ 'ఉర్మిళా, వీరు అయోధ్య రాకుమారులు రామ లక్ష్మణులు', అంది.

'ఆమెను కలుసుకునే అవకాశం నిన్న నాకు కలిగింది', అన్నాడు లక్ష్మణుడు విశాలంగా నవ్వుతూ.

ఊర్మిళ మర్యాదపూర్వకంగా నవ్వుతూ లక్ష్మణుడికి నమస్కారంచేసి, రాముడి వైపుకు తిరిగి నమస్కరించింది.

'మళ్ళీ ఒకసారి యువరాజుతో ఒంటరిగా మాట్లాడాలనుకుంటున్నాను', అంది సీత.

'అలాగే కాని ముందొక విషయం మీతో ఏకాంతంగా మాట్లాడవచ్చా?' అని అడిగింది సమిచి.

సమిచి సీతను ఒక పక్కకు తీసుకెళ్ళి ఆమె చెవిలో నెమ్మదిగా, 'సీతా, నేను చెప్పిన విషయం గుర్తుంచుకో. రాముడు చాలా నిష్కపటి. అతని ప్రాణానికి నిజంగా ప్రమాదం పొంచి వుంది. అతన్ని వెళ్ళిపొమ్మని చెప్పు. ఇదే మనకు చివరి అవకాశం', అంది.

సీత ఈ సలహాను పూర్తిగా విస్మరించాలని నిశ్చయించుకుంటూ, మర్యాదగా నవ్వింది.

ఊర్మిళ చేయిపట్టుకుని, అక్కడినుంచి వెళుతున్న సమిచి రాముడి వైపు ఒకసారి త్వరగా చూసింది. ఊర్మిళను అనుసరించి లక్ష్మణుడు వెళ్ళాడు.

రాముడు సీత వైపు నడిచి 'నన్నెందుకు కలవాలనుకున్నారు, రాకుమారీ?' అని అడిగాడు.

సీత సమిచి వాళ్ళు తమ మాటలు వినపడనంత దూరం వెళ్ళారని నిర్ధారించుకుంది. ఆమె మాట్లాడబోతుండగా రాముడి కుడి ముంచేతికి కట్టిపున్న ఎర్రదారం చూసి, చిరునవ్వు నవ్వింది.

అది అతను కట్టుకున్నాడు.

'ఒక్క నిమిషం, రాకుమారా', అంది సీత.

ఆమె ఒక చెట్టు వెనక వైపు నడిచి బట్టతో చుట్టివున్న ఒక పొడవైన వస్తువును తీసుకుని రాముడి చెంతకు వచ్చింది. రాముడికి కుతూహలంతో బొమ ముడిపడింది. సీత ఆ వస్తువుపై బట్ట తొలగించడంతో, అత్యంత నైపుణ్యంతో మలచబడిన, అసాధారణంగా ఉన్న పొడవైన విల్లు బయటపడింది. అద్భుతమైన ఆయుధం. బాణాలను సుదూరాలకు చేర్చగలిగే విధంగా విల్లు రెండు కొనలు మెలితిప్పి చెక్కబడి వున్నాయి. వింటిని చేతితో పట్టుకునే స్థానానికి పైభాగాన, కిందిభాగాన ఉన్న విల్లు లోపలి వైపున రాముడు జాగ్రత్తగా పరిశీలించాడు. అక్కడ అగ్ని దేవుడికి ప్రతీకగా జ్వాలలు చెక్కబడి వున్నాయి. ఋగ్వేదం మొదటి అధ్యాయంలోని మొదటి రుక్కు పరమపూజ్యుడైన అగ్నికి అంకితం చేయబడింది. కాని ఈ విల్లుపై వున్న జ్వాల ఆకారం కొంత భిన్నంగా వుంది.

సీత బట్టసంచి లోపలి నుంచి ఒక కొయ్యపీఠం బయటకు తీసి లాంఛన పూర్వకంగా నేలపై పెట్టింది. రాముడి వైపు చూసి 'ఈ విల్లు నేలను తాకకూడదు', అని చెప్పింది.

రాముడు మంత్రముగ్ధుడిలా చూస్తున్నాడు. ఈ వింటికి ఇంత ప్రాముఖ్యత ఏమిటోనని ఆశ్చర్యపడుతున్నాడు. సీత తన పాదంతో కొయ్యపీఠాన్ని స్థిరపరచి, విల్లు కింది భాగాన్ని పీఠంపై వుంచింది. తన కుడిచేతితో విల్లుపై భాగాన్ని బలంగా కిందకు వంచింది. ఆమె భుజాలపైన, చేతి కండరాలపైన బిగువును గమనించిన రాముడికి ఆ విల్లు చాలా బలమైనదని అర్థమయింది. తన ఎడమచేతితో సీత త్వరగా నారిని పై భాగానికి సంధించింది. తర్వాత విల్లు పై భాగాన్ని సాగనిచ్చి, ఆమె తన పట్టును సడలించి, దీర్ఘంగా శ్వాస వదిలింది. బలమైన నారి బిగువుకు అనుగుణంగా విల్లు కుదురుకుంది. ఆమె తన ఎడమ చేతితో విల్లును పట్టుకుని వేళ్ళతో నారిని లాగి వదిలింది. నారి ఝుంకార శబ్దం చేసింది.

ఆ శబ్దం విందటంతోనే రాముడికి అది అసాధారణమైన విల్లు అని అవగతమయింది. 'ఓహ్! అది చాలా మంచి విల్లు', అన్నాడు రాముడు.

'ఇది అత్యంత గొప్పది'.

'ఈ విల్లు మీదా?'

'ఇటువంటి విల్లును నేను స్వంతం చేసుకోలేను. ప్రస్తుతానికి నేను దీని సంరక్షకురాలిని మాత్రమే. నేను మరణించాక, దీని సంరక్షణకు మరెవరైనా నియమింపబడతారు'.

రాముడు కళ్ళు చికిలించి విల్లుపై చెక్కి వున్న జ్వాలలను పరిశీలించాడు.
'ఈ జ్వాలలు...'

ఈ విల్లు గురించి అతనంత త్వరగా తెలుసుకోగలగడంతో ముగ్ధురాలైన సీత అతన్ని వాక్యం పూర్తి చేయనియకుండానే, 'ఈ విల్లు ఒకపుడు మనిద్దరం కొలిచే ప్రభువుకు చెందినది. ఇప్పటికీ ఇది ఆయనదే', అంది.

తన అనుమానం నిర్ధరణ కావడంతో రాముడు ఆ వింటి వంక భయాశ్చర్యాలతో చూస్తున్నాడు.

'అవును. ఇది పినాక' అంది సీత నవ్వుతూ.

పినాక ఇంతకుముందటి మహాదేవుడైన రుద్రదేవుడి ప్రసిద్ధమైన విల్లు. ఇప్పటివరకు తయారైన అన్ని విల్లుల కంటే బలమైనదిగా భావింపబడుతున్నది. ఎప్పటికీ చెడిపోకుండా, శిథిలమవకుండా శాశ్వతంగా వుండడానికి, అనేక రసాయనిక ప్రక్రియల ద్వారా బలపరిచిన పలు రకాల

పదార్థాలతో తయారైన విల్లు అది. ఈ విల్లు నిర్వహణ కూడా తేలికైన పని కాదు. విల్లులోని అన్ని భాగాలకు ప్రత్యేక తైలాలను తరచుగా రాయాల్సి వుంటుంది.

'పినాక మిథిల అధీనంలోకి ఎలా వచ్చింది?' అడిగాడు రాముడు. అతను విల్లు పై నుంచి దృష్టి మరల్చుకోలేకపోతున్నాడు.

'అది చాలా పెద్ద కథ', అంది సీత. కాని నిజమైన కారణం ఆమె అతనికి చెప్పలేదు. కనీసం ఇప్పటికయితే. 'మీరు దీనితో అభ్యాసం చేయాలని నా కోరిక. రేపు స్వయంవరంలో ఈ ధనస్సునే ఉపయోగించాల్సి వుంటుంది'.

రాముడు అసంకల్పితంగా ఒక అడుగు వెనక్కి వేశాడు. స్వయంవరాన్ని చాలా విధాలుగా నిర్వహిస్తారు. కొన్నిసార్లు పెళ్ళికూతురు తనకు ఇష్టమైన వ్యక్తిని వరుడుగా ఎంచుకుంటుంది. కొన్నిసార్లు స్వయంవరానికి వచ్చిన వారికి పోటీ పెట్టి విజేతను పరిణయమాడుతుంది. కాని ఇలా ముందు సమాచారం ఇచ్చి సహాయం చేయాలనుకోవడం సంప్రదాయ విరుద్ధం. అంతేకాకుండా నియమ విరుద్ధం కూడా.

రాముడు తల అడ్డంగా ఊపి, 'రుద్రదేవుడు స్పృశించిన ఈ విల్లును ఎక్కుపెట్టడమటుంచి, తాకటమే గొప్ప గౌరవం. కాని నేనా పని రేపు మాత్రమే చేస్తాను. ఈ రోజు కాదు', అన్నాడు.

సీత కనుబొమలు ముడిపడ్డాయి. *ఏమిటి. ఇతను నన్ను వివాహమాడాలనుకోవడం లేదా?*

'మీరు నన్ను గెల్చుకోవాలనుకుంటున్నారని అనుకున్నాను', అంది సీత.

'నేనలాగే ఆశిస్తున్నాను. కాని సక్రమమైన పద్ధతిలోనే, నియమాలనను సరించే గెలుచుకుంటాను'.

సీత చిరునవ్వు నవ్వుతూ తల ఊపింది. *ఈ మనిషి నిజంగా ప్రత్యేకమైన వాడే. ఇతడు చరిత్రలో ప్రతివారి తోనూ ఉపయోగించుకోబడిన వాడిగానైనా మిగిలిపోతాడు లేదా అత్యంత గొప్ప వ్యక్తిగానైనా గుర్తుంచుకోబడతాడు.*

రాముడిని వివాహమాడాలని నిశ్చయించుకున్నందుకు సీతకు సంతోషంగా ఉంది. కాని హృదయంలో ఎక్కడో ఒక మూల కలవరం కూడా ఉంది. ఎందుకంటే ఈ మనిషి చాలా బాధలు పడాల్సి వుందని ఆమెకు తెలుసు. ఈ ప్రపంచం అతన్ని బాధిస్తుంది. అతని జీవితం గురించి ఆమెకు తెలిసినంతలో, అతనప్పటికే చాలా బాధలు పడి వున్నాడు.

'మీరు అంగీకరించడంలేదా?' అన్నాడు రాముడు నిరుత్సాహ పడుతున్నట్లుగా.

'లేదు. అదేమీ లేదు. మీ నిర్ణయం పట్ల నాకు ఆనందంగా ఉంది. మీరు ప్రత్యేక వ్యక్తులు రాకుమారా రామా!'

రాముడు కొంచెం సిగ్గుపడ్డాడు.

ఇతను మళ్ళీ సిగ్గుపడుతున్నాడు!

'మీరు రేపు విల్లు ఎక్కుపెట్టి బాణ ప్రయోగం చేయడం చూడటం కోసం ఎదురుచూస్తుంటాను', అంది సీత చిరునవ్వుతో.

— గ —

'అతను సహాయం నిరాకరించాడా? నిజంగా!' అడిగాడు జటాయువు ఆశ్చర్యంగా.

సీత, జటాయువు అడవిలో తాము ఎప్పుడూ కలుసుకునే చోటున ఉన్నారు. ఆ చోటు రావణుడి తాత్కాలిక విడిదికి దూరంగా నగరానికి ఉత్తర దిశన ఉంది.

'అవును', అంది సీత సమాధానంగా.

జటాయువు నవ్వి, తల ఊపుతూ 'అతను సాధారణ వ్యక్తి కాదు', అన్నాడు.

'అవును. అతను సాధారణమైన వ్యక్తి కాదు. కాని మలయపుత్రులు అతన్ని అంగీకరించతారని నేననుకోవటంలేదు'.

ఈ సంభాషణ మలయపుత్రుల నాయకుడు వింటున్నాడేమో అన్నట్లుగా జటాయువు అసంకల్పితంగా చుట్టూ వున్న అడవినంతా కలయజూశాడు. విశ్వామిత్రుడికి రాముడంటే ఇష్టం లేదనే సంగతి అతనికి తెలుసు. అయోధ్య రాకుమారుడు, మహర్షికి కేవలం ఒక పనిముట్టులాంటివాడు. ఒక ప్రయోజనం నెరవేర్చే వనరు.

'ఫరవాలేదు. మీ మాటలు అందాకా చేరవులే...' అంది సీత పేరు చెప్పకుండా... 'రాముడి గురించి మీరేమనుకుంటున్నారు?'

'అతను చాలా రకాలుగా ప్రత్యేక వ్యక్తి సోదరీ', జటాయువు జాగ్రత్తగా గుసగుసలాడాడు. 'బహుశా మనదేశానికి కావలసిన వ్యక్తి... నిజాయితీ, నియమాల పట్ల అతనికున్న ప్రబలమైన విశ్వాసం, ఈ దేశం పట్ల అతనికున్న అమితమైన ప్రేమ, ప్రతివారి నుంచి, తననుంచి కూడా, అతనికున్న ఉన్నత అంచనాలు...'

ఆమె తన మనసులో భారంగా వున్న ప్రశ్నను చివరికి అతన్ని అడిగింది. 'రేపు జరగబోయే స్వయంవరంలో రాముడి పట్ల మలయపుత్రుల ప్రణాళికల గురించి నాకు తెలియవలసింది ఏమైనా ఉందా?'

జటాయువు మౌనంగా ఉండిపోయాడు. అతను ఆందోళనగా కనబడుతున్నాడు.

'జటాయువుగారూ! మీరు నన్ను సోదరి అని పిలుస్తారు. ఈ విషయం నాకు కాబోయే భర్తకు సంబంధించినది. ఈ విషయం నాకు తెలియాలి'.

జటాయువు నేలవైపు చూస్తుండిపోయాడు. మలయపుత్రుల పట్ల నిబద్ధతకు, సీత పట్ల ఆరాధనకు మధ్య సంఘర్షణలో ఉన్నాడు.

'దయచేసి చెప్పండి జటాయువుగారూ. తెలుసుకోవాల్సిన అవసరం నాకుంది'.

జటాయువు నిటారుగా నిలబడి, నిట్టూర్పు విడిచాడు.

'గంగానది వద్ద వున్న మన ఆశ్రమం దగ్గర అసురులపై జరిగిన దాడి గురించి నీకు తెలుసు కదా?'

విశ్వామిత్రుడు అయోధ్యకు వెళ్ళి తను ఎదుర్కొంటున్న ఒక గంభీర సమస్య విషయంలో సహాయం చేయడానికి రామలక్ష్మణులను తనతో పంపమని అడిగాడు. ఆయన వాళ్ళిద్దరినీ గంగానది వద్ద వున్న ఆశ్రమానికి తీసుకెళ్ళాడు. ఆయన వారిద్దరినీ కొంతమంది మలయపుత్ర సైనికులకు నాయకత్వం వహించి, తమ ఆశ్రమంపై దాడి చేస్తున్న అసురులపై ప్రతిదాడి జరపమని అడిగాడు. ఈ 'అసురుల సమస్య' పరిష్కారమయిన తరువాతనే వారు సీత స్వయంవరానికి మిథిలకు చేరింది.

'అవును తెలుసు. రాముడి ప్రాణం అపాయంలో ఉందా?' జటాయువు ఆ విషయాన్ని కొట్టిపారేస్తున్నట్లు తల ఊపాడు.

'అదొక కొద్దిమంది జడ మనుషుల సమూహం. వాళ్ళసలు పోరాటయోధులే కాదు. రాముడి ప్రాణాలకు ఏ విధమైన ప్రమాదం లేదు'.

'నాకర్థమవడం లేదు', అంది సీత.

'ఇక్కడ వ్యూహం రాముడిని తొలగించడం కాదు. అతన్ని బలపరుస్తున్న వారి దృష్టిలో, అతని ప్రతిష్ఠ దిగజార్చడం'.

ఈ కుట్ర మొత్తం అర్థమయ్యేసరికి సీత కళ్ళు ఆశ్చర్యంతో పెద్దవయ్యాయి.

'మలయపుత్రులు రాముడు చనిపోవాలనుకోవడం లేదు. అతను తర్వాతి విష్ణువుగా పరిగణనలో లేకపోవడం, వాళ్ళ నియంత్రణలో ఉండడం వారికి కావల్సింది'.

'మలయపుత్రులు రావణుడితో పొత్తు కలవాలనుకుంటున్నారా?'

జటాయువు నిర్ఘాంతపోయాడు. 'అసలా ఊహ మీకెలా వచ్చింది విష్ణూ? వాళ్ళు రావణుడితో ఎప్పుడూ పొత్తు పెట్టుకోరు. నిజానికి వాళ్లు అతన్ని నాశనం చేస్తారు. కాని అది సరైన సమయంలోనే. మలయపుత్రుల నిబద్ధత ఒక్క విషయానికే అని గుర్తుంచుకోండి. అది భారతదేశ ఘనతను పునఃస్థాపించడం. వారికది తప్ప ఇంకేమీ పట్టదు. రావణుడు వాళ్ళకొక పనిముట్టు మాత్రమే'.

'రాముడిలాగానే. నాలాగానే'.

'లేదు. లేదు. మీరు అలా ఎలా ఆలోచించగలరు? మలయపుత్రులు మిమ్మల్ని...'

సీత జటాయువు వైపు మౌనంగా చూసింది. *బహుశా సమీచి సరిగానే చెప్పి వుండవచ్చు. నా శక్తికి, నియంత్రణకు మించిన శక్తులు పనిచేస్తున్నాయి. మరి రాముడు...*

జటాయువు సీత ఆలోచనలు భగ్నం చేశాడు. ఆమె ఏమిచేయాలనే విషయంపై అనుకోకుండా స్పష్టత ఇస్తూ 'విష్ణూ! ఈ విషయం గుర్తుంచుకోండి. మలయపుత్రుల ప్రణాళికలకు మీరు చాలా కీలకం. వాళ్లు మీకేమీ జరగనివ్వలేరు. మీకు ఏరకమైన హాని కలగదు', అన్నాడు.

సీత చిరునవ్వు నవ్వింది. జటాయువు ఆమెకు సమాధానమిచ్చాడు. ఆమె ఏమీ చేయాలో ఆమెకు తెలిసింది.

21వ అధ్యాయం

'స్వయంవరం విషయంలో మలయపుత్రుల ప్రణాళికలు గురించి తెలియవలసిన దంతా నాకు తెలిసినట్లేనా, అరిష్టనేమిగారూ?' అడిగింది సీత.

ఆ ప్రశ్నకు అరిష్టనేమి ఆశ్చర్యపోయాడు.

'నాకు అర్థం కాలేదు, సీతా', అన్నాడతను జాగ్రత్తగా.

'రావణుడికి ఆహ్వానం ఎట్లా వెళ్ళింది?'

'ఆ విషయం మాకూ అర్థం కావటం లేదు. ఆ సంగతి నీకూ తెలుసు. అది మీ చిన్నాన్న చేసిన పని అని మా అనుమానం. కాని రుజువులు లేవు'.

సీత అపనమ్మకంగా చూసింది. 'అవును... రుజువులు లేవు'.

అరిష్టనేమి దీర్ఘంగా శ్వాస తీసుకుని 'నీ మనసులో ఉన్నదేమిటో ఎందుకు చెప్పవు సీతా...'

సీత ముందుకు వంగి, అరిష్టనేమి కళ్ళలోకి చూస్తూ, 'రావణుడి కుటుంబ మూలాలు కనౌజ్‌కు చెందినవని నాకు తెలుసు', అంది.

అరిష్టనేమి కొంచెం జంకాడు. కాని వెంటనే కోలుకున్నాడు. నొచ్చుకున్నట్లుగా ముఖం పెట్టి తల విదిలించి, 'పరశురామ ప్రభూ! సీతా, నీకిలాంటి ఆలోచనెలా వచ్చింది?' అన్నాడు.

సీత నిరుద్రేకంగా ఉండిపోయింది.

'ఆచార్య విశ్వామిత్రుడికి మలయపుత్రుల నాయకుడుగా కాకుండా, మరొక అస్తిత్వం, గుర్తింపు వున్నాయని నీవు నిజంగా అనుకుంటున్నావా?'

అరిష్టనేమి ఏదో అలజడి పడుతున్నట్లు ఉన్నాడు. అతని సహజ స్వభావానికి అది విరుద్ధం. తనేదో సున్నితమైన విషయాన్నే తట్టినట్లు సీతకు అర్థమయింది. విశ్వామిత్రుడితో తను ఈ విధమైన సంభాషణ జరపలేదు. ఇప్పుడు అరిష్టనేమి అలజడిని ఉపయోగించుకోవాలి. విశ్వామిత్రుడికి

నచ్చచెప్ప గలిగిన అతి కొద్దిమందిలో అరిష్టనేమి ఒకడు. ఆమె మౌనాన్ని ఆశ్రయించి అతని అలజడిని మరింత పెంచుతోంది.

“రావణుడుని మేము ఎప్పుడైనా హతమార్చగలం. అతన్ని ఎందుకు బ్రతకనిస్తున్నామంటే, అతని మరణం మూలంగా నీకు సహాయం జరగాలి. భారతదేశమంతా నిన్ను విష్ణువుగా గుర్తించడానికి’.

‘నేను మిమ్మల్ని నమ్ముతున్నాను!’

అరిష్టనేమి అయోమయంతో మౌనంగా ఉండిపోయాడు.

‘రాముడి పట్లకూడా మీకు ప్రణాళికలు ఉన్నాయని తెలుసు నాకు!’

‘సీతా, విను....’

సీత అరిష్టనేమి మాటకి అడ్డుపడింది. హెచ్చరిక అందించడానికి ఇదే సరైన సమయం. ‘రాముడి ప్రాణాలు నా చేతిలో లేకపోవచ్చు. కాని నా ప్రాణాలు నా చేతిలోనే ఉన్నాయి.’

నిర్ఘాంతపోయిన అరిష్టనేమికి ఏమి మాట్లాడాలో పాలుపోలేదు.

సీత లేకపోతే మలయపుత్రుల పథకాలన్నీ ధూళి పాలవుతాయి. సీత విష్ణువు కావటం పట్ల మలయపుత్రులు చాలా పణమొడ్డి వున్నారు.

‘నా ఎంపిక నేను చేసుకున్నాను. మీరేం చేయాలో మీరు నిర్ణయించుకోవాల్సి ఉంది’, అంది సీత దృఢంగా.

‘సీతా....’

‘ఇంక నేను చెప్పాల్సింది ఏమీ లేదు, అరిష్టనేమిగారూ’.

స్వయంవరం రాజసభలో కాకుండా, ధర్మగృహంలో ఏర్పాటు చేయబడింది. మిథిలలో రాజసభ అన్నిటికంటే పెద్దభవనం కాకపోవటమే దీనికి కారణం. రాచనగరిలోని అతిపెద్ద భవనంలో ధర్మగృహం ఏర్పాటు చేశారు. ఈ భవనాన్ని జనక మహారాజు మిథిల విశ్వవిద్యాలయానికి వితరణగా ఇచ్చాడు. ఈ ధర్మ గృహంలో ధర్మస్వభావం, ధర్మ, కర్మల పరస్పర ప్రభావం, దైవికాంశాల ప్రభావం, మానవ జీవనయాన ఉద్దేశం వంటి గూఢమైన విషయాలపై గోష్ఠులు, చర్చలు సాగుతుంటాయి...

ధర్మగృహం పెద్ద గోపురంతో, వర్తులాకారంలో ఉండే భవనం. దీన్ని రాళ్ళతోనూ, సున్నంతోనూ నిర్మించారు. నాజూకుగా, లలితంగా వున్న

గోపురం స్త్రీత్వానికి, గోపురంపై నున్న శంకువు ఆకారం పుంస్త్వానికి ప్రతీకలు. ధర్మగృహం లోపలి పెద్దగది కూడా వర్తులాకారంలోనే వుంది. గోష్ఠులలో ఋషులందరూ సమానస్థాయిలోనే పాల్గొంటారు. అక్కడెవరూ సమన్వయకర్త, ప్రధాన పర్యవేక్షకుడు ఉండరు. చర్చలన్నీ నిర్భయంగా, నిష్కపటంగా, స్వేచ్ఛగా, వాక్స్వాతంత్ర్యానికి పరాకాష్ఠ అనిపించే వాతావరణంలో సాగుతాయి.

అయితే ఈ రోజు ప్రత్యేకం. ధర్మగృహం ప్రస్తుతం స్వయంవర వేదికగా ఉంది. సందర్శకుల కోసం ద్వారం వద్ద మూడంచెలలో వేదికలు నిర్మించారు. ద్వారం ఎదురుగా గది ఆవలివైపున కొయ్యపీఠంపై రాజసింహాసనం ఏర్పాటు చేశారు. సింహాసనం వెనుక పాదపీఠంపై మిథిల వ్యవస్థాపకుడు మిథిరాజు విగ్రహం ఉంది. రాజసింహాసనం కంటె కొంచెం తక్కువస్థాయిలో ఉన్న రెండు సింహాసనాలు రాజసింహాసనానికి రెండు వైపులా ఉన్నాయి. స్వయంవరానికి వచ్చినరాజులు, రాకుమారులు ఆసీనులవడానికి గది మధ్యభాగంలో వర్తులాకారంలో సుఖాసనాలు వున్నాయి. అరిష్టనేమితో కలిసి రామలక్ష్మణులు స్వయంవర వేదికకు వచ్చినప్పటికి సందర్శకుల వేదికలు నిండి వున్నాయి. స్వయంవరంలో పాల్గొనడానికి వచ్చిన వారు కూడా చాలామంది వారి ఆసనాలలో కూర్చుని వున్నారు. ఋషుల వస్త్రధారణలో ఉన్న అయోధ్య రాకుమారులను ఎవరూ గుర్తుపట్టలేదు. కావలి భటుడొకడు వారికి సందర్శకుల వేదిక చూపించాడు.

అరిష్టనేమి ఆ భటుడికి తానొక పోటీదారుతో వచ్చినట్లు తెలిపాడు. ఆ భటుడు ఆశ్చర్యపోయాడు. అతడు విశ్వామిత్రుడి సేనాని అరిష్టనేమిని గుర్తుపట్టాడు కాని రామలక్ష్మణులను గుర్తించలేదు. వారు ముందుకు సాగడానికి అతడు దారి ఇచ్చాడు. పరమధార్మికుడైన జనకుడు కూతురు స్వయంవరానికి క్షత్రియరాజులనే కాక బ్రాహ్మణ ఋషులను కూడా ఆహ్వానించి వుంటే అది అంత అసాధారణంగా, అసంగతంగా అనిపించదు.

రాముడు అరిష్టనేమి వెనుక తనకు కేటాయించిన ఆసనం వద్దకు చేరి ఆసీనుడయ్యాడు. అరిష్టనేమి, లక్ష్మణుడు రాముడి వెనుక నిలబడ్డారు. అందరి దృష్టి వారి వైపు మళ్ళింది. సీతతో పాణిగ్రహణానికి తమతో పోటీపడబోతున్న ఈ సామాన్య సన్యాసులెవరా అని సాటి పోటీదారులు ఆలోచిస్తున్నారు. కొద్దిమంది మాత్రం అయోధ్య రాకుమారులను గుర్తుపట్టారు. పోటీదారులలో ఒక వైపు నుంచి గుసగుసలు మొదలయ్యాయి.

'అయోధ్య...'

'అయోధ్య వాళ్ళకి మిథిలతో సంబంధమెందుకో?'

రాముడు మాత్రం ఆ చూపులను, గుసగుసలను పట్టించుకోకుండా కూర్చుని ఉన్నాడు.

రాముడు గది మధ్యలో ఒక బల్లపై పెట్టి వున్న పినాకను చూసాడు. ఆ ప్రఖ్యాత విల్లుకు నారి ఎక్కించలేదు. పక్కన కొన్ని బాణాలు అమర్చివున్నాయి. బల్లపక్కగా నేల మీద పెద్ద, వెడల్పాటి రాగి రంగు వేసిన పాత్ర ఉంది.

పోటీపడాల్సిన వ్యక్తి మొదటగా విల్లునెత్తి నారి సంధించాలి. అదేమీ సులువైన విషయం కాదు. అప్పుడతను రాగిపాత్ర దగ్గరకు వెళ్ళాలి. అది నీటితో నిండి వుంది. పైన అమర్చిన ఒక నాళం ద్వారా ఆ పాత్రలోకి నీటిబిందువులు పడుతున్నాయి. పాత్ర నిండుతున్నపుడు వేరే గొట్టం ద్వారా అదనపు నీరు బయటకు పోతోంది. పై గొట్టం నుంచి నీటి బిందువులు పడుతున్నప్పుడు పాత్ర మధ్య నుంచి అలలు మొదలై పాత్ర అంచులకు చేరుతున్నాయి. అయితే ఈ నీటి బిందువులు ఒక క్రమ వ్యవధిలో పడడం లేదు. దానితో అలల కదలిక అంచనాకు తెలియదు.

పైన గోపురం నుంచి వేలాడదీసిన ఇరుసుకు బిగించిన ఒక చక్రానికి ఒక చేప గుచ్చి వుంది. ఈ చక్రం నేలకు సుమారు మూడొందల అడుగులపైన ఉంది. ఆ చక్రం ఒక నిర్ణీత వేగంతో తిరుగుతూ ఉంది.

పోటీదారు అలలతో సంచలనంగా వున్న నీటిలో చేప ప్రతిబింబాన్ని చూసి పినాకను ఉపయోగించి బాణంతో, తిరుగుతున్న చక్రానికి గుచ్చి వున్న చేప కంటిని కొట్టాలి. అలా చేప కంటిని కొట్టగలిగిన మొదటి వ్యక్తి సీత పాణిగ్రహణం చేస్తాడు.

సింహాసనాలకు సరిగా పైన రెండో అంతస్థులో వున్న గదిలో సీత కూర్చుని వుంది. ఆమె ముందు అల్లికలతో వున్న కిటికీ వుంది. స్వయంవరంలో పాల్గొనడానికి వచ్చిన వారిలో కూర్చుని ఉన్న రాముడి వంక సీత చూసింది.

అయోధ్య ప్రథమ రాకుమారుడు తన చుట్టు పక్కల అంతా పరికించి చూసాడు. సీతకు అతను తన గురించి చూస్తున్నట్టు అనిపించింది. ఆమె నవ్వుకుంటూ, 'నేనిక్కడున్నాను, రామా. నీకోసం వేచి వున్నాను. నువ్వు గెలవటం కోసం వేచిచూస్తున్నాను..' అనుకుంది.

ధర్మగృహ ద్వారానికి కొంతదూరంలో సమీచి కొంతమంది రక్షక భటులతో కలిసి నిలబడి వుండడం సీత గమనించింది. సమీచి రాముడి వంక కన్నార్పకుండా చూస్తోంది. రెండో అంతస్థులో సీత ఎదురుగా వున్న

కిటికీ వైపు సమీచి దృష్టి మరలింది. ఆ చూపులో తీవ్రమైన అనంగీకారం కనబడుతోంది.

సీత అసహనంగా నిట్టూర్చింది. *సమీచి కొంత ఉపశాంతిగా ఉండొచ్చు. నేను పరిస్థితిని అదుపులో ఉంచగలను. రాముడి ప్రాణాలకు ప్రమాదమేమీ లేదు.*

ఆమె తిరిగి అయోధ్య రాకుమారులవైపు దృష్టి సారించింది. లక్ష్మణుడు వంగి, అన్న చెవిలో ఏదో గుసగుసలాడటం సీత చూసింది. అతని ముఖంలో అల్లరితనం కనబడుతోంది. రాముడు లక్ష్మణుడి వైపు తీవ్రంగా చూడడంతో, లక్ష్మణుడు నవ్వి, ఇంకేదో చెప్పి, వెనక్కి అడుగేసి నిలబడ్డాడు.

సీత నవ్వుకుంది. *ఈ అన్నదమ్ములికి ఒకరంటే ఒకరికి ఎనలేని ప్రేమ.* వాళ్ళ కుటుంబంలో వున్న రాజకీయాలు చూస్తే ఇది ఆశ్చర్యకరమే.

ఆస్థాన వైతాళికుడి ప్రకటనతో ఆమె సావధానమయింది.

'మిథిల వంశ ప్రభువు, జ్ఞానులకే జ్ఞాని, ఋషులకు ప్రియతముడు, జనక మహారాజు వేంచేస్తున్నారు'.

మిథిల రాజుకు స్వాగతంగా అక్కడున్న అందరూ లేచి నిలబడ్డారు. ద్వారం నుంచి ఆయన నడుచుకుంటూ వస్తున్నాడు. సంప్రదాయ విరుద్ధంగా ఆయన మలయపుత్ర నాయకుడైన విశ్వామిత్రుడి వెనుక వస్తున్నాడు. జ్ఞానులైన స్త్రీ పురుషుల పట్ల జనకుడు అమిత గౌరవం చూపిస్తాడు. అలాగే ఈ ప్రత్యేకమైన రోజున ఆయన తనకు ప్రత్యేకమైన సంప్రదాయాన్నే పాటిస్తున్నాడు. జనకుడి వెనుక ఆయన తమ్ముడు, సంకాశ్య రాజు కుశధ్వజుడు నడుస్తున్నాడు. అన్న దమ్ముల మధ్య పొరపొచ్చాలు ఉన్నాయని ఎరిగినవారు మిథిలరాజు ఔదార్యాన్ని మెచ్చుకొన్నారు. ఆయన గత విషయాలను వదిలిపెట్టి ఈ వేడుకలో కుటుంబా న్నంతటినీ కలుపుకుంటున్నాడు. దురదృష్టవశాత్తు కుశధ్వజుడి ఆలోచన వేరుగా వుంది. ఎప్పటిలాగానే తన అన్న అమాయకంగా ప్రవర్తిస్తున్నాడని అతను అనుకుంటున్నాడు. కుశధ్వజుడు చేయాల్సింది అప్పటికే చేసి వున్నాడు....

రాజసింహాసనంపై ఆసీనుడవమని జనకుడు విశ్వామిత్రుడిని అర్థించి, దానికి కుడివైపు ఆసనంలో తను ఆసీనుడయ్యాడు. మహర్షికి ఎడమవైపు ఆసనం వైపు కుశధ్వజుడు నడిచాడు. ఈ ఆసనాలు అల్లికలున్న కిటికీ వెనుక సీత కూర్చుని వున్న గదికి సరిగా రెండంతస్థుల కింద వున్నాయి. అనుకోని సంప్రదాయ ఉల్లంఘన మూలంగా రాజోద్యోగులు హడావుడి పడుతున్నారు. రాజు తన సింహాసనంపై వేరే వ్యక్తిని కూర్చోపెట్టాడు.

గది మొత్తం ఈ అసాంప్రదాయ వ్యవహారంపై గుసగుసలు వెల్లువెత్తాయి. కాని సీత మరింకేదో ఆలోచిస్తోంది.

రావణుడెక్కడ?

సీత నవ్వుకుంది.

మలయపుత్రులు లంకాధీశుడిని నిలువరించారు. అతను రాడు. మంచిదే.

ఆస్థాన వైతాళికుడు నిశ్శబ్దంగా ఉండమని హెచ్చరిక చేస్తూ గది ద్వారం వద్ద వున్న గంటను మోగించాడు.

విశ్వామిత్రుడు గొంతు సవరించుకుని బిగ్గరగా మాట్లాడడం మొదలు పెట్టాడు. ఆ గదిలోని వారందరికీ ఆయన గొంతు స్పష్టంగా వినిపిస్తోంది. 'గొప్ప జ్ఞాని, భారతదేశ రాజులందరిలో అత్యంత గొప్ప ఆధ్యాత్మికవేత్త అయిన జనక మహారాజు ఏర్పాటు చేసిన ఈ సమావేశానికి మీకందరికీ స్వాగతం'.

జనకుడు ప్రసన్నంగా నవ్వాడు.

విశ్వామిత్రుడు కొనసాగించాడు. 'మిథిల రాకుమారి సీత దీనిని గుప్త స్వయంవరంగా నిర్ణయించింది. ఆమె ఈ గదిలో మనతో చేరదు. ఇక్కడున్న గొప్ప రాజులు, రాకుమారులు ఆమె పేర్కొన్న పిమ్మట....'

చెవులు చిల్లులు పడేలా ఒకేసారి పెక్కు శంఖాల ధ్వని మహర్షి మాటలకు అంతరాయం కలిగించింది.

శంఖారావాలు సహజంగా కర్ణపేయంగా వుంటాయి కాని ఇవి ఆశ్చర్య కరంగా అలా లేవు. అందరూ ఆ శబ్దం వస్తున్న గది ద్వారంవైపుకు చూసారు.

పదిహేను మంది దృఢకాయులైన యోధులు లోనికి వచ్చారు. వారి చేతుల్లో జెండాలున్నాయి. నల్లటి నేపథ్యం మధ్యలో జ్వాలలు, జ్వాలల్లో గర్జిస్తున్న సింహం బొమ్మతో ఉన్నాయి జెండాలు. ఆ యోధులు పూర్తి క్రమశిక్షణతో నడుస్తున్నారు.

వారి వెనుక ఇద్దరు గంభీరాకారులు ఉన్నారు. అందులో ఒకరు భారీకాయుడు. లక్ష్మణుడికంటే పెద్దగా వున్నాడు. స్థూలకాయుడే అయినా కండలు తిరిగి వున్నాడు. అతని పెద్ద బాన పొట్ట ప్రతి అడుగుకీ ఊగుతోంది. అతని శరీరమంతా దట్టంగా వెంట్రుకలున్నాయి. అతను మనిషిలాకంటే పెద్ద ఎలుగులా ఉన్నాడు. అన్నిటికీ మించి అక్కడున్న వారికి భయం కల్పించింది, అతని చెవులు, భుజాలు అసాధారణంగా పెరిగి వుండడం. అతడొక నాగుడు. రావణుడి తమ్ముడు కుంభకర్ణుడు.

అతని పక్కన గర్వంగా తలపైకెత్తి నడుస్తున్న వ్యక్తి రావణుడు. అతడు కొంచెం వంగి నడుస్తున్నాడు. బహుశా వయసు పెరుగుతున్న లక్షణం కావచ్చు. అలా కొంచెం వంగి వున్నప్పటికీ అతి పొడవైన శరీరంపై కండరాలు కనిపిస్తు న్నాయి. కండరాలలో బిగువు తగ్గి, చర్మం ముడుత పడవస్తున్నప్పటికీ అతనిలో శక్తి బయటకు వ్యక్తమవుతోంది. అనేక యుద్ధాల్లో గాయపడిన అతని శరీరంపై మచ్చలు, గుంటలు ఉన్నాయి. బహుశా చిన్నతనంలో కలిగిన అంటువ్యాధుల వల్ల కావచ్చు. నల్ల, తెల్ల వెంట్రుకలతో కలగాపులగంగా వున్న గుబురు గడ్డం ఆ మచ్చలను, గుంటలను దాయడానికి ప్రయత్నిస్తోంది. మెలితిరిగిన పెద్ద మీసాలు అతనికి భీకరాకృతి కల్పిస్తున్నాయి. ప్రపంచంలోనే అత్యంత ఖరీదైన వస్త్రవర్ణం అయిన ఊదారంగు అద్దిన ధోవతీ, అంగవస్త్రం ధరించి ఉన్నాడు. అతని తలపాగాలో రెండు వైపులా ఆరంగుళాల కొమ్ములు బయటకు పొడుచుకు వచ్చి భయం కొలిపేలా ఉన్నాయి.

వారి వెనుక మరో పదిహేనుమంది యోధులు ఉన్నారు.

రావణుడి పరివారం గది మధ్యకు నడిచి, రుద్రదేవుడి విల్లు వద్ద ఆగారు. అందరికీ ముందున్న అంగరక్షకుడు బిగ్గరగా 'రాజులకే రాజు, చక్రవర్తులకే చక్రవర్తి, త్రిలోకాలకు అధిపతి, దేవతలందరికీ ప్రియతముడు, ప్రభువు రావణుడు' అని చాటాడు.

పినాకకు అతి చేరువలో కూర్చున్న ఒక చిన్న దేశం రాజు వైపు తిరిగి రావణుడు గుర్రుమంటూ, ఆసనం ఖాళీ చేసి పొమ్మన్నట్లుగా, తల కుడివైపుకు ఊపాడు. ఆ రాజు త్వరగా లేచి, అవతలికి పోయి మరో రాజు వెనుక నిలబడ్డాడు. రావణుడు ఖాళీ అయిన ఆసనం వద్దకు నడిచాడు కాని దానిపై ఆసీనుడు కాలేదు. తన కుడిపాదాన్ని ఎత్తి ఆ ఆసనంపై పెట్టి మోకాలిపై చేతిని పెట్టి నిలబడ్డాడు. అతని తమ్ముడు, అంగరక్షకులు అతని వెనుక నిలబడ్డారు.

చివరకు రావణుడు తీరిగ్గా విశ్వామిత్రుడివైపు చూసాడు. 'కొనసాగించండి, మలయపుత్ర ప్రముఖా'.

మలయపుత్రుల నాయకుడు విశ్వామిత్రుడు ఆగ్రహోదగ్రుడయ్యాడు. ఇంత అమర్యాదకరంగా అతనితో ఇంతకుముందెవరూ వ్యవహరించలేదు.

'రావణా...' విశ్వామిత్రుడు గుర్రుమన్నాడు.

రావణుడు విశ్వామిత్రుడి వంక నిర్లక్ష్యంగా చూసాడు.

మహర్షి తన కోపాన్ని అదుపులోకి తెచ్చుకున్నాడు. ఇక్కడ నిర్వహించాల్సిన ముఖ్యమైన కార్యం ఉంది. రావణుడి వ్యవహారం తర్వాత తేల్చుకోవచ్చు.

'యువరాణి సీత రాజులు, రాకుమారులు ఏ క్రమంలో పోటీలో పాల్గొనాలో నిర్ణయించింది'.

విశ్వామిత్రుడు మాట్లాడుతుండగానే రావణుడు పినాక వైపు నడిచాడు. రావణుడు ధనస్సునందుకోబోతుండగా విశ్వామిత్రుడు తన ప్రకటన ముగించాడు. 'ఈ స్వయంవరంలో పాల్గొనే మొదటి వ్యక్తి నీవు కాదు రావణా. అయోధ్య యువరాజు రాముడు'.

ధనస్సుకు కొన్ని అంగుళాల దూరంగా రావణుడి చేయి ఆగింది. అతను విశ్వామిత్రుడి వంక చూసి, ఆ ప్రకటనకు స్పందించిన వ్యక్తి ఎవరోనని వెనక్కి తిరిగి చూసాడు. అతను తెల్లని ధోవతితో సామాన్య ఋషుల వేషధారణలో వున్న యువకుడిని చూసాడు. అతని వెనుక మరొక భారీకాయుడైన యువకుడు, అతని పక్కన అరిష్టనేమి ఉన్నారు.

రావణుడు మొదట అరిష్టనేమి వైపు, తర్వాత రాముడి వైపు గుర్రుగా చూసాడు. చూపులే కనుక చంపగలిగితే రావణుడా రోజున కొంతమందిని చంపి ఉండేవాడు. మెడలో వేలాడుతున్న చేతివేళ్ళ పతకాన్ని పట్టుకుని రావణుడు విశ్వామిత్రుడు, జనకుడు, కుశధ్వజుడు వైపుకు తిరిగాడు. అతని శరీరం ఆగ్రహంతో ఊగిపోతోంది. అతను 'నాకు అవమానం జరిగింది. ఏ నేర్పూలేని బాలకులకు నాకంటే ముందు అవకాశం ఇవ్వదలుచుకుంటే నాకు ఆహ్వానం ఎందుకు పంపించాలి?' అంటూ గర్జించాడు. జనకుడు కుశధ్వజుడి వైపు చూసి, రావణుడి వంక తిరిగాడు.

'ఇవి స్వయంవర నియమాలు లంకాధీశా...' జనకుడు మెత్తగా చెప్పబోతున్నాడు.

చివరిగా మేఘగర్జన లాంటి కుంభకర్ణుడి స్వరం వినవచ్చింది. 'ఈ ప్రహసనం ఇంక చాలు'. కుంభకర్ణుడు రావణుడివైపు తిరిగి 'అన్నా, మనం వెళ్లిపోదాం' అన్నాడు.

రావణుడు అకస్మాత్తుగా వంగి పినాకను అందుకుని నారి ఎక్కించి, బాణం సంధించి విశ్వామిత్రుడికి గురిపెట్టాడు. అందరూ నిశ్చేష్టులై చూస్తున్నారు.

విశ్వామిత్రుడు లేచి నిలబడి, తన అంగవస్త్రం తీసి విసిరేసి, పిడికిలితో రొమ్ముపై గుద్దుకుంటూ 'బాణం వెయ్యి రావణా', అని అరిచాడు. ఆయన అరుపు ఆ పెద్ద గదిలో ప్రతిధ్వనించింది.. 'రా! ధైర్యం ఉంటే బాణం వెయ్యి'.

సభలో ఉన్నవారందరూ భయంగా చూస్తున్నారు.

సీత మాటలకందని రీతిలో నిర్ఘాంతపోయింది. ఆచార్యులు!

రావణుడు బాణం విడిచాడు. బాణం వెళ్ళి మిథిల వ్యవస్థాపకుడైన మిథి విగ్రహం ముక్కును విరగ్గొట్టింది. ఊహించరాని అవమానం.

సీత ఆగ్రహంతో ఊగిపోతోంది. ఎంత ధైర్యం వీడికి?

'రావణా!' అని గుర్రుమంటూ సీత నిలబడి వెనుతిరుగుతూనే తన కత్తిని అందుకుంది. మెట్లవైపుకు దూసుకుపోతున్న ఆమెను సేవకురాళ్ళు అతిప్రయత్నం మీద ఆపవలసి వచ్చింది.

'వద్దు. దేవీ సీతా!'

'రావణుడొక రాక్షసుడు...'

'మీరు చనిపోతే...'

'చూడండి. అతను వెళ్ళిపోతున్నాడు...' అందొక సేవకురాలు.

సీత వెంటనే కిటికీ వద్దకు పరిగెత్తింది. రావణుడు పవిత్రమైన పినాకను బల్లపై పడవేసి ద్వారంవైపు నడవటం చూసింది. అతని వెనుక అతని భటులు కూడా వెళ్ళారు. ఈ గందరగోళం మధ్యలో కుంభకర్ణుడు పినాక వద్దకు వెళ్ళి నారి తప్పించి, పినాకను భక్తిపూర్వకంగా రెండు చేతులతో పట్టుకుని, దానికి క్షమాపణలు చెపుతున్నట్లుగా, భక్తిగా నుదుటికి తాకించుకుని పినాకను బల్లపై పెట్టి త్వరగా నడిచి రావణుడి వెనుక వెళ్ళిపోయాడు.

లంక వారందరూ బయటకు వెళ్ళిపోగానే స్వయంవర సభలో ఉన్న వారందరూ గది రెండో వైపుకు, విశ్వామిత్రుడు, జనకుడు, కుశధ్వజుడు ఉన్న వైపుకు చూశారు.

ఏమీ జరగనట్లుగానే విశ్వామిత్రుడు 'పోటీని మొదలుపెట్టండి', అన్నాడు.

సభలో ఉన్నవారందరూ సామూహికంగా స్థాణువైపోయినట్లు చలనం లేకుండా ఉన్నారు. విశ్వామిత్రుడు మరోసారి, మరింత బిగ్గరగా 'పోటీని మొదలుపెట్టండి. రాకుమార రామా, లేచిరా'.

రాముడు తన ఆసనం నుంచి లేచి పినాక వద్దకు నడిచాడు. అతడు భక్తిగా తల వంచి ధనస్సుకు అభివాదం చేసి చేతులు జోడించి నమస్కరించాడు. అతని పెదవులేదో మంత్రోచ్చాటన చేస్తున్నట్లు సీతకు అనిపించింది. కాని ఇంత దూరం నుంచి ఆమెకు కచ్చితంగా తెలియడం లేదు.

అతను తన కుడి చేతిని పైకి లేపి మణికట్టుకు ఉన్న ఎర్రదారాన్ని రెండు కళ్ళకు తాకించుకున్నాడు.

సీత నవ్వింది. *కన్యాకుమారి నిన్ను ఆశీర్వదించాలి, రామా! నిన్ను వరుడిగా ఇచ్చి ఆమె నన్ను కూడా ఆశీర్వదించాలి.*

రాముడు ధనస్సును తాకి ఒక్క క్షణం ఆగాడు. తర్వాత శిరసు వంచి ధనస్సుకు తాకించాడు. అతను ఆ మహత్తర ఆయుధాన్ని ఆశీర్వదించమని అడుగుతున్నట్లుగా ఉంది. అతను స్థిరంగా ఊపిరి పీల్చుకుంటూ తేలికగా ధనస్సునెత్తాడు.. సీత ఊపిరిబిగపట్టి రాముడివైపు ఆతృతగా చూస్తోంది.

రాముడు విల్లు కింది భాగాన్ని నేలపై వుంచిన కొయ్యపీఠంపై పెట్టి పై భాగాన్ని కిందకు వంచాడు. అలా వంచుతున్నప్పుడు రాముడి భుజాలు, చేతి దండలపై కండరాలు బిగిసి వున్నాయి. విల్లును వంచుతూనే రాముడు నారిని పైకి లాగి పట్టుకున్నాడు. అతని శరీరం బిగువుగా అవుతోంది కాని ముఖం మాత్రం ప్రశాంతంగావుంది. అతను మరింతగా వింటిని వంచి నారి ఎక్కించాడు. విల్లుపై భాగాన్ని వదిలేయడంతో అతని కండరాలు యథాస్థితికి చేరుకున్నాయి. రాముడు విల్లును పట్టుకుని నారిని చెవి వరకు లాగి వదిలాడు. నారి చేసిన శబ్దం విని సంతృప్తుడయ్యాడు.

అతనొక బాణం తీసుకుని, ఏమాత్రం తొణక్కుండా నిశ్చయంగా నడుస్తూ రాగిపాత్ర వద్దకు వచ్చాడు. రాగిపాత్ర ముందు మోకాలిపై కూర్చుని విల్లును నేలకు సమాంతరంగా తలపైన పట్టుకున్నాడు. నీటిలోకి చూస్తూ పైన వర్తులంగా తిరుగుతున్న చేపను గమనిస్తున్నాడు. అతని మనసును కల్లోలపరచాలన్నట్లుగా నీటిలో అలలు కదులుతున్నాయి. రాముడు తన దృష్టిని, మనసును చేప ఆకారంపై నిలిపి, కుడిచేత్తో నారిపై బాణం ఎక్కించి వెనక్కు లాగుతున్నాడు. అతని కండరాలు తగినంత బిగువుతో ఉన్నాయి. శ్వాస స్థిరంగా, లయబద్ధంగా ఉంది.

ఏ రకమైన ఆందోళన, ఉద్రేకం లేకుండా నారిని వెనక్కి లాగి బాణాన్ని వదిలాడు. బాణంపైకి దూసుకుపోయింది. బాణంతో పాటు సభలో ఉన్న అందరి దృష్టి కూడా. పైకి దూసుకుపోతున్న బాణం కొయ్యలో దిగిన శబ్దం ఆ పెద్దగదిలో ప్రతిధ్వనించింది. బాణం చేప కుడికంటిలో నుంచి పోయి చక్రం కొయ్యలో దిగబడింది. లయబద్ధంగా తిరుగుతున్న చక్రంతో బాణం కర్ర కూడా తిరుగుతోంది.

సీత భారం దిగిపోయిన ఉపశమనంతో నవ్వుకుంది. గత కొద్దిరోజులుగా పడుతున్న ఆందోళన అంతా పోయింది. గత కొద్ది నిమిషాలలో వచ్చిన కోపం

కూడా పోయింది. రాగిపాత్ర వద్ద మోకాలిపై కూర్చుని తలవంచి నీటి అలల్లోకి చూస్తూ ప్రశాంతంగా చిరునవ్వు నవ్వుతున్న రాముడిపైన సీత దృక్కులు నిలిచి వున్నాయి. తన తల్లి మరణం తర్వాత సీతలో నిస్తేజమయిపోయిన భాగం మళ్ళీ ప్రాణం పోసుకుని నిదానంగా తేజోవంతమయింది.

నేనింక ఒంటరిదాన్ని కాను.

తల్లిని తలుచుకున్న ఆమెకు, తను తన వాడిని పొందిన సమయంలో ఆమె లేదనే విషయమ్మై విషాదం అలుముకుంది.

కాని తన తల్లి మరణం తర్వాత, ఏడుపు రాకుండా, ఏడవకుండా ఆమెను తలుచుకోగలగటం కూడా ఇదే మొదటిసారి.

ఒంటరిగా వున్నప్పుడు విషాదం రెట్టింపు అవుతుంది. కాని సరైన జంట దొరికినపుడు, ఏ పరిస్థితినైనా ఎదుర్కోవచ్చు.

భరించలేనంత వ్యధ కలిగించే జ్ఞాపకాలు ఇపుడు భరించగలిగే చేదు, తీపి జ్ఞాపకాలుగా మారిపోయాయి. బాధ కలిగించేదే అయినా శక్తిని, సంతోషాన్ని కూడా ఇచ్చేది.

తన తల్లి తన ముందు నిలుచుని ఉన్నట్లుగా ఊహించుకుంది. నవ్వుతూ, శక్తినిస్తూ, ఉత్తేజపరుస్తూ, మూర్తీభవించిన మాతృత్వంలా. అచ్చం ప్రకృతి మాతలా.

సీత మళ్ళీ పూర్వంలా పూర్ణంగా అయింది.

చాలాకాలం తర్వాత తన అంతఃచేతనలో మరుగునపడిపోయిన మాటలను నెమ్మదిగా ఉచ్చరించాలని అనిపిస్తోంది. తన తల్లి మరణం తర్వాత తనకు ఇంక అవసరం రావనుకున్న మాటలు.

దూరంగా కనపడుతున్న రాముడిని చూస్తూ ఆమె నెమ్మదిగా 'నేను నిన్ను ప్రేమిస్తున్నాను', అంది.

22వ అధ్యాయం

'కృతజ్ఞతలు అరిష్టనేమి గారు. మలయపుత్రులు నాకు తోడుగా నిలిచారు. ఆచార్యులు వారి ప్రాణాలనే ప్రమాదంలో పెట్టారు. ధన్యవాదాలు', అంది సీత.

సీతారాముల వివాహం ఆ రోజు మధ్యాహ్నమే క్లుప్తమైన విధులతో నిర్వహించాలని నిశ్చయించారు. రాముడికి ఆశ్చర్యం కలిగిస్తూ ఆ శుభ ముహూర్తానికే ఊర్మిళ, లక్ష్మణుల వివాహం కూడా జరిపించాలని సీత ప్రతిపాదించింది. రాముడి ఆశ్చర్యాన్ని మరింతగా పెంచుతూ, ఆ ప్రతిపాదనకు లక్ష్మణుడు ఉత్సాహంగా ఒప్పుకున్నాడు. రామలక్ష్మణులతో కలసి సీత, ఊర్మిళ అయోధ్యకు కలిసి వెళ్ళడానికి వీలుగా, వారికి మిథిలలోనే వివాహం జరిపించి, ఇక్ష్వాకు వంశజుడికి తగిన విధంగా అయోధ్యలో ఘనంగా వేడుకలు నిర్వహించాలని నిర్ణయించారు.

వివాహ ఏర్పాట్లు మధ్యలో అరిష్టనేమి సీతతో సమావేశం కోరాడు.

'మలయపుత్రుల నిబద్ధత ఎవరికనే విషయంలో ఉన్న అనుమానాలు దీనితో తీరుతాయనుకుంటాను. మేము ఎప్పటికీ విష్ణుతోనే ఉన్నాం. విష్ణుతోనే ఉంటాం', అన్నాడు అరిష్టనేమి.

మీరు నేను చేయాలని ఆశిస్తున్న పనులు, నేను చేస్తున్నంత వరకే మీరు విష్ణువుతో ఉంటారు. మీ పథకాలతో పొసగని విధంగా నేనేమైనా చేస్తే అప్పుడు మాత్రం విష్ణువుతో ఉండరు.

సీత నవ్వుతూ 'మిమ్మల్ని సందేహించినందుకు నా క్షమాపణలు, అరిష్టనేమిగారూ', అంది సీత.

'సన్నిహిత కుటుంబ సభ్యుల మధ్య కూడా సందేహాలు, పొరపొచ్చాలు చోటు చేసుకుంటూనే ఉంటాయి. చివరికి సవ్యంగా ముగిసేదంతా మంచిదే', అన్నాడు అరిష్టనేమి నవ్వుతూ.

'ఆచార్య విశ్వామిత్రులెక్కడ?'

'ఎక్కడున్నారనుకుంటున్నావు?'

రావణుడు.

'రాక్షసరాజు ఈ విషయాన్నెట్లా తీసుకుంటున్నాడు?' సీత అడిగింది. స్వయంవర సమయంలో రావణుడిని విశ్వామిత్రుడు ఒంటరిగా, దుస్సాహసంగా వ్యవహరించి నిలువరించాడు. రావణుడు తనకు అవమానం జరిగినట్లు భావించాడు. దీనికి పరిణామాలు ఉంటాయి. రావణుడి అహంకూడా అతని క్రూరత్వమంత, అతని కదనకుతూహలమంత పేరుగాంచినదే. కాని శక్తిమంతులైన మలయపుత్రులతో తలపడతాడా?

సీతవైపు చూసేముందు అరిష్టనేమి సాలోచనగా కిందకు చూసాడు. 'రావణుడు నిరుద్రేకంగా నిర్ణయాలు తీసుకునే నిర్దయుడు. అతని నిర్ణయాలెప్పుడూ కచ్చితమైన లెక్కలపై, అంచనాలపై ఆధారపడి ఉంటాయి. కాని అతని అహం... అతని అహం కొన్నిసార్లు అతని నిర్ణయాలను ప్రభావితం చేస్తుంది'.

'నిరుద్రేకంగా, నిర్దయగా వేసుకునే లెక్కలు మలయ పుత్రులతో తలపడవద్దని అతనికి చెబుతాయి. తమిరవారుణి భూగర్భం నుంచి మనం అతనికిస్తున్న వస్తువేదో, దాని అవసరం అతనికి చాలా ఉంది', అంది సీత.

'అవును. అతనికి ఆ అవసరం ఉంది. కాని నేను చెప్పినట్లు, అతని అహం అతని ఆలోచనని మార్చవచ్చు. ఆచార్య విశ్వామిత్రులు ఈ విషయాన్ని సంబాళించగలుగుతారని ఆశిస్తాను'.

రావణుడికి మలయపుత్రులు అందిస్తున్న సహాయం ఏమిటో సీత ఇంకా తెలుసుకోలేకపోవడం అరిష్టనేమికి ఆశ్చర్యం కలిగించింది. శక్తిమంతమైన సీత సామర్థ్యాలకు దొరకని విషయాలు కూడా ఉంటాయేమో బహుశా. కాని ఆ ఆశ్చర్యం ముఖంలో కనపడకుండా జాగ్రత్త పడ్డాడు.

— ॥ —

స్వయంవరం జరిగిన మధ్యాహ్నమే రెండు వివాహాలు ఆర్భాటంలేని, క్లుప్తమైన విధి విధానాలతో ముగిసాయి.

చివరకు సీత, రాముడు ఏకాంతంగా ఉన్నారు. వారు భోజనాలగదిలో నేలపై వున్న మెత్తల మీద కూర్చుని ఉన్నారు. వారిముందున్న ఎత్తు పీటలపై భోజనం వడ్డించిన పళ్ళేలున్నాయి. అది సాయంకాల సమయం. కొద్ది

గంటలక్రితం వారి బంధం వైదిక విధుల ద్వారా జతపడినప్పటికీ, ఒకర్ని ఒకరు ఎరుగని కొత్తదనం మూలంగా ఒక విధమైన ఇబ్బందికర పరిస్థితి వుంది.

'ఉమ్' అన్నాడు రాముడు తన పళ్ళెం వంక చూస్తూ.

'ఏమిటి రామా? ఏమైనా సమస్యా?' అడిగింది సీత

'ఏమీ లేదు కాని ఈ ఆహారం...'

'నచ్చలేదా?'

'అలా ఏం కాదు. బాగుంది. చాలా బాగుంది. కాని...'

సీత రాముడి కళ్ళలోకి చూసింది. *నేను నీ భార్యను. నాతో ఏ విషయమైనా నిజాయితీగా చెప్పవచ్చు. ఏమైనా ఈ ఆహారం నేను చేసిందికాదు.*

కాని ఈ ఆలోచనలు తన మనసులోనే ఉంచుకుని 'మరి?' అంది.

'నాకు కొంచెం ఉప్పు కావాలి'.

సీతకు రాజప్రసాదపు వంటవాడి పట్ల అసహనం కలిగింది. *దయా! సప్తసింధు మధ్యప్రాంతం వారు, మన తూర్పు ప్రాంతం వారికంటె ఉప్పు ఎక్కువ తింటారని నేనతనికి చెప్పాను!*

ఆమె తన పళ్ళెం పక్కకు జరిపి, లేచి నిలబడి, చప్పట్లు కొట్టింది. ఒక సేవకురాలు త్వరగా లోనికి వచ్చింది. 'రాకుమారుడికి కొంత ఉప్పు తెచ్చివ్వు. త్వరగా', సీత ఆజ్ఞాపించింది.

సేవకురాలు పరుగున వెళ్ళింది.

రాముడు ఉప్పుకోసం వేచిచూస్తూ, చేతులు తుడుచుకుంటూ 'ఇబ్బందిపెడుతున్నందుకు విచారిస్తున్నాను', అన్నాడు. సీతకు బొమముడి పడింది. తన స్థానంలో కూర్చుంటూ 'నేను మీ భార్యను రామా! మీకు కావల్సినవన్ని చూసుకోవడం నా బాధ్యత' అంది.

ఎంత మొహమాటస్తుడో.... ఎంత ఆకర్షణీయంగా ఉన్నాడో.

రాముడు నవ్వి 'ఒక విషయం అడగవచ్చా?' అన్నాడు.

'ఎందుకు అడగ్గూడదు?'

'నీ చిన్నప్పటి సంగతులేమైనా చెప్పు'.

'నన్ను దత్తత తీసుకోకముందు సంగతులా? నేను దత్తురాలినని మీకు తెలుసుకదా?'

'అవును. నీకేమైనా ఇబ్బంది అయితే ఆ సంగతి మాట్లాడక్కరలేదు'.

సీత నవ్వి 'లేదు. నాకేమీ ఇబ్బంది లేదు. అప్పటి సంగతి నాకేమీ గుర్తులేదు. నన్ను దత్తత తీసుకున్నప్పుడు నేను చాలా చిన్న పిల్లని'

రాముడు తల ఊపాడు.

నా జన్మను బట్టి కూడా నన్ను అంచనా వేస్తారా?

రాముడు అడగాలనుకుంటున్న ప్రశ్నను ఊహించుకుని, సీత సమాధానం చెప్పింది. 'నాకు జన్మనిచ్చిన తల్లిదండ్రులెవరంటే, నాకు తెలియదు. కాని నేను చెప్పాల్సి వస్తే మాత్రం భూదేవి నా తల్లి అని చెపుతాను'.

'జన్మ వివరం పూర్తిగా అనవసరం. ఈ కర్మభూమిలోకి ప్రవేశానికి మాత్రమే అది. కర్మ మాత్రమే ముఖ్యం. నీ కర్మ దైవికం.'

సీత నవ్వింది. తనను ప్రతిసారి సంభ్రమానికి, ఆశ్చర్యానికి గురిచేసే తన భర్త సామర్థ్యం ఆమెకు ఆనందం కలగచేసింది. *మహర్షి విశ్వామిత్రుడు ఇతనిలో ఏమి చూసాడో నాకిప్పుడు తెలుస్తోంది. ఇతను ప్రత్యేక వ్యక్తి....*

రాముడు మాట్లాడబోతుండగా సేవకురాలు ఉప్పు పట్టుకుని వచ్చింది.

అతను తన ఆహారానికి కొంత ఉప్పు కలుపుకుని భుజించడం కొనసాగించాడు. సేవకురాలు గది నుంచి నిష్క్రమించింది.

'మీరేదో చెప్పబోయారు', అంది సీత.

'అవును. నేనే మనుకుంటున్నానంటే...'

తిరిగి అతని మాటకు అంతరాయం ఏర్పడింది. ద్వారపాలకుడు బిగ్గరగా 'మలయపుత్రుల నాయకుడు, సప్తరుషి ఉత్తరాధికారి, విష్ణువ్యవస్థ సంరక్షకుడు, మహర్షి విశ్వామిత్రులు' అని ప్రకటించాడు.

సీతకు ఆశ్చర్యం కలిగింది. ఆచార్యులు ఇక్కడెందుకున్నారు?

రాముడి వైపు చూసింది. అతను భుజాలెగరేసాడు. ఇప్పుడు ఈ రాక దేనికోసమో అతనికి తెలియదు. అరిష్టనేమి వెంటరాగా విశ్వామిత్రుడు గదిలోకి ప్రవేశించాడు. సీతారాములు లేచి నిలబడ్డారు. సీత సేవకురాలికి చేతులు కడుక్కునే గిన్నెలు తెమ్మని సైగ చేసింది.

పలకరింపుల అవసరం లేదన్నట్లుగా విశ్వామిత్రుడు 'మనకొక సమస్య వచ్చింది', అన్నాడు.

సీత మనసులోనే తిట్టుకుంది. రావణుడు....

'ఏమయింది, ఆచార్యా?' అడిగాడు రాముడు.

'రావణుడు దాడి చేయడానికి సమాయత్తమవుతున్నాడు'.

'కాని అతనికి సైన్యంలేదు. పదివేలమంది అంగరక్షకులతో తానేమి చేయబోతున్నాడు? మిథిలలాంటి నగరాన్ని కూడా అంతకొద్దిమంది అంగరక్షకు లతో అతను స్వాధీనం చేసుకోలేడు. అతను సాధించగలిగేదల్లా యుద్ధంలో తన మనుషుల్ని కోల్పోవడమే', అన్నాడు రాముడు.

'రావణుడు తార్కికంగా ఆలోచించే మనిషి కాదు. అతని అహం దెబ్బ తింది. అతను అంగరక్షకులను కోల్పోతాడేమో కాని మిథిలను మాత్రం అతలా కుతలం చేస్తాడు'.

రాముడు తన భార్య వంక చూశాడు.

సీత అసహనంగా తల ఊపి, విశ్వామిత్రుడితో 'రుద్రదేవా! ఆ రాక్షసుడిని అసలు స్వయంవరానికి ఎవరు ఆహ్వానించారు. మా తండ్రిగారు ఆహ్వానించలేదని నాకు తెలుసు', అంది.

విశ్వామిత్రుడు దీర్ఘంగా శ్వాస తీసుకున్నాడు. ఆయన కళ్ళు తీక్షణత తగ్గి, సౌమ్యంగా అయ్యాయి. 'అది గతజలం సీతా. ఇప్పుడు మనం ఏమి చేయబోతున్నామనేది ప్రశ్న'.

'మీ ప్రణాళిక ఏమిటి, ఆచార్యా!' అడిగాడు రాముడు.

'గంగానది వద్ద ఉన్న నా ఆశ్రమం ప్రాంతంలో భూగర్భం నుంచి తవ్వి తీసిన ఒక ముఖ్య పదార్థం నా దగ్గర ఉంది. అగస్త్యకూటంలో ఈ పదార్థంతో కొన్ని శాస్త్ర ప్రయోగాలు నిర్వహించాల్సి ఉంది. అందుకే నేను నా ఆశ్రమానికి వెళ్ళింది'.

'శాస్త్ర ప్రయోగాలా?', అడిగాడు రాముడు.

'అవును దైవీఅస్త్రాలతో ప్రయోగాలు'.

సీత వేగంగా శ్వాస తీసుకుంది. దైవీ అస్త్రాలు ఎంత శక్తిమంతమయినవో, భయంకరమయినవో సీతకు తెలుసు.

'ఆచార్యా, మనం దైవీఅస్త్రాలు ప్రయోగించాలని అంటున్నారా?' అంది సీత.

విశ్వామిత్రుడు అవునన్నట్లుగా తల ఊపాడు. 'కాని అవి మిథిలను కూడా నాశనం చేస్తాయి', అన్నాడు రాముడు.

'లేదు. అలా జరగదు. ఇది సంప్రదాయ దైవీఅస్త్రం కాదు. నా దగ్గరున్నది అసురాస్త్రం.

'అది జీవ రసాయన ఆయుధం కదా?' అన్నాడు రాముడు ఇబ్బందిగా.

'అవును. అసురాస్త్రం నుంచి అధిక పీడన తరంగాలుగా వెలువడే విషవాయువు లంక వాసులను రోజుల తరబడి స్తంభింపచేస్తుంది. ఆ స్థితిలో ఉన్నపుడు, వాళ్ళను బందీలుగా పట్టుకుంటే, సమస్య పరిష్కారమవుతుంది'.

'స్తంభింపజేయడమేనా, ఆచార్యా? ఎక్కువ పరిమాణంలో వాడితే అసురాస్త్రం మరణ కారకమని విన్నాను', అన్నాడు రాముడు.

కేవలం ఒక మనిషి మాత్రమే ఈ విషయాన్ని రాముడికి బోధించగలడు. అతడే శత్రువుగా మారిన మిత్రుడు వశిష్ఠుడు. మలయపుత్రుల ముఖ్యుడికి వెంటనే చిరాకు వచ్చింది. 'నీ దగ్గరేమైన మెరుగైన పరిష్కార మార్గాలున్నాయా?'

రాముడు మౌనంగా ఉండిపోయాడు.

సీత రాముడి వంక చూసి, విశ్వామిత్రుడివైపు దృష్టి తిప్పింది. ఆచార్యులు ఏం చేయాలనుకుంటున్నారో కచ్చితంగా నాకు తెలుసు.

'కాని రుద్రదేవుడి నియమం సంగతేమిటి?' అడిగింది సీత కొంచెం ఉద్రేకంగా.

ఇంతకుముందటి మహాదేవుడైన రుద్రదేవుడు చాలా వందల సంవత్సరాల క్రితమే, అనుమతి లేకుండా దైవీఅస్త్రాలను ఉపయోగించడాన్ని నిషేధించాడు. ఈ నిషేధాన్ని అతిక్రమించిన వారికి పద్నాలుగేళ్ళ బహిష్కరణ శిక్ష ఉంటుందని కూడా ఆయన నియమం పెట్టాడు. రెండోసారి అతిక్రమణ జరిగితే మరణశిక్ష.

మహాదేవుడి నియమాలను అమలుపర్చాల్సిన విధి వాయుపుత్రులకు ఉంది.

'ఆ నియమం అసురాస్త్రానికి వర్తించుతుందని నేననుకోను. ఇది సామూహిక హనన ఆయుధం కాదు. కేవలం సామూహిక స్తంభన ఆయుధం మాత్రమే', అన్నాడు విశ్వామిత్రుడు.

సీత కళ్ళు చికిలించింది. ఆమె ఈ వాదనతో ఏకీభవించలేదనేది స్పష్టం. 'నేను అంగీకరించలేను. దైవీఅస్త్రం, దైవీఅస్త్రమే. రుద్రదేవుడి మనుషులైన వాయుపుత్రుల అనుమతి లేకుండా మనం ఆ ఆయుధం ఉపయోగించలేం. నేను రుద్రదేవుడి భక్తురాలిని. ఆయన నియమాన్ని నేను ఉల్లంఘించను', అంది సీత.

'మరైతే లొంగిపోతావా?'

'ఎందుకు లొంగిపోతాను? వాళ్ళతో యుద్ధం చేస్తాం!'

విశ్వామిత్రుడు హేళనగా నవ్వాడు. 'యుద్ధమా? దయచేసి నాకొక సంగతి చెప్పు. రావణుడి భటులతో ఎవరు యుద్ధం చేసేది? మిథిలలో ఉన్న అర్భకులైన జ్ఞానులా? వారి యుద్ధ వ్యూహమేమిటి? రావణుడి సేన చచ్చేవరకూ చర్చించి, వాదించడమా?'

'మాకు మా రక్షకదళ విభాగం ఉంది', అంది సీత. తన దళం పట్ల ఆయన చిన్న చూపుకు చిరాకుపడుతూ.

'రావణుడి సేనతో యుద్ధం చేయగలిగే శిక్షణగాని, ఆయుధాలు గాని వారికి లేవు'.

'మనం రావణుడి సేనతో యుద్ధం చేయడం లేదు. కేవలం అతని అంగరక్షక దళంతో మాత్రమే తలపడుతున్నాం. వారికి మా రక్షక దళం చాలు'.

'వాళ్ళు సరిపోరు. ఆ సంగతి నీకు కూడా తెలుసు'.

'మనం దైవీఅస్త్రాలను వాడటం లేదు, ఆచార్యా', అంది సీత ముఖం కఠినంగా చేసుకుంటూ.

రాముడు కల్పించుకుంటూ, 'కేవలం సమీచి దళం మాత్రమే కాదు, లక్ష్మణుడు, నేను ఉన్నాం. మలయపుత్రులు ఉన్నారు. మనం కోట లోపల ఉన్నాం. మనకు రెండు కోటగోడల రక్షణ వుంది. నగరాన్ని చుట్టి సరసు ఉంది. మిథిలను సంరక్షించుకోగలం. మనం పోరాడగలం', అన్నాడు.

విశ్వామిత్రుడు రాముడివంక హేళనగా చూస్తూ 'ఇదంతా తెలివితక్కువ తనం. వాళ్ల భటుల సంఖ్య చాలా ఎక్కువగా ఉంది. ఇంక జంటగోడల రక్షణ వ్యవస్థ గురించి... అది తెలివిగానే కనబడుతుంది. కాని రావణుడంతటి యోధుడికి ఆ అవాంతరాన్ని గట్టెక్కే వ్యూహం పన్నడానికి ఎంతసేపు పడుతుం దనుకుంటున్నావు?'

'మనం దైవీఅస్త్రాలను ఉపయోగించడంలేదు, ఆచార్యా', అంది సీత స్వరం పెంచుతూ. 'ఇప్పుడు మీరు నాకు అనుమతిస్తే, నేను యుద్ధ సన్నాహాలు చేసుకోవాలి'.

— ౯౫ —

'సమీచి ఎక్కడ?' అడిగింది సీత, తన కార్యాలయంలో సమీచి లేకపోవడంతో ఆశ్చర్యపోయిందామె.

సూర్యాస్తమయం అయింది. రావణుడి నుంచి జరగబోతున్న దాడిని ఎదుర్కోవడానికి సీత తన రక్షకభటదళాన్ని సమాయత్తం చేస్తోంది. ఆ రాక్షస రాజు యుద్ధ నియమాలు పాటించుతాడనే నమ్మకం సీతకు ఏమాత్రం లేదు. బహుశా ఈ రాత్రికి అతను దాడి చేయవచ్చు. ఇప్పుడు సమయమే చాలా కీలకమైన అంశం.

ఒక రక్షకభట అధికారి 'దేవీ, ఆమె ఎక్కడికి వెళ్ళారో మాకు తెలియదు. మీ వివాహం పూర్తి కాగానే ఆమె వెళ్ళింది', అన్నాడు.

'ఆమె ఎక్కడ ఉందో చూడండి. ఆమెను కోట గోడల దగ్గరకు రమ్మని చెప్పండి. తేనెటీగల గృహసముదాయానికి'.

'అలాగే దేవీ'.

'ఇప్పుడే', ఆజ్ఞాపించింది సీత, చేతితో చప్పట్లు కొడుతూ. ఆ అధికారి వేగంగా అక్కడి నుంచి వెళ్ళగానే, ఆమె మిగిలిన భటులవైపు తిరిగింది. 'నగరంలో ఉన్న అధికారులందరినీ సమీకరించండి. అందరినీ తేనెటీగల గృహసముదాయం వద్ద కోట లోపలి గోడ వద్దకు తీసుకురండి'.

ఆ పనిపై రక్షకభటులందరూ వెళ్ళగానే సీత తన కార్యాలయం నుంచి, మిథిల రక్షకభటదళంలోచేరి తనకు అంగరక్షకులుగా వున్న మలయపుత్రులను కలవడానికి వెళ్ళింది.. తమ మాటలు ఎవరూ వినలేరని నిర్ధారించుకుని, తనకు నమ్మకస్తుడైన మకరాంతుడితో 'నాయకుడు జటాయువు ఎక్కడ ఉన్నారో చూడండి', మీరందరూ కోటలోపలిగోడకు తూర్పు వైపున ఉన్న రహస్య సొరంగాన్ని సంరక్షించాలని ఆయనకు చెప్పండి. అదెక్కడ వుందో ఆయనకు తెలుసు. వీలయితే ఆ సొరంగాన్ని కూల్చేయడానికి మార్గం చూడండి!'

'దేవీ, రావణుడు...'

'అవును. అదే అనుకుంటున్నాను. ఆ సొరంగాన్ని మూసేయండి. మరో గంటలో ఆ పని పూర్తి కావాలి'.

'అలాగే, దేవీ'.

'నేనా పని చేయలేను'. బుసకొట్టింది సమీచి, ఎవరూ దగ్గరలో లేరని నిర్ధారించుకుంటూ.

ఎప్పుడూ చక్కగా ముస్తాబయి ఉండే అకంపనుడు చింపిరి చింపిరిగా ఉన్నాడు. అతని దుస్తులు, ఖరీదువే అయినా, ముడతలు పడిపోయి ఉన్నాయి. అతని వేళ్ళకు ఉండాల్సిన ఉంగరాలు కొన్ని లేవు. కత్తి కూడా ఒరలో సరిగా లేదు. రక్తంతో తడిసిన కత్తి మొన కొంత భాగం బయటకు

కనబడుతోంది. సమీచి నిర్ఘాంతపోయింది. ఈ అకంపనుడు తనెరిగిన వ్యక్తి కాదు. ఇతను పూర్తిగా ఉన్మాదిలా, ఆవేశపూరితంగా ఉన్నాడు.

'ఆజ్ఞాపించినట్లుగా నువ్వు చేయాలి', అన్నాడు మృదువుగా గరగర మంటున్న స్వరంతో.

సమీచి కోపంగా నేలవైపు చూస్తోంది. ఆమెకు ప్రత్యామ్నాయం లేదని తెలుసు. చాలా సంవత్సరాలక్రితం జరిగిన ఆ సంఘటనవల్ల...

'రాకుమారి సీత గాయపడకూడదు'.

'నువ్వు షరతులు విధించే స్థాయిలో లేవు'.

'రాకుమారి సీత గాయపడకూడదు. అలా అని నాకు వాగ్దానం చేయి', విసురుగా గుర్రుమంది సమీచి.

అకంపనుడు పిడికిలి బిగించిపట్టాడు. అతని కోపం తారాస్థాయికి చేరుతోంది.

'నాకు వాగ్దానం చేయి!'

అతనికి కోపం వస్తున్నా, వాళ్ళ ప్రయత్నం సఫలీకృతం కావాలంటే సమీచి సహకారం అవసరం. అతను అంగీకారంగా తల ఊపాడు.

సమీచి వెను తిరిగి, త్వరగా వెళ్ళిపోయింది.

23వ అధ్యాయం

రాత్రి బాగా పొద్దుపోయింది; నాలుగో ప్రహరలో నాలుగో గంట గడుస్తోంది. రాముడు, సీత తేనెటీగల గృహసముదాయంపైన, కోట లోపలి గోడ చెంత ఉన్నారు. వారితో లక్ష్మణుడు, సమీచి కలిశారు. ముందు జాగ్రత్త చర్యగా మొత్తం ఆ గృహసముదాయాన్ని ఖాళీ చేయించారు. కందకం సరస్సును దాటించే బల్లకట్టును ధ్వంసం చేసేశారు.

మిథిలలో రక్షకభటులు, స్త్రీ పురుషులందరూ కలిసి, నాలుగువేల మంది ఉన్నారు. లక్షమంది ప్రజలున్న చిన్న రాజ్యానికి ఆ వ్యవస్థ సరిపోతుంది. కాని లంక భటులతో పోల్చుకుంటే వీళ్ళలో ప్రతి ఇద్దరికీ, వాళ్ళు ఐదుగురు ఉన్నారు. రావణుడి అంగరక్షకుల దాడిని ఈ రక్షకభటులు తిప్పి కొట్టగలుగుతారా?

సీత నమ్మకం వాళ్ళు తిప్పి కొట్టగలరనే. దారులన్నీ మూసుకుపోయిన జంతువు భయంకరంగా పోరాడుతుంది. మిథిల భటులు ఆక్రమణకోసమో, అహంకోసమో, ఆర్థిక పరిపుష్టికోసమో పోరాడడం లేదు. వాళ్లు పోరాడేది వాళ్ళ ప్రాణాలకోసం. తమ నగరాన్ని వినాశనం నుంచి కాపాడుకోవడం కోసం. బహిరంగ ప్రదేశంలో జరిగే సంప్రదాయ యుద్ధం కాదిది. మిథిల వారు జంట రక్షణ కుడ్యాల వెనుక ఉన్నారు. గత కొంతకాలంలో వేరే దేశాల కోటలలో కూడా ఈ వినూత్న విధానాన్ని అనుసరిస్తున్నారు. ఇటువంటి రక్షణ వ్యవస్థ పై దాడి జరపడానికి లంక సేనానాయకులకు అనుభవం కాని, వ్యూహం కాని లేకపోవచ్చు. ఈ వ్యవస్థను పరిగణనలోకి తీసుకుంటే, భటులు తక్కువ సంఖ్యలో ఉన్నారనేది పెద్ద ప్రతికూలత కాకపోవచ్చు.

రాముడు, సీత కోట బయటిగోడకు రక్షణ కల్పించాలనే విషయాన్ని వదిలేశారు. వాళ్ళు రావణుడు, అతని సైనికులు కోట బయటి గోడ దాటి వచ్చి, లోపలి గోడపై దాడి జరపాలని ఆశిస్తున్నారు. అప్పుడు లంక

సైనికులు రెండు గోడల మధ్య ఇరుక్కుపోయి, మిథిలవారి బాణాలకు బలయిపోతారనేది వారి ఆలోచన. ఎదిరి పక్షం నుంచి కూడా శరపరంపర ఉంటుందని వారు ఊహిస్తు న్నారు. అందుచేత భటులందరినీ వారి కొయ్య రక్షణ ఫలకాలను తెచ్చుకొమ్మని హెచ్చరించారు. ఈ రక్షణ ఫలకాలను మిథిలలో జనాన్ని అదుపులో పెట్టే సమయంలో రక్షకభటులు ఉపయోగిస్తారు. శత్రువుల బాణాల నుంచి తప్పించు కునే కొన్ని ఉపాయాలు లక్ష్మణుడు త్వరగా వారికి నేర్పాడు.

'మలయపుత్రులెక్కడ?' లక్ష్మణుడు అడిగాడు.

సీత చుట్టూ కలయజూసింది కాని సమాధానం చెప్పలేదు. మలయ పుత్రులు తనను వదిలివేయరని ఆమెకు తెలుసు. నయాన్నో, భయాన్నో, లంక వారిని వెనక్కు పంపించే చివరి నిమిషం ప్రయత్నాల్లో వారు ఉండి వుంటారని ఆమె ఆశిస్తోంది.

రాముడు లక్ష్మణుడితో 'నేననుకోవడం మనం ఇంతవరకేనని', అన్నాడు గుసగుసగా.

లక్ష్మణుడు తల అడ్డంగా ఊపి, 'పిరికిపందలు', అంటూ ఉమ్మేశాడు.

సీత ఏమీ స్పందించలేదు. గత కొద్దిరోజుల్లోనే లక్ష్మణుడు దుడుకు స్వభావి అని గ్రహించింది ఆమె. జరగబోయే యుద్ధంలో ఆమెకు ఆ దుడుకుతనం అవసరం ఎంతైనా ఉంది.

'చూడండి', అంది సమీచి. సీత, లక్ష్మణుడు సమీచి చూపిస్తున్న వైపు తిరిగారు.

సరస్సు ఆవలివైపున కాగడాలు వరుస తీరి ఉన్నాయి. రావణుడి అంగరక్షకులు ఆ సాయంత్రమంతా నిర్విరామంగా పనిచేసి, అడవిలో వున్న చెట్లను కొట్టివేసి సరస్సు దాటడానికి వరుస తెప్పలు తయారుచేశారు.

వారు గమనిస్తుండగానే వాళ్ళు ఆ తెప్పలను సరస్సులోకి జారవిడుస్తున్నారు. మిథిలపై దాడికి సన్నాహం మొదలయింది.

'ఇదే సమయం', అంది సీత.

'అవును. వాళ్ళు మన బయటగోడను చేరడానికి మరో అరగంట పట్టవచ్చు' అన్నాడు రాముడు.

— ౮౦ —

ఆ రాత్రి వేళ శంఖనాదాలు వినవస్తున్నాయి. అప్పటికవి లంకవారి సంకేతాలని వారికి తెలుసు. కాగడాల వెలుగులో పెద్ద పెద్ద నిచ్చెనలు కోటగోడకు వేయడం కనిపిస్తోంది.

'వాళ్ళు వచ్చేసారు', అన్నాడు రాముడు.

సీత తన వార్తాహరుడి వైపు తిరిగి తల ఊపింది.

మిథిల సైనికులకు సందేశాలు సత్వరం అందుతున్నాయి. రావణుడి విలుకాండ్ర నుంచి శరపరంపర వచ్చి పడుతుందని సీత ఊహిస్తోంది. లంక విలుకాళ్ళు తమ సైన్యం కోట బయట ఉన్నంతసేపే బాణాలు వేస్తారు. ఒకసారి లంక సైనికులు కోటగోడ దాటాక బాణాలు ఆగిపోతాయి. తమ సైన్యానికి కూడా బాణాలు తగిలే అవకాశం ఉండటమే దీనికి కారణం.

బాణాలు విడిచినట్లుగా శబ్దం వినవచ్చింది.

'రక్షణ ఫలకాలు!' అరిచింది సీత.

రాబోయే బాణాల నుంచి రక్షణ కోసం మిథిల సైనికులు రక్షణ ఫలకాలను లేపి పట్టుకున్నారు.

సీత అంతఃప్రేరణకు ఏదో అసహజంగా అనిపించింది. *ఆ శబ్దం అసహజంగా ఉంది. వేలాది బాణాలను వదిలినప్పటికీ, ఆ శబ్దం ఉండాల్సిన స్థాయి కంటే ఎక్కువగా ఉంది. విల్లులతో వదిలింది బాణాలకంటే పెద్దవేవో.*

తన రక్షణ ఫలకం అడ్డుగా పెట్టుకుని రాముడివైపు చూసింది. ఇదే రకమైన ఆలోచనలో అతనున్నట్లుగా ఆమెకు తోచింది.

వారి అంతఃప్రేరణ హెచ్చరిక నిజమే అయింది. పెద్ద అస్త్రాలు దూసుకువచ్చి మిథిల సేనపై పడ్డాయి. రక్షణ ఫలకాలు ఛిద్రమైపోతున్న శబ్దాలు, ఆర్తనాదాలు వినబడుతున్నాయి. మిథిల సైన్యంలో చాలామంది క్షణాల్లోనే హతమైపోయారు.

'ఏమిటవి?', అరిచాడు లక్ష్మణుడు, తన రక్షణ ఫలకం వెనుకనుంచి.

రాముడి రక్షణ ఫలకంలోకి అస్త్రం వెన్నలోకి కత్తి దిగినట్లు దిగడం, ఆ ఫలకం రెండుగా చీలిపోవడం సీత చూసింది. వెంట్రుక వాసిలో రాముడు అస్త్రాన్నుంచి తప్పించుకున్నాడు.

ఈటెలు!

వాళ్ళ కొయ్యపలకలు బాణాల నుంచి రక్షించగలుగుతాయి కాని పెద్ద పెద్ద ఈటెల నుంచి కాదు.

'ఇంతదూరం వరకు *ఈటెలను* ఎలా విసరగలుగుతున్నారు? !'

మొదటి దాడి ముగిసింది. రెండోదాడి జరిగేలోపు కొద్దిక్షణాల వ్యవధి మాత్రమే ఉంటుందని సీతకు తెలుసు. ఆమె తన రక్షణ పలకను కిందకు దింపి చుట్టూ చూసింది. రాముడు కూడా అదే పని చేస్తున్నాడు.

రాముడు 'రుద్రదేవా, దయచూపించు…' అనడం సీత వింది.

జరిగిన విధ్వంసం తీవ్రంగా ఉంది. మిథిల భటులలో నాలుగోవంతు మంది చనిపోవడమో, తీవ్రంగా గాయపడడమో జరిగింది. ఈటెలు రక్షణ ఫలకాలను చీల్చుకుని శరీరాల్లో దిగబడి వున్నాయి.

రాముడు సీత వంక చూస్తూ 'ఏ క్షణమైనా మళ్ళీ దాడి జరుగుతుంది. అందరూ ఇళ్ళలోకి పదండి!' అన్నాడు.

'ఇళ్ళలోకి!' అరిచింది సీత.

'ఇళ్ళలోకి!' అరిచారు అరిచారు సైనికాధికారులు. అందరూ తలుపులు పైకి తెరిచి ఇళ్ళలోకి దూకారు. ఇది గందరగోళంగా జరిగిన ఉపసంహరణే కాని, సత్వరం జరిగిపోయింది. కొద్ది నిమిషాల్లోనే బతికి ఉన్న సైనికులందరూ ఇళ్ళలోకి చేరిపోయారు. ద్వారాలు మూసుకుంటుండగా మళ్ళీ ఈటెలు వచ్చి పడ్డాయి. చెదురుగా కొద్దిమంది మిగిలిపోయిన వారు ఈ దాడిలో చనిపోయారు తప్ప మిగిలిన అందరూ ప్రస్తుతానికి క్షేమంగా ఉన్నారు.

వాళ్ళు ఒక ఇంటిలో సురక్షితంగా చేరగానే రాముడు సీతను ఒక పక్కకు తీసుకెళ్ళాడు. లక్ష్మణుడు, సమీచి కూడా వారిని అనుసరించారు. సమీచి ముఖం పాలిపోయి, ఆమె ఆందోళనగా ఉంది. తన రాకుమారి వెనుక నిలబడి నిస్సహాయంగా నుదురు రుద్దుకుంటోంది.

సీత బుసలు కొడుతున్నట్లు శ్వాస తీసుకుంటోంది. ఆమె కళ్ళు అన్నివైపుల నుంచి బంధించిన ఆడపులి కళ్ళలా ఉన్నాయి. ఆమె శరీరంలోని ప్రతి అణువూ ఆగ్రహాన్ని వెదజల్లుతోంది.

'ఇప్పుడేం చేద్దాం? రావణుడి సైనికులు బయటిగోడ ఎక్కుతూ ఉంటారు. త్వరలోనే ఇక్కడకు చేరుకుంటారు. వాళ్ళను ఆపటం కష్టం', అన్నాడు రాముడు.

సీతకు ఏమీతోయడం లేదు. ఆమెను నిస్సహాయత ఆవరించింది. ఆగ్రహం కూడా.

'సీతా?' అన్నాడు రాముడు ఆలోచించమన్నట్లుగా.

సీత కళ్ళు ఒక్కసారిగా పెద్దవయ్యాయి. 'కిటికీలు!' అందామె.

'ఏమిటి?' అంది సమీచి, తన ప్రధానమంత్రి వైపు ఆశ్చర్యంగా చూస్తూ.

సీత వెంటనే తన అధికారులను సమావేశపరిచింది. కోటలోపలి గోడకు ఆనుకుని ఉన్న ఇళ్ళలో కిటికీలకు బిగించిన కొయ్య పలకలను తీసేయమని ఆజ్ఞాపించింది.

ఆ కిటికీలు రెండు కోటగోడల మధ్య ఉన్న ప్రదేశం వైపుకు తెరుచుకుంటాయి. సీతకు తనకు కావాల్సిన అనుకూల ప్రదేశం దొరికింది. ఇక్కడినుంచి కోట బయటిగోడ దాటి వస్తున్న లంక సైనికులపై బాణాలు వేయవచ్చు.

'అద్భుతం'! అరిచాడు లక్ష్మణుడు. అతను వెంటనే ఒక మూసి ఉన్న కిటికీని చేరి పిడికిలి బిగించి గుద్దాడు. ఒక్క గుద్దుతో కిటికీని మూసి వుంచిన కొయ్య పలకను ఛిద్రం చేశాడు.

గృహసముదాయంలో ఈ విభాగంలో ఉన్న ఇళ్ళన్నీ లోపలివైపున వసారాలతో కలిపి ఉన్నాయి. సందేశం శీఘ్రంగా అన్ని ఇళ్ళలోకి చేరింది. క్షణాల్లోనే మిథిల భటులు కిటికీల పలకలు విరగ్గొట్టి శరవర్షం కురిపిస్తున్నారు. రెండు గోడల మధ్య లంకవారు ఇరుక్కుపోయి ఉన్నారు. వారు ప్రతిఘటన ఉంటుందని ఊహించలేదు. అజాగ్రత్తగా దొరికిపోవడంతో బాణాలు వారి శ్రేణులను ఛేదించు కుంటూ పోయినాయి. లంక సైన్యానికి భారీగా నష్టం కలిగింది.

మిథిల సైనికులు నిర్విరామంగా బాణాలు వేసి చాలామంది లంక సైనికులను చంపారు. దాడి చేస్తున్న వారు ముందుకు రాలేకపోతున్నారు. అకస్మాత్తుగా శంఖనాదం వినిపించింది. ఈసారి ఆ నాదం భిన్నంగా ఉంది. లంక సైనికులు వెనుదిరిగి పరిగెడుతున్నారు. వచ్చినంత వేగంగాను, ఉపసంహరణ జరిగింది.

మిథిల సైన్యం ఆనందోత్సాహాలతో అరుస్తున్నారు. మొదటి దాడిని వారు విజయవంతంగా తిప్పికొట్టారు.

—ॐ—

సూర్యోదయమవుతున్నవేళ రాముడు, సీత, లక్ష్మణుడు తేనెటీగల గృహ సముదాయం పైకప్పు పై నిలబడి ఉన్నారు. సూర్యుడి లేత కిరణాలు లంక సైనికుల ఈటెలు మిగిల్చిన విధ్వంసంపై పడుతున్నాయి. జరిగిన ప్రాణనష్టం హృదయాన్ని పిండేసేలా ఉంది.

ఛిద్రమైన శరీరాలతో తన చుట్టూ పడి వున్న మిథిల సైనికుల మృతదేహాలను చూస్తోంది సీత. కొన్ని దేహాలకు మొండెం నుంచి తలలు వేలాడు తున్నాయి. కొన్ని దేహాలకు పేగులు బయటకొచ్చి ఉన్నాయి. చాలా దేహాలకు ఈటెలు గుచ్చుకుని ఉన్నాయి. అవన్నీ రక్తస్రావంతో చనిపోయిన వారి దేహాలు.

'కనీసం నా సైనికులు ఒక వేయి మంది...'

'మనం కూడా వారికి బాగానే నష్టం కలిగించాం వదినా. రెండు కోట గోడలకు మధ్య కనీసం ఒక వేయి మంది లంక సైనికులు పడి ఉన్నారు', అన్నాడు లక్ష్మణుడు.

నీళ్ళు నిండిన కళ్ళతో సీత లక్ష్మణుడి వంక చూసింది. 'అవును. కాని వాళ్ళకి ఇంకా తొమ్మిది వేల మంది ఉన్నారు. మనకు మూడువేల మంది మాత్రమే ఉన్నారు!'

సరస్సు ఆవలి వైపునున్న లంక శిబిరాన్ని రాముడు పరిశీలిస్తున్నాడు. రాముడు చూస్తున్న దిశగా సీత కూడా చూసింది. గాయపడినవారికి చికిత్స చేయడానికి వైద్యశిబిరాలు ఏర్పాటు చేశారు. కాని చాలామంది లంక సైనికులు చెట్లను పడగొడుతూ, అటవీ ప్రాంతాన్ని చదును చేస్తూ ఊపిరి సలుపకుండా పనిచేస్తున్నారు. ఇదంతా చూస్తుంటే వారు లంకకు వెళ్ళే ఉద్దేశంలో లేరని స్పష్టమవుతోంది.

'మళ్ళీ దాడి చేసేటప్పటికి వాళ్ళు ఇంకా బాగా సమాయత్తమవుతారు. వాళ్ళు లోపలివైపు గోడ దాటగలిగితే అంతా అయిపోయినట్లే', అన్నాడు రాముడు. సీత రాముడి భుజంపై చేయి వేసి, కిందకు చూస్తూ నిట్టూర్చింది. ఆ స్పర్శ నుంచే ఆమెకు శక్తి అందుతున్నట్లుంది. ఆమెకు ఇప్పుడు తను ఆధారపడతగ్గ మిత్రుడు ఉన్నట్లుంది.

ఆమె వెనక్కు తిరిగి తన నగరంవైపు చూసింది. ఆమె కళ్ళు తేనేటీగల గృహ సముదాయం తోటకు ఆవలివైపునున్న రుద్రదేవుడి పెద్ద ఆలయం శిఖరంపై నిలిచాయి. ఆమె కళ్ళు ధృఢనిశ్చయంతో వెలుగుతున్నాయి. సంకల్పం ఆమె రక్తనాళాలను ఉక్కుద్రావణంతో నింపుతోంది.

'ఇది ఇక్కడితో ముగిసిపోలేదు.నాతోకలిసి పోరాడమని పౌరులను పిలుస్తాను. నా ప్రజలందరూ వంటింటి కత్తులు పట్టుకుని నిలబడినా రావణుడి సేనకంటే పదింతలు ఉంటారు. వాళ్ళను మనం ఎదుర్కోవచ్చు'.

తన చేతి కింద రాముడి భుజం కండరాలు బిగుసుకోవడం సీతకు తెలుస్తోంది. ఆమె అతని కళ్ళలోకి చూసింది. ఆమెకు ఆ కళ్ళలో నమ్మకం, ధైర్యం కనపడినాయి.

అతను నన్ను నమ్ముతున్నాడు. ఈ వ్యవహారాన్ని నేను నడిపించగలననే విశ్వాసం అతనికుంది. దీన్ని నేను విజయవంతంగా నడిపిస్తాను.

ఏదో నిర్ణయానికి వచ్చినట్లుగా సీత తల ఊపింది. కొంతమంది సైన్యాధికారులను తనతో రమ్మని సైగచేస్తూ అక్కడినుంచి వడిగా వెళ్ళింది.

ఆమె వేగాన్ని అందుకుంటూ, రామలక్ష్మణులు ఆమెను అనుసరించారు. ఆమె వెనుతిరిగి 'మీరు దయచేసి ఇక్కడే ఉండండి. యుద్ధం గురించి బాగా తెలిసి, నేను నమ్మగలిగిన వారు ఇక్కడెవరైనా ఉండాలి. లంక వాళ్ళు తిరిగి దాడిచేస్తే, అందుకు మన భటులను సమాయత్తం చేయాలి', అంది.

లక్ష్మణుడు ఆమెతో ఏదో వాదించబోయాడు. కాని రాముడు సైగ చేయడంతో మిన్నకుండిపోయాడు.

'మేము ఇక్కడే ఉంటాం, సీతా. మేము ఇక్కడ నిలబడినంతవరకూ నగరంలోకి లంక వాళ్ళు రాలేరు. వేరేవాళ్ళను త్వరగా సమీకరించు', అన్నాడు రాముడు.

సీత నవ్వి రాముడి చేయి తాకింది.

తర్వాత ఆమె వెనుతిరిగి పరుగెత్తింది.

— ౫౬ —

రెండో ప్రహరలో మూడోగంట ముగియబోతోంది. మధ్యాహ్నానికి మూడుగంటల ముందు సమయం. ఆకాశం నిర్మలంగా ఉండి నగరమంతా సూర్యకాంతి వ్యాపించి వుంది. కాని ఈ కాంతి నగర పౌరులకు ఎక్కువ జ్ఞానాన్ని మాత్రం ఇవ్వలేకపోతుంది. వేయిమంది ధైర్యవంతులైన మిథిల రక్షకభటుల మరణంగాని, తేనెటీగల గృహసముదాయం వద్ద జరిగిన యుద్ధం మిగిల్చిన విధ్వంసం కాని మిథిలవాసులను కదిలించలేకపోయాయి. తక్కువ ఆయుధాలతో, తక్కువ సంఖ్యాబలంతో, ప్రధానమంత్రి సీత నాయకత్వంలో లంక సైనికులతో మిథిల రక్షణ దళం వీరోచితంగా పోరాడుతున్న కథలు వారికి స్ఫూర్తినివ్వలేకపోయాయి. నిజానికి లొంగిపోవడం, సంధి చేసుకొనడం, చర్చలు జరపడం వంటి సంభాషణలు జరుగుతున్నాయి.

లంక సైనికులతో జరుగుతున్న యుద్ధంలో పౌరసేనను భాగస్వామి చేయాలనే తలంపుతో సీత స్థానిక నాయకులను విపణివీధిలో సమావేశపరచింది. ఈ సమావేశం కొన్నిగంటల ముందు జరిగింది. మాతృదేశం కోసం ధనవంతులు తమ ప్రాణాలను కాని, సంపదను కాని ప్రమాదంలో పెట్టడానికి సుముఖంగా లేకపోవడం అంత ఆశ్చర్యకరం కాకపోయినప్పటికీ, మొదట సునయన, తరువాత సీత అమలు జరిపిన సంస్కరణవల్ల లబ్ధి పొందిన పేద వారు కూడా తమ దేశ సంరక్షణకు ముందుకు రాకపోవడం ఆశ్చర్యకరంగా ఉంది.

వారి పిరికితనాన్ని నైతికతతో కప్పి పుచ్చుకుంటూ, మిథిల వాసులు వినిపిస్తున్న వివిధ వాదనలు వింటుంటే కోపంతో సీతకు రక్తనాళాలు చిట్లిపోతాయనిపించింది.

'మన ఆలోచనలు ఆచరణ యోగ్యంగా ఉండాలి...'

'మేము పేదరికంలోంచి బయటపడి, డబ్బు సంపాదించుకుంది, మా పిల్లలకు మంచి విద్య అందించగలుగుతుంది, స్థిరాస్తులు సంపాదించుకుంది, ఇదంతా చేసింది ఒక యుద్ధంలో పోగొట్టుకోవడానికా...'

'నిజం మాట్లాడాలంటే హింస అనేది ఏ సమస్యనైనా, ఎప్పుడైనా పరిష్కరించిందా? మనం ప్రేమను పెంచాలి, యుద్ధాన్ని కాదు...'

'యుద్ధమనేది కేవలం ఒక పితృస్వామ్య, ఉన్నత వర్గాల కుట్ర...'

'లంక సైనికులు కూడా మనలాంటి మనుషులే. వాళ్ళతో చర్చలు జరపడానికి ప్రయత్నిస్తే, వాళ్ళు వింటారనే నమ్ముతాను'.

'నిజంగా మన అంతఃకరణ శుద్ధిగానే ఉందా? లంక వారి గురించి మనం ఏమైనా మాట్లాడవచ్చు, కాని స్వయంవరంలో రావణుడిని మనం అవమానపర్చలేదా...'

'రక్షకభటులు, రక్షణాధికారులు కొంతమంది చనిపోతే దానికింత రాద్ధాంతం ఎందుకు. మనల్ని సంరక్షించడం అవసరమైతే ఆ ప్రయత్నంలో మరణించడం వారి విధి. వాళ్ళదేమీ ఉచితంగా, ఉదారంగా చేయడం లేదు. మేము పన్నులు ఎందుకు కడుతున్నాం? పన్నులు గురించి మాట్లాడాల్సి వస్తే, లంకలో పన్నుల శాతం చాలా తక్కువంట'.

'నా ఉద్దేశం లంక వాళ్ళతో చర్చలు జరపాలని. ఈ విషయంపై ప్రజాభిప్రాయసేకరణ...'

తన ప్రయత్నం తాను చేసిన సీత చివరకు జనకుడిని, ఊర్మిళను కూడా పౌరులను యుద్ధ సమాయత్తం చేయడానికి సహాయం చేయమని

అడిగింది. జనకుడు అన్ని విధాలుగా చెప్పి చూశాడు కాని పౌరులను ఒప్పించలేకపోయాడు. స్త్రీలలో బాగా ప్రాచుర్యం ఉన్న ఊర్మిళ కూడా ఏమీ ప్రభావం చూపలేకపోయింది.

సీత పిడికిళ్ళు బిగుసుకుని ఉన్నాయి. ఆమె మిథిల పౌరులపై ఆగ్రహం చూపించబోతున్న తరుణంలో ఆమె భుజంపైన చేయి పడింది. ఆమె పక్కకు తిరిగి సమీచిని చూసింది.

సీత సమీచిని త్వరగా పక్కకు లాగి 'వాళ్ళెక్కడ ఉన్నారు?' అని అడిగింది.

విశ్వామిత్రుడు కాని, అరిష్టనేమి కాని ఎక్కడ ఉన్నారో చూడమని సమీచిని ఇంతకుముందు సీత పురమాయించింది. తన నగరం విధ్వంసాన్ని ఎదుర్కొంటున్న ప్రస్తుత తరుణంలో మలయపుత్రులు తనను వదిలేస్తారని సీత నమ్మడం లేదు. తన నగరంతోపాటు తను కూడా చచ్చిపోతుందనే విషయం వారికి తెలుసుననే విషయం ఆమెకు నిశ్చయమే. తను బతికి ఉండడం వాళ్ళకు చాలా అవసరం అనే విషయం కూడా ఆమెకు తెలుసు.

'నేను వారి కోసం అన్నిచోట్లా వెదికాను, సీతా. వారు నాకు కనబడలేదు', అంది సమీచి.

సీత నేలవైపు చూస్తూ లోలోపల తిట్టుకుంది.

సమీచి గుటకలు మింగుతూ 'సీతా...' అంది.

సీత తన స్నేహితురాలి వంక చూసింది.

'నీకీ విషయం నచ్చదని, నువ్వు వినవని నాకు తెలుసు కాని మనకు ఇంకో ప్రత్యామ్నాయం లేదు. మనం లంక వాళ్ళతో చర్చలు జరపాలి. రావణ ప్రభువును...'

సీత కళ్ళు కోపంతో మెరిశాయి. 'నా ముందు ఇటువంటి విషయాలు మాట్లాడకు...'

తేనెటీగల గృహసముదాయం వద్ద నుంచి పెద్ద శబ్దం వినిపించడంతో సీత వాక్యం పూర్తికాలేదు.

కొన్ని గంటల క్రితం లంక వారితో యుద్ధం జరిగిన తేనెటీగల గృహసముదాయం దగ్గర ఏదో గుప్త విభాగం నుంచి పేలుళ్ళు వినబడుతున్నాయి. కొన్ని క్షణాల తర్వాత అదే విభాగం నుంచి ఒక క్షిపణి లాంటిది పైకి ఎగసింది. అది అర్ధవృత్తాకార కక్ష్యలో వేగంగా కొన్ని క్షణాల్లోనే సరస్సు దాటి లంక వారి విడిది వైపు వెళ్ళింది.

విపణివీధిలో అందరూ కొయ్యబారిపోయి ఆ వస్తువు వంకే చూస్తున్నారు. కాని ఏమి జరిగిందో ఎవరికీ ఏమీ ఆచూకీ లేదు. సీతకు తప్ప.

గత రాత్రి మొత్తం మలయపుత్రులు ఏమి చేస్తూ గడిపారో ఏమి తయారుచేసారో ఆమెకు అర్థమయింది.

అసురాస్త్రం.

ఆ క్షిపణి సరస్సు పై నుంచి ఎగురుతుండగా ఒక చిన్న పేలుడు సంభవించి వెలుగు వచ్చింది. అసురాస్త్రం ఒక్క క్షణం లంకవారి విడిది ప్రదేశంపై స్థిరంగా గాలిలో తేలుతూ ఉంది. వెంటనే పెద్ద పేలుడును ప్రేరేపించే చిన్న స్ఫోటన ప్రేరకం పేలింది. పేలిపోయిన ప్రేరకం నుంచి అతి ప్రకాశవంతమైన ఆకుపచ్చటి వెలుగు రావడం మిథిలవాసులు చూశారు. ఆ అస్త్రం మెరుపులా భయంకరమైన తీక్షణతతో పేలిపోయింది. ఛిద్రమైన అస్త్ర శకలాలు కిందకు రాలిపడడం కనిపించింది.

వారు ఆకాశంలో జరుగుతున్న ఈ భయానక దృశ్యాన్ని చూస్తుండగానే, చెవులు చిల్లులు పడేటట్లుగా, మిథిల నగర పునాదులే కదిలిపోయేటట్లుగా ప్రధాన అస్త్రం పేలిపోయింది. కొంతసేపటి క్రితం లంకతో యుద్ధం గురించి వాదాలు, చర్చలు జరుగుతున్న విపణి వీధి వరకూ ప్రకంపనలు వ్యాపించాయి.

మిథిల వాసులు దిగ్భ్రమతో చెవులు మూసుకున్నారు. కొందరు ప్రార్థనలు మొదలుపెట్టారు.

ఆ సమావేశాన్ని ఒక భయానకమైన నిశ్శబ్దం ఆవరించింది. చాలామంది మిథిల వాసులు బిత్తరచూపులతో చుట్టూ చూస్తున్నారు.

కాని మిథిల కాపాడబడిందని సీతకు తెలుసు. తర్వాత జరగబోయేది కూడా ఆమెకు తెలుసు. రావణుడి మీద, అతని సేనల మీద విధ్వంసం విరుచుకుపడింది. వారు కదల్లేని స్థితిలోకి వెళ్ళిపోతారు. దీర్ఘకాలం స్పృహ కూడా కోల్పోతారు. వారిలో కొందరు చనిపోవచ్చు కూడా.

కాని తన నగరం క్షేమంగా ఉంది. దాన్ని కాపాడారు.

తేనెటీగల గృహసముదాయం వద్ద జరిగిన ప్రాణనష్టం తర్వాత లంక సైనికులను ఆపటానికి బహుశా ఈ మార్గమే శరణ్యం కావచ్చు.

భారం దిగిపోయిన ఉపశమనంతో సీత 'రుద్రదేవా, మలయపుత్రులను, ఆచార్య విశ్వామిత్రుడిని ఆశీర్వదించు', అనుకుంది నెమ్మదిగా.

అంతలోనే, ఆకాశం నుంచి పిడుగుపడినట్లుగా, ఆమె ఆనందం ఆవిరైపోయింది. ఆమె హృదయాన్ని భయం, విహ్వలత ఆవరించాయి.

అసురాస్త్రాన్ని ప్రయోగించిందెవరు?

అసురాస్త్రాన్ని తగినంత దూరం నుంచి మాత్రమే ప్రయోగించాలని ఆమెకు తెలుసు. అలా విజయవంతంగా ప్రయోగించగలగడానికి అతి నిపుణుడైన

విలుకాడు కావాలి. అసురాస్త్రాన్ని, కక్ష్యలోనూ, నిర్దిష్టలక్ష్యం పైనా పేల్చగలిగే విధంగా, ప్రయోగించగలిగినవారు మిథిలలో ప్రస్తుతం ముగ్గురే ఉన్నారు. విశ్వామిత్రుడు, అరిష్టనేమి...

రాముడు... కాదు...రుద్రదేవా, దయుంచు.

సీత తేనెటీగల గృహసముదాయం వైపు పరుగు మొదలుపెట్టింది. ఆమెను ఆమె అంగరక్షకులు, సమీచి అనుసరిస్తున్నారు.

24వ అధ్యాయం

ఒక్కోసారిగా మూడేసిమెట్లు ఎక్కుతూ సీత తేనెటీగల గృహ సముదాయంపైకి వెళుతోంది. ముఖం గంభీరంగా పెట్టుకుని సమీచి ఆమెను అనుసరిస్తోంది. క్షణాల్లోనే సీత గృహసముదాయం పైకప్పుకు చేరుకుంది. అంతదూరం నుంచి కూడా ఆమె లంకవాసుల విడిది వద్ద జరిగిన విధ్వంసం చూడగలుగుతోంది. వేలమంది భటులు నేలపై పడిపోయి వున్నారు. వారి పైన ఆకుపచ్చ విషవాయువు రాక్షసమేఘాల్లా ఆవరించుకుని ఉంది.

అంతా నిశ్శబ్దంగా ఉంది. మనుషులు, జంతువులు అన్ని ప్రాణులూ నిశ్శబ్దంగా ఉన్నాయి. పక్షుల కూతలు కూడా ఆగిపోయాయి. చెట్లు కూడా కదలడం లేదు. కనీసం గాలి కూడా లేదు. ఇదంతా కూడా కొంతసేపటి క్రితం ప్రయోగించిన భయంకరమైన అస్త్రం మూలంగా.

అక్కడ భూమిపై పడి విచ్ఛిన్నమైన అసురాస్త్రం తునకల నుంచి విషవాయువు వెలువడుతుంటే ఆ శబ్దం ఒక రాక్షస సర్పం భయంకరంగా బుసకొడుతున్నట్లు ఉంది. ఆ శబ్దం మాత్రమే అక్కడ వినవస్తోంది.

సీత భయంగా తన రుద్రాక్ష పతకాన్ని పట్టుకుంది. రుద్రదేవా దయచూపు.

అరిష్టనేమి, మలయపుత్రులు ఒక గుంపుగా నిలబడి ఉండటం చూసిన సీత వారి దగ్గరకు పరిగెత్తింది.

'ఆ అస్త్రం ప్రయోగించింది ఎవరు?' అడిగిందామె.

అరిష్టనేమి తల వంచి పక్కకు తప్పుకున్నాడు; సీత దృష్టి రాముడిపై పడింది. అక్కడున్న వారిలో అతనొక్కడే ధనస్సు పట్టుకుని ఉన్నాడు.

విశ్వామిత్రుడు రుద్రదేవుడి నియమాన్ని ఉల్లంఘిస్తూ, రాముడు ఆ అస్త్రాన్ని ప్రయోగించేలా ఒత్తిడి తేగలిగాడు.

సీత బిగ్గరగా తిట్టుకుంటూ రాముడివైపు పరిగెత్తింది.

సమీపిస్తున్న సీతను చూసి, విశ్వామిత్రుడు నవ్వాడు. 'సీతా, యుద్ధ విషయమై ఇక ఆందోళన లేదు. రావణుడి భటులు, సైనికులు నిశ్చేష్టులై పోయారు. మిథిల సురక్షితం'.

కోపంతో మాట రాకుండా సీత విశ్వామిత్రుడి వైపు గుర్రుగా చూస్తుండి పోయింది.

ఆమె తన భర్త వద్దకు పరిగెత్తి, అతన్ని కౌగలించుకుంది. ఆశ్చర్యపోయిన రాముడు విల్లుకింద పడేశాడు. ఇప్పటివరకు వారెపుడూ కౌగలించుకోలేదు.

సీత అతన్ని గట్టిగా పట్టుకుని ఉంది. రాముడి గుండె వేగం పెరగటం ఆమెకు తెలుస్తోంది. కాని అతని చేతులు అతని పక్కనే ఉన్నాయి. అవి ఆమెను కౌగలించుకోలేదు.

ఆమె తన తల వెనక్కి వంచి భర్తవైపు చూసింది. అతని కంటి నుంచి ఒక నీటిబొట్టు జారుతోంది.

ఆమెను అపరాధ భావం తినేస్తోంది. రాముడు పాపకార్యానికి పాలుపడేలా ఒత్తిడికి గురయ్యాడని ఆమెకు తెలుసు. తన పట్ల అతనికున్న ప్రేమ మూలంగానూ, వాళ్ళు పిరికివాళ్ళు, స్వార్థపరులే అయినప్పటికీ, మిథిల వాసులను రక్షించడానికి రాముడు ఈ పనిచేశాడు.

సీత రాముడిని పట్టుకుని, శూన్యంగా ఉన్న అతని కళ్ళలోకి చూసింది. ఆందోళనతో, కలతతో ఆమె ముఖం ముడతలు పడి వుంది. 'నేను నీతో ఉన్నాను, రామా', అంది.

రాముడు బదులు పలకలేదు. కాని అతని కవళికలు మారాయి. ఇప్పుడు అతని కళ్ళు శూన్యంగా లేవు. అతనింకేదో లోకంలో ఉన్నట్లుగా, కలలు కంటున్నట్లుగా మెరుస్తున్నాయి.

రుద్రదేవా, ఇతనికి, ఈ పురుషోత్తముడికి. సహాయపడగలిగే శక్తిని నాకు ప్రసాదించు. ఇతను నా కారణంగా వేదనపడుతున్నాడు.

సీత అలాగే రాముడిని తన కౌగిట బిగించి ఉంచింది. 'నేను నీతో ఉన్నాను, రామా. దీన్ని మనం ఇద్దరం కలిసి ఎదుర్కొందాం'.

రాముడు కళ్ళు మూసుకున్నాడు. తన భార్య చుట్టూ చేతులు బిగించాడు. తన తలను ఆమె భుజంపై ఆన్చాడు. తనకేదో ఆశ్రయం దొరికినట్లు. అతను దీర్ఘంగా నిట్టూర్చడం ఆమె వింది.

ఆమె భర్త భుజంపై నుంచి విశ్వామిత్రుడి వంక ఆగ్రహంగా చూసింది. భూమాత ఆగ్రహంలా ఆ చూపు కూడా క్రోధావేశాలతో నిండి వుంది.

విశ్వామిత్రుడు ఏ రకమైన పశ్చాత్తాపం, వికారం లేకుండా ఆ చూపుకు బదులిచ్చాడు.

ఒక పెద్ద శబ్దం వారందరికీ అంతరాయం కలిగించింది. మిథిల కోటగోడల ఆవలివైపుకు వారందరూ చూశారు. రావణుడి పుష్పక విమానం కదలడానికి సన్నాహం మొదలయింది. విమానం పైనుండే పెద్ద పంకా తిరగడం మొదలు పెట్టింది. ఆ పంకా గాలిని చీలుస్తూ తిరగడంతో పెద్ద ధ్వని వెలువడుతోంది. క్షణాల్లోనే ఆ పంకా వేగం పుంజుకుని, విమానం నేలపై నుంచి లేచింది. కొంతసేపు ఆ విమానం భూమ్యాకర్షణ శక్తిని వ్యతిరేకిస్తూ అలా గాలిలోనే నిలబడి ఉంది. తర్వాత గొప్ప శబ్దంతో, శక్తితో ఆకాశంలోకి ఎగిరిపోయింది. మిథిల నుంచి, అసురాస్త్రం సృష్టించిన విధ్వంసం నుంచి దూరంగా వెళ్ళిపోయింది.

రావణుడు బతికి, బయటపడ్డాడు.

—౭౨—

మరుసటి రోజున ఒక తాత్కాలిక వైద్యశిబిరాన్ని నగరం బయట నెలకొల్పారు. పెద్ద గుడారాల్లో లంక సైనికులను ఉంచారు. విషవాయువు వల్ల స్పృహపోయిన వారికి వైద్యం అందించాల్సిన విధానాన్ని మలయపుత్రులు మిథిల వైద్యులకు నేర్పారు. అలాగే కొన్ని రోజుల్లోనో, కొన్ని వారాల్లోనో వారు తిరిగి స్పృహలోకి వచ్చేవరకు వారిని సజీవులుగా ఉంచే విధానం కూడా నేర్పారు. కొంతమంది స్పృహలోకి రాకుండానే మరణించే అవకాశం ఉంది.

తను అయోధ్యకు వెళ్ళాక, మిథిల రాచవ్యవహారాల బాధ్యతలు ఎవరికి అప్పచెప్పాలో ఆలోచిస్తూ సీత తన కార్యాలయంలో కూర్చుని ఉంది. తీసు కోవాల్సిన జాగ్రత్తలు, బాధ్యతలు చాలా వున్నాయి. కాని సమీచితో సమాలోచన పరిష్కారం దిశగా అంత ప్రోత్సాహకరంగా లేదు. మిథిల రక్షణ, దౌత్యమర్యాదల ప్రధాన అధికారి చిగురుటాకులా వణికిపోతూ సీత ముందు నిలబడిఉంది. అంత ఆందోళనగా, భయంగా సమీచి ఉండడం సీత ఎప్పుడూ చూడలేదు. సమీచి పూర్తిగా భయంతో ఉంది.

'భయపడకు, సమీచీ. రాముడిని నేను కాపాడతాను. అతనికేమీ అవదు. అతనికేమీ శిక్ష ఉండదు', అంది సీత.

సమీచి తల ఊపింది. ఆమె ఇంకేదో విషయం ఆలోచిస్తోంది. ఆమె వణుకుతున్న స్వరంతో 'రావణ ప్రభువు సజీవంగా తప్పించుకున్నాడు. లంక వాళ్ళు... మళ్ళీ తిరిగొస్తారు... మిథిల, నువ్వు, నేను అందరం అంతమయి పోతాం...'

'తెలివితక్కువగా మాట్లాడకు.. అలా ఏమీ జరగదు. త్వరగా మర్చిపోలేని పాఠం నేర్పాము వాళ్ళకి....'

'వాళ్ళు గుర్తుంచుకుంటారు... వాళ్ళు ఎప్పటికీ గుర్తుంచుకుంటారు...అయోధ్య... కరచాప... చిలిక...'

సీత సమీచి భుజాలు పట్టుకుని 'వంటి మీదకు స్పృహ తెచ్చుకో. ఏమయింది నీకు? మనకేమీ కాదు', అంది బిగ్గరగా.

సమీచి మౌనంగా ఉండిపోయింది. ఆమె అంజలి ఘటించి ప్రార్థిస్తోంది. ఏమి చేయాలో ఆమెకు తెలుసు. ఆమె దయ చూపమని వినతి చేస్తుంది. అసలైన ప్రభువుకి.

సీత సమీచి వంక కన్నార్పకుండా చూసి, తల విదిలించింది. ఆమెకు సమీచి పట్ల పూర్తిగా నిరుత్సాహంగా ఉంది. జనకుడిని నామమాత్రపు రాజుగా ఉంచి, మిథిల వ్యవహారాలు సమీచికి అప్పచెప్పాలనుకుంది సీత. అప్పుడు రాచవ్యవహారాలు అవిచ్ఛిన్నంగా సాగుతాయని ఆశించింది. కాని ఇప్పుడు పరిస్థితి చూస్తే సమీచి అదనపు బాధ్యతలు తీసుకోవడానికి సిద్ధంగా ఉందా అనే సందేహం వస్తోంది. తన మిత్రురాలు ఇంతగా కలవరపడిపోవడం సీత ఎప్పుడూ చూడలేదు.

—ॐ—

'అరిష్టనేమిగారూ, దయచేసి నాతో ఈ పని చేయించకండి', ప్రాధేయపడుతున్నాడు కుశధ్వజుడు.

మిథిల రాజభవనంలో సంకాశ్య రాజుకు కేటాయించిన విభాగంలో ఉన్నాడు అరిష్టనేమి.

'మీరు చేయాల్సే వుంటుంది', అన్నాడు అరిష్టనేమి ప్రమాదకరమైన మెత్తదనంతో. అతని స్వరంలో గట్టితనం. 'ఏమి జరిగిందో మాకు పూర్తిగా, స్పష్టంగా తెలుసు. రావణుడు ఇక్కడకు ఎలా వచ్చాడో...?'

కుశధ్వజుడు భయంగా గుటకలు మింగుతున్నాడు.

'జ్ఞానాన్ని ప్రేమించే వారందరికీ మిథిల చాలా విలువయినది. అది ధ్వంసమయిపోవడాన్ని మేము సహించం. మీరు చేసిన పనికి పరిహారం చెల్లించాల్సే వుంటుంది'.

'కాని నేను ఈ అధికార ప్రకటనపై సంతకం చేస్తే రావణుడి మనుషులు నన్ను....'

'సంతకం చేయకపోతే మేము వేటాడుతాం', అన్నాడు అరిష్టనేమి, కళ్ళ నుంచి క్రూరత్వం కారుతుండగా, కుశధ్వజుడికి ఇబ్బంది కలిగించేంత దగ్గరగా వస్తూ. 'నన్ను నమ్మండి. మేము పెట్టే హింస సాపేక్షంగా చాలా ఎక్కువగా ఉంటుంది'.

'అరిష్టనేమిగారూ...'

'ఇంక చాలు'. అరిష్టనేమి సంకాశ్య రాజముద్రను అందుకుని అధికార ప్రకటన పత్రంపై ముద్రవేశాడు. 'ఈ పని అయింది', అన్నాడు.

కుశధ్వజుడు తన ఆసనంలో జావకారి కూర్చునిపోయాడు. అతనికి విపరీతంగా చెమటలు పడుతున్నాయి.

'ఈప్రకటన జనకరాజు పేరు మీద, మీ పేరు మీద వెలువడుతుంది, మహాప్రభూ', అన్నాడు అరిష్టనేమి దొంగ వినయం నటిస్తూ, వెక్కిరింతగా.

తర్వాత అతను వెనుతిరిగి బయటకు వెళ్ళిపోయాడు.

— ౨౭ —

రావణుడు విడిచిపెట్టి వెళ్లిపోయిన లంక సైనికులను యుద్ధఖైదీలుగా బంధించడానికి జనక మహారాజు, రాజు కుశధ్వజుడు ఆదేశాలు ఇచ్చారు. తాము అగస్త్యకూటానికి వెళుతున్నప్పుడు ఈ ఖైదీలను తమతో తీసుకెళతామని విశ్వామిత్రుడు, మలయపుత్రులు మాట ఇచ్చారు. రావణుడితో మిథిల తరపున చర్చలు సాగించేటప్పుడు యుద్ధఖైదీల విడుదలకు, మిథిల భద్రతలకు ఆయన ముడిపెట్టదలచుకున్నాడు.

ఈ వార్త మిథిలవాసులకు, ఎక్కువగా సమీచికి, ఊరట కలిగించింది. వారందరికీ రావణుడంటే భయం. కాని ఇపుడు మలయపుత్రులు కల్పించుకుని లంకవారిని యుద్ధానికి ముందుకు రాకుండా చేస్తారనే విషయం వారికి ఊరటగా ఉంది. 'మేము రేపు బయలుదేరుతున్నాం, సీతా', అన్నాడు అరిష్టనేమి. సీతతో అంతరంగికంగా మాట్లాడడానికి మలయపుత్రుల

సేనాపతి సీత మందిరానికి వచ్చాడు. రాముడు దైవీఅస్త్రం ప్రయోగించిన రోజు నుంచి సీత విశ్వామిత్రుడితో మాట్లాడడానికి అంగీకరించడంలేదు.

సీత తలవంచి అరిష్టనేమికి అభివాదం చేసింది. 'రుద్రదేవుడి, పరశురామదేవుడి ఆశీస్సులతో మీ ప్రయాణం క్షేమంగా సాగాలి'.

'సీతా, మనం ప్రకటన చేయాల్సిన సమయం దగ్గర పడుతోందని నీకు తెలుసు...'

సీతను విష్ణువుగా బహిరంగంగా ప్రకటించడం గురించి అరిష్టనేమి మాట్లాడుతున్నాడు. ఒకసారి సీతను విష్ణువుగా ప్రకటించడం జరిగితే మలయపుత్రులేకాక మొత్తం భారతావనిలో అందరూ ఆమెను తమనొక నూతన జీవన విధానంవైపు నడిపించే రక్షకురాలుగా గుర్తిస్తారు.

'అది ఇపుడు జరగడానికి లేదు'.

తన నిరుత్సాహాన్ని అదుపులో పెట్టుకోడానికి ప్రయత్నిస్తూ, 'సీతా, నువ్వంత మొండిగా ఉండకూడదు. ఆ పని మేము చేయాల్సి వచ్చింది కాబట్టే చేశాం'.

'అరిష్టనేమిగారూ, అసురాస్త్రాన్ని మీరు ప్రయోగించి ఉండవచ్చు. నిజానికి ఆచార్యులు కూడా ప్రయోగించి ఉండవచ్చు. అలా జరిగినట్లయితే వాయుపుత్రులు అర్థం చేసుకుని ఉండేవారు. దాన్ని వాళ్ళు మలయపుత్రుల ఆత్మరక్షణ చర్యగా పరిగణించేవారు. కాని మీరు రాముడిని...'

'అతనే స్వచ్ఛందంగా ముందుకొచ్చాడు, సీతా'.

'అ...లా...గా...' అంది సీత వెటకారంగా.

అస్త్రాన్ని ఉపయోగించడానికి, తన భార్య నగరాన్ని కాపాడమని, రాముడిని విశ్వామిత్రుడు ఎలా ఉద్వేగపరంగా ఒత్తిడికి గురిచేసాడో లక్ష్మణుడు సీతకు చెప్పాడు.

'సీతా, మిథిల అప్పుడు ఎలాంటి ఆపదలో ఉందో నువ్వు మరచి పోతున్నావు. మేము నీ నగరాన్ని కాపాడామనే విషయాన్ని నువ్వు పట్టించుకోవడం లేదు. రావణుడితో ఈ సంక్షోభాన్ని గురించి ఆచార్య విశ్వామిత్రులే వ్యవహరిస్తారని, మీపైకి ప్రతిదాడి జరగకుండా చూస్తారని కూడా నువ్వు గుర్తించడం లేదు'.

'నేను ఊహించింది మీరు కొంత....'

సీత ఏమనబోతోందో ఊహించిన అరిష్టనేమి 'హుందాతనం?' హుందాతనంతో వ్యవహరించాలని? చిన్నపిల్లలా మాట్లాడకు,సీతా. నువ్వెప్పుడూ ఆచరణాత్మకంగా ఉంటావని, నువ్వంటే నాకు ఇష్టం.

నాటకీయమైన ఆలోచనలు నీకు సరిపడవు. భారతావనికి నీవు చాలా చేయగలవనే విషయం నీకు తెలుసు. విష్ణువుగా నిన్ను ప్రకటించడానికి నువ్వు అంగీకరించాలి...' అన్నాడు.

సీత కనుబొమలు పైకెత్తి 'నేను హుందాతనం గురించి మాట్లాడడం లేదు. వివేకం గురించి మాట్లాడుతున్నాను', అంది.

'సీతా...' గుర్రుమన్నాడు అరిష్టనేమి. అతని పిడికిళ్ళు బిగుసుకున్నాయి. తనను నియంత్రించుకోవడానికి ఒక దీర్ఘశ్వాస తీసుకున్నాడు. 'వివేకం మనం అసురాస్త్రం ప్రయోగించకూడదనే చెపుతుంది. కాని ఇక్కడ... మనకిప్పటికీ వాయుపుత్రులతో చాలా సమస్యలున్నాయి. దీనిమూలంగా ఆ సమస్యలింకా క్లిష్టమవుతాయి. అందుకే ఈ అస్త్రప్రయోగం రాముడే చేయాల్సి వచ్చింది'.

'అవును... రాముడే...' అంది సీత.

అసురాస్త్రం ప్రయోగించినందుకు రాముడికి శిక్ష పడుతుందని ఈమె ఆందోళనగా ఉందా?

'రాముడికి బహిష్కరణ శిక్షపడదు సీతా. అసురాస్త్రం సామూహిక హననాస్త్రం కాదు. ఆచార్యులు నీకు ఇదివరకే ఈ సంగతి చెప్పారు. మేము వాయుపుత్రులను అంగీకరింపచేయగలం'.

వాయుపుత్రులకు రాముడంటే ఇష్టమని అరిష్టనేమికి తెలుసు. వాళ్ళు బహుశా అయోధ్య పెద్ద రాకుమారుడికి విధించాల్సిన శిక్షను రద్దుచేస్తారు. ఒకవేళ చేయకపోతే మలయపుత్రులకు ఆ విషయమై ఎలాంటి దిగులూ లేదు. వారికి కావలసినది సీత. సీత మాత్రమే.

'తనకు శిక్షపడాలని రాముడు అనుకుంటున్నాడు. అది చట్టం', అంది సీత.

'అయితే అతనికి ఇంకా ఎదగమని, తెలివితక్కువగా ఉండొద్దని చెప్పు'.

'రాముడిని అర్థం చేసుకోడానికి ప్రయత్నించండి, అరిష్టనేమి గారూ. రాముడిలాంటి వ్యక్తి ఈ దేశానికి ఎంత అవసరమో మీకు తెలిసే ఉంటుంది. అతను మనందరిని చట్టాన్ని గౌరవించే మనుషులుగా మార్చగలడు. అతడు తనే ఒక ఉదాహరణలా ఉండగలడు. అతను దేశానికి ఎంతో మంచి చేయగలడు. నేను ఈ దేశం నలుమూలలా తిరిగాను. పాలకులపట్ల, గొప్పవారి పట్ల, మీ పట్లకూడా, సామాన్యుల్లో ఉబుకుతున్న కోపం, నిరసన మీకు అర్థం కావడం లేదు. రాముడు చట్టం అందరికీ సమానంగానే వర్తించుతుందని, తనుకూడా వాటికి అతీతుడనుకానని చెప్పడం ద్వారా

ప్రభుత్వాల, ప్రభుత్వ నియమాల విలువను పెంచుతాడు. ప్రజలు త్వరలోనే రాముడు చెపుతున్న సందేశాన్ని వింటారు. పాటించుతారు'.

అరిష్టనేమి అసహనంగా ఒక కాలి నుంచి మరోకాలికి బరువు మార్చుకుంటూ 'ఇది అర్థం లేని సంభాషణ సీతా. విష్ణువును ఎంచుకునే అర్హతగల మలయపుత్రులు నిన్ను ఎంచుకున్నారు. అంతకుమించి ఏమీ లేదు.' అన్నాడు.

సీత నవ్వి 'ఎవరో పైనుంచి తమపై రుద్దిన ఎంపికలను భారతీయులు తేలికగా అంగీకరించరు. ఇది తిరుగుబాటుదారుల దేశం. నన్ను విష్ణువుగా ప్రజలు ఆమోదించాల్సి వుంది', అంది.

అరిష్టనేమి మౌనంగా ఉండిపోయాడు.

'ఇంతకుముందు నేను వివేకం గురించి చెప్పాలనుకున్న విషయం మీకు అర్థం కాలేదనుకుంటాను', అంది సీత.

అరిష్టనేమికి భ్రుకుటి ముడిపడింది.

'ఏదో ఒక స్థితిలో, సమయంలో నేను రావణుడిని చంపేవరకు, మలయ పుత్రులు అతన్ని సజీవంగా ఉండనిస్తారు. నేనతన్ని చంపిన తర్వాత సప్తసింధులో అందరూ నన్ను విష్ణువుగా అంగీకరిస్తారు. తాము అతిగా అసహ్యించుకునే, భయపడే రాక్షసుడి నుంచి రావణుడి నుంచి తమకు విముక్తి కలిగించిన వ్యక్తిపట్ల వారికి విముఖత ఉండదు'.

సీత చెపుతున్న విషయం అర్థమయి అరిష్టనేమి కళ్ళు పెద్దవయినాయి. మలయపుత్రులు తాము చాలా దశాబ్దాలుగా ప్రణాళిక రచించుతున్న విషయంలో ఇప్పుడొక పెద్ద తప్పు చేశారు.

'అవును అరిష్టనేమిగారూ. మీరు రాముడికి బహిష్కరణ శిక్ష పడేలా వ్యవహరించారు. కాని దానితో సామాన్య ప్రజల దృష్టిలో మీరు అతన్ని గొప్ప నాయకుడిని చేశారు. సప్తసింధు మొత్తం రావణుడి వాణిజ్య ఆంక్షల మూలంగా బాధపడింది. ఇప్పుడు రాముడిని వాళ్ళు తమ రక్షకుడిగా చూస్తారు.'

అరిష్టనేమి ఏమీ మాట్లాడలేదు.

'అరిష్టనేమిగారూ, అతి తెలివికిపోతే కొన్నిసార్లు ఎదురు దెబ్బలు తగులుతాయి', అంది సీత.

—ᏪᏰ—

సీత తన పక్కన స్వారీ చేస్తున్న రాముడి వైపు చూస్తోంది. లక్ష్మణుడు, ఊర్మిళ వారి వెనుక గుర్రాలపై వస్తున్నారు. లక్ష్మణుడు తన భార్యతో ఆపకుండా ఏదో మాట్లాడుతూనే ఉన్నాడు. ఆమె అతని వంక ఆరాధనగా చూస్తోంది. ఊర్మిళ తన ఎడమచేతి చూపుడు వేలుకున్న వజ్రపుటుంగరంతో తన బొటనవేలుతో ఆడుతోంది. అది ఆమె భర్త ఇచ్చిన ఖరీదైన బహుమతి. వారి వెనుక వందమంది మిథిల సైనికులు ఉన్నారు. మరో వందమంది సైనికులు సీతారాముల ముందు గుర్రాలపై ప్రయాణిస్తున్నారు. వారు సంకాశ్య దేశానికి వెళుతున్నారు. అక్కడి నుంచి అయోధ్యకు జలమార్గంలో వెళతారు.

అసురాస్త్రం లంక సైనికుల విడిదిని నాశనం చేసిన రెండు వారాల తరువాత రాముడు, సీత, లక్ష్మణుడు, ఊర్మిళ మిథిల నుంచి ప్రయాణ మయ్యారు. వారు చెప్పినట్లుగానే విశ్వామిత్రుడు, మలయపుత్రులు, యుద్ధ ఖైదీలను తీసుకుని అగస్త్యకూటానికి వెళ్ళిపోయారు. మలయపుత్రులు మిథిల తరుపున, మిథిల భద్రతకు, క్షేమానికి హామీఇస్తూ, యుద్ధ ఖైదీల విడుదల విషయాన్ని రావణుడితో చర్చిస్తారు. మలయపుత్రులు వారితో రుద్రదేవుడి పినాకను కూడా తీసుకెళ్ళారు. అది శతాబ్దాలుగా వారి నిధి. సీత విష్ణువు పదవిని, బాధ్యతను తీసుకున్నప్పుడు ఆమెకు దానిని తిరిగి ఇస్తారు.

లంకతో యుద్ధ సమస్యకు మలయపుత్రులు బాధ్యత తీసుకోవడంతో సమీచి మానసిక స్థితి మెరుగయింది. సీత ఆమెను మిథిలకు అనధికార ప్రధానమంత్రిగా నియమించింది. సమీచి సీత నియమించిన ఐదుగురు సభ్యుల సలహామండలితో కలసి పనిచేయాలి. ఇది మొత్తం జనక మహారాజు మార్గదర్శకత్వంలో ఉంటుంది.

'రామా.....'

రాముడు తన భార్యవైపు చిరునవ్వుతో చూసి, తన గుర్రాన్ని ఆమె గుర్రం పక్కకు నడిపాడు. 'ఏమిటి?'

'ఆ విషయం పట్ల మీరు నిశ్చయంగానే ఉన్నారా?'

రాముడు అవునన్నట్లు తల ఊపాడు. ఆ విషయంలో అతనికేమీ సందేహం లేదు.

సీతకు ఒకే సమయంలో ఆందోళనగానూ, సంతోషంగానూ ఉంది. అతను కచ్చితంగా న్యాయ సూత్రాలను అనుసరించి జీవిస్తున్నాడు.

'ఈ తరంలోనే రావణుడిని ఓడించిన మొదటి వ్యక్తి మీరు. అదీగాక ఆ అస్త్రం పూర్తిగా దైవీఅస్త్రం కూడా కాదు. మీరు...!'

రాముడికి భ్రుకుటి ముడిపడింది. 'అది కేవలం సాంకేతిక కారణం. ఆ విషయం నీకూ తెలుసు'.

సీత కొన్ని క్షణాలు ఆగి 'పరిపూర్ణ, ఆదర్శ సమాజాన్ని నెలకొల్పే ప్రయత్నంలో కొన్నిసార్లు నాయకుడు అందుకు అవసరమైన చర్యలు తీసుకోవాల్సి ఉంటుంది. స్వల్ప కాల పరిమాణంలో అది 'సమంజసమైన' చర్య అనిపించక పోవచ్చు. దీర్ఘకాల పరిణామాల దృష్ట్యా ప్రజలస్థితి గతులు, జీవన ప్రమాణాలు పెంచగల నాయకుడు తనకు అందివచ్చిన అవకాశాన్ని వినియోగించుకోవాల్సి ఉంటుంది. అటువంటి అవకాశం అందిపుచ్చుకోవాల్సిన విధి అతనికి వుంటుంది. నిజమైన నాయకుడు తన ప్రజల సంక్షేమంకోసం పాపకార్యాలు చేయాల్సి వస్తే, చేస్తాడు', అంది.

రాముడు సీతవంక చూసాడు. అతడికి నిరుత్సాహంగా అనిపించింది. 'ఆ పని నేనిప్పటికే చేసాను. చేసాను కదా? ఇప్పుడు ప్రశ్న నాకు దీనికి శిక్షపడాలా, లేదా అనేది. దీనికి నేను ప్రాయశ్చిత్తం చేసుకోవాలా అనేది.నా ప్రజలు చట్టాన్ని గౌరవించే న్యాయవర్తనులుగా ఉండాలని నేను కోరుకుంటుంటే, నేను కూడా అలానే ఉండాలి. కేవలం నాయకత్వం వహించి నడిపించే వాడే నాయకుడు కాదు. అతను ఆదర్శవ్యక్తి, సజీవ ఉదాహరణ అయివుండాలి. అతను ప్రవచిస్తున్న దాన్ని, పాటించేవాడు అయి ఉండాలి సీతా', అన్నాడు రాముడు.

సీత నవ్వి 'రుద్రదేవుడు ఏమి చెప్పారంటే "తన ప్రజలకు కావలసినది సమకూర్చేవాడు మాత్రమే నాయకుడు కాదు. తమెలాంటి వాళ్ళమని ప్రజలు అనుకుంటున్నారో, అంతకన్న మెరుగైన వారిగా ఉండగలగటం నేర్పగలిగినవాడే నాయకుడు' అంది.

రాముడు నవ్వి 'మరి దీనికి మోహినీ దేవి ప్రతిస్పందన ఏమిటో కూడా చెపుతావనుకుంటాను', అన్నాడు.

సీత' 'అవును. ప్రజలకు వారి పరిమితులు ఉంటాయనీ, వారు చేయగలిగిన దానికన్నా, ఉండగలిగినదాని కన్నా మెరుగ్గా చేయాలని, ఉండాలని నాయకులు ఆశించకూడదనీ తెగేదాకా లాగకూడదనీ మోహినీదేవి చెప్పింది', అంది నవ్వుతూ.

రాముడు తల ఊపాడు. అతను మోహినీదేవి చెప్పిన దాన్ని అంగీకరించలేదు. ప్రజలు వాళ్ళ పరిమితులను మించి ఎదగాలని ఆశిస్తున్నాడు. అప్పుడు మాత్రమే ఆదర్శ సమాజం సంభవమవుతుంది.

కాని అతను తన అనంగీకారాన్ని బయటకు చెప్పలేదు. మోహినీదేవి అంటే సీతకు అపరిమితమైన గౌరవం, పూజ్యభావం అని రాముడికి తెలుసు.

'అయితే నిశ్చయమేనా? సప్తసింధు సరిహద్దుల బయట పద్నాలుగు సంవత్సరాలు?' సీత తన మొదటి ప్రశ్న తిరిగి వేస్తూ రాముడి వంక గంభీరంగా చూసింది.

రాముడు అవునన్నట్లు తల ఊపాడు. 'నేను రుద్రదేవుడి నియమాన్ని అతిక్రమించాను. ఇది ఆయన చెప్పిన శిక్షణ. వాయుపుత్రులు నాకు శిక్ష విధిస్తున్నట్లు ప్రకటిస్తారా, లేదా అనే దానితో నిమిత్తం లేదు. ప్రజలు నాకు మద్దతు ఇస్తారా, లేదా అనే దానితో నిమిత్తం లేదు. నా శిక్షను నేను అనుభవించి తీరాలి?'

సీత నవ్వింది. ఇతను తన *దారి తప్పడు. నిజంగా అద్భుతమైన వ్యక్తి. అయోధ్యలో ఇన్ని సంవత్సరాలు ఎలా మనగలిగాడు?*

సీత రాముడి వైపు వంగి 'నేను కాదు మనం', అంది.

రాముడు నుదురు చిట్లించాడు.

సీత తన అరచేతిని రాముడి చేయిపై పెట్టింది. 'మనం మన విధిని పంచుకోవాలి. నిజమైన వివాహం అంటే అదే', అంది. రాముడి చేతి వేళ్ళతో తన వేళ్ళు పెనవేసింది. 'రామా, నేను నీ భార్యను. మంచి చెడులలో, సుఖ దుఃఖాల్లో అన్నిటా మనం కలిసే వుంటాం.'

పద్నాలుగు సంత్సరాల తర్వాత మనం తిరిగి వస్తాం. ఎక్కువ శక్తిమంతంగా తిరిగి వస్తాం. విష్ణుత్వం అప్పటివరకూ ఆగవచ్చు.

ఎక్కువ పరిమాణంలో సోమరసం తెచ్చివ్వమని జటాయువును అడగాలని సీత అప్పటికే నిర్ణయించుకుంది. చాలా వేల సంవత్సరాల కిందట అద్వితీయ భారత శాస్త్రవేత్త బ్రహ్మ తయారుచేసిన నిత్య యౌవన రసాయనమిది. తమ పద్నాలుగు సంవత్సరాల బహిష్కరణ కాలంలో రాముడు, తను ఈ రసాయనం సేవించాలనుకుంటోంది. అందుమూలంగా ఆ కాలంలో వారి యవ్వనాన్ని, బలాన్ని, శక్తిని కాపాడుకోవచ్చు. తిరిగి సప్తసింధుకు వచ్చినప్పుడు వారు తమ విధులు నెరవేర్చడానికి, భారతావనిని మార్చడానికి సంసిద్ధులై ఉంటారు.

ఆమెకు తానెప్పుడో చదివిన ఒక వాక్యం గుర్తు వచ్చింది. ఆ వాక్యం మూడో విష్ణువైన వారాహి దేవి చెప్పినదంటారు. *భారతదేశం ఉన్నతంగా ఎదుగుతుంది కాని స్వార్థ ప్రయోజన కారణాలకు కాదు. ధార్మికంగా ఎదుగుతుంది. సర్వజన హితం కోసం ఎదుగుతుంది.*

ఆమె రాముడి వంక చూసి నవ్వింది.

రాముడు ఆమె చేతిని నొక్కాడు. రాముడి గుర్రం సకిలించి నడక వేగం పెంచింది. రాముడు నెమ్మదిగా కళ్ళెం బిగించి పట్టి, తన గుర్రం నడకను, తన భార్య గుర్రపు నడకతో సమంగా చేసాడు.

25వ అధ్యాయం

రెండు యువజంటలు అయోధ్య రేవుకు చేరినప్పటికి అక్కడి దృశ్యం ఉద్వేగభరితంగా ఉంది. వారికి అభినందనలు చెప్పడానికి అయోధ్య మొత్తం తరలివచ్చినట్లు ఉంది.

తమ ప్రయాణ సమయంలో రాముడితో చేసిన సంభాషణలు సీతకు సంతోషకరంగా ఉన్నాయి. ప్రజా సంక్షేమంకోసం ప్రభుత్వ విధి విధానాలు ఎలా ఉండాలనే విషయమ్మై వారు పలు రకాలుగా ఆలోచించారు. జన్మను బట్టి కులాన్ని నిర్ణయించే దురభ్యాసాన్ని రూపుమాపడానికి పుట్టిన పిల్లలను ప్రభుత్వమే దత్తత తీసుకునే విధానం గురించి సీత మాట్లాడింది. కాని ఈ ఆలోచన తనకు కొద్ది కాలం క్రిందటే కలిగినదని ఆమె చెప్పలేదు. ఈ ఆలోచన నిజానికి విశ్వామిత్రుడిదని కూడా చెప్పలేదు. రాముడికి విశ్వామిత్రుడంటే ఇష్టంలేదు. ఆయనను నమ్మడు. ఒక మంచి ఆలోచనను ఈ అయిష్టం ప్రభావితం చేయడం సీతకు ఇష్టం లేదు. సోమరసాన్ని పెద్ద మొత్తాల్లో ఉత్పాదన చేయడానికి ఆచార్య వశిష్ఠులు అభివృద్ధి చేసిన సాంకేతికత గురించి కూడా వారు మాట్లాడుకున్నారు. సోమరసం ఉంటే అందరికీ అందుబాటులో ఉండాలి, లేదంటే ఎవరికీ అందుబాటులో ఉండకూడదనేది రాముడి నమ్మకం. సోమరసాన్ని పూర్తిగా నిషేధించడం సాధ్యం కాదు కాబట్టి వశిష్ఠుల వారి సాంకేతికతను ఉపయోగించి దానిని అందరికీ అందుబాటులో ఉంచాలనేది అతని ఆలోచన.

ఆ సంభాషణలు ఎంత ఆనందకరంగా సాగినప్పటికీ, అటువంటి సంభాషణలు తరచుగా జరగడానికి కొంతకాలం పాటు తమకు సమయం చిక్కదని సీతకు తెలుసు. రాముడికి అయోధ్యలో నిర్వహించాల్సిన విధులు న్నాయి. మొదటగా అతను తన బహిష్కరణకు ఎవరూ అడ్డు చెప్పకుండా చూడాలి. అంతే కాకుండా మిథిలవంటి చిన్న రాజ్యం రాజు పెంపుడు

కూతుర్ని వివాహమాడటం గురించి కూడా వివరించాల్సి వుంటుంది. సీత విష్ణువు అనే విషయం అయోధ్యవాసులకు తెలిస్తే, రాముడు తనకు మించిన, తనకంటే ఉన్నతమైన వ్యక్తిని వివాహమాడాడనే విషయం వారికి అర్థమవుతుందని జటాయువు సీతతో అన్నాడు. సీత నవ్వి ఆ విషయాన్ని కొట్టిపారేసింది.

నౌక పిట్టగోడ వద్ద నిలుచుని వున్న సీత అయోధ్య రేవు వంక చూసింది. ఆ రేవు చాలా పెద్దగా, గంభీరంగా ఉంది కాని శిథిలమవుతోంది. ఇది సంకాశ్య రేవుకంటే చాలారెట్లు పెద్దది. సరయూ నదినుంచి తవ్విన పెద్ద కాలువ సరయూ నీటితో అజేయ నగరమైన అయోధ్య చుట్టూ ఆవరించి ఉంది.

ఈ కాలువను కొన్ని శతాబ్దాల క్రితం అయుతాయుష్ చక్రవర్తి కాలంలో నిర్మించారు. పరవళ్ళు తొక్కే సరియూనది నీరు దీనికి మళ్ళించారు. ఈ కాలువ కొలతలు చాలా పెద్దవిగా,అలౌకికమైనవిగా ఉంటాయి. అయోధ్య చుట్టూ వున్న మూడు కోట గోడలలో బయటి గోడ చుట్టూ నది తొంభై కోసుల చుట్టుకొలతతో వుంటుంది. వెడల్పు సుమారుగా నాలుగు కోసులు వుంటుంది. ఈ కాలువలో చాలా ఎక్కువ ఘనపరిమాణంలో నీరు పడతాయి. ఈ కాలువ నిర్మాణమైన కొన్ని సంవత్సరాల వరకు దిగువ రాజ్యాల వారు తమకు సరయు నీరు అందటం లేదని ఆందోళన చేసేవారు. వారి ఆందోళనలను అయోధ్య యోధులు తమ పశుబలంతో అణచి వేశారు.

ఈ కాలువ ప్రధానోద్దేశాలలో యుద్ధ వ్యూహాత్మకత ఒకటి. ఒక రకంగా చెప్పాలంటే ఇదొక కందకం. నిజానికి ఇది కందకాలకే కందకం. నగరానికి అన్ని వైపులా ఆవరించి, రక్షణ కల్పిస్తుంటుంది. దాడి చేయతలచుకున్నవారు నది అంతటి పెద్ద కందకాన్ని దాటుకుని రావాల్సి ఉంటుంది. అజేయ నగరం అయోధ్య కోటనుంచి వచ్చే బాణాలకు అందుబాటులో బహిరంగ ప్రదేశంలో ఉండిపోతారు. నాలుగు ప్రధాన దిశలలో కాలువపై నాలుగు వంతెనలు ఉన్నాయి. ఈ వంతెనల నుంచి నగరంలోకి వెళ్ళే రహదారులపై బయటి గోడవద్ద నాలుగు పెద్ద ద్వారాలు ఉంటాయి. ఉత్తర ద్వారం, తూర్పుద్వారం, దక్షిణద్వారం, పశ్చిమద్వారం. ప్రతి వంతెన రెండు విభాగాలుగా విభజించి వుంటుంది. ప్రతి విభాగంలోనూ బురుజు, చలనసేతువు (పైకి లేపి, కిందకు దించగల వంతెన) ఉంటాయి. దాని మూలంగా కాలువ వద్ద రెండంచెల రక్షణ వ్యవస్థ వుంటుంది.

అలా అయినప్పటికీ, ఈ కాలువను కేవలం రక్షణవ్యూహంగా మాత్రమే చూడటం దానికి అన్యాయం చేసినట్లు అవుతుంది. ఇది మంచి ప్రభావవంతమైన వరద నివారిణి కూడా. సరమూ నదికి వరదలు, పోటు వస్తే ఆ నీటిని ఈ కాలువలోకి మళ్ళించడం ద్వారా వరద నష్టం లేకుండా నివారించవచ్చు. వరదలు తరచుగా వచ్చే దేశం భారతావని. పరవళ్ళు లేకుండా ప్రశాంతంగా వుండే కాలువ నుంచి నీరు తోడుకోవడం, ఉరకలేసే సరయూ నుంచి తోడుకోవడం కంటే తేలిక. పెద్ద కాలువ నుంచి ఏర్పాటు చేసిన చిన్న కాలువలు నదీ తీరానికి దూరంగా వున్న వృష్ఠ భూములకు కూడా నీరందించడంతో సేద్యం, వ్యవసాయ ఉత్పాదకతలు ఇబ్బడిగా పెరిగాయి. వ్యవసాయ ఉత్పాదకత పెరగడంతో మొత్తం కోసలకు కావలసిన ఆహార పదార్థాల ఉత్పత్తికి కొందరు రైతులు సరిపోయే పరిస్థితి వచ్చింది. మిగిలినవారు సైనికులుగా చేరి, నిపుణులైన సైనికాధికారుల వద్ద శిక్షణ పొందటంతో అయోధ్యకు సుశిక్షిత సైనిక విభాగాలు ఏర్పడ్డాయి. ఈ సైన్యాలు తమ దేశం నాలుగువైపులా, వున్న రాజ్యాలను జయించుకుంటూ పోయి, చివరికి ప్రస్తుత మహారాజు దశరథుడి పితామహుడైన రఘు ప్రభువు హయాంలో సప్త సింధును వశపరచుకోవడం జరిగింది. అలా ఆయన సామ్రాట్ చక్రవర్తిగా పేరొందాడు.

దశరథుడు కూడా తన పూర్వీకులను అనుసరించి చాలా దూర దేశాలను గెలిచి సామ్రాట్ చక్రవర్తిగా పేరొందాడు. తరువాత ఇరవై సంవత్సరాల క్రితం రావణుడు కరచాప వద్ద సప్తసింధు సంకీర్ణ సేనలను ఓడించాడు.

ఆ యుద్ధం తరువాత రావణుడు సప్తసింధులోని అన్ని దేశాలకు, ప్రత్యేకించి అయోధ్యకు విధించిన అపరాధ పన్నులు అయోధ్య కోశాగారాన్ని ఖాళీ చేసాయి. ఆ నిధుల కొరత ఈ పెద్ద కాలువ, దానిపై ఉన్న నిర్మాణాల నిర్వహణలో కనబడుతోంది.

వైభవం కోల్పోతున్న దశలోకూడా అయోధ్య సీతను ఉద్వేగంలో ముంచెత్తింది. సప్తసింధులోని అన్ని నగరాలకంటే పెద్దది అయోధ్య. పతనావస్థలో కూడా అయోధ్య మిథిలతో పోలిస్తే చాలా రెట్లు గొప్పగా వుంది. ఆమె అయోధ్యను ఇంతకు ముందుకూడా దర్శించింది. కాని ఆ పర్యటనలు ప్రచ్ఛన్నంగా జరిగినవి. అందరికీ తనెవరో తెలిసి ఆమె అయోధ్యలోకి రావడం ఇదే తొలిసారి. ఆమెను అందరూ పరిశీలిస్తున్నారు. అంచనా వేస్తున్నారు. ప్రజలలో వున్న కులీనుల, సామాన్యుల కళ్ళలో ఆమె

ఆ విషయాన్ని చూడగలుగుతోంది. అయోధ్య రాజకుటుంబ రక్షణదళం ప్రజలను అదుపు చేస్తున్నారు.

నౌక నుంచి తీరం చేరడానికి వేసిన చెక్క పెద్ద శబ్దంతో పడటంతో సీత ఆలోచనల నుంచి బయటపడింది. మంచి స్ఫురద్రూపి అయిన యువకుడు ఆ చెక్క పైనుంచి వడిగా నావలోకి వస్తున్నాడు. అతను రాముడికంటే ఎత్తు తక్కువగా ఉన్నాడు కాని ఎక్కువ కండలుతీరి ఉన్నాడు.

ఇతను భరతుడు అయి ఉంటాడు.

అతని వెనుక ఒక కురచగా ఉన్న వ్యక్తి వస్తున్నాడు. అతను మంచి తీరైన వస్త్రధారణలో ఉన్నాడు. కళ్ళు ప్రశాంతంగా విజ్ఞానమయంగా ఉన్నాయి. అతను నిదానంగా స్థిరంగా నడుస్తున్నాడు.

శత్రుఘ్నుడు....

'అన్నా' అంటూ అరుస్తూ భరతుడు పరుగెత్తి రాముడిని కౌగిలించుకున్నాడు.

రాధిక భరతుడితో ఎందుకు ప్రేమలో పడిందో సీతకు అర్థమయింది. అతనిలో ప్రస్ఫుటంగా సమ్మోహన శక్తి వుంది.

'సోదరా', అన్నాడు రాముడు నవ్వుతూ, భరతుణ్ణి కౌగలించుకుంటూ.

భరతుడు వెనుకడుగువేసి లక్ష్మణుడిని కౌగిలించుకుంటున్నప్పుడు శత్రుఘ్నుడు ప్రశాంతంగా తన పెద్ద సోదరుణ్ణి కౌగిలించుకున్నాడు.

క్షణంలో నలుగురు సోదరులు, సీత, ఊర్మిళల ఎదురుగా ఉన్నారు.

రాముడు చేతిని ముందుకుచాపి, కొంచెం గర్వంగా 'ఈమె నా భార్య, సీత. ఆమె పక్కన ఉన్నది లక్ష్మణుడి భార్య ఊర్మిళ', అన్నాడు.

శత్రుఘ్నుడు చిరునవ్వుతో చేతులు ముకుళించాడు. 'నమస్కారం. మీ ఇద్దరినీ కలవటం నాకు గౌరవం', అన్నాడు.

భరతుడు సరదాగా శత్రుఘ్నుడి పొట్టపై కొడుతూ 'నువ్వు మరీ సంప్రదాయబద్ధంగా ఉన్నావు శత్రుఘ్నా', అంటూ వెళ్ళి ఊర్మిళను కౌగిలించుకుని 'కుటుంబంలోకి స్వాగతం', అన్నాడు.

ఊర్మిళ నవ్వింది. ఆమె కంగారు, అధైర్యం కొంచెంగా తగ్గుతున్నాయి.

అప్పుడు భరతుడు తన వదిన, సీతవైపు అడుగేశాడు.

ఆమె చేతులు పట్టుకుని, 'మీ గురించి చాలా విన్నాను, వదినా... నేను ఎప్పుడూ నా అన్నకు తనకన్న మెరుగైన వధువు దొరకడం అసంభవం అని అనుకుంటుండేవాణ్ణి', అంటూ రాముడివైపు తిరిగి నవ్వాడు. తిరిగి సీతతో

'కాని నా అన్నకు అసంభవాన్ని సంభవం చేయగల నేర్పు ఎప్పుడూ ఉంది', అన్నాడు.

సీత మృదువుగా నవ్వింది.

భరతుడు సీతను కౌగలించుకుని 'కుటుంబంలోకి స్వాగతం వదినా', అన్నాడు.

తమ యువరాజుకు స్వాగతం పలకడానికి వచ్చిన ప్రజలతో అయోధ్య వీధులు కిక్కిరిసి ఉన్నాయి. కొందరు మరింత ఉత్సాహంతో ఆయన వధువును అహ్వానిం చారు. ఊరేగింపు నెమ్మదిగా సాగుతోంది. ముందున్న రథంలో రాముడు, సీత ఉన్నారు. యువరాజు ప్రజల హర్ష ధ్వానాలకు మొహమాట పడుతూ ఇబ్బందిగా ప్రతిస్పందిస్తున్నాడు. ఆయనను మరి రెండు రథాలు అనుసరిస్తున్నాయి. ఒక దానిలో భరత, శతృఘ్నులు మరో దానిలో లక్ష్మణుడు, ఊర్మిళ ఉన్నారు. భరతుడు ఉత్సాహంగా చేతులు ఊపుతూ, ముద్దులు విసురుతూ ప్రజలకు ప్రత్యభివాదం చేస్తున్నాడు. తన పక్కనున్న సుకుమారి ఊర్మిళకు తన చేతులు తగలకుండా జాగ్రత్త పడుతూ లక్ష్మణుడు ప్రజలవైపు నెమ్మదిగా తన చెట్టు బోదెల లాంటి చేతులు ఊపుతున్నాడు. శతృఘ్నుడు ఎప్పటిలా కదలకుండా స్థిరంగా నిలబడి జనసమూహం వంక చూస్తున్నాడు. అతను ప్రజలు సమూహంగా వున్నప్పుడు ఎలా ప్రవర్తిస్తారో గమనిస్తున్నట్లు ఉంది.

ప్రజలు బిగ్గరగా, స్పష్టంగా

రామా!

భరతా!

లక్ష్మణా!

శత్రుఘ్నా!

అని అరుస్తున్నారు.

వారి రాజ్య సంరక్షకులు, ప్రియ రాకుమారులు నలుగురూ చివరికి ఒక చోటున ఉన్నారు. అంతకంటే ముఖ్యంగా వారి యువరాజు విజయవంతంగా తిరిగి వస్తున్నాడు. అందరూ అసహ్యించుకునే రావణుడిని ఓడించిన విజేత తిరిగి వస్తున్నాడు!

పూలు, అక్షింతలు చల్లుతున్నారు. ప్రజలు ఆనంద సందోహంలో ఉన్నారు. పట్టపగలే అయినా ఉత్సవంలా పెద్ద రాతి దీపాలను వెలిగించారు. చాలామంది వారి ఇళ్ళ గోడలపై, పిట్టగోడలపై దీపాలు వెలిగించి ఉంచారు. సూర్యవంశ తిలకుడికి వందనం సమర్పిస్తున్నట్లు సూర్యకాంతి ప్రకాశిస్తోంది. సూర్యవంశజుడు రాముడు!

మామూలుగా అరగంట పట్టే ప్రయాణానికి ఆ రోజు నాలుగు గంటలు పట్టింది. చివరికి వారు రాజభవన సముదాయంలో రాముడి విభాగానికి చేరుకున్నారు.

బలహీనంగా కనబడుతున్న దశరథుడు తన ఉత్సవ సింహాసనంపై కూర్చుని ఉన్నాడు. తన కుమారుల కోసం వేచిచూస్తూ కౌసల్య రాజుపక్కన నిలబడి వుంది. నూతన వధువులకు సంప్రదాయబద్ధంగా స్వాగతం చెప్పడానికి ఏర్పాట్లు చేసి వున్నాయి. పట్టమహిషికి ఆచార సంప్రదాయాల పట్ల, విధివిధానాల పట్ల ఆసక్తి ఎక్కువ. ఆమె వాటిని విధాయకంగా ఆచరిస్తుంది.

ఈ వేడుకకు పంపిన ఆహ్వాన పత్రికకు కైకేయి సమాధానమీయ లేదు. శాంతి కాముక కాశీ దేశంనుంచి వచ్చిన రాణి సుమిత్ర దశరథుడి రెండో వైపున ఉంది. కౌసల్య ఎప్పటిలానే సుమిత్ర సహకారంపై ఆధారపడి ఉంది. సుమిత్ర కూడా తన కోడలిని ఆహ్వానిస్తోంది!

శంఖారావాలు వినరాగానే రాజభవనపు ద్వారం వద్ద స్వాగత సమారోహం మొదలయింది.

అయోధ్య నలుగురు రాకుమారులు, మిథిల ఇద్దరు యువరాణులు ఎట్టకేలకు జనసందోహం నుంచి బయటపడ్డారు. అప్పటివరకు వేడి రేకుపై నిల్చున్న పిల్లిలా ఉన్న రక్షక భటులు రాకుమారులు రాజభవన ఆవరణలోనికి, జనసందోహానికి దూరంగా రావడంతో ఊపిరి పీల్చుకున్నారు.

రాకుమారులు, యువరాణులు చలువరాయి బాటపై రాజభవన ఆవరణలో నడుస్తున్నారు. బాటకు రెండువైపులా హరితవనం పెంచారు. రాముడి విభాగం ద్వారం వద్దకు వచ్చినప్పుడు ఆగారు.

తనకళ్ళు కౌసల్యపై పడినప్పుడు సీత సందేహించింది. కాని తనకొచ్చిన ఆలోచనను ఆమె కొట్టివేసింది.

కౌసల్య హారతి పళ్ళెం పట్టుకుని వాకిటకు నడిచింది. ఆ పళ్ళెంలో వెలుగుతున్న ప్రమిద, అక్షింతలు, కుంకుమ ఉన్నాయి. సీత ముఖం చుట్టు

ఆమె ఏడుసార్లు ఆ పళ్ళెం తిప్పుతూ హారతి ఇచ్చింది. కొన్ని అక్షింతలు తీసుకుని సీత తలపై వేసింది. కుంకుమ తీసుకుని సీత పాపిట పెట్టింది. సీత కౌసల్యకు పాదాభివందనం చేసింది. హారతి పళ్ళేన్ని పరిచారికకు అందించి, సీత తలపై తన చేతులు ఉంచి 'ఆయుష్మాన్‌భవ', అని ఆశీర్వదించింది.

సీత లేచి నిలబడగానే కౌసల్య దశరథుడి వంక చూపించి 'మీ మామగారి ఆశీర్వాదాలు తీసుకో', అని చెప్పి, సుమిత్ర వైపు చూపించి 'తర్వాత నీ పిన్నత్త ఆశీర్వాదాలు తీసుకో, తరువాత చేయాల్సిన విధులు చేద్దాం', అంది.

సీత కౌసల్య చెప్పిన విధంగా చేయడానికి ముందుకు సాగింది. రాముడు ముందుకు వచ్చి తల్లికి పాదాభివందనం చేశాడు. ఆమె అతన్ని త్వరగా ఆశీర్వదించి, తండ్రి ఆశీర్వాదాలు పొందమని పంపించింది.

అప్పుడామె ఊర్మిళను, లక్ష్మణుడిని పిలిచింది. కౌసల్యను చూసినప్పుడు సీతకు వచ్చిన ఆలోచనే ఊర్మిళకూ వచ్చింది. కాని ఆ ఆలోచనను ఊర్మిళ సీతలా కొట్టి పారేయలేదు.

కౌసల్యను చూస్తే ఆమెకు తన తల్లి సునయన గుర్తు వస్తోంది. ఆమెకూడా ఈమెలాగానే పొట్టిగా ప్రశాంతమైన కళ్ళతో ఉండేది. కౌసల్య కొంచెం నలుపురంగులో వుండి, ఆమె ముఖ కవళికల తీరు భిన్నంగా ఉంది. ఎవరూ కూడా కౌసల్య, సునయన బంధువులు అనుకోలేరు. కాని ఏదో తెలియని సారూప్యం వారిద్దరికి వుంది. ఆధ్యాత్మిక చింతనలో ఉన్నవారు దాన్ని ఆత్మగత సంబంధం అంటారు.

హారతి కార్యక్రమం పూర్తయిన తర్వాత ఊర్మిళ కౌసల్యకు పాదాభి వందనం చేసింది. కౌసల్య ఆమెను ఆశీర్వదించింది. ఊర్మిళ లేచి నిలబడుతూనే, అప్రయత్నంగా అడుగువేసి కౌసల్యను కౌగలించుకుంది. అయోధ్య మహారాణి అనుకోని, సంప్రదాయం కాని ఈ ఘటనకు ఆశ్చర్యపోయి, స్పందించకుండా నిలబడిపోయింది.

భావావేశంతో కళ్ళు నిండిన ఊర్మిళ కౌసల్యనుంచి వెనకకు జరిగింది. సునయన చనిపోయినప్పటి నుంచి, ఏడుపు రాకుండా పలకలేకపోతున్న ఒక మాటను ఊర్మిళ పలికింది. 'అమ్మా'. ఊర్మిళ ముగ్ధత్వానికి, అమాయకత్వానికి కౌసల్య కదలిపోయింది. బహుశా మొదటిసారి మహారాణి తనకంటె ఎత్తు తక్కువున్న స్త్రీని చూస్తోంది. పెద్ద కళ్ళతో వున్న గుండ్రటి ముఖాన్ని కౌసల్య చూస్తున్నప్పుడు, తనచుట్టూ భయపెడుతూ వున్న పెద్ద పెద్ద పక్షులనుంచి రక్షణకోసం చూస్తున్న చిన్న పిచ్చుకను చూస్తున్న దృశ్యం

కనిపించింది. ఆమె ఆప్యాయంగా నవ్వి ఊర్మిళను తన చేతుల్లోకి తీసుకుంది 'నా తల్లీ... ఇంటికి స్వాగతం'.

—౹౮—

మహారాణి కౌసల్య అంతఃపురానికి చెందిన ఒక పరిచారిక తల దించుకుని, ఆదేశాల కోసం ఎదురుచూస్తూ నిలబడి వుంది.

ఆ పరిచారిక మంథర గృహంలోని కార్యాలయంలో ఉంది. మంథర అయోధ్యలో అందరికంటే సంపన్నురాలైన వ్యాపారవేత్త. బహుశా ఆమె సప్తసింధులోనే అత్యంత సంపన్నురాలేమో. మంథర దశరథుడి కంటే సంపన్నురాలని పుకార్లు ఉన్నాయి. ఆ పుకార్లు సత్యదూరం కాదని, మంథర ఆంతరంగిక సహాయకుడు దృహ్యుడు అంటాడు.

'దేవీ, ఆదేశమేమిటి?' నెమ్మదిగా అంది పరిచారిక.

దృహ్యుడు రహస్యంగా సైగ చేయడంతో ఆ పరిచారిక మౌనంగా వేచిచూస్తోంది.

దృహ్యుడు మంథర పక్కన వినయంగా, నిశ్శబ్దంగా నిలబడి ఉన్నాడు.

కురూపి అయిన మంథర తన కోసం ప్రత్యేకంగా నిర్మించిన ఆసనంలో కూర్చుని ఉంది. ఆమెకు గూని ఉండడంతో ఆ ఆసనం ఆమెకు కొంత సౌకర్యవంతంగా ఉంటుంది. బాల్యంలో వచ్చిన మశూచి మూలంగా ఆమె ముఖంపై మచ్చలుపడి ఆమెకు ఒక భయానకమైన రూపునిచ్చాయి. పదకొండు సంవత్సరాల వయసులో శిశుపక్షవాతం వచ్చి కుడిపాదం పాక్షికంగా చచ్చుపడి పోయింది. ఆమె పెరుగుతున్న వయసులో, పేదరికంలో పుట్టడం మూలంగా, ఆమె వికృతాకారం పట్ల సానుభూతి లేకపోయి, దురభిప్రాయం, చిన్నచూపు ఉండేవి. ఇపుడామె ధనవంతురాలవడంతో ఆమెను ప్రత్యక్షంగా ఏమైనా అనడానికి ఎవరికీ ధైర్యం లేదు. కాని ఆమె పరోక్షంలో తన గురించి ఏమనుకుంటున్నారో ఆమెకు క్షుణ్ణంగా తెలుసు. ప్రస్తుతం ఆమెను ఆమె వికృతాకారం మూలంగానే కాకుండా, ఆమె వైశ్యురాలు, సంపన్న వ్యాపారవేత్త అయి వుండటం మూలంగా అసహ్యించుకుంటున్నారు. కిటికీ లోనుంచి తన విశాలసౌధం బయటవున్న పెద్ద ఉద్యానవనంవైపు చూస్తోంది మంథర.

పరిచారిక అసౌకర్యంగా కదిలింది. త్వరలోనే తను రాజభవనంలో లేదని ఆచూకీ తెలుస్తుంది. ఆమె త్వరగా తిరిగి వెళ్ళాలి. ఆమె దృహ్యుడి వంక ప్రాధేయపూర్వకంగా చూసింది. దృహ్యుడు గుర్రుమంటూ చూశాడు.

మంథరకు విధేయంగా ఉండటంవల్ల కలిగే ప్రయోజనాల గురించి దృహ్యుడికి శంకలు మొదలయ్యాయి. ఆమె ప్రియతమ కూతురు రోష్నిని సామూహిక మానభంగం చేసి చంపారు. ఆ మానభంగం, హత్య, చేసిన వారిని విచారణ జరిపి, శిక్ష విధించారు. కాని ఆ బృందానికి నాయకత్వం వహించి, అందరికంటే పాశవికంగా ప్రవర్తించిన ధేనుకుడిని చట్టపరమైన సాంకేతిక కారణాల మూలంగా శిక్షింపలేకపోయారు. అతడు బాలనేరస్థుడు. బాల నేరస్థులకు ఉరిశిక్ష విధించడానికి అయోధ్య చట్టాలు ఒప్పుకోవు. రాకుమారుడు, రక్షణాధికారి అయిన రాముడు చట్టాన్ని గౌరవించాల్సిందేనన్నాడు. ఏదేమైనా సరే. దీనితో మంథర ప్రతీకారం తీర్చుకుంటానని ప్రతిజ్ఞ పట్టింది. సొమ్ము వెదజల్లి ధేనుకుణ్ణి కారాగారం నుంచి బయటకు తెప్పించి దీర్ఘకాలం పాటు చిత్రహింసలు పెట్టించి హత్య చేయించింది. కాని ఆమె ప్రతీకారదాహం ఇంకా తీరలేదు. ప్రస్తుతం ఆమె లక్ష్యం రాముడు. ఆమె అవకాశం కోసం ఓపికగా ఎదురుచూస్తోంది. అలాంటి అవకాశం ఇప్పుడామె ముందుకు వచ్చింది.

దృహ్యుడు భావరహితంగా తన యజమానురాలి వంక చూశాడు. *ఈ ముసలిది ప్రతీకారమంటూ చాలా సొమ్ము నాశనం చేస్తోంది. దాని మూలంగా వ్యాపారం దెబ్బతింటోంది. ఈమెకు పూర్తిగా మతిపోతున్నట్లుంది. కాని నేనేమి చేయగలను? నిజమైన ప్రభువు పరిస్థితి ఎలా ఉందో ఎవరికీ తెలియదు. నేను ప్రస్తుతానికి ఈమె దగ్గర ఇరుక్కుపోయి ఉన్నాను...*

మంథర ఒక నిశ్చయానికి వచ్చింది.ఆమె దృహ్యుడి వంక చూసి తల పంకించింది.

దృహ్యుడు ఆశ్చర్యంతో వెనుకడుగువేశాడు. కాని వెంటనే తమాయించుకున్నాడు.

వేయి బంగారు నాణాలు! అది ఈ దాసీది పది సంవత్సరాలలో సంపాదించగలిగే దానికంటె ఎక్కువ! కాని వాదించడంవల్ల ప్రయోజనముండదని అతనికి తెలుసు. అతను వెంటనే రొక్కానికి బదులుగా హుండీ తయారుచేసాడు. ఆ పరిచారిక దానినెక్కడైనా రొక్కంగా మార్చుకోగలదు. మంథర ముద్రతో ఉన్న పరపతి పత్రాన్ని ఎవరు మాత్రం అంగీకరించరు?

'దేవీ...' అన్నాడు దృహ్యుడు నెమ్మదిగా.

మంథర ముందుకు వంగి, తన ధోవతికి కట్టి వున్న సంచిలోని అధికార ముద్రను తీసి, ఆ హుండీ పత్రంపై ముద్ర వేసింది.

దృహ్యుడు హుండీ పత్రాన్ని పరిచారికకు అందించాడు. ఆనందంతో ఆమె ముఖం వెలిగిపోతోంది.

దృహ్యుడు త్వరగానే ఆమెను మామూలు స్థితికి తీసుకొచ్చాడు. తన క్రూరమైన కళ్ళతో ఆమెను పట్టి చూస్తూ 'సమాచారం సమయానికి అందక పోయినా, నిజంకాకపోయినా, నువ్వెక్కడ ఉంటావో మాకు తెలుసు...' అన్నాడు.

'నేను విఫలమవ్వను, అయ్యా', అంది పరిచారిక.

పరిచారిక వెనుతిరిగి వెళ్ళబోతుండగా 'యువరాజు రాముడు తన తండ్రితో మాట్లాడడానికి త్వరలోనే మహారాణి కౌసల్య అంతఃపురానికి వెళతాడని విన్నాను', అంది మంథర.

'అక్కడ చర్చించే ప్రతి విషయం మీకు చెబుతాను, దేవీ', అంది పరిచారిక అభివాదం చేస్తూ.

దృహ్యుడు మంథర వంక, పరిచారిక వంక చూసాడు. లోలోపలే నిట్టూర్చాడు. తిరిగి త్వరలోనే మరింత సొమ్ము చెల్లించాల్సి వుంటుందని అతనికి తెలుసు.

— ౘ —

'అక్కా, ఇక్కడ నేనుండే విభాగం, మొత్తం మన మిథిల రాజప్రాసాదం కంటె పెద్దది', అంది ఊర్మిళ ఆశ్చర్యానందాలతో.

ఊర్మిళ పరిచారికలతో తన వస్తువులన్నీ తన భర్త గదులలో జాగ్రత్తగా సర్దడానికి తగిన సూచనలు చేసి, సీతను కలవడానికి వెళ్ళింది. లక్ష్మణుడు ఆమెను ఆగమని అడుగుదామనుకున్నాడు కాని తన అక్క సాంగత్యంలో సౌకర్యం పొందాలనుకుంటున్న ఆమె కోరికను గ్రహించి మిన్నకుండిపోయాడు. చాలా తక్కువ సమయంలో ఆమె జీవితంలో చాలా పెద్ద మార్పులు జరిగాయి.

సీత తన చెల్లి చేతిని తడుతూ నవ్వింది. తనూ, రాముడు త్వరలోనే రాజభవనం విడిచి వెళ్ళిపోతామని, పద్నాలుగు సంవత్సరాల తర్వాతే తిరిగి

వస్తామని ఊర్మిళకు సీత ఇంకా చెప్పలేదు. ఊర్మిళ ఈ విశాల రాజభవనంలో తన ప్రియమైన అక్కలేకుండా ఉండిపోవాలి.

ఇప్పుడే ఆమెను ఎందుకు కంగారు పెట్టడం? ముందు ఆమెను స్థిరపడనివ్వాలి.

'లక్ష్మణుడితో ఎలా ఉంది?' అడిగింది సీత.

ఊర్మిళ స్వాప్నికంగా నవ్వింది. 'ఆయనెంత మృదుస్వభావో. నేనడిగిన దానికి దేనికీ లేదని, కాదని చెప్పడు!'

సీత తన చెల్లెలిని వెక్కిరిస్తూ నవ్వింది 'నీకు కావలసింది సరిగా అదే. ఏమడిగినా చెల్లించే, నిన్నొక చిన్న యువరాణిలా చూసే భర్త.'

ఊర్మిళ తన కురుచ ఆకారాన్ని చూపిస్తూ, వెన్ను నిటారుగా పెట్టి, గాంభీర్యాన్ని నటిస్తూ 'కాని నేనొక చిన్న యువరాణినే కదా!' అంది.

సోదరీమణులిద్దరూ విరగబడి నవ్వుకున్నారు. సీత ఊర్మిళను కౌగిలించుకుంది. 'నువ్వంటే నాకు చాలా ప్రేమ, నా చిన్న యువరాణీ', అంది.

'నువ్వంటే కూడా నాకు చాలా ప్రేమ, అక్కా', అంది ఊర్మిళ.

అప్పుడే ద్వారపాలకుడు తలుపు తట్టి బిగ్గరగా 'సప్తసింధు, అయోధ్యల మహారాణి, యువరాజమాత, గౌరవ కౌసల్య వేంచేస్తున్నారు. అందరూ గౌరవంతో, ప్రేమతో లేచి నిలబడండి', అన్నాడు.

సీత ఆశ్చర్యంగా ఊర్మిళ వంక చూసింది. అక్క చెల్లెళ్ళిద్దరూ వెంటనే లేచి నిలబడ్డారు.

కౌసల్య త్వరగా లోపలికి వచ్చింది. ఆమె వెంట ఇద్దరు పరిచారికలు బంగారు గిన్నెలు పట్టుకుని ఉన్నారు. ఆ గిన్నెలు పట్టుబట్టతో కప్పి ఉన్నాయి.

కౌసల్య సీతవంక చూసి మర్యాద పూర్వకంగా నవ్వింది. 'ఎలా ఉన్నావు అమ్మా?' అని అడిగింది.

'నేను బాగున్నాను, పెద్ద అమ్మా', అంది సీత.

సీత, ఊర్మిళ కౌసల్యకు పాదాభివందనం చేసారు. కౌసల్య వారిద్దరిని దీర్ఘాయుష్మతో ఆశీర్వదించింది.

కౌసల్య ఊర్మిళ వంక వాత్సల్యంగా నవ్వుతూ చూసింది. తనను చూసి నవ్వినప్పటికంటే ఈ నవ్వులో వాత్సల్యంపాలు ఎక్కువగా ఉండటం సీత గమనించింది. ఈ నవ్వు మాతృప్రేమతో నిండివుంది.

సీత ఆనందంగా నవ్వుకుంది. నా చిన్న చెల్లెలు ఇక్కడ క్షేమంగా ఉంటుంది.

'ఊర్మిళా, నా తల్లీ, నేను నీ గదికి వెళ్ళాను. నువ్వు ఇక్కడ ఉన్నావని నాకు చెప్పారు', అంది కౌసల్య.

'అవునా, అమ్మా',

'నీకు నల్ల ద్రాక్ష అంటే ఇష్టమనుకుంటాను'.

ఊర్మిళ ఆశ్చర్యంతో రెప్పలార్చింది. 'మీకెలా తెలుసు, అమ్మా,'

కౌసల్య ఏదో కుట్ర పన్నినట్లు నవ్వుతూ 'నాకు అంతా తెలుసు', అంది.

ఊర్మిళ సన్నగా నవ్వుతుంటే, కౌసల్య నాటకీయంగా ఆ బంగారుగిన్నెలపై ఉన్న పట్టుబట్టను లాగేసింది. ఆ గిన్నెలు రెండూ నల్ల ద్రాక్షపళ్ళతో నిండివున్నాయి.

ఊర్మిళ ఆనందంతో చిన్నగా అరిచి, చప్పట్లు కొట్టింది. ఆమె నోరు తెరిచింది. సీత ఆశ్చర్యంగా చూస్తోంది. ఊర్మిళ ఎప్పుడూ తన తల్లి సునయనను తినిపించమని అడిగేది. కాని ఎప్పుడూ తన అక్కను మాత్రం అడగలేదు.

సీత కళ్ళు ఆనందంతో తడి అయ్యాయి. తన చెల్లికి మళ్ళీ తల్లి దొరికింది.

కౌసల్య ఒక ద్రాక్షపండు అందుకుని ఊర్మిళ నోటిలో వేసింది. 'ఉమ్మ్, చాలా బాగుంది అమ్మా', అంది ఊర్మిళ.

'ద్రాక్షపళ్ళు ఆరోగ్యానికి మంచివి కూడా!' అంది కౌసల్య. ఆమె తన పెద్ద కోడలివైపు చూస్తూ 'నువ్వూ కొన్ని తీసుకో, సీతా', అంది.

'అలాగే పెద్ద అమ్మా, కృతజ్ఞతలు', అంది సీత.

26వ అధ్యాయం

కొన్ని రోజుల తర్వాత, సీత ఏకాంతంగా రాజోద్యానవనంలో కూర్చుని ఉంది.

అది రాజభవనం ప్రహరిగోడల లోపల భవనం పక్కన ఉంది. అభయ వనంలా తీర్చిదిద్దిన ఆ వనంలో సప్తసింధు నుంచే కాక ప్రపంచంలోని మిగిలిన పెద్ద సామ్రాజ్యాల నుంచి తెప్పించిన పూలమొక్కలు, వృక్షాలు ఉన్నాయి. అద్భుతమైన ఆ వైవిధ్యం ఉద్యానవనానికి కొత్త అందాలు సంతరించి పెట్టింది. ఆ వైవిధ్యం సప్తసింధులోని ప్రజల వివిధ సాంస్కృతిక శైలులను ప్రతిబింబిస్తున్నట్లు ఉంది. చక్కటి పచ్చిక తివాసీల పక్కనుంచి మెలి తిరుగుతున్న కాలిబాటలు ఉన్నాయి. ప్రధాన రాజభవనం, రాజసభలు లాగానే ఈ ఉద్యానవనం కూడా వైభవం తగ్గుముఖంపట్టి, పోషణ సరిగా లేకుండా ఉంది. ఈ ఉద్యానవనం అక్షరాలా ఆకురాలిపోతోంది, అయోధ్యలో తరిగిపోతున్న వనరులకు సాక్షిలా.

కాని సీత ఉద్యానవనం అందాలను ఆనందించడం కాని, తరిగిపోతున్న వైభవాన్ని చూసి బాధపడటం కాని చేయడంలేదు.

రాముడు దశరథుడుతో, తన తల్లితో మాట్లాడటానికి వెళ్ళాడు. వాయుపుత్రులు అనుమతి లేకుండా దైవీఅస్త్రం ప్రయోగించినందుకు శిక్షను అనుభవించనున్నానని చెప్పడానికి వెళ్ళాడు.

రాముడు ఈ వ్యవహారం చూసుకుంటున్నప్పుడు సీత అరణ్యవాసంలో తమకు అపాయాలు, ప్రమాదాలు జరగకుండా ఉండటానికి జాగ్రత్తలు తీసుకుంటోంది. తనను నగరం వెలుపల కలవమని జటాయువును కోరింది. తమ బహిష్కరణ కాలంలో జటాయువును అతని బృందంతో కలిసి తమను అనుసరించమని అడగదలుచుకుంది. తన అభ్యర్థనకు మలయపుత్రులు ఎలా స్పందిస్తారో ఆమెకు తెలియదు. తనను విష్ణువుగా గుర్తిస్తూ బహిరంగ ప్రకటన చేయడానికి ఆమె ఒప్పుకోక పోవడంతో, మలయపుత్రులు ఆమెపట్ల

నొచ్చుకుని ఉన్నారు. కాని జటాయువు తనపట్ల విధేయంగా ఉంటాడని, తనకేదీ నిరాకరించడని ఆమెకు తెలుసు.

'ఏమిటి వదినా, అంత దీర్ఘంగా ఆలోచిస్తున్నారు? మీ ఆలోచనలకు వేయి గ్రామాల ఆదాయం ఇవ్వాలి'.

సీత వెనుతిరిగి చూసి భరతుణ్ణి చూసింది. ' ఆ వేయి గ్రామాలు ధనిక కోసల దేశంలో ఉన్నాయా, పేద మిథిలలో ఉన్నాయా?' అంది సీత నవ్వుతూ.

భరతుడు నవ్వి ఆమెపక్కన కూర్చున్నాడు.

'అన్నతో తన వెర్రి ప్రయత్నం మానుకోమని చెప్పి చూశారా? తను బహిష్కరణ, శిక్ష అనుభవించాల్సిందేనన్న వాదన విరమించుకొమ్మని చెప్పారా?'

'నేను ఆయనతో ఏకీభవించడం లేదని ఎందుకనుకుంటున్నారు?' అంది సీత.

భరతుడు నివ్వెరపోయాడు. 'నేను... నేనేమనుకున్నానంటే... నిజానికి నేను మీ గురించి ఆరా తీశాను. నాకేమి తెలిసిందంటే మీరు...'

'ఆచరణ వాదినెనా?' అడిగింది సీత భరతుడి వాక్యాన్ని పూర్తిచేస్తూ.

భరతుడు నవ్వి 'అవును', అన్నాడు.

'మీ అన్నగారు ఆచరణాత్మక విధానంలో లేరని ఎలా అనుకుంటున్నారు?'

భరతుడు ఏమీ మాట్లాడలేకపోయాడు.

'మీ అన్నగారు పూర్తి ఎరుకతో ఆచరణాత్మకంగా ఉన్నారని నేను అనడంలేదు. ఎట్టి పరిస్థితిలోనూ చట్టానికి కట్టుబడి ఉండాలని ఆయన ఎంచుకున్న మార్గం ఆచరణాత్మకంగా అనిపించకపోవచ్చు. కాని సహజ ఆలోచనా ధోరణికి భిన్నంగా, సమాజంలోని కొన్ని వర్గాలకు, అన్నిటిని మించిన ఆచరణాత్మక నడవడి అనిపించవచ్చు'

'నిజంగానా? అది ఎలా?' అన్నాడు భరతుడు కనుబొమలు ముడివేస్తూ.

'ఇది పెనుమార్పులు సంభవిస్తున్న కాలం, భరతా. ఇది ఉత్తేజకరంగా, శక్తిదాయకంగా ఉండగలదు. కాని చాలా మందికి మార్పు అంటే ఇష్టముండదు. సప్తసింధు సమాజం మూర్ఖంగా తమ వైశ్యులను అసహ్యించుకోవాలని నిర్ణయించుకుంది. వారు వ్యాపారులను నేరగాళ్ళుగా, దొంగలుగా పరిగణిస్తున్నారు. వైశ్యుడు కేవలం మోసపూరితంగానే ధనం గడిస్తాడనేది ఆలోచన లేని అమాయకత్వం. అంతే కాకుండా పక్షపాత ధోరణి. మార్పులు, అనిశ్చితి ఉన్న కాలంలో ఇటువంటి పెడధోరణులు పెరుగుతాయి. నిజమేమిటంటే కొందరు వైశ్యులు మోసగాళ్ళయి

ఉండవచ్చు కాని ఎక్కువ మంది వ్యాపారులు మాత్రం కష్టజీవులు. నష్టభయాన్ని ఒప్పుకుని వ్యాపారంలో దిగినవాళ్ళు అభివృద్ధి చెందకపోతే సమాజంలో సంపద సృష్టి జరగదు. ఒక సమాజం సంపద సృష్టించ లేకపోతే, ఎక్కువమంది ప్రజలు పేదవారుగా మిగిలిపోతారు. అది నిరాశకు, అశాంతికి దారితీస్తుంది'.

'నేను అంగీకరించే...'

'నేనింకా పూర్తి చేయలేదు'.

భరతుడు వెంటనే చేతులు జోడించి 'క్షమించండి, వదినా', అన్నాడు.

'ప్రజలకు జ్ఞానం, వివేకం ఉంటే పేదరికంతో సర్దుకుపోతారు. కాని భారతావనిలో ఈనాడు బ్రాహ్మణులకు కూడా కనీస గౌరవం లేదు. వైశ్యుల పట్ల లేకపోవచ్చు గాని బ్రాహ్మణులు, జ్ఞానమార్గాలకు ఈ రోజు గౌరవం లేదు. జ్ఞానంకోసం పరితపించే నా తండ్రి గురించి ప్రజలు ఏమనుకుంటారో నాకు తెలుసు.'

'లేదు. నేను అలా...'

'నేను ఇంకా పూర్తి చేయలేదు', అంది సీత కళ్ళు వినోదంగా మెరుస్తుండగా.

'క్షమించండి', అన్నాడు భరతుడు చేతితో నోరు మూసుకుంటూ.

'దాని మూలంగా జ్ఞానుల మాట ప్రజలు పట్టించుకోరు. వాళ్ళు వైశ్యులను అసహ్యించుకుని, పేదరికాన్ని కొని తెచ్చుకుంటున్నారు. ఇప్పుడు అందరికంటే ఎక్కువ గౌరవం పొందేవారు క్షత్రియులు. ''యుద్ధ–గౌరవం'' అనేది లక్ష్యం అయిపోయింది. ప్రస్తుతం సమాజంలో ఉన్నది డబ్బుపట్ల అసహ్యం, జ్ఞానం పట్ల నిర్లక్ష్యం, హింసపట్ల ఆరాధన. ఈ స్థితిలో ఏమి ఆశిస్తాం?' భరతుడు మౌనంగా ఉండిపోయాడు.

'మీరిప్పుడు మాట్లాడవచ్చు', అంది సీత.

భరతుడు తన నోటిని మూసి వుంచిన చేతిని తీసి 'వైశ్య, బ్రాహ్మణ, క్షత్రియులను గౌరవించాలని మీరంటున్నప్పుడు మీరు ఆ కులాల గుణాలను ప్రస్తావిస్తున్నారు కాని ఆ కులస్థులను కాదు. అవునా?' అన్నాడు.

'సహజంగా, జన్మ మూలం ఏర్పడుతున్న కులవ్యవస్థను నేను సమర్థించుతాననుకుంటున్నారా? ఇప్పుడున్న కులవ్యవస్థను ప్రక్షాళన చేయాలి...?'

'ఆ విషయంలో, నేను మీతో ఏకీభవిస్తాను'.

'ఇప్పుడు నా ప్రశ్నకు తిరిగి వద్దాం. సంపద సృష్టికర్తల పట్ల అసహ్యం, జ్ఞానం విద్య అందించే వారిపట్ల నిర్లక్ష్యం, యుద్ధమంటే, యుద్ధ వీరులంటే అభిమానం ఉన్న పరిస్థితులలో ఏం జరుగుతుందని మీరనుకుంటున్నారు?'

'తీవ్రవాద వ్యాప్తి. ముఖ్యంగా యువతలో. సహజంగా వాళ్ళే అతి పెద్ద అవివేకులు'.

'యువత అందరినీ అవివేకులు అనకూడదు', అంది సీత నవ్వుతూ.

భరతుడు తల ఊపుతూ' మీరు సరిగా చెప్పారనుకుంటాను. నేనుకూడా యువకుడినే!' అన్నాడు.

'అప్పుడు మీకు యువకులైన స్త్రీ పురుషులు తీవ్రవాదం వైపు ఆకర్షితులయిన పరిస్థితి ఉంటుంది. తెలివితేటలు ఉంటాయి కాని జ్ఞానం ఉండదు. పేదరికం ఉంటుంది. హింసపట్ల అభిమానం ఉంటుంది. ఈ సమస్యలకు కారణం సమాజంలో సమతూకం లోపించడమని వారికి అర్థం కాదు. సత్వర పరిష్కారాల కోసం చూస్తుంటారు. వారి ఆలోచనా విధానంలో లేని వారందరినీ ద్వేషిస్తారు'.

'అవును'.

'మరి సప్తసింధులో నేరాలు ఎక్కువగా ఉండటంలో స్త్రీలపట్ల అత్యాచారాలు పెరగడంలో ఆశ్చర్యమేముంది? స్త్రీలు జ్ఞాన, వాణిజ్య, దైహిక శ్రమ ఇలా అన్ని రంగాల్లో రాణించగలరు. కాని హింస విషయం వచ్చేటప్పటికి భగవంతుడు వారికి ప్రాకృతిక అనుకూలతలు ఇవ్వలేదు'.

'అవును'.

'ఇలా తీవ్రవాదం వైపు మొగ్గిన, నమ్మకం కోల్పోయిన, హింసపట్ల ప్రేరితులైన యువత క్లిష్టతలేని, సత్వర పరిష్కారాలకోసం బలహీనులపై దాడి చేస్తారు. అది వాళ్ళను శక్తిమంతులుగా అధికారం కలవారిగా ఊహించుకునేలా చేస్తుంది. పురుష స్వామ్య జీవన విధానంలోని నిరంకుశత్వానికి వారు లోబడి పోయి, దారితప్పే అవకాశం ఉంటుంది. అలా సమాజంలో గందరగోళం, అస్తవ్యస్తత ఏర్పడతాయి.

'మరి మా అన్న ఊహలు, అభిప్రాయాలు పురుషస్వామ్య విధానంలో నుంచి పెరిగినవి కాదంటారా? అవి సమస్యల్లో క్లిష్టతను చూడకుండా, సమస్య సరళమైనదే అనుకునేలా లేవా? అభిప్రాయాలను పై నుంచి కిందకు రుద్దేవిగా లేవా? వీటికి పరిష్కారం స్త్రీ స్వామ్యం కాదా? స్వతంత్రత అనుమతించడానికి? ప్రజలు తమంత తాముగానే సమతూకం కనుగొనడానికి?

'కాని, భరతా, చాలామంది స్త్రీ స్వామ్యాన్ని నమ్మదగని దానిగా భావించి భయపడతారు. పురుషస్వామ్యంలోని క్లిష్టతలేని, అంచనాలకు అందే స్వభావం వారికి నచ్చుతుంది. ఎక్కువ ఆలోచించకుండా అందరికీ వర్తించే స్మృతిని, ఆ స్మృతి వేరేవారు తయారుచేసినదయినా, అంగీకరిస్తారు. చట్టం, న్యాయం పట్ల రాముడి దృక్పథం క్లిష్టతను పట్టించుకోనిదే. కొంతమంది దీనిని నియంతృత్వ పోకడ అనికూడా అనవచ్చు. కాని దానిలో ఉండే యోగ్యత దానిలో ఉంది. పురుషస్వామ్యంలోని స్థిరత, నిశ్చితత్వం కోసం చూసే యువతకు అతను మార్గం చూపించగలడు. తీవ్రవాదం వైపు మొగ్గు చూపుతున్న యువతను ఎడతెగని యుద్ధాలు హింస, ద్వేషం వైపుకు మళ్ళించడానికి రాక్షసశక్తులు పనిచేస్తుంటాయి. దానికి వ్యతిరేకంగా రాముడి విధానం అటువంటి ప్రజలను, యువతను న్యాయం, నిష్పాక్షికత ఉన్న ఒక క్రమ జీవితం వైపుకు మళ్ళించగలదు. అతను వారిని సమాజమంతటికీ మేలు చేయగలిగేలా మలచగలడు. మీ అన్నగారి దారి అందరికీ అనుసరణీయమని నేను అనడంలేదు. కాని అతను క్రమవిధానం, నిశ్చితత్వం, చట్టాలపట్ల విధేయత, నైతికత కావాలనుకునే వారికి నాయకత్వం వహించగలడు. విలువలు పతనమవటంపట్ల, విషయలంపటత్వంపట్ల అనాసక్తి, అయిష్టం ఉన్నవారికి కూడా. అతను వారిని ద్వేష, హింసాపూరితమైన మార్గం నుంచి రక్షించి వారిని భారతావని మేలుకోసం పాటుపడే శక్తిగా మార్చగలడు'.

భరతుడు మౌనంగా ఉన్నాడు.

'రాముడి కచ్చితమైన, వాస్తవమైన సందేశం, ఈనాడు దేశంలోని యువతను కబళించి వేస్తున్న తీవ్రవాదానికి సమాధానం, పరిష్కారం కాగలదు'.

భరతుడు వెనక్కువాలి 'ఎంత బాగుంది', అన్నాడు.

'ఏమిటి?' అంది సీత.

'పురుషస్వామ్యం పట్ల తనకున్న నమ్మకం గురించి మా అన్నగారితో నేను చాలా వాదించాను. అది తప్పనిసరిగా మౌఢ్యానికి, హింసకు దారితీస్తుందనే నేను ఎప్పుడూ అనుకున్నాను. కాని ఒక్క సంభాషణతో మీరు నా మెదడుకు ద్వారాలు తెరిచారు!'

'నిజంగా మీరు స్త్రీ స్వామ్య వ్యవస్థకు ఎప్పటికీ తిరోగమనం, భ్రష్టత ఉండదనుకుంటున్నారా? ఉన్న ఒకే తేడా ఏమిటంటే దీని భ్రష్టత్వం వేరేగా ఉంటుంది. పురుషస్వామ్యంలో గొప్పతనం, క్రమత, సమర్థత, నిష్పాక్షికత. అవలక్షణం హింస, మౌఢ్యం. స్త్రీ స్వామ్యంలో గొప్పతనం సృజనాత్మకత,

దేనినైనా సాధించాలనే ప్రగాఢ వాంఛ. దాని అవలక్షణం భ్రష్టత, అస్తవ్యస్థత. వీటిలో ఏదో ఒకటి గొప్పది, రెండోది చెడ్డది అనలేము. రెండిటిలోనూ మంచి చెడులు ఉన్నాయి'.

'ఉమ్మ్మ్...'

'స్వేచ్ఛ మంచిదే, కాని పరిమితులకు లోబడి. అదుపు లేని స్వేచ్ఛ వినాశనానికి దగ్గరిదారి. అందుకే నేను ఇష్టపడే మార్గం సమతుల్యత. స్త్రీ స్వామ్య, పురుషస్వామ్య వ్యవస్థల సమతుల్యత'.

'నేను వేరే విధంగా అనుకుంటున్నాను'.

'చెప్పండి'.

'అదుపులేని స్వేచ్ఛ, ఎక్కువ స్వేచ్ఛ అనేవేమీ వుండవు. ఎందుకంటే సంతంత్రంలోనే దానిని సరిదిద్దుకునే ఉపకరణలున్నాయి'.

'నిజంగా?'

'అవును. స్త్రీ స్వామ్యంలో భ్రష్టత, విషయలంపటత్వం పెరుగుతున్నపుడు ఆ పరిణామాన్ని వ్యతిరేకించేవారు ఆ స్వేచ్ఛను ఉపయోగించే దాన్ని గట్టిగా వ్యతిరేకించడం, దాని పట్ల తిరుగుబాటు చేయడం చేస్తారు. సమాజానికి జాగరూకత కల్పించినపుడు, ప్రత్యేకించి సమాజంలో ఏకాభిప్రాయం నెలకొన్న ప్పుడు సంస్కరణలు మొదలవుతాయి. స్త్రీ స్వామ్యంలో ఏ సమస్య కూడా చాలాకాలంపాటు మరుగున ఉండిపోదు. కాని పురుష స్వామ్య వ్యవస్థలు సంవత్సరాల తరబడి జరుగుతున్న వాస్తవాన్ని నిరాకరిస్తూ అది జరగనట్లు తిరస్కరణతో ఉంటాయి. ఎందుకంటే సమస్యలనో, విషయాలనో ప్రశ్నించి ఎదుర్కొనే స్వేచ్ఛ ఆ వ్యవస్థలో ఉండదు. పురుషస్వామ్య విధానం వ్యవస్థను అంగీకరించడం, స్మృతికి లోబడి ఉండడం, చట్టం అనే వాటి మీద ఆధారపడి ఉంది. ప్రశ్నించే తత్త్వాన్ని ఈ వ్యవస్థ చంపేస్తుంది. దానితో, గందరగోళం, అస్తవ్యవస్థత నెలకొనకముందే, సమస్యలను గుర్తించి పరిష్కరించే సామర్థ్యం కూడా పోతుంది. ఇంకెవరూ పరిష్కరించలేకపోతున్న సమస్యలను పరిష్కరించ డానికి వస్తున్న మహాదేవులు సాధారణంగా పురుషస్వామ్య వ్యవస్థకు ప్రాతినిధ్యం వహిస్తున్న వారితోనే పోరాడాల్సి వుంటుంది, మీరెప్పుడైనా దీన్ని ఆలోచించారా?'

సీత వెనక్కి వాలింది. ఆమె ఆశ్చర్యంతో నిశ్శబ్దంగా ఉండిపోయింది. ఆమె మహాదేవుల గురించి భరతుడు అన్నమాట గురించి ఆలోచిస్తోంది. అవును. అతను సరిగానే చెప్పాడు.

'స్వతంత్రమనేదే ఆఖరి సమాధానం. అవి కల్పించే అస్థిరతలు ఎన్ని ఉన్నా, స్వతంత్రం క్రమమైన సర్దుబాటుకు వీలు కల్పిస్తుంది. అందుమూలంగానే స్త్రీ స్వామ్య వ్యవస్థలో మహాదేవులు వచ్చి చక్కదిద్దాల్సినంత గొప్ప సమస్యలు రావు. ఈ అద్భుత పరిష్కారం పురుషస్వామ్య వ్యవస్థలో లేదు. ఈ వ్యవస్థ మొదటగా అణచివేసేది స్వేచ్ఛనే. ప్రతివారూ విధానానికి లోబడి ఉండాల్సిందే లేదా బయటకు పోవాలి'.

'మీరు చెప్పేదానిలో సబబు వుంది. కాని చట్టంలేని స్వేచ్ఛ గందరగోళమే. నేను కచ్చితంగా...'

భరతుడు తన వదినకు అడ్డుపడి 'స్వేచ్ఛ మాత్రమే ఆఖరి అస్త్రం, అదే అన్నిటికి సమాధానం. మనం పైపైన చూసినపుడు అది గందరగోళంగా, నిర్వహించడానికి కష్టమైనదిగా అనిపించవచ్చు. చట్టాలను పట్టువిడుపులతో ఉపయోగించి, గందరగోళం నెలకొనకుండా చూడవచ్చని నేను అంగీకరిస్తాను. కాని తిరుగుబాటుతనంతో వాదించే వారికి తగినంతమందికి స్వేచ్ఛనిస్తే, చివరికి పరిష్కారం దొరకని సమస్య అంటూ ఉండదు. అందుకనే జీవితానికి స్వేచ్ఛ అనేది అతి ముఖ్యమైన లక్షణం అనుకుంటాను నేను'.

'చట్టం, న్యాయం కంటే ముఖ్యమైనదా?'

'అవును. నా ఉద్దేశంలో ఎన్ని తక్కువ చట్టాలు ఉంటే అంతమంచిది. మానవ సృజనాత్మకత గొప్పగా వెల్లివిరియడానికి అవసరమైనంత, ప్రతిబంధకం గాని, చట్టాలుంటే చాలు. స్వేచ్ఛగా జీవించడమనేది ప్రకృతి ధర్మం.'

సీత మృదువుగా నవ్వింది. 'నీ ఆలోచనలు, అభిప్రాయాల గురించి మీ అన్నగారేమంటారు?'

రాముడు వెనుక వైపు నుంచి వారి వద్దకు వచ్చి, సీత భుజాలపై చేతులు వేసి, 'భరతుడు ఒక ప్రమాదకరమైన ప్రభావం చూపించే మనిషి అని అతని అన్న అనుకుంటున్నాడు', అన్నాడు.

రాముడు తన విభాగానికి వెళ్ళినప్పుడు సీత ఉద్యానవనంలో ఉందని అతనికి చెప్పారు. భరతుడితో ఆమె దీర్ఘంగా సంభాషించడం అతను చూశాడు. అతను వాళ్ళను సమీపించడం వారు చూడలేదు. భరతుడు విరగబడి నవ్వి, 'అన్నా', అంటూ లేచి రాముడిని కౌగలించుకున్నాడు.

'నీ ఉదారవాద అభిప్రాయాలతో మీ వదినను అలరించినందుకు నీకు కృతజ్ఞతలు చెప్పాలా?'

భరతుడు భుజాలు ఎగరవేస్తూ నవ్వాడు. 'కనీసం నేను అయోధ్య వాసులను విసుగు తెప్పించే మనుషులుగా మార్చను!'

రాముడు నవ్వి 'అలా అయితే మంచిదే!' అన్నాడు.

భరతుడి వైఖరి వెంటనే మారిపోయి, అతని ముఖం మబ్బులు కమ్మినట్లు అయింది. 'అన్నా, తండ్రిగారు నిన్ను వెళ్ళనివ్వరు. ఆ విషయం నీకూ తెలుసు. నువ్వు ఎక్కడికీ వెళ్ళటంలేదు'.

'ఈ విషయంలో నాన్నగారికి ఎంచుకునే అవకాశం ఏమీ లేదు. అలాగే నీకు కూడా. నువ్వు అయోధ్యను పాలించుతావు. అంతే కాదు, నువ్వు బాగా పాలించుతావు'.

'నేను ఈ విధంగా గద్దెనెక్క తలుచుకోలేదు', అన్నాడు భరతుడు తల ఊపుతూ. 'లేదు. నేను ఆ విధంగా చేయలేను'.

భరతుడి ఆవేదనకు ఉపశమనంగా తను చెప్పగలిగినది ఏమీ లేదని రాముడికి తెలుసు.

'అన్నా, దీన్ని గురించి నువ్వెందుకింత పట్టుపడుతున్నావు?' అన్నాడు భరతుడు.

'అది చట్టం, భరతా. నేను దివ్యాస్త్రాన్ని ప్రయోగించాను'.

'చట్టాన్ని తుంగలో తొక్కు, అన్నా! నువ్వు వెళ్ళడం అయోధ్యకు మంచిది అనుకుంటున్నావా? మనిద్దరం కలిసి పనిచేస్తే ఎలా ఉంటుందో ఆలోచించు. చట్టాన్ని గౌరవించడం పట్ల నీ ఊనిక; స్వేచ్ఛ, సృజనాత్మకత పట్ల నా ఊనికతో ఎంత బాగా ఉంటుందో. మనిద్దరిలో ఒకరు మాత్రమే ఉంటే అది నిజంగా ప్రభావవంతంగా ఉంటుందని నువ్వు అనుకుంటున్నావా?'

రాముడు తల ఊపి, 'నేను పద్నాలుగు సంవత్సరాల తర్వాత తిరిగి వస్తాను, భరతా. నువ్వు కూడా ఇప్పుడే సమాజంలో చట్టాలు, నియమాలకు సరైన స్థానం ఉండాలని అంగీకరించావు. నేను నియమభంగం చేసి, ఇతరులను నియమాలు పాటించమని ఎలా అడుగగలను? చట్టమనేది అందరికీ ఒకేలా వర్తించాలి. ఇది అంత కచ్చితం,' అన్నాడు రాముడు. తిరిగి భరతుడి కళ్ళలోకి చూస్తూ 'ఒక హీనమైన, నీచమైన నేరగాడు చట్టసహాయంతో తప్పించుకు పోగలిగినా, చట్టాన్ని మాత్రం ఉల్లంఘించకూడదు'.

భరతుడు కూడా రాముడికి కళ్ళలోకి చూశాడు. అతని ముఖ వైఖరి అభావంగా ఉంది.

సీత ఆ ఇద్దరు సోదరులు సున్నితమైన సమస్య గురించి మాట్లాడుతున్నారని అర్థం చేసుకుంది. విషయం అసౌకర్యంగా అనిపించింది.

ఆమె తను కూర్చున్న బల్ల మీద నుంచి లేచి రాముడితో, 'మీకు సేనాని మృగాస్యుడితో సమావేశం ఉంది', అంది.

—౨౮—

సీత తన అంగరక్షకులతోనూ, పరిచారికలతోనూ కలిసి విపణివీధికి వచ్చింది. ఆమె అక్కడ ఏమీ కొనదలుచుకోలేదు. తన రక్షకభటులలో ఒకతను ఎవరికీ తెలియకుండా కొంతసేపు ఎక్కడికో వెళ్ళాల్సి ఉంది. అతను రాజభవన ప్రాంగణం నుంచి వెళితే అతని రాకపోకలపై నిఘా వుంటుంది. కాని ఇక్కడ విపణివీధిలో అంతమంది అంగరక్షకుల మధ్య ఒకడు లేకపోయినా ఎవరికీ అజ రాదు.

ఆ భటుడు విపణివీధిలో నుంచి బయటకుపోయే చిన్న సందులోకి వెళ్ళడం సీత క్రీగంట చూసింది. మరుసటిరోజున జటాయువుతో సమావేశం ఏర్పాటు చేయమని అతనికి ఉత్తర్వు.

తన సందేశం జటాయువుకు చేరుతుందనే సంతృప్తి కలిగినాక రాజభవనానికి వెళ్ళడానికి సీత పల్లకి దగ్గరకు వచ్చింది. హఠాత్తుగా మరో పెద్ద పల్లకి ఆమె దారికి అడ్డంగా వచ్చింది. బంగారునగిషీలతో ఉన్న ఆ కంచు పల్లకికి పట్టుతెరలు ఉన్నాయి. కచ్చితంగా బాగా ఖరీదైన, సౌకర్యవంతమైన పల్లకి.

పల్లకి పట్టుతెరల వెనుక నుంచి 'ఆపండి. ఆపండి', అని ఒక స్త్రీ స్వరం వినిపించింది.

బోయీలు వెంటనే ఆగి, పల్లకిని కిందకు దించారు. సేవకులందరిలో బలిష్టమైన వాడొకడు పల్లకి ద్వారం వద్దకెళ్ళి తెరలు తొలగించి, ఒక వయసు మళ్ళిన స్త్రీ కిందకు దిగడానికి సహాయం చేశాడు.

'నమస్తే, రాకుమారి', అంది మంథర, ప్రయాసతో నిలబడుతూ. చేతులు జోడించి, తలవంచి సీతకు అభివాదం చేసింది.

'అభివాదం, దేవీ మంథరా' అంది సీత.

సీత అంతకుముందురోజున ఈ ధనిక వ్యాపారస్తురాలిని కలిసింది. కలిసిన వెంటనే ఆమె పట్ల సీతకు సానుభూతి కలిగింది. మంథర వెనుక ప్రజలు ఆమె గురించి మంచిగా మాట్లాడరు. అది సీతకు నచ్చలేదు. పైగా మంథర తన ప్రియపుత్రిక రోష్ని విషాదకర పరిస్థితులలో పోగొట్టుకుంది.

మంథర పరిచారికలలో ఒకామె వెంటనే ఒక మడత పెట్టగలిగే ఆసనం వేసింది. మంథర కూర్చుని 'క్షమించండి, యువరాణి. నేను ఎక్కువసేపు నిలబడలేను', అంది.

'పరవాలేదు, మంథరగారూ. ఏమిటి ఇలా విపణివీధికి వచ్చారు?' అంది సీత.

'నేను వ్యాపారవేత్తను. విపణిలో ఏమి జరుగుతుందో తెలుసుకుని ఉండటం ముఖ్యం', అంది మంథర నవ్వుతూ.

సీత నవ్వి, తల ఊపింది.

'నిజానికి ఎక్కడ ఏమవుతున్నా తెలుసుకుంటూ ఉండడం ముఖ్యం. ఎందుకంటే విపణి చాలా విషయాల మూలంగా ప్రభావితమవుతుంది'.

సీత నెమ్మదిగా నిట్టూర్చింది. తనను సహజంగా అందరూ అడిగే ప్రశ్నను ఆశించిందామె. దైవీఅస్త్రం ప్రయోగించిన విషయమై రాముడు శిక్ష కోసం ఎందుకు పట్టుపడుతున్నాడు?

'మంథర గారూ, మనం...'

మంథర సీతను దగ్గరకు లాక్కుని నెమ్మదిగా 'మహారాజు సింహాసనాన్ని పరిత్యజించి, రాముడికి పట్టాభిషేకం చేస్తారని విన్నాను. అలాగే బహిష్కరణ శిక్షను తన భార్యలతో ఆయనే స్వీకరిస్తాడని విన్నాను'.

ఈ విషయం సీత కూడా విని ఉంది. రాముడు అలా జరగనివ్వడని కూడా సీతకు తెలుసు. కాని ఆమెను ఇబ్బంది పెడుతున్న అంశం మరొకటి. మంథర ఈ విషయాన్ని ఎక్కడ వింది?

సీత ముఖాన్ని అభావంగా ఉంచుకుంది. వ్యవహారమేదో సరిగా లేదు.

మంథర అంగరక్షకులు ఆ వీధిలో వున్నవారిని దూరంగా ఉంచుతున్నారు. సీత వెన్ను జలదరించింది.

ఈ సమావేశం యాదృచ్ఛికం కాదు. ప్రణాళిక ప్రకారం జరిగింది.

సీత జాగ్రత్తగా, 'నేని విషయం వినలేదు, మంథరగారూ', అంది.

మంథర సీత వంక గట్టిగా చూసింది. కొన్ని క్షణాల తర్వాత ఆమె కొంచెంగా చిరునవ్వు నవ్వి 'అవునా?' అంది.

సీత నిరుద్రేకంగా 'నేను అబద్ధం ఎందుకు చెప్తాను?', అంది. మంథర చిరునవ్వు పెద్దదయింది. 'నీ గురించి ఆసక్తి కలిగించే విషయాలు విన్నాను, యువరాణి. మీరు తెలివిగల వారని, మీ భర్త మీతో రహస్యాలు పంచుకుంటారని, ఆయన మిమ్మల్ని నమ్ముతాడని'.

'ఓహ్, నేనొక చిన్న పట్టణం నుంచి వచ్చిన అనామకురాలిని. నా స్థాయికి మించిన వివాహం జరగడం మూలంగా నేను ఈ పెద్ద, చెడ్డ నగరానికి రావలసి వచ్చింది. ఇక్కడ మీరు మాట్లాడే మాటలు నాకు సరిగా అర్థం కావు. నా సలహాలను నా భర్త ఎందుకు నమ్మాలి?'

మంథర నవ్వింది. 'పెద్ద నగరాలు సంక్లిష్టమయినవి. ఉదాహరణకు ఇక్కడ మందగించిన వెన్నెల ఎక్కువ లోచూపును ఇస్తుంది. సూర్యరశ్మిలో చాలా పోగొట్టుకుంటాము. అందుకే నిజమైన జ్ఞానం, సూర్యాస్తమయం తర్వాతే కలుగుతుందని జ్ఞానులు చెపుతారు'.

ఇది బెదిరింపా?

సీత అయోమయం నటించింది.

మంథర కొనసాగించింది. 'నగరం రాత్రిని, చంద్రుడిని ఇష్టపడుతుంది. అడవి ఎప్పుడూ సూర్యుడికి స్వాగతం చెపుతుంది'.

ఇది వ్యాపార వ్యవహారం కాదు. మరిదేనికో సంబంధించినది.

'అవును, మంథరగారూ. జ్ఞానం కలిగించే మీ మాటలకు కృతజ్ఞతలు', అంది సీత తికమకపడుతున్నట్లు నటిస్తూ.

మంథర సీతను ఇంకా దగ్గరకు లాక్కుంది. సీత కళ్ళలోకి కన్నార్పకుండా చూస్తూ 'రాముడు అడవికి వెళుతున్నాడా, లేదా?' అని అడిగింది.

'నాకు తెలియదు, మంథరగారూ. దానిని చక్రవర్తి నిర్ణయిస్తారు', అంది సీత అమాయకంగా.

తన కళ్ళు చిన్న చీలికలా కనిపించేంత దగ్గరగా చికిలించింది మంథర. తరువాత సీతను వదిలి, తల విదిలించింది.

ఇంక ఇక్కడ తెలుసుకోవాల్సింది ఏమీలేనట్లుగా 'జాగ్రత్త, యువరాణి', అంది.

'మీరు కూడా జాగ్రత్త, మంథరగారూ'.

'దృహ్యు'... అరిచింది మంథర.

ఆమె కుడిభుజంలా ఉండే సహాయకుడు అణుకువగా రావడం సీత చూసింది. కాని అతని ప్రవర్తనకు, ముఖంలోని భావాలకు పొంతన కుదరటంలేదు.

సీత అమాయకంగా నవ్వింది. *వ్యవహారమేదో సరిగా లేదు. మంథర గురించి ఎక్కువ తెలుసుకోవాల్సిన అవసరం ఉంది*'.

27వ అధ్యాయం

సంకేత భాషలో ఉన్న సందేశాన్ని సీత త్వరగా చదివింది. అది ఆమెకు రాధిక ద్వారా అందింది. కాని పంపించిన వ్యక్తి మరొకరు.

సందేశం క్లుప్తంగా, స్పష్టంగా ఉంది: ఆచార్యులతో మాట్లాడతాను. పని అవుతుంది.

సందేశంలో పంపినవారి పేరు లేదు. కాని పంపినదెవరో సీతకు తెలుసు. ఆమె ఆ సందేశపత్రాన్ని కాల్చి నుసి చేసేసింది.

ఆమె చిరునవ్వు నవ్వి, నెమ్మదిగా 'కృతజ్ఞతలు, హనుమన్నా', అంది.

అడవిలో చదునుగా వున్న ప్రాంతంలో సీత, జటాయువు నిలబడి ఉన్నారు. నగరానికి ఒక గంట గుర్రపు స్వారి దూరంలో ముందుగా నిర్ణయించుకున్న ప్రాంతంలో కలిశారు. సీత సగం సమయంలోనే వేగంగా అక్కడకు చేరుకుంది. ఆమె తననెవరూ గుర్తుపట్టకుండా తన ముఖాన్ని, దేహాన్ని ఒక పొడవైన అంగవస్త్రంతో కప్పుకుంది. ఆమె జటాయువుతో చర్చించాల్సిన విషయాలు చాలా వున్నాయి. అందులో ముఖ్యంగా మంథర ఆమెను కలవడం గురించి.

'విష్ణూ, ఈ విషయం గురించి మీరు నిశ్చయంగానే చెప్పగలరా?' అడిగాడు జటాయువు.

'అవును. నేను మొదట రాముడికి నగరంలో ఎక్కువ ప్రమాదం ఉంటుందనుకున్నాను. రాముడికి ఇక్కడ చాలామంది శత్రువులు ఉన్నారు. కాని ఇప్పుడు నిజమైన ప్రమాదం అడవిలో ఉంటుందనుకుంటున్నాను.'

'మరి అప్పుడు నగరంలోనే ఉండవచ్చు కదా?'

'అది వీలుకాదు. నా భర్త దానికి అంగీకరించడు.'

'కాని ఎందుకు? ఎవరో ఏదో అనుకుంటారనే దానికి...'

సీత జటాయువును ఆపింది. 'నా భర్త స్వభావం గురించి తెలియడానికి నేనొక సంగతి చెపుతాను మీకు. సైన్యాధిపతి మృగాస్యుడు దశరథుడి స్థానంలో రాముడు చక్రవర్తి కావాలని బలంగా అనుకుంటున్నాడు. నిజానికి మా మామగారు రాముడిని చక్రవర్తి చేయడానికి తను సింహాసనం పరిత్యజించాలని అనుకుంటున్నారు. కాని నా భర్త ఒప్పుకోలేదు. అతను అలా చేయడం చట్టవ్యతిరేకమని అన్నాడు!'

జటాయువు తల విదిల్చి, నవ్వాడు. 'నీ భర్త పురుషోత్తముడు'.

సీత చిరునవ్వుతో 'అవును', అంది.

'అయితే మీరు మంథర...'

'అవును. ఆమె సింహాసనం ఎవరు ఎక్కుతారనే విషయంలో ఆసక్తిగా లేదు. ఆమె రాముడిపై ప్రతీకారం తీర్చుకోవాలనుకుంటోంది. అది చట్టాన్ని అమలు చేసినందుకు. తన కూతురిని మానభంగం చేసిన బాలనేరస్థుడికి శిక్ష పడనందుకు. ఆమె పగ వ్యక్తిగతం.'

'ఆమె పథకాల గురించి ఏమైనా ఆచూకీ ఉందా?'

'ఆమె అయోధ్యలో ఏమీ చేయదు. ప్రజాభిమానం ఉన్న రాకుమారుణ్ణి నగరంలో హత్య చేయడం ప్రమాదకరం. అడవిలోనే ఆ ప్రయత్నాలు జరుగుతాయని నా అనుమానం'.

'నే నింతకు ముందు కూడా అయోధ్యకు వచ్చాను. నాకు ఆమె, ఆమె అనుచరుడు తెలుసు. ఆమె ఎవరిపై ఆధారపడుతుందో కూడా నాకు తెలుసు'.

'దృహ్యుడు?'

'అవును, హత్య జరిపించే వ్యవహారం అతనే చూస్తాడు. ఆ పనికి ఎవరిని నియోగించడానికి ప్రయత్నిస్తాడో కూడా తెలుసు. ఆ విషయం నేను చూసుకుంటాను.'

'నాకు మంథర, దృహ్యుల విషయమ్మై ఒక అనుమానం ఉంది. నా దృష్టిలో వారి నిబద్ధత...'

'అవును, మహావిష్ణూ, రావణుడు వారి నిజమైన ప్రభువు', అన్నాడు జటాయువు సీత మాటకు అడ్డువస్తూ.

సీత దీర్ఘంగా శ్వాస తీసుకుంది. విషయాలు నెమ్మదిగా విశదమవు తున్నాయి.

'మంథర విషయం కూడా చూడమంటారా?' అడిగాడు జటాయువు.

'వద్దు. మిథిలలో జరిగిన దాని తరువాత రావణుడు తిరుగుదాడి చేయకుండా ఆపడమే కష్టమయింది. అయోధ్యలో రావణుడికున్న కీలకవ్యక్తి మంథర. ఉత్తరప్రాంతం నుంచి అతనికి నిధులు అందించే కామధేనువు. మనం ఇప్పుడు మంథరను చంపితే, మిథిలపై దండెత్తనని మలయపుత్రులతో చేసుకున్న ఒడంబడికను తోసి రాజనవచ్చు.'

'అయితే... అప్పుడు దృహ్యుడొక్కడే'.

సీత అవునన్నట్లు తల ఊపింది.

'మనం రేపు కలుద్దాం. అప్పటికి నాకు మరికొంత సమాచారం తెలియవచ్చు.'

'అలాగే జటాయువుగారు; కృతజ్ఞతలు. సంరక్షించే పెద్ద సోదరుడిలా ఆదరిస్తున్నారు మీరు నన్ను'.

'మహావిష్ణూ, నేను మీ భక్తుడిని మించి మరేమీ కాదు'.

సీత చేతులు జోడించి నమస్కారం చేసింది. 'సెలవు, సోదరా, పరశురామ ప్రభువు మీ తోడుగా ఉండాలి'.

'రుద్రదేవుడు తోడుగా వెళ్ళిరా, సోదరీ'

సీత తన గుర్రం ఎక్కి త్వరగా వెళ్ళిపోయింది. సీత పాదముద్రలు పడిన చోటి నుంచి ధూళి తీసుకుని, పూజ్య భావంతో నుదుటికి రాసుకున్నాడు జటాయువు. 'ఓమ్, నమో *భగవతే* విష్ణుదేవాయ, తస్యై సీతా దేవ్యై నమోనమః' అన్నాడు నెమ్మదిగా.

అతను తన గుర్రమెక్కి వెళ్ళిపోయాడు.

వశిష్ఠుడి కార్యాలయం బయట సీత వేచి వుంది. ముందస్తు సమాచారం, ప్రకటన లేకుండా రాకుమారుడు రాముడి భార్య అలా రావడం అక్కడున్న భటులకు ఆశ్చర్యం కలుగచేసింది. అయోధ్య రాజగురువు విదేశీ సందర్శకుడితో సమావేశంలో ఉండటంతో వారు ఆమెకు వేచి వుండమని చెప్పారు.

'నేను వేచి వుంటాను', చెప్పింది సీత.

గడిచిన కొద్ది రోజులు ఊపిరి సలుపని పనులతో గడిచాయి. దశరథుడు పదవీ పరిత్యాగం చేసి, రాముడికి రాజ్యాభిషేకం చేయడం దాదాపుగా నిర్ణయమయిపోయింది.

ఆ విధంగానే కనుక జరిగేటట్లయితే, రాముడు తనకు తనే బహిష్కరణ శిక్ష విధించుకుని, సింహాసనాన్ని పరిత్యజించి, భరతుడుకి రాజ్యాధికారం అప్పగించాలని రాముడు, సీత నిర్ణయించుకున్నారు. కాని అలా జరగకుండా ఉండాలని రాముడు కోరుకుంటున్నాడు. అలా చేయాల్సివస్తే తండ్రి మాటను బహిరంగంగా తిరస్కరించినట్లు అవుతుంది. కాని పరిస్థితి అంతవరకూ రాలేదు.

దశరథుడు రాజ్య పరిత్యాగం చేయవలసిన ముందురోజు కొన్ని నాటకీయ పరిణామాలు జరిగాయి. రాణి కైకేయి కోపగృహం చేరింది. కోపగృహ మనేది చాలా వందల సంవత్సరాల క్రితమే రాజుల అంతఃపురాలలో నెలకొల్పిన ఏర్పాటు. బహుభార్యాత్వం మూలంగా రాజులు రాణులందరికీ తగినంత సమయం కేటాయించలేరు. భర్తపట్ల ఆగ్రహం, అసంతుష్టి కలిగిన భార్య, కోపగృహం చేరుతుంది. ఆమెకు ఫిర్యాదులున్నాయని, పరిష్కరించవలసి వుందని రాజుకు అది సంకేతం. కోపగృహం చేరిన రాణి అందులో రాత్రి గడిపితే భర్తకు అశుభమని నమ్ముతారు. ఆ కారణంతో ఈ వ్యవహారాన్ని రాత్రి సమయానికి ముందే పరిష్కరించాల్సి వుంటుంది.

అలిగిన రాణి వద్దకు వెళ్ళటం తప్ప దశరథుడికి ప్రత్యామ్నాయం లేదు. ఆ కోపగృహంలో ఏమి జరిగినదో ఎవరికీ తెలియదు. కాని మరుసటి రోజు దశరథుడి ప్రకటన మాత్రం అప్పటి వరకు అందరూ అనుకుంటున్న దానికి వ్యతిరేకంగా వుంది. రాముడిని పద్నాలుగు సంవత్సరాలపాటు సప్తసింధు నుంచి బహిష్కరించారు.

భరతుడిని యువరాజుగా ప్రకటించారు. రాముడు తన బహిష్కరణను హుందాగా, వినయంగా అంగీకరించాడు. తన తండ్రి నిర్ణయం జ్ఞానంతో కూడినదని హర్షించాడు. మరో రోజు తరువాత సీత, రాముడు అడవులకు బయలుదేరతారు.

సీతకు సమయం చాలా తక్కువగా ఉంది. అరణ్యాలలో తమ భద్రతకోసం ఆమె చేయాల్సిన ఏర్పాట్లు ఇంకా పూర్తి కావలసి వున్నాయి.

వారు అయోధ్యకు వచ్చినప్పటినుంచి, వశిష్ఠుడు సీతను కలువలేదు. అయోధ్య రాజగురువు ఆమెను తప్పించుకుంటున్నాడా? లేక ఇంతవరకు

అవకాశం కుదరలేదా? ఏదేమైనా, వెళ్ళేముందు ఆయనతో మాట్లాడాలని సీత అనుకుంది.

ఆమె తలపైకెత్తి, వశిష్ఠుడి గది నుంచి ఒక మనిషి బయటకు రావడం చూసింది. అతను పొడవుగాను, అసాధారణమైన తెల్లటి రంగులోనూ ఉన్నాడు. తెల్లటి ధోవతి, అంగవస్త్రం ధరించివున్నాడు. కాని అతను నడుస్తున్న తీరును చూస్తే, ధోవతి కట్టుకుని వుండటం అతనికి అసౌకర్యంగా వుందని తెలిసి పోతుంది. బహుశా అది అతనికి అలవాటైన వస్త్రధారణకాదు. అతనిలో కొట్టొచ్చినట్లు కనిపించేవి, వంపు తిరిగివున్న అతని ముక్కు, పెద్ద గడ్డం, వేలాడుతున్న మీసాలు. ముడుతలు పడిన ముఖం, పెద్ద నిర్మలమయిన కళ్ళు జ్ఞానాన్ని, ప్రశాంతతను సూచిస్తున్నాయి.

పరీహావాసి. *బహుశా వాయుపుత్రుడు.*

పరిహావాసి సీతను, ఆమె పరిచారికలను గమనించకుండా ప్రధాన ద్వారం వైపు నడిచాడు.

ఒక భటుడు సీత వద్దకు వచ్చి, అభివాదం చేసి 'దేవీ, ఆలస్యానికి క్షమాపణలు', అన్నాడు.

సీత నవ్వి, 'లేదు, లేదు. మీరు మీ విధి నిర్వహిస్తున్నారు. విధిగా మీరలాగే చేయాలి', అంది.

ఆమె నిలబడి, భటుడు దారి చూపుతుండగా, వశిష్ఠుడి గదిలోకి నడిచింది.

— ꧁ —

'ఈ పనిని సప్తసింధు సరిహద్దుల బయట చేయాలి', అని చెప్పాడు దృహ్యుడు.

అతను అడవిలో చదునుగా ఉన్న ప్రాంతంలో ఉన్నాడు. పెద్ద కాలువ సరిహద్దుల నుంచి తూర్పు వైపు మూడు గంటలు గుర్రంపై ప్రయాణించి అక్కడకు చేరుకున్నాడు తను. సమాధానం కోసం వేచి చూసాడు కాని, సమాధానమేమీ రాలేదు.

కొంత దూరంలో చిక్కటి నీడలో కూర్చుని ఉన్నాడు హంతకుడు. అతని అంగవస్త్రం ముఖం, పై శరీరాలను కప్పి వుంది. అతను ఒక నున్నటి రాయిపై కత్తికి పదును పెట్టుకుంటున్నాడు.

తన విధులలో ఈ వ్యవహారమంటే దృహ్యుడికి చిరాకు. ఇంతకు ముందు కొన్నిసార్లు ఇటువంటి పని చేయాల్సి వచ్చింది. కాని మారలో అతన్ని భయపెట్టే అంశమేదో వుంది.

'చక్రవర్తి రాముడి బహిష్కరణను ప్రకటించాడు. అతను, అతని భార్య రేపు అయోధ్య విడిచి వెళతారు. వారు సామ్రాజ్యం సరిహద్దులు దాటి వెళ్ళేవరకు వారి జాడను నువ్వు అనుసరించాలి'.

మార బదులీయలేదు. అతను కత్తికి పదును పెడుతూనే వున్నాడు.

చిరాకుగా దృహ్యుడు ఊపిరి బిగపట్టాడు. *ఆ వెధవ కత్తి ఇంకెంత పదునుగా ఉండాలి!*

అతను బంగారు నాణేలున్న ఒక పెద్దసంచిని సమీపంలో ఉన్న ఒక చెట్టు మొదలుపై పెట్టాడు. తర్వాత తన సంచిలోనుంచి ఒక హుండి బయటకు తీసాడు. ఆ హుండీపై తక్షశిలలో ఉండే ఒక ప్రత్యేక రుణదాత మాత్రమే గుర్తుపట్టగల రహస్య ముద్ర వుంది. తక్షశిల భారతదేశానికి వాయవ్య మూలన ఉన్న నగరం.

'నగదుగా వేయి బంగారు నాణేలు. ఎప్పుడూ మార్చుకునే చోట మార్చుకొనేలా, యాభైవేల బంగారు నాణేలకు హుండి'.

మార తలపైకెత్తి చూశాడు. తరువాత కత్తి పదునును పరిశీలించాడు. పదును అతనికి సంతృప్తికరంగా వుంది. అతను పైకి లేచి దృహ్యుని వైపు నడుస్తున్నాడు.

'ఏయ్!' అన్నాడు దృహ్యుడు భయంగా అతను త్వరగా వెనక్కి తిరిగి కొంతదూరం పరిగెట్టాడు. 'నాకు నీ ముఖం చూపించవద్దు.నేను నీ ముఖం చూడను', అన్నాడు.

బ్రతికి వున్న వాడెవడూ మార ముఖం చూడలేదని దృహ్యుడికి తెలుసు. తన ప్రాణాన్ని ప్రమాదంలో పెట్టుకోవడం అతనికి నచ్చదు.

మార చెట్టు మొదలు వద్ద ఆగి, బంగారు నాణేల సంచి అందుకుని, చేతితో ఆ సంచి బరువును ఉజ్జాయింపుగా చూశాడు. దానిని కిందపెట్టి, హుండీని తీసుకున్నాడు. దానిని తెరిచి చూడకుండానే దట్టీకి వున్న సంచిలో పెట్టుకున్నాడు.

అప్పుడు మార దృహ్యుడి వైపుచూసి 'ఇప్పుడా విషయానికి విలువలేదు', అన్నాడు.

మార అన్నమాట అర్థమవడానికి దృహ్యుడికి కొన్ని క్షణాలు పట్టింది. అతను భయంతో అరిచి, తన గుర్రంవైపు పరిగెత్తాడు. కాని సన్నగా, శారీరకంగా

దృఢంగా వున్న మార దృహ్యుడికంటే వేగంగా పరిగెత్తగలడు. చిరుతపులిలా వేగంగా, నిశ్శబ్దంగా కొన్ని క్షణాల్లో అతను దృహ్యుడిని చేరాడు. వెనుకవైపు నుంచి దృహ్యుడి మెడను ఎడమచేతి మడతలో పట్టుకుని, దృహ్యుడిని తన శరీరానికి ఆనించుకున్నాడు. దృహ్యుడు భయంతో విడిపించుకోవడానికి పెనుగులాడు తుంటే, మార తన కత్తి పిడితో దృహ్యుడి మెడపై నున్న నాడివద్ద కొట్టాడు.

దృహ్యుడు వెంటనే మెడ కిందభాగం నుంచి పక్షవాతానికి లోనయ్యాడు. మార దృహ్యుడి శరీరాన్ని కిందపడనిచ్చాడు. అప్పుడు దృహ్యుడి పైకి వంగి 'ఇంకెవరికి ఈ పని అప్పగించారు?' అని అడిగాడు.

'నాకు స్పర్శ తెలియడంలేదు', అరిచాడు దృహ్యుడు విహ్వలంగా. 'నాకేమీ తెలియడం లేదు'.

దృహ్యుడిని మార బలంగా చెంపదెబ్బ కొట్టాడు. 'నీకు మెడ కిందనుంచి శరీరం స్తంభించిపోయింది. నేను వెంటనే దాన్ని సరిచేయగలను. కాని ముందు నాకు సమాధానం...'

'నా కేమీ తెలియడం లేదు. నాకు స్పర్శ లేదు. ఓ ఇంద్ర దేవా...' మార తిరిగి బలంగా కొట్టాడు.

'నాకు త్వరగా సమాధానం చెపితే, నేను నీకు సహాయం చేస్తాను. నా సమయం వృథా చేయకు'.

దృహ్యుడు మార వంక చూశాడు. మార అంగవస్త్రం అతని ముఖాన్ని కప్పివుంది. కేవలం అతని కళ్ళు మాత్రమే కనిపిస్తున్నాయి.

దృహ్యుడు అతని ముఖాన్ని చూడలేదు. కాబట్టి బహుశా బతికి బయట పడవచ్చు.

'దయచేసి నన్ను చంపకు...' వెక్కిళ్ళు పెడుతూ ఏడుస్తున్నాడు దృహ్యుడు. కన్నీళ్ళు కారుతున్నాయి.

'నా ప్రశ్నకు సమాధానం చెప్పు. ఈ పనికి మరెవరినైనా పురమాయించారా? ఇంకో హంతకుడెవరైనా ఉన్నాడా?'

'నువ్వు తప్ప వేరెవరూ లేరు. వేరే ఎవరూ లేరు, నీవే. దయచేసి నన్ను వదిలెయ్యి. ఇంద్ర దేవుడి సాక్షిగా.. దయచేసి...'

'నాలాంటి వాడిని ఏర్పాటు చేయగలిగినవారు, నువ్వు కాకుండా, దేవి మంథర దగ్గర మరెవరైనా ఉన్నారా?'

'లేరు, మరెవరూ లేరు. డబ్బంతా ఉంచేసుకో. ఆ ముసలి మంత్రగత్తెకు నీవు ఒప్పుకున్నావని చెబుతాను. నువ్వెవరినీ చంపనక్కరలేదు. ఆమెకు

ఎలా తెలుస్తుంది? రాముడు తిరిగి వచ్చేసరికి, ఈమె చనిపోవచ్చు కూడా. దయచేసి నన్ను....'

మార తన ముఖాన్ని కప్పి వుంచిన అంగవస్త్రాన్ని తొలగించడంతో దృహ్యుడు మాట్లాడటం ఆపాడు. దృహ్యుడి హృదయం భయంతో విహ్వలమయింది. తను మార ముఖం చూసాడు. తరువాత ఏమి జరుగుతుందో అతనికి తెలుసు.

'కంగారుపడకు. నీకేమి నొప్పి తెలియదు', అన్నాడు మార నవ్వుతూ.

హంతకుడు తన పని మొదలుపెట్టాడు. దృహ్యుడి శరీరాన్ని అక్కడే వదిలిపెట్టాలి. మంథర, ఆమె ఉద్యోగులు ఆ శరీరాన్ని చూడాలి. ఈ శరీరం వాళ్ళకొక సందేశాన్ని ఇవ్వాలి.

—౹౹ ౸—

సీత తన చెల్లితో కూర్చుని ఉంది. ఊర్మిళ ఎడతెరిపి లేకుండా ఏడుస్తూనే వుంది.

గత కొన్ని రోజులుగా జరుగుతున్న వ్యవహారాలతో హడావుడిగా ఉంటున్నప్పటికీ, సీత సమయం చేసుకొని తరచుగా ఊర్మిళ వద్దకు వస్తూనే ఉంది. పద్నాలుగు సంవత్సరాలు బహిష్కరణకు రాముడు, సీతతో పాటుగా తనుకూడా వస్తానని లక్ష్మణుడు పట్టుపట్టాడు. మొదట్లో ఊర్మిళ కూడా తమతో పాటు రావచ్చని లక్ష్మణుడు అనుకున్నాడు. కాని అరణ్యావాసంలోని కష్టాలకు ఊర్మిళ తట్టుకోలేదని అతనికి తరువాత గ్రహింపుకి వచ్చింది. ఈ పద్నాలుగు సంవత్సరాలు చాలా కష్టంగా గడవబోతున్నాయి. దృఢంగా, బలిష్ఠంగా ఉంటేనే అరణ్యాల్లో మనగలరు. అరణ్యాల్లో నాజూకుగా, నాగరకంగా ఉండేవారు మనలేరు. ఊర్మిళతో మాట్లాడి, ఆమె వారితో రాకుండా ఉండటానికి ఒప్పించడం లక్ష్మణుడికి కష్టమే అయింది. ఆమె ఉదాసీనంగా ఒప్పుకుంది.

సీతకు కూడా లక్ష్మణుడు చెబుతున్నది సబబుగా అనిపించింది. ఆ నిర్ణయంతో సమాధానపడేలా చేయడానికి సీత తరచుగా ఊర్మిళను కలుస్తోంది.

'మొదట అమ్మ నన్ను వదిలి వెళ్ళిపోయింది. ఇప్పుడు నువ్వు, లక్ష్మణుడు కూడా నన్ను వదిలి వెళుతున్నారు. నేనేమి చేయాలి?' అంటూ వెక్కిళ్ళు పెడుతోంది ఊర్మిళ.

సీత ఊర్మిళను దగ్గరకు తీసుకుని, 'ఊర్మిళా, నువ్వు రావాలనే అనుకుంటే, నేనందుకు రాముడినీ, లక్ష్మణుడినీ ఒప్పిస్తాను. కాని అలా చేసే ముందు అడవుల్లో బతకటం ఎలా వుంటుందో తెలుసుకోవాలి నువ్వు, మన తలమీద సరైన కప్పుకూడా ఉండదు. మనం అడవుల్లో దొరికేది తింటూ బ్రతకాలి. మాంసం తినాల్సి ఉంటుంది: అది నీకు ఎంత అయిష్టమో నాకు తెలుసు. అయినా ఇవన్నీ చిన్న విషయాలు. వీటికి నువ్వు అలవాటు పడతావని నాకు తెలుసు. కాని అడవుల్లో ప్రతిక్షణం ప్రమాదం పొంచి వుంటుంది. నర్మదానది దక్షిణ తీర ప్రాంతమంతా రావణుడి అదుపులో వుంది. చిత్రవధలకు గురి కావాలనుకుంటే తప్ప అటువైపు వెళ్ళడానికి లేదు'.

'అటువంటి మాటలు అనకు, అక్కా', అంది ఊర్మిళ సీతకు అడ్డువస్తూ.

'తీర ప్రాంతానికి వెళ్ళలేము. దానితో తీరానికి దూరంగా, అడవుల్లో దండకారణ్య ప్రాంతంలో ఉండాల్సి వస్తుంది. మనకు అక్కడ ఏమి ప్రమాదాలు ముంచుకు రానున్నాయో దేవుడికే తెలియాలి. రాత్రంతా అప్రమత్తంగానే నిద్రపోవాలి. ఆయుధాలను పక్కనే ఉంచుకోవాలి. రాత్రివేళ క్రూర జంతువులు దాడి చేయవచ్చు. వాటి వేట సమయం రాత్రి వేళలే. ఎన్నో రకాల విషవృక్షాలు, పళ్ళు ఉంటాయి. తినకూడనిది ఏదయినా తిన్నామంటే వెంటనే మరణం సంభవిస్తుంది. మనకి తెలియని మరెన్నో ప్రమాదాలు కూడా కచ్చితంగా ఉంటాయి. బ్రతికి వుండాలంటే అనుక్షణం మనందరం అప్రమత్తతతో ఉండాలి. వీటన్నిటి మధ్య నీకేమయినా అయిందంటే, నేను ఆమెను కలిసిన క్షణాన, అమ్మకు నేనేమి సమాధానం చెప్పాలి? నీ భద్రతను ఆమె నాకు అప్పగించింది. నువ్వు ఇక్కడ క్షేమంగా ఉంటావు...!'

ఊర్మిళ సీతను పట్టుకుని, చీదుతూనే ఉంది.

'కౌసల్య మాత ఈ రోజు వచ్చారా?'

ఊర్మిళ పైకి చూసింది. కన్నీళ్ళు మధ్య పలచగా నవ్వుతూ 'ఆమె చాలామంచిది. నాకు మన అమ్మ తిరిగి వచ్చినట్లు అనిపిస్తుంది. నాకు ఆమె చెంతన క్షేమంగా ఉంటుంది!'

సీత తిరిగి తన చెల్లిని గట్టిగా అదుముకుంది. 'భరతుడు మంచివాడు. అలాగే శత్రుఘ్నుడు కూడా. వాళ్ళు కౌసల్య మాతకు సహాయం చేస్తారు. కాని వాళ్ళకు చాలామంది శక్తిమంతులయిన శత్రువులు ఉన్నారు. వారిలో

కొందరు రాజుగారికంటే శక్తిమంతులు. నువ్వు ఇక్కడ వుండి కౌసల్యమాతకు సహాయంగా ఉండాలి'.

ఊర్మిళ అవునన్నట్లు తల ఊపింది! 'అవును, లక్ష్మణుడు కూడా ఇదే విషయం చెప్పాడు.'

'జీవితం అంటే మనం కోరుకునేవి మాత్రమే కాదు. మనం చేయాల్సినవి కూడా. మనకు కేవలం హక్కులు మాత్రమే కావు. విధులు, బాధ్యతలు కూడా ఉన్నాయి.'

'అవును, అక్కా, నాకు తెలుసు. కాని ఆ విషయం తెలుసును కాబట్టి, బాధ లేకుండా వుంటుందా?' అంది ఊర్మిళ.

'నాకు తెలుసు, నా చిన్ని యువరాణీ. నాకు తెలుసు...' అంది సీత ఊర్మిళను మరింతగా అదుముకుంటూ.

—ॐ—

రాముడు, సీత, లక్ష్మణుడు అడవులకు బయలుదేరడానికి మరికొన్ని గంటలు మిగిలి వున్నాయి. వారు ఋషుల వేషధారణలో ఉన్నారు. ఆ దుస్తులు ముతకగా ఉన్నాయి.

సీత ఆచార్య వశిష్ఠులను కలవడానికి వచ్చింది.

'నిన్న మనం సమావేశమయినప్పటి నుంచీ ఆలోచిస్తున్నాను, సీతా. మనం అంతకు ముందే కలుసుకోలేక పోయినందుకు విచారిస్తున్నాను. తలెత్తిన ఎన్నో సమస్యలను నివారించగలిగే వారం', అన్నాడు వశిష్ఠుడు.

'ప్రతి దానికి దానిదైన సమయం, చోటు వుంటాయి, ఆచార్యా'.

వశిష్ఠుడు సీతకు ఒక పెద్ద సంచి ఇచ్చాడు. 'నీవు కోరినట్లుగానే. మలయపుత్రులు కూడా మీకోసం ఇది కొంత తెస్తారనే అనుకుంటున్నాను. కాని నీవన్నట్లు, ప్రత్యామ్నాయం కలిగి వుండటం మంచిది.'

సీత సంచి తెరిచి, తెల్లటి పొడిని పరిశీలించింది. 'ఇది నేను చూసిన సోమరసం పొడికన్నా మెత్తగా, మెరుగ్గా వుంది'

'అవును, ఇది నేను కనుగొన్న పద్ధతిలో తయారు చేసినది'.

సీత ఆ పొడిని వాసన చూసి 'ఉమ్మ్మ్... ఇది మెత్తగా, మెరుగ్గా ఉంది కాని, వాసన మాత్రం దానికన్నా ఘోరంగా ఉంది.'

వశిష్ఠుడు మృదువుగా నవ్వాడు. 'కాని ఇది కూడా దానిలానే పనిచేస్తుంది.'

సీత నవ్వి ఆ సంచిని, తనతో భుజానికి వేలాడతీసుకుని ఉన్న మరో సంచిలో పెట్టుకుంది. 'భరతుడు ఏమి చేసాడో మీరు వినే ఉంటారనుకుంటాను'

నీళ్ళు నిండిన కళ్ళతో భరతుడు, రాముడి విభాగానికి వచ్చి, రాముడి పాదుకలను తీసుకున్నాడు. భరతుడికి పట్టాభిషేకం చేసే సమయం వచ్చినప్పుడు, భరతుడు ఆ పాదుకలను సింహాసనంపై ఉంచుతాడు. ఈ ఒక్క పనితో భరతుడు రాజు రాముడేనని, తను ఆయన పరోక్షంలో ఆయన ప్రతినిధిని మాత్రమేనని చెప్పినట్లవుతుంది. రాముడిపై హత్యాప్రయత్నాలు జరగకుండా రక్షణ కవచంలా ఉపయోగపడుతుంది. అయోధ్యకు కాబోయే రాజుపై హత్యా ప్రయత్నం జరిగితే, మొత్తం సామ్రాజ్యమంతటి ఆగ్రహాన్ని ఎదుర్కోవాల్సి వుంటుంది ఆ ప్రయత్నం చేసినవాళ్ళు. సామ్రాజ్యంలోని రాజ్యాలన్నీ కూడా అయోధ్యతో చేసుకున్న ఒడంబడికలకు కట్టుబడి, అయోధ్యకు సాయంగా రావాల్సి వుంటుంది. ఒడంబడికల కట్టుబాట్లే కాకుండా, రాజులను, యువరాజులను, యుద్ధంలో కాకుండా, చంపడం పాపమనే విశ్వాసం కూడా వుంది.ఈ ఏర్పాటు రాముడికి శక్తిమంతమైన రక్షణ కలిగిస్తుంది కాని భరతుడి అధికారాన్ని, శక్తిని తగ్గిస్తుంది.

వశిష్ఠుడు తలఊపి 'భరతుడు గొప్ప మనసు కలవాడు', అన్నాడు.

'అన్నదమ్ములు నలుగురూ గొప్పవారే. మరో విషయం ఏమిటంటే వారందరికీ ఒకరంటే ఒకరికి చాలా అభిమానం. ఈ అవ్యవస్థిత కుటుంబంలో ఇటువంటి కాలంలో పుట్టినవారు అలా ఉండటం గొప్ప విశేషం. ఆ గొప్ప విశేషాన్ని సాధ్యం చేసిన వారి గొప్పతనాన్ని ఒప్పుకోవాల్సిందే'.

ఈ వ్యాఖ్యానం తన గొప్పతనాన్ని గుర్తిస్తూ చేసినదని వశిష్ఠునికి తెలుసు. తను ఆ నలుగురికి ఆచార్యత్వం వహించాడు. ఆయన మర్యాదగా చిరునవ్వు నవ్వి, హుందాగా ఆ పొగడ్తను అంగీకరించాడు.

సీత గౌరవ సూచకంగా చేతులు జోడించి 'నేను ఆ విషయం గురించి ఆలోచించాను. మీ సూచనలతో ఏకీభవిస్తాను, ఆచార్యా, సరైన సమయం కోసం వేచివుంటాను. మేము ఇద్దరమూ సిద్ధంగా ఉన్నామని అనుకున్నప్పుడు మాత్రమే రాముడికి చెపుతాను', అంది.

'రాముడు చాలా విధాలుగా ప్రత్యేకమైన వ్యక్తి. కాని అతని శక్తి, చట్టంపట్ల అతనికున్న అచంచల విశ్వాసం అతని బలహీనత కూడా కాగలదు. సమతూకం సాధించేలా అతనికి సహాయం చేయి. అప్పుడు మీరిద్దరూ భారతదేశానికి కావలసిన భాగస్వాములు అవుతారు'.

'నా బలహీనతలు నాకున్నాయి, ఆచార్యా, అప్పుడు అతను నాకు సమతూకం సాధించేలా సహాయం చేయగలడు. చాలా విషయాలలో, పరిస్థితులలో అతను నా కంటే మెరుగైనవాడు. అందుకే అతనంటే నాకు ఆరాధన'.

'నీ పట్ల అతనికీ ఆరాధన ఉంది. ఇది నిజమైన భాగస్వామ్యం'.

ఆమె కొంత సందేహించి 'మిమ్ములను ఒక సంగతి అడగాలి', అంది.

'అలాగే, అడుగు'.

'మీరు కూడ ఒకప్పుడు మలయపుత్రులే అనుకుంటాను. మీరెందుకు బయటకు వచ్చేశారు?'

వశిష్ఠుడు నవ్వసాగాడు. 'హనుమాన్ సరిగానే చెప్పాడు. నీవు చాలా తెలివైనదానివి. భయం కలిగించేంత తెలివైన దానివి'.

సీతకూడా నవ్వింది. 'కాని నా ప్రశ్నకు మీరు బదులీయలేదు, ఆచార్యా'.

'దయచేసి నాకు, విశ్వామిత్రుడికి మధ్య వున్న విషయం పక్కన పెట్టెయ్యి. అది నాకు చాలా బాధాకరం.'

సీత వెంటనే గంభీరంగా 'నేను మీకు ఎలాంటి బాధను కలిగించాలనుకోను, ఆచార్యా'.

'అవును. సమయమయింది'.

'నేను వెళ్ళేముందు, ఈ విషయం చెప్పాలి. ఇది నా హృదయాంతరాళం నుంచి చెపుతున్నాను, ఆచార్యా. నాకు విద్య నేర్పిన నా గురువు అంతటి గొప్ప గురువులు మీరు'.

'నేను కూడా నా హృదయపు లోతుల నుంచి చెపుతున్నాను, సీతా. నీవుకూడా, నేను విద్యాబుద్ధులు నేర్పిన విష్ణువు అంతటి దానివి'.

ఆమె వశిష్ఠులకు పాదాభివందనం చేసింది.

వశిష్ఠుడు ఆయన చేతులు సీత తలపై వుంచి 'నీకు అత్యుత్తమమైన ఆశీర్వాదం లభించాలి. మన గొప్ప మాతృభూమికి నీ సేవలు అందాలి!'

'అభివాదం, మహర్షీ'

'అభివాదం, మహా విష్ణూ'.

28వ అధ్యాయం

రాముడు, సీత, లక్ష్మణుడు దేశం విడిచి పద్నాలుగేళ్ళ వనవాసానికి బయలుదేరి పదకొండు నెలలైంది. ఈలోగా చాలా జరిగాయి.

అయోధ్యలో దశరథుడు మరణించాడు. సప్తసింధులో ఉండగానే ఆ ముగ్గురికీ హృదయ విదారకమైన ఈ వార్త చేరింది. పెద్ద కుమారుడు అయి ఉండి కూడా తండ్రికి అంత్యక్రియలు నిర్వహించలేకపోయినందుకు రాముడు తన విధిని తాను పదే పదే నిందించుకున్నాడు. రాముడి జీవితంలో చాలాకాలం పాటు తండ్రితో బాంధవ్యమే లేదు. చాలామంది అయోధ్యవాసులు, దశరథుడు కూడా కరచాప యుద్ధంలో రావణుడి చేతిలో ఓడిపోవడానికి కారణం రాముడి జననం తెచ్చిన దురదృష్టమని భావిస్తారు. గతకొద్ది సంవత్సరాలుగా మాత్రమే రాముడికి, దశరథుడికి మధ్య ఎట్టకేలకు ఆత్మీయత నెలకొంది. కాని మళ్ళీ రాముడి అరణ్యవాసం, దశరథుని మరణము వాళ్ళిద్దరినీ వేరుచేశాయి. అయోధ్యకు తిరిగి వెళ్ళడం కుదరదు. అలాచేస్తే రుద్రదేవుడి శాసనోల్లంఘన చేసినట్లు అవుతుంది. రాముడు అరణ్యంలోనే తన తండ్రి ఆత్మకు ఉత్తమగతులు సంప్రాప్తించాలని యజ్ఞం చేశాడు.

భరతుడు తన మాటకు కట్టుబడి రాముడి పాదుకలను అయోధ్య సింహాసనం మీద ఉంచాడు. తన అన్నకు ప్రతినిధిగా సామ్రాజ్యాన్ని పాలించడం ఆరంభించాడు. రాముడు అక్కడ ప్రత్యక్షంగా లేకున్నా అతడిని చక్రవర్తిగా ప్రకటిం చాడు. సంప్రదాయ విరుద్ధమైన చర్య. కాని భరతుడి ఉదారమైన వికేంద్రీకృత పరిపాలనా విధానం వలన సప్తసింధులోని రాజ్యాలకు ఇది అంగీకారమైంది.

రాముడు, లక్ష్మణుడు, సీత దక్షిణానికి ప్రయాణించారు. ప్రధానంగా నదీ తీరాల వెంటే నడిచారు. అత్యవసరమైతే తప్ప భూమార్గంలోకి వెళ్ళలేదు.

వారు అలా ప్రయాణిస్తూ రాముడి మాతామహులుడు పాలించే దక్షిణ కోసల రాజ్యం దగ్గర సప్తసింధు సరిహద్దులను దాటారు. లక్ష్మణుడు, సీత దక్షిణ కోసల దేశంలో కొన్ని నెలలు విశ్రాంతి తీసుకుందామని చెప్పారు. కాని తాను విధించుకున్న శిక్షకు రాచబంధువుల ప్రాసాదాలలో సౌకర్యాలు అనుభవించడం వ్యతిరేకమని రాముడు దానికి అంగీకరించలేదు.

వారు దక్షిణ కోసలను దాటి నైరుతి దిశగా దండకారణ్య అటవీ భూముల వైపు ప్రయాణించారు. నర్మదకు దక్షిణంగా ప్రయాణించడానికి రామ, లక్ష్మణులు అభ్యంతరం వ్యక్తం చేశారు. వారు అలా దాటితే, మళ్ళీ తిరిగి రాకూడదు. అలాగని నిర్ణయించబడింది. కాని సీత ఎన్నోవేల ఏళ్ళుగా భారతీయులు నర్మదా నదిని దాటకుండా నర్మదకు దక్షిణంగా వెళ్ళే ఎన్నో మార్గాలు కనుగొన్నారని వారికి చెప్పింది. మను ప్రభువు స్మృతి చెప్పిన మాటను పాటించాలి కాని అంతరార్థాన్ని తెలుసుకోవాలని ఆమె వారికి సూచించింది.

రాముడికి ఇది అంతగా నచ్చకపోయినా, సీత తన మాటను నెగ్గించుకుంది. తీరానికి సమీపంగా నివసించడం ప్రమాదకరం. ఈ ఉపఖండానికి పడమటి, తూర్పుతీరాలపై రావణుడి నియంత్రణ ఉంది. సురక్షితమైన ప్రదేశం దండకారణ్యంలోపలి ప్రదేశం; అది నర్మదకు దక్షిణమైనా సరే. వాళ్ళు నైరుతి దిశలో ప్రయాణించారు. ఆ విధంగా దక్షిణానికి ప్రవహించే నర్మద వారికి ఉత్తర దిశలోనే ఉంది. ఆ విధంగా వారు సాంకేతికంగా నర్మదను ''దాటకుండా'', భౌగోళికంగా దక్షిణానికి ఉన్న భూభాగానికి చేరారు. ఇప్పుడు వారు ఒక పెద్ద గ్రామం, దాదాపు చిన్న పట్టణం శివారులో ఉన్నారు.

'ఈ పట్టణాన్ని ఏమని పిలుస్తారు దళపతి జటాయూ?' మలయపుత్రుడి వైపు తిరిగి రాముడు అడిగాడు. 'ఇక్కడి ప్రజలు మీకు తెలుసా?'

జటాయువు, మరో పదిహేనుమంది సైనికులు సీత, రామ, లక్ష్మణులకు వెనకే వస్తున్నారు, వారి భద్రత కోసం. సీత సూచించిన విధంగా వాళ్ళు కనిపించకుండా వీరి వెంట రాసాగారు. చాలా కాలంపాటు రామ, లక్ష్మణులకు వారి ఉనికి తెలియదు. అయితే కనపడకుండా వారెంత జాగ్రత్త తీసుకున్నా, రాముడికి తమనెవరో వెంటాడుతున్నారని అర్థమైంది. మలయపుత్రుల సహాయం తీసుకున్నామని చెబితే రాముడెలా ప్రతిస్పందిస్తాడోనని సీత సందేహించింది. అందువల్ల జటాయువును తమకు అంగరక్షకుడిగా రమ్మన్న విషయాన్ని ఆమె రాముడికి చెప్పలేదు.అయితే వారు సప్తసింధు

సరిహద్దులు దాటగానే, హత్యాప్రయత్నాల ప్రమాదం ఎక్కువైంది. ఇంక సీత తప్పనిసరిగా జటాయువును రాముడికి పరిచయం చేయవలసి వచ్చింది. సీతను నమ్మిన రాముడు, మలయ పుత్రుణ్ణి, అతని పదిహేను మంది సైనికులను తన బృంద సభ్యులుగా చేర్చు కున్నాడు. వారందరూ కలిసి ఒక్కరు తక్కువగా ఇరవైమంది; ముగ్గురున్న బృందం కన్న తమను తాము ఎక్కువ రక్షించుకోగలరు. రాముడికి ఇది అర్థమైంది.

'దీనిని ఇంద్రపురం అంటారు రాకుమార రామా', చెప్పాడు జటాయువు. 'ఈ ప్రాంతంలో ఇదే పెద్ద పట్టణం. దీని నాయకుడు శక్తివేలు నాకు తెలుసు. మన ఉనికి అతనికేమీ ఇబ్బంది కాదు. ఇప్పుడు వారికి పండుగ సమయం.'

'పండుగలు ఎప్పుడూ బాగుంటాయి!' లక్ష్మణుడు సరదాగా నవ్వుతూ అన్నాడు.

రాముడు జటాయువును అడిగాడు, 'ఇక్కడ ఉత్తరాయనం కూడా జరుపుకుంటారా?'

ఉత్తరాయనం అంటే సూర్యుడు ఉత్తరదిశగా ప్రయాణించడం ఆరంభించిన కాలం. ప్రపంచ పోషకుడైన సూర్యుడు ఈ దినాన ఉత్తరార్ధ గోళంలోని వారికి చాలా దూరంలో ఉంటాడు. ఇప్పుడు మళ్ళీ ఆరునెలల పాటు ఉత్తరదిశలో ప్రయాణిస్తాడు. ఈ కాలంలో ప్రకృతి పునర్నవీకరింపబడుతుందని విశ్వసిస్తారు. పాతవాటికి మృత్యువు. కొత్తవాటికి జననం. అందువల్ల ఈ దినాన్ని భారత ఉపఖండమంతా వేడుకగా జరుపుకుంటారు.

జటాయువు చెప్పాడు. 'జరుపుకుంటారు రాకుమార రామా, ఉత్తరాయనాన్ని ఏ భారతీయుడు వేడుక చేసుకోడు? మనందరం సూర్యదేవుడిని అనుసరిస్తాం!'

'అవును, అందరం', అంది సీత. ఓమ్ సూర్యాయనమః

ప్రతి ఒక్కరూ ఆ ప్రాచీన మంత్రాన్ని చెప్పి, సూర్యుడికి నమస్కరించారు. 'ఓమ్ సూర్యాయ నమః', మనసులో అనుకున్నారు.

'వాళ్ళ వేడుకలలో మనం కూడా పాల్గొనవచ్చునేమో', సీత అంది.

జటాయువు చిరునవ్వు నవ్వాడు.

'ఇంద్రపురవాసులు యుద్ధ విద్యలపట్ల ఆసక్తి ఉన్నవారు. కొంచెం ఆవేశపరులు, వారి వేడుకలు కొంత మోటుగా ఉంటాయి'.

'మోటుగానా?' రాముడు అడిగాడు.

'ఆ వేడుకలలో పాల్గొనేవారు ఎద్దులాంటి మనుషులై ఉండాలి'.

'నిజంగా? ఈ వేడుకని ఏమంటారు?'

'*దీన్ని జల్లికట్టు అంటారు*'.

— ౯౮ —

'రుద్రదేవా', రాముడు అన్నాడు. ఇది మన *వృష్‌బంధన్* పండుగలా అనిపిస్తోంది..... కాని సప్తసింధులో ఈ క్రీడను ఇప్పుడు చాలా తక్కువమంది ఆడుతున్నారు!'

రాముడు, సీత, లక్ష్మణుడు, జటాయువు, అంగరక్షకులు ఇప్పుడే ఇంద్రపురంలో ప్రవేశించారు. పట్టణ సరస్సుకి ఆనుకుని ఉన్న మైదానంలోకి నేరుగా వెళ్ళారు. దానిచుట్టూ తర్వాత రోజు ఆడబోయే *జల్లికట్టు*కోసం దడి కట్టారు. జనం ఆ దడి చుట్టూ చేరి లోపలికి చూస్తున్నారు. దడిని దాటి ఎవరూ లోపలికి రాకూడదు. పోటీ వాతావరణానికి అనుకూల పడటంకోసం ఎద్దులను దానిలో వదులుతారు.

జటాయువు వారికి *జల్లికట్టు* ఆట ఎలా ఆడతారో వివరించాడు. ఇది చాలా సరళమైన ఆట. నాణేలు కట్టిన సంచి అని ఆ పదానికి అర్థం. ఇక్కడ బంగారు నాణేలు. పోటీదారు ఈ సంచిని లాక్కోగలిగితే గెలిచినట్టుగా ప్రకటించ బడతాడు. సులభం అనిపిస్తుందా! కాని కాదు! ఈ నాణేల సంచిని కట్టే ప్రదేశంలో సవాలు ఉంటుంది. ఇది ఎద్దు కొమ్ములకు కడతారు. సాధారణమైన ఎద్దు కాదు. గుర్తుంచుకోండి. పొగరుగా, బలంగా, రణ తత్పరంగా పెంచుతారు.

'అవును, ఇది '*వృష్‌బంధన్, ఎద్దులను కౌగిలించుకొనడం*' లానే ఉంటుంది', జటాయువు చెప్పాడు. 'ఈ ఆటను ఎన్నాళ్ళ నుంచో ఆడుతున్నారు మీకు తెలుసుగా. వాస్తవానికి కొందరు ఇది మన పూర్వీకులైన ద్వారకవాసులు, సంగం తమిళుల నుంచి మనకు సంక్రమించిందని చెబుతారు'.

'ఆసక్తికరంగా ఉంది', అంది సీత. 'ఇది ఇంత పురాతనమైనదని నాకు తెలియదు.'

*జల్లికట్టు*లో పాల్గొనే ఎద్దులను ప్రత్యేకంగా చుట్టుపక్కల గ్రామాల్లోను, ఇంద్రపురంలోను పెంచుతారు. స్థానిక ఆవులతో శ్రేష్ఠమైన ఎద్దును కనుగొని దాటించడం యజమానులు గౌరవంగా భావిస్తారు. ఈ ఎద్దులు

ఆవేశంగా పోరాటం చేయడానికి వీలుగా వీటిని పెంచడం, శిక్షణ నివ్వడం, సాకడంవంటివి చేస్తూ మరింత గర్వపడతారు.

'తూర్పున బాగా దూరంగా భారత సరిహద్దులకు అవతల దేశాలున్నాయి', జటాయువు చెప్పాడు. 'ఎద్దులతో పోరాటపోటీలు జరుగు తుంటాయి. కాని అక్కడ అంతా ఎద్దులకు వ్యతిరేకంగా జరుగుతుంది. పోటీకి ముందు కొన్ని రోజులపాటు వాటిని బలహీనపరచడానికి తిండిపెట్టరు. ప్రధాన పోరాట వీరుడు బరిలో దిగే ముందుగా అతడి బృందం ఎద్దుని మరింత బలహీనం చేస్తుంది. ఆ ఎద్దును ఎక్కువ దూరం పరిగెత్తించి, ఈటెలతోను, కత్తులతోను వళ్ళంతా చాలాసార్లు పొడుస్తారు. ఆ ఎద్దుని అంత బలహీన పరిచిన తర్వాత కూడా ఎద్దుతో పోరాడే వీరుడు మళ్ళీ దానితో పోరాటానికి ఆయుధాన్ని తీసుకు వస్తాడు. చివరికి దానిని చంపేస్తాడు'.

'పిరికిపందలు' అన్నాడు లక్ష్మణుడు. 'ఆ విధంగా పోరాడే వాళ్ళలో క్షత్రియరక్తం ఉండదు.'

'కచ్చితంగా,' అన్నాడు జటాయువు. 'వాస్తవానికి ఆ పోటీలో అరుదుగా ఎద్దు బ్రతికి బయటపడినా, మళ్ళీ దానిని బరిలోకి దింపరు. ఎందుకంటే అది ఎలా పోరాడాలో నేర్చుకుని ఉంటుంది గనుక. అలా తీసుకువస్తే ఎద్దుతో పోరాడే వ్యక్తి కన్న దానికి అనుభవం ఉంటుంది గనుక అది గెలిచే అవకాశం ఉంటుంది, అందుకని ఎప్పుడూ అనుభవంలేని ఎద్దునే పోటీకి తెస్తారు'.

'అయితే జల్లికట్టులో మాత్రం ఇలా జరగదు...' అన్నాడు రాముడు.

'అస్సలు జరగదు. ఎద్దుకు బాగా ఆహారం పెట్టి, ఆరోగ్యంగా పెంచుతారు. ఎవరూ దానిని పొడవడానికి గాని, బలహీనపరచడానికి గాని అంగీకరించరు. ఇంతకు ముందు పోటీల్లో పాల్గొన్న అనుభవం ఉన్న ఎద్దులను పోటీలో పాల్గొనడానికి అంగీకరిస్తారు.'

'ఆ విధంగా చేయడం పద్ధతి', అన్నాడు లక్ష్మణుడు. 'అది న్యాయంగా పోరాటం చేసినట్టు అవుతుంది.'

'ఇదింకా చాలా న్యాయంగా ఉంటుంది', జటాయువు కొనసాగించాడు. 'ఎద్దుతో పోరాడే వారిని ఆయుధాలు తేనివ్వరు చిన్న కత్తులు కూడ. వాళ్ళు వట్టి చేతులతో పోరాడాలి'.

లక్ష్మణుడు మృదువుగా ఈలవేశాడు. 'దానికి నిజంగా ధైర్యం అవసరం'.

'అవును కావాలి. భారతదేశం బయట జరిగే ఎద్దులతో పోరాట పోటీలో ఎద్దులు ఎప్పుడూ చచ్చిపోతాయి. మనుషులకు ప్రమాదకరమైన గాయాలు తగలనే తగలవు. చాలా అరుదు. ఇంక చనిపోవడానికి ఆస్కారమే లేదు.

కాని *జల్లికట్టులో* ఎద్దులు ఎప్పుడూ చనిపోవు. మనుషులకే ప్రమాదకరమైన గాయాలు అవుతాయి, చివరికి మృత్యువుకూడా సంభవించుతుంది'.

మృదువుగా ఉన్న పిల్లవాడి మాటలు వినిపించాయి. 'నిజంగా పురుషులైతే అలాగే పోరాడతారు'.

రాముడు, సీత, లక్ష్మణుడు, జటాయువు నలుగురూ ఒకేసారి వెనుతిరిగి చూశారు. ఆరేడు ఏళ్ళ పిల్లవాడు వాళ్ళముందున్నాడు. తెల్లటి శరీరఛాయ, ఆ వయసుకి భావస్ఫోరకమైన నయనాలు. అంత చిన్న వయసు వాడైనా శరీరమంతా రోమాలు. ఛాతీ గర్వంతో ఉప్పొంగి ఉంది. నడుంమీద చేతులు పెట్టుకుని చెక్క దడిని దాటి లోపలికి చూస్తున్నాడు.

బహుశా అతడు వానరుడు.

సీత వంగి మోకాళ్ళమీద కూర్చుని, అంది, 'అబ్బాయీ, నువ్వుకూడ రేపు పోటీలో పాల్గొంటున్నావా?'

ఆ అబ్బాయి శరీరం చూస్తుండగానే చిన్నగా అయింది. కళ్ళు కిందకి చూస్తున్నాయి, 'నేను పోటీలో ఉండాలనుకున్నాను. కాని వాళ్ళు నన్ను పాల్గొననీయడం లేదు. పిల్లలను అనుమతించరట. రుద్రదేవుడి మీద ఒట్టు. నేను పాల్గొంటే అందరినీ ఓడించేస్తాను'.

సీత ముఖం విప్పార్చి చిరునవ్వు నవ్వింది. 'నాకూ అనిపిస్తోంది నువ్వు కచ్చితంగా గెలుస్తావని, నీ పేరేమిటి కన్నా?'

'అంగదుడు'.

'అం–గ–దా!'

బిగ్గరగా, బొంగురుగా ఉన్న స్వరం దూరం నుంచి వినిపించింది. అంగదుడు వేగంగా వెనుతిరిగాడు. కళ్ళలో భయం. 'మా నాన్న వస్తున్నాడు... నేను వెళ్ళాలి....'

'ఆగు...' సీత తన చేతిని చాపుతూ అంది.

కాని అంగదుడు తప్పించుకుని త్వరగా పరిగెత్తిపోయాడు.

సీతలేచి, జటాయువువైపు తిరిగింది. 'ఆ పేరు ఎక్కడో విన్నట్టుగా ఉంది, కదూ?'

జటాయువు తలూపాడు. 'నేను ముఖం గర్తుపట్టలేదు. కాని నాకు ఆ పేరు తెలుసు. అతను అంగద రాకుమారుడు. కిష్కింధరాజు వాలి కుమారుడు!'

రాముడు ఆలోచనగా అన్నాడు. 'ఆ రాజ్యం దండకారణ్యంలో ఎక్కడో లోపల దక్షిణంగా ఉంది కదా? అది....'

మరో స్వరం బిగ్గరగా ప్రతిధ్వనిస్తుంటే రాముడు ఆగాడు. 'నాకు తెలియకుండానే!'

ఇంద్రపురం నాయకుడు శక్తివేలు రావడానికి వీలుగా జనం తప్పుకున్నారు. అతని గొంతు అసహనంగా ఉంది. 'మీరు మా పట్టణానికి వచ్చారు. ఎవ్వరూ నాకు చెప్పలేదు?'

శక్తివేలు భారీమనిషి. నల్లని శరీరఛాయ. పొడవు. ఔరోచ్ ఎద్దులా కండలు తిరిగి ఉన్నాడు. పెద్దపొట్ట, చేతులు, కాళ్ళు చిన్న చెట్టు బోదెల్లా ఉన్నాయి. అతనిలో కొట్టొచ్చినట్టు కనపడేది అతని బుగ్గల మీంచి కిందికి జారిన మీసాలు, చాలా పెద్దగా ఉన్నాయి. ఎంత బలంగా కనిపిస్తున్నా తలమీద, మీసాల్లోను కనిపిస్తున్న తెల్లటి జుట్టు నుదుటిమీది ముడతలు అతనికి వయసు మీదపడిందని చెబుతున్నాయి.

జటాయువు శాంతంగా చెప్పాడు, 'మేము ఇప్పుడే వచ్చాము, శక్తివేలూ. అంత ఆగ్రహించవలసిన అవసరం లేదు', అక్కడున్న అందరూ, శక్తివేలు కళ్ళలో ఆగ్రహాన్ని చూశారు. తర్వాత అతను ఫక్కున నవ్వాడు. 'జటా! మూర్ఖుడా! నన్ను కౌగిలించుకో!'

జటాయువు నవ్వి శక్తివేలును ఆలింగనం చేసుకున్నాడు. 'శక్తీ! నువ్వెపుడూ అసందర్భపు మనిషివే!'

సీత రాముడివైపు తిరిగి కనుబొమ ఎగరేసింది. ఇద్దరు పురుషులు పరస్పరం ప్రేమను తిట్టుకుంటూ వ్యక్తం చేసుకొనడం చూసి వినోదించింది. రాముడు చిరునవ్వు నవ్వి భుజాలు కదిపాడు.

ఆ ఇద్దరు మిత్రులు చాలాసేపు ఒకరినొకరు కౌగిలించుకుని ఉండటంతో చుట్టూ ఉన్న గుంపు సంతోషంతో కేకలు వేసింది. వారిద్దరూ స్నేహం తమకెంతో విలువైందని స్పష్టం చేస్తున్నారు. అంతేకాకుండా వారు స్నేహితుల్లా కన్న సోదరుల్లా కనిపిస్తున్నారు. చివరికి, శక్తివేలు, జటాయువు ఇద్దరూ కౌగలింత నుంచి విడివడి, చేతులు పట్టుకుని నిలబడ్డారు.

'నీ అతిథులెవరు?' శక్తివేలు అడిగాడు. 'వాళ్ళిప్పుడు నాకు అతిథులు!'

జటాయువు చిరునవ్వుతో స్నేహితుడి భుజం తడుతూ, చెప్పాడు. 'రాకుమారులు రామ, లక్ష్మణులు. రాకుమారి సీత.'

శక్తివేలు కళ్ళు హఠాత్తుగా పెద్దవయ్యాయి. నమస్కారం చేస్తున్నట్టుగా చేతులు జోడించాడు. 'ఓ... అయోధ్య రాచకుటుంబం. మీ రాక నన్నెంతో గౌరవించింది. ఈ రాత్రి మీరు మా ప్రాసాదంలో ఆతిధ్యం స్వీకరించాలి. రేపు జల్లికట్టు చూడడానికి రావాలి.'

రాముడు మర్యాదగా శక్తివేలుకి ప్రతినమస్కారం చేశాడు. 'మీ ఆతిథ్యానికి కృతజ్ఞతలు. మీ ప్రాసాదంలో మేము నివసించకూడదు. దగ్గరలోనే ఉన్న అడవిలో ఉంటాం. రేపు పోటీ చూడడానికి తప్పనిసరిగా వస్తాం'.

రాముడి శిక్ష గురించి శక్తివేలు విని ఉన్నాడు. ఇంక ఆ విషయాన్ని ఎత్తలేదు. 'కనీసం నాతో కలిసి రాత్రిభోజనం చెయ్యండి'.

రాముడు సంశయించాడు.

'మా భోజనం నిరాడంబరంగా ఉంటుంది. అడవిలో కలిసి భోజనం చేద్దాం.'

రాముడు చిరునవ్వు నవ్వాడు. 'అయితే సరే.'

— ॐ —

'అదిగో దానిని చూడండి', లక్ష్మణుడు అన్నాడు సీతతోను, రాముడితోను.

ఆ మరునాడు మధ్యాహ్నం తరువాత సమయం. మనిషికి, జంతువుకి పోటీ జరిగే సరస్సు ఒడ్డున మైదానంలో జనం బాగా గుమికూడారు. మైదానానికి తూర్పువైపున చిన్న ప్రవేశద్వారం ఉంది. అక్కడి నుంచి ఎద్దులను ఒక దాని తరువాత ఒకటిగా పంపుతారు. అవి బయటికి వెళ్ళే పడమటి ద్వారం వైపు పరుగు తీయాలి. పదిహేడు వందల అడుగుల దూరం వుంటుంది. మనుషులకి ఎద్దును పట్టుకుని, నాణేల సంచిని లాక్కోవడానికి ఆ దూరం సరిపోవాలి. పోటీదారు గెలిస్తే ఆ నాణేల సంచిని అతడు తీసుకోవచ్చు. మరీ ముఖ్యంగా అతడిని *వృషాంకుడు; ఎద్దుతో పోరాడిన యోధుడు!* అంటారు. ఒకవేళ ఏ ఎద్దు అయినా తనకు తగిలించిన నాణేల సంచిని కోల్పోకుండా పడమటి ద్వారంలోంచి బయటికి వెళ్ళగలిగితే ఆ ఎద్దు యజమాని గెలిచినట్టు ప్రకటిస్తారు.. నాణేల సంచిని అతడే ఉంచుకుంటాడు.

జల్లికట్టు పోటీలో రకరకాల జాతుల ఎద్దులను ఉపయోగిస్తారు. ప్రత్యేకించి సంకరజాతి జేబూ ఎద్దులు ప్రసిద్ధం. ఇవి ఆవేశానికి, బలానికి, వేగానికి ప్రసిద్ధి పొందాయి. అవి చాలా తేలికగా అరక్షణంలో ఎటైనా తిరిగే లాఘవం కలిగి ఉంటాయి. మరీ ముఖ్యంగా వాటికి పెద్ద మూపురం ఉంటుంది; జల్లికట్టులో పాల్గొనే ప్రతి ఎద్దుకూ ఇది తప్పనిసరి అర్హత. ఈ మూపురాలలో కొవ్వు నిల్వ ఉంటుందని కొందరు అనుకుంటారు. వాళ్ళు అనుకునే దానిలో తప్పేమీ

లేదు. వెన్నెముకని కలిపే కండరం సాగి ఈ మూపురం ఏర్పడుతుంది. మూపురం పరిమాణాన్ని బట్టి ఎద్దు నాణ్యతను నిర్ణయించడం ఉంటుంది. ఈ ఎద్దుల మూపురాలను బట్టి చూస్తే ఇవి స్పష్టంగా, ఆవేశపూరిత పోటీదార్లులాగానే ఉన్నాయి.

సంప్రదాయాన్ని పాటిస్తూ, గర్వితులైన యజమానులు మైదానంలో ఎద్దులను ప్రదర్శిస్తున్నారు. పోటీ చేసే వ్యక్తి ఈ పశువులను పరిశీలించే అవకాశం ఇది. సంప్రదాయం ప్రకారం యజమానులు తమ పశువుల బలాన్ని, వేగాన్ని చెబుతున్నారు; వాటి వంశం, తినే ఆహారం, పొందిన శిక్షణ, చివరికి తమ కొమ్ములతో చీల్చిన వ్యక్తుల సంఖ్యతో సహా అన్ని గడగడా చెప్పుకు పోతున్నారు! ఆ పశువు ఎంత క్రూరమైనదైతే అంతగా గుంపు హర్షాతిరేకాలు వ్యక్తం చేస్తోంది. యజమాని ఎద్దుపక్కన ఉండగానే, గుంపులో కొందరు తమ అంగవస్త్రాలని బరిలోకి విసురుతున్నారు. ఆ పశువుతో తాము పోటీపడతామని చెప్పటానికి అలా చేస్తారు.

కొత్త ఎద్దు లోపలికి రాగానే అందరూ నిశ్శబ్దమైపోయారు.

'రుద్రదేవా...' లక్ష్మణుడు ఆశ్చర్యంగా అన్నాడు.

సీత రాముడి చేతిని పట్టుకుంది. 'ఏ బుద్ధిహీనుడు దాని కొమ్ముల మధ్యనుంచి నాణేలు లాక్కోవడానికి ప్రయత్నిస్తాడు?'

ఆ పశువు ఉనికి వల్ల కలిగిన ప్రభావాన్ని దాని యజమాని గ్రహించాడు. కొన్నిసార్లు మాటలకన్న, మౌనమే బిగ్గరగా మాట్లాడుతుంది. అతనేమీ చెప్పలేదు; దాని వారసత్వం, ఆశ్చర్యం గొలిపే దాని ఆహారపుటలవాట్లు, అతిభయంకరమైన దాని శిక్షణ దేని గురించీ చెప్పలేదు. అతను గుంపు వేపు చూశాడు అంతే. అతని శరీరంలోని ప్రతి రంధ్రం నుంచి అహం ఉట్టిపడుతూ ఉంది. వాస్తవానికి ఏ పోటీదారు కూడ తన ఎద్దుతో పోటీకి ప్రయత్నిస్తాడని అతను అనుకోలేదు.

అప్పటివరకు ప్రదర్శించిన వాటికన్న ఆ ఎద్దు భారీగా, పెద్దగా ఉంది. యజమాని చెప్పలేదు కాని అది అడవి గౌర్‌కి, స్థానిక జేబుకి సంకరజాతి అనిపిస్తోంది. అయితే ఈ పశువులో గౌర్ జన్యువులు ప్రాధాన్యతను సంక్రమించు కున్నాయి. ఇది పెద్దగా భుజాల దగ్గర ఏడు అడుగుల ఎత్తున, మొత్తం మీద పదడుగుల పొడవు ఉంది. ఇది బహుశా 1500 కిలోగ్రాముల బరువుండి ఉండవచ్చు. దాని శరీరమంతా పూర్తిగా గట్టి కండరమే కనిపిస్తోంది చూడడానికి. దాని రెండు కొమ్ములు పైకి మెలితిరిగి తలపైన చిప్ప ఆకారంలో ఉన్నాయి. ఇది గౌర్ ఎద్దు లక్షణం. జేబు జన్యువుల లక్షణం

కనిపించే మరోచోటు మూపురం. సాధారణంగా గౌరు ఎద్దుకు వెన్నుపట్టె సాగదీసినట్టుగా ఉంటుంది. ఇది చదునుగా, పొడుగ్గా ఉంటుంది కాని ఈ ఎద్దుకు దాని ఎగుభుజాలమీద, వీపుమీద పెద్ద మూపురం ఉంది. అది చాలాచాలా ముఖ్యం. ఈ మూపురం లేకపోతే మృగంలా ఉన్న ఈ ఎద్దు జల్లికట్టులో అర్హత సాధించేది కాదు.

పోటీదారు గనుక ఈ ఎద్దు మూపురాన్ని పట్టుకోగలిగితే దానిని గట్టిగా పట్టుకొనడం అతడు చేయవలసిన పని. అయితే ఎద్దు అతడిని కింద పడెయ్యాలని వెనక్కి వంగుతుంది. ఈ ఘర్షణ జరుగుతున్నంతసేపు మనిషి కింద పడకుండా నిలదొక్కుకోవాలి; కొంచెం ఎక్కువసేపు పట్టుకుని, గట్టిగా లాగితే, ఎద్దు చివరికి నిదానంగా నెమ్మదిస్తుంది. అప్పుడు ఆ మనిషి సంచిని లాక్కోవచ్చు.

యజమాని హఠాత్తుగా బిగ్గరగా మాట్లాడాడు. తను తీసుకువచ్చిన రాక్షసిలాంటి పశువును చూస్తే, ఆ మనిషి స్వరం చాలా మృదువుగా స్త్రీ గొంతులా ఉంది. 'మీలో కొందరు ఈ ఎద్దు పరిమాణం గురించి ఆలోచిస్తూ ఉండవచ్చు. కాని వేగం కూడా ఎక్కువే!'

యజమాని తాడును వదిలి మృదువుగా ఈలవేశాడు. ఎద్దు మెరుపులా ముందుకు దూకింది. దానివేగం కళ్ళకి కనిపించనంత వేగంగా వెళుతుంది. ఆ రోజు అన్ని ఎద్దులకన్న అది చాలా వేగంగా వుంది.

లక్ష్మణుడు దిమ్మదిరిగిపోయి అలాగే చూస్తున్నాడు.

గౌర్లు ఇంత వేగంగా వెళ్ళవు!

ఎద్దు తనున్న చోటునుంచి వేగంగా తిరిగింది, తనెంత వేగంగా కదలగలదో ప్రదర్శిస్తున్నట్టుగా. ఇంకా అది చాలదన్నట్టు అది హఠాత్తుగా కోపంగా వెనక్కి వంగి దడివైపు పరిగెత్తింది. జనం భయంతో వెనక్కి జరిగారు. తన ఆధిక్యం ప్రదర్శితమైందని రుజువైన తర్వాత ఎద్దు మళ్ళీ తన యజమాని దగ్గరకు వెళ్ళి తలవంచింది, గుంపును చూసి కోపంతో బుసకొట్టింది. అద్భుతం!

బిగ్గరగా, అప్రయత్నంగా హర్షధ్వానాలు చెలరేగాయి. 'ఇది జేబు పూర్వీకులనుంచి మూపురం, చర్మంరంగు మాత్రమే వారసత్వంగా పొందలేదు అనిపిస్తోంది', సీత నెమ్మదిగా అంది.

'అవును, వేగాన్ని కూడా పొందింది', లక్ష్మణుడు చెప్పాడు. 'దాని బృహదాకారం, వేగం... అది దాదాపు నాలా ఉంది!'

సీత చిరునవ్వుతో లక్ష్మణుడిని చూసింది. మరిది ముఖం చూడగానే ఆ చిరునవ్వు పోయింది.

'వద్దు... ' సీత గొణిగింది.

'ఏం పశువు', అన్నాడు లక్ష్మణుడు మెచ్చుకోలుగా. 'ఇది పోటీకి తగినది'.

రాముడు తమ్ముడిని ఆపుతూ అతడి భుజంమీద చెయ్యివేశాడు. కాని లక్ష్మణుడు ఏమీ చేయకముందే, బిగ్గరగా ఒక స్వరం వినిపించింది. 'నేను ఆ ఎద్దుతో పోటీ చేస్తాను!'

ఊదారంగులో ఉన్న, ఖరీదైన అంగవస్త్రం బరిలోకి ఎగరడం ప్రతి ఒక్కరూ చూశారు. చెక్క దడి వెనకాల, తెల్లగా, అసాధారణమైన కండలతో, మధ్యస్థమైన ఎత్తులో, వళ్ళంతా రోమాలున్న వ్యక్తి నిలబడి ఉన్నాడు. అతడు సామాన్యమైన లేత పసుపు ధోవతిని ధరించి ఉన్నాడు. దాని ఒక కొస తోకలా బయటికి కనిస్తోంది. బట్టలు సాధారణమైనవి కావచ్చు, కాని మనిషి రాచఠీవితో ఉన్నాడు.

'అతడు వాలి', జటాయువు చెప్పాడు. 'కిష్కింధరాజు'.

— ౹౨ —

మూసి ఉన్న ప్రవేశద్వారానికి దగ్గరగా వాలి నిలబడ్డాడు. గౌర్‌జేబు ఎద్దును బయటికి వదలబోతున్నారు. ఆ ద్వారం మూసి ఉండడంతో అవతలి వైపున ఎవరు లేదా ఏది తనకోసం నిరీక్షిస్తుందో దానికి తెలియదు. మూడు ఎద్దులు ఇప్పటికే పరిగెత్తాయి. రెండు ఎద్దులు ఓడాయి. బంగారు నాణేలు తీసుకున్నారు. కాని ఒక ఎద్దు సంచితో తప్పించుకుంది. అది చాలా వేగంగా జరిగే ఆట. ఇంకా వందకుపైగా ఎద్దులు పరిగెత్తాలి. కాని అందరికీ ఇప్పుడు జరిగే ఆట చూడదగింది అని తెలుసు.

స్థానిక దేవాలయ పూజారి గట్టిగా ప్రార్థించాడు. 'వృషాంకులలోకెల్ల వృషాంకుడు రుద్రదేవుడు ఆ మనిషిని, పశువుని ఆశీర్వదించుగాక!'

ఇంద్రపురంలో జరిగే ప్రతి జల్లికట్టు క్రీడకు ముందు ప్రామాణికంగా జరిపే ప్రకటన ఇది. తర్వాత మామూలుగా బిగ్గరగా శంఖం ఊదారు.

ఒక క్షణం నిశ్శబ్దం తర్వాత లోహపు తలుపులు తెరుచుకుంటున్న శబ్దం వినిపించింది.

'జై శ్రీరుద్రా!' గుంపు అరిచింది.

మూసి ఉన్న తలుపుల వెనక చీకటిలోంచి ఎద్దు బయటికి వచ్చింది. సాధారణంగా పక్క నుంచి వచ్చి తన మూపురం పట్టుకోబోతున్న వ్యక్తికి అందకుండా ఎద్దులు వేగంగా పరిగెత్తుతాయి.

ఎద్దుకు అభిముఖంగా రావడం ప్రమాదకరం. అదికొమ్ములతో చీల్చేసే అవకాశం ఉంది. వెనక ఉండడం కూడ ప్రమాదకరమే. అది తన వెనక కాళ్ళతో బయటికి తన్నగలదు. ప్రక్కన ఉండడమే మంచిది. అందువల్లే ఎద్దులకు వేగంగా పరిగెత్తే శిక్షణ నిస్తారు. మనుషులకి రెండు పక్కల నుంచి అందకుండా ఉండేందుకు.

కాని ఈ గౌర్–జేబు ఎద్దు నిదానంగా నడుచుకుంటూ వచ్చింది. తన సామర్థ్యాల మీద అత్యంత నమ్మకంతో. ద్వారం పక్కన కనపడకుండా నిలబడిన వాలి, ఎద్దు బయటికి రాగానే దూకాడు. వాలి ఎద్దుకన్న ఒకటిన్నర అడుగులు పొట్టిగా ఉన్నాడు. అయినా అతడి శరీరదారుఢ్యానికి నివాళి ఘటించాలి. ఎద్దు మూపురాన్ని తన రెండుచేతులతో పట్టుకుని కూర్చున్నాడు. ఎద్దు స్థాణువైంది. ఎవరో తన మూపురాన్ని పట్టుకోగలిగారు. అది పిచ్చిగా కదలడం మొదలుపెట్టింది. గట్టిగా రంకెలు వేస్తోంది. గిట్టలు నేలమీద బలంగా కొడుతోంది. హఠాత్తుగా అత్యంతవేగంగా గుండ్రంగా తిరిగింది. వాలి తన పట్టుకోల్పోయాడు. దూరంగా విసిరివేయబడ్డాడు. ఎద్దు హఠాత్తుగా శాంతంగా అయింది. అది పడిపోయిన వాలిని చూసి అహంకారంతో చూస్తూ దూరంగా నిదానంగా, బయటిద్వారం వైపు, గుంపును నిర్వికారంగా చూస్తూ వెళ్ళసాగింది.

గుంపులో ఎవరో వాలిని ఉత్సాహపరుస్తూ 'లేచిరా!' అని అరిచారు.

ఎద్దు గుంపు వైపు చూసి ఆగింది. తర్వాత అది సరస్సువైపు తిరిగింది, తన వెనుకభాగాన్ని గుంపు వైపు పెట్టి. తర్వాత నిదానంగా తోక ఎత్తి మూత్రం పోసింది. తర్వాత మళ్లీ తన అహంకారపూరిత చేష్టతో, మళ్ళీ నడవసాగింది. బయటి ద్వారం వైపు. చాలా తీరికగా.

లక్ష్మణుడు శబ్దం రాకుండా నవ్వాడు, తల ఊపుతూ. 'ఈ ఎద్దును మనం కలవరపెట్టలేం. అదే వాస్తవానికి మనల్ని కలవరపెడుతోంది!'

రాముడు లక్ష్మణుడి భుజం తట్టాడు. 'వాలినిచూడు. లేస్తున్నాడు'.

వాలి తన పిడికిళ్ళతో ఛాతీ మీద కొట్టుకుని ముందుకు ఉరికాడు. కాళ్ళలో మెరుపువేగం. అతడి పొడవాటి జుట్టు గాలిలో ఎగురుతూ ఉంది. అతను ఎద్దు వెనుక నుంచి వచ్చాడు.

'ఈ మనిషి ఉన్మాది!' లక్ష్మణుడు అన్నాడు, ఆందోళన, బాధతో.

'ఆ ఎద్దు తన ముందు కాళ్ళతో ఒక్క దెబ్బతో అతడి ఛాతీని తొక్కెయ్యగలదు!'

వాలి ఎద్దు దగ్గరకు రాగానే ఎగిరాడు. ఎద్దు మీద కూర్చున్నాడు. వాలిని వెనుక నుంచి చూడకుండా ఉన్న ఎద్దు ఆశ్చర్యపోయింది. బిగ్గరగా రంకె వేస్తూ ముందు కాళ్ళతో పైకెగిరింది. రాజును కిందపడెయ్యాలని చూసింది. కాని వాలి పట్టు వదల్లేదు. గుండెలు అదిరేలా అరుస్తున్నాడు!

ఆగ్రహించిన ఎద్దు రంకేసింది. దాని మీద ఉన్న మనిషి కన్న గట్టిగా. ముందు కాళ్ళను నేలకు జారేసి తల కిందికి వాల్చి పిచ్చిగా ఎగిరింది. కాని వాలి అలా అరుస్తూ దానిపైనే ఉన్నాడు! ఎద్దు హఠాత్తుగా గాల్లోకి ఎగిరి శరీరాన్ని ఊపింది. అయినా గాని తన మూపురాన్ని పట్టుకుని కూర్చున్న మనిషిని వదిలించుకోలేకపోయింది.

జనం అందరూ నిశ్శబ్దంగా ఉన్నారు. పూర్తిగా ఆశ్చర్యంతో. జల్లికట్టు ఆట అంతసేపు ఉండడం వాళ్ళు ఎన్నడూ చూడలేదు. ఎద్దు బిగ్గరగా వేస్తున్న రంకెలు, వాలి అరుపులు మాత్రమే వినిపిస్తున్నాయి.

ఎద్దు మళ్ళీ పైకి ఎగిరింది. పక్కకి పడిపోవడానికి సిద్ధంగా. దాని బరువుకి వాలి నలిగి చనిపోయేవాడు. అతడు ఎద్దును వదిలేశాడు. కాని వేగంగా కాదు.

ఎద్దు పక్కకు పడింది. దాని శరీరం తన మీద పడకుండా వాలి తప్పించుకున్నాడు. దాని ముందు కాళ్ళు వాలి ఎడమ చేతిపై పడ్డాయి. తను ఉన్నచోటి నుంచే ఎముక విరిగిన శబ్దం లక్ష్మణుడు విన్నాడు. వాలి కనీసం అరవను కూడా లేదు, అతను మెచ్చుకున్నాడు. ఎద్దు క్షణంలో లేచి దూరంగా వెళ్ళిపోయింది. కొంచెం దూరం నుంచి కళ్ళలో ఆగ్రహం రగులుతుండగా వాలిని చూసింది. కాని దగ్గరకు రాలేదు.

'ఎద్దు కోపంగా ఉంది', రాముడు నెమ్మదిగా అన్నాడు'. ఇంతవరకూ ఏ మనిషీ దానితో ఇంతసేపు పోరాడి ఉండడు'.

'లేవకు', వాలి నేల మీదే ఉండాలని కోరుకుంటూ సీత అంది.

లక్ష్మణుడు నిశ్శబ్దంగా వాలి వైపు చూశాడు.

మనిషి నేల మీద కదలకుండా రాయిలా పడి ఉంటే ఎద్దు మళ్ళీ పొడవటానికి రాదు. కాని అతడు లేచి నిలబడితే... 'మూర్ఖుడు!' వాలి మళ్ళీ లేచి నిలబడం చూసిన సీత కోపంగా అంది. అతడి చెయ్యి రక్తం కారుతూ నిరుపయోగంగా ప్రక్కన వేలాడుతూ ఉంది. 'లేవకు!'

లక్ష్మణుడు ఆశ్చర్యంతో నోరు తెరిచాడు. ఏం మనిషి!

ఎద్దు కూడా ఆ మనిషి మళ్ళీ లేచి నిలబడినందుకు స్థాణువైంది. అది బుసకొడుతూ తల విదిల్చింది.

వాలి తన ఛాతీని కుడిచేత్తో పదే పదే కొట్టుకుంటూ 'వాలి! వాలి!' అని గట్టిగా అరిచాడు.

జనం కూడ అరవడం మొదలుపెట్టారు.

'వాలి!'

'వాలి!'

ఎద్దు బిగ్గరగా రంకె వేసి ముందుకాళ్ళ గిట్టలు నేలకేసి బలంగా కొట్టింది. హెచ్చరిక చేసింది.

వాలి మళ్ళీ తన ఛాతీని గుద్దుకున్నాడు, అతని ఎడమ చేయి నిరుపయోగంగా ఊగుతూనే ఉంది, 'వాలి!'

ఎద్దు మళ్ళీ ముందు కాళ్ళు లేపి మళ్ళీ రంకెవేసింది. ఈసారి ఇంకా గట్టిగా. చెవులు చిల్లులు పడేంత బిగ్గరగా. తర్వాత, ఆ పశువు వాలివైపుకు దూసుకొస్తోంది.

లక్ష్మణుడు దడిమీద నుంచి దూకి, ఎద్దువైపు పరిగెత్తాడు అదే సమయంలో.

'లక్ష్మణా!' రాముడు అరిచాడు, అతను,సీత కూడా లక్ష్మణుడి వెంటే దూకి పరిగెత్తారు.

లక్ష్మణుడు ఐమూలగా పరిగెత్తాడు. వాలికి, ఎద్దుకు మధ్య ఉన్న మార్గంలో. అయోధ్య రాకుమారుడి అదృష్టవశాత్తు ఎద్దు ఈ కొత్త ఆపదను చూడలేదు.

వాలికన్న లక్ష్మణుడు చాలా పొడవు. అతనికన్న భారీకాయుడు. కండలు తిరిగినశరీరం. అయితే ఈ అతిపెద్ద పశువుతో కేవలం కండబలంతోనే పోరాడలేమని లక్ష్మణుడికి తెలుసు. తనకి ఉన్నది ఒకే ఒక్క అవకాశమని అతనికి తెలుసు. ఎద్దు కొమ్ములు జేబు జాతి ఎద్దు కొమ్ముల్లా లేవు; అసలైన జేబు ఎద్దులకు వంపులేని సూటిగా, పదునుగా ఉండే కొమ్ములుంటాయి. చీల్చడానికి అవి పదునైన కత్తుల్లా పనిచేస్తాయి. గౌర్–జేబు ఎద్దు కొమ్ములుపైన వంపు తిరిగి తల మీద చిప్ప ఆకృతిలో ఉంటాయి.

ఎద్దు దృష్టి వాలిమీద ఉంది. అది తన తలను దించి వాలివైపు పరిగెత్తుతూ ఉంది. లక్ష్మణుడు ముందుకు దూకుతూ, ఎద్దుపైకి ఎగిరి దాని తలమీద కొమ్ములకున్న సంచిని లాగేశాడు. ఎద్దు ముందుకు పరుగు తీస్తున్న

క్రమంలో ఒక్క క్షణం ఎద్దుతల వద్దకు లక్ష్మణుడి కాళ్ళు వచ్చాయి. తన కాళ్ళతో అతడు ఎద్దు తలమీద బలంగా తన్నాడు. దాని తలను పట్టుగా ఉపయోగించుకుని పిల్లిమొగ్గలు వేస్తూ దూరంగా దొర్లాడు. లక్ష్మణుడి బరువు, పరిమాణం చాలు ఎద్దు తలని కిందికి వంచడానికి. నేల మీద దొర్లుతూ దూరంగా వెళుతుండగా, ఎద్దు తల గట్టి నేలకి కొట్టుకుంది. ఎద్దు బెసికి నేల మీద పడిపోయింది.

దృష్టి మరల్చడానికి దొరికిన ఈ కొద్దిసేపటిలో రాముడు, సీత వెళ్ళి వాలిని తీసుకుని దడివైపు పరిగెత్తారు. 'వదలండి!' ఆ ఇద్దరినీ వదిలించు కోవడానికి ప్రయత్నిస్తూ వాలి అరిచాడు. 'వదలండి!'

వాలి ఘర్షణతో విరిగిన చేతి నుంచి మరింత రక్తం కారింది. నొప్పిని మరింత పెంచింది. కాని రాముడు, సీత ఆగలేదు.

ఈలోగా ఎద్దులేచి నిలబడి బిగ్గరగా రంకె వేసింది. లక్ష్మణుడు తన చేతిలో సంచిని చూపుతూ చేతిని పైకెత్తాడు.

ఆ ఎద్దు మళ్ళీ మీదకు రావాల్సింది. కాని దానికి బాగాశిక్షణ నిచ్చారు. నాణేల సంచిని చూడగానే అది కోపంతో బుసకొట్టి తలను దించింది. అది తన వెనక బయటి ద్వారం దగ్గరగా ఉన్న తన యజమానిని చూసింది. యజమాని చిరునవ్వు నవ్వి, భుజాలు కదిపాడు, 'కొందరిని గెలుస్తావ్, కొందరితో ఓడతావ్', అన్నాడు.

ఎద్దు వెనక్కి తిరిగి లక్ష్మణుడివైపుచూసి, బుసకొట్టి, తలను మళ్ళీ కిందికి దించింది. దాదాపుగా తన ఓటమిని హుందాగా అంగీకరిస్తున్నట్టుగా. లక్ష్మణుడు చేతులు జోడించి అద్భుతమైన ఆ పశువుకి వంగి నమస్కరించాడు.

ఆ ఎద్దు వెనుతిరిగి దూరంగా నడుస్తూ, తన యజమాని దగ్గరకు వెళ్ళింది.

ఈ లోగా వాలి స్పృహ తప్పాడు. సీత, రాముడు, అతడిని దడి మీద నుంచి బయటికి తీసుకెళ్ళారు.

29వ అధ్యాయం

సాయంత్రం పొద్దుపోయాక, శక్తివేలు అడవి చివర్లో రాముడి బృందం విశ్రాంతి తీసుకుంటున్న చోటికి వచ్చాడు. కొంతమంది మనుషులు పెద్ద ఆయుధాల మూటలు పట్టుకొని ఇంద్రపురం నాయకుడిని అనుసరించి వచ్చారు.

రాముడు లేచి నిలబడి నమస్కరిస్తున్నట్లుగా చేతులు జోడించాడు. 'వీరుడా, శక్తివేలు, వందనాలు'.

శక్తివేలు రాముడికి ప్రతివందనం చేశాడు. 'నమస్కారం రాకుమారా'. అతడు తన మనుషులు జాగ్రత్తగా కింద పెడుతున్న మూటలను చూపించాడు. 'మీరు కోరినట్టుగా మీ ఆయుధాలు బాగుచేసి, శుభ్రంచేసి, మెరుగుపెట్టి, పదును పెట్టించాను'.

రాముడు ఒక కత్తి తీసుకుని దాని అంచును పరిశీలించి చిరునవ్వు నవ్వాడు. 'ఇవి కొత్తవాటిలా ఉన్నాయి.'

గర్వంతో శక్తివేలు ఛాతీ ఉప్పొంగింది. 'మా లోహకారులు భారతదేశంలో నిపుణులైన వారిలో ఒకరు'.

'అవును,కచ్చితంగా', ఒక ఈటెను దగ్గరగా పరిశీలిస్తూ సీత చెప్పింది.

'రాకుమారా', అంటూ శక్తివేలు దగ్గరగా వస్తూ 'ఏకాంతంగా మాట్లాడాలి', అన్నాడు.

శక్తివేలు తనని పక్కకి తీసుకొని వెళుతుండగా, రాముడు సీతను కూడా రమ్మని సైగచేశాడు.

'మీరు త్వరగా ఇక్కడినుంచి బయలుదేరాల్సి ఉంటుంది', శక్తివేలు చెప్పాడు.

'ఎందుకు?' ఆశ్చర్యంగా అడిగింది సీత.

'వాలి'.

'ఎవరైనా అతన్ని చంపాలనుకున్నారా?' రాముడు అడిగాడు.

'అందుకని వాళ్ళకి మా మీద కోపంగా ఉందా?'

'లేదు. లేదు. రాకుమారి సీతపైన, మీపైన వాలి ఇప్పుడు కోపంగా ఉన్నాడు.'

'ఏమిటి? ఇప్పుడేగా మేమతన్ని రక్షించాం'.

శక్తివేలు నిట్టూర్చాడు. 'అతను అలా భావించడం లేదు. మిరిద్దరూ, లక్ష్మణుడు కలిసి తన గౌరవానికి భంగం కలిగించారని అతను భావిస్తున్నాడు. ఎవరి చేతనైనా రక్షింపబడటం కన్న జల్లికట్టుబరిలో చనిపోయి ఉంటే బాగుండేది అనుకుంటున్నాడు'.

రాముడు ఆశ్చర్యంగా కళ్ళు పెద్దవిచేసి సీతవైపు చూశాడు.

'రెండు రాచకుటుంబాలు ఇక్కడ యుద్ధానికి దిగడం మా పట్టణానికి శ్రేయస్కరం కాదు', శక్తివేలు క్షమించమన్నట్టుగా చేతులు జోడించాడు. 'రెండు మదగజాలు పోరాడుకుంటూ ఉంటే ముందుగా వాటి కాళ్ళకింద ఉన్న గడ్డి నలిగిపోతుంది'.

సీత చిరునవ్వు నవ్వింది. 'నాకు ఆ సామెత తెలుసు?'

'ప్రసిద్ధమైన సామెత', చెప్పాడు శక్తివేలు. 'ముఖ్యంగా ఉన్నత వంశీకులు కాని వారిలో'.

రాముడు తన చేతిని శక్తివేలు భుజంమీద ఉంచాడు, 'మీరు మాకు ఆతిథ్యమిచ్చారు. మీరు మా స్నేహితులు. మీకు ఇబ్బంది కలిగించడం మాకు ఇష్టంలేదు. తెల్లవారకముందే మేము వెళ్ళిపోతాం. మీ ఆతిథ్యానికి ధన్యవాదాలు'.

— ౬౫ —

ఇప్పటికి రాముడు, సీత, లక్ష్మణుడు అరణ్యవాసానికి వచ్చి ఇరవైనాలుగు నెలలైంది. మలయపుత్ర సైనికులు పదిహేనుమంది వారు ఎక్కడికి వెళితే అక్కడకు వెళుతున్నారు.

దండకారణ్యం లోపలి భాగాల్లోకి వెళుతున్న కొద్దీ ఆ చిన్న బృందంలో ప్రతి ఒక్కరు తమ దైనందిన విధులు నిర్వహించుతూ ఉన్నారు. వాళ్ళు పడమరగా వెళుతున్నారు. కాని శాశ్వతంగా నివాసయోగ్యమైన స్థలం కనిపించలేదు. ఒకచోట కొంతకాలం ఆగి వారు మరో ప్రదేశానికి బయలుదేరతారు. విధుల పంపకం, రక్షణ బాధ్యతలగురించి ఏకాభిప్రాయానికి వచ్చారు. వంట, శుభ్రం

చేయడం, వేట వంటిపనులను ఒకరి తర్వాత ఒకరు చేసేవారు. అక్కడ నివసించే ప్రతి ఒక్కరూ మాంసాహారులు కారు కనక వేట తరచుగా అవసరమయ్యేదికాదు.

ఇటువంటి వేట సమయంలో ఒకసారి సీత ప్రాణం రక్షించబోయి మకరాంతుడనే మలయపుత్రుడు పందిచేతిలో గాయపడ్డాడు. అడవిపంది దంతం అతని తొడ కండరాన్ని చీల్చేసింది. ఊరువులోని ధమని చీలిపోయింది. అదృష్టవశాత్తూ మరో దంతం, గట్టిగా ఉన్న కటి ఎముకకు తగిలింది అందువల్ల అది లోతుగా దిగలేదు. లేకపోతే చిన్నప్రేవులు చిరిగిపోయేవి. దానివల్ల వచ్చే అంటువ్యాధి చికిత్సకు వారి తాత్కాలిక నివాసంలో చికిత్సచేయడం అసాధ్యమై ప్రాణాపాయం కలిగేది. అతని తొడ కండరాలు ఇంకా బలహీనంగా ఉన్నాయి. ధమని కూడా పూర్తిగా మానలేదు. ఇంకా పాక్షికంగా పనిచేయడం లేదు. బాగా కుంటుతూ ఉన్నాడు.. ఇంత అపాయకరమైన అడవిలో సైనికుడికి ఈ పరిస్థితి ఇంకెంతో ప్రమాదం.

గాయంవల్ల మకరాంతుడు అడవిలో సులభంగా నడవలేని స్థితిలో ఉన్నాడు. అందువల్ల వారు కొంతకాలం పాటు నివాసాన్ని మార్చలేదు.

మకరాంతుడు కొన్ని నెలలుగా అనారోగ్యంగా ఉన్నాడు. ఏదో ఒకటి చెయ్యాలని జటాయువుకు తెలుసు. చికిత్స గురించి అతడికి బాగా తెలుసు. తనొక్కడే దొంగతనంగా వెళ్ళాలి...

'వాల్కేశ్వర జలాల కోసమా?' సీత అడిగింది.

'అవును', జటాయువు చెప్పాడు. భూగర్భంలో పుట్టిన ఊట నుంచి ఆ పవిత్ర సరస్సు ఏర్పడింది. అందువల్ల ఎన్నో ఖనిజాలు దానిలో ఉంటాయి. ఆ ఖనిజాల వల్ల ఆ జలాలకు దైవిక శక్తి లభించింది. ఆ జలం మకరాంతుడి ధమనులు త్వరగా కోలుకునేలా చేస్తుంది. ఆ దీవి నుంచి కొన్ని ఔషధ మూలికలు తెస్తే కండరాలు కూడా బాగా కోలుకుంటాయి. అతడు మళ్ళీ కాళ్ళతో బాగా నడవగలగుతాడు'.

'వాల్కేశ్వరం ఎక్కడుంది జటాయువుగారూ?'

'పడమటి తీరంలో ముంబాదేవి అనే చిన్న ద్వీపంలో ఉంది. కొంకణ తీరంలో ఉత్తరభాగంలో ఉంటుంది'.

'అగస్త్యకూటానికి వెళ్ళినపుడు దానికి సమీపంలోని దీవిలో మనం సరుకుల కోసం ఆగాము కదా? కొలాబా అనే దీవిలో'.

'అవును. మన నాయకుడు అక్కడ ఆగడం మంచిదని అన్నారు. నేను వద్దని చెప్పాను'.

'అవును. నాకు గుర్తుంది'.

'ముంబాదేవి కొలాబాకు వాయవ్యంగా ఉన్న పెద్దదీవి'.

'అయితే ఆ ఏడు దీవుల సమూహంలో ముంబాదేవి ఒకటా?'

'అవును. మహావిష్ణూ'.

'రావణుడి సైనిక దళాల సముద్ర స్థావరాలలో ప్రధానమైనది కనుక మీరు అక్కడ ఆగవద్దని సలహా ఇచ్చారు'.

'అవును, మహావిష్ణూ'.

సీత చిరునవ్వు నవ్వింది. 'అయితే, రాముడు, నేను మీతో రావడం అంతమంచి ఆలోచన కాదు'.

సీత సరదాను, విచారాన్ని మేళవించి అడిగినదానికి జటాయువు చిరునవ్వు నవ్వలేదు. 'అవును. మహావిష్ణూ'.

'కాని ఒక మలయపుత్రుడికి హాని చేయడానికి లంకవాసులు ధైర్యం చెయ్యరు, కదా?'

జటాయువు కళ్ళలో క్షణకాలం భయం మెరిసి మాయమైంది. అతడి స్వరం మామూలుగా, ప్రశాంతంగా ఉంది. 'లేదు...వాళ్ళు చెయ్యరు...'

సీత భ్రుకుటి ముడివడింది. 'జటాయువుగారూ, మీరు నాకేమైనా చెప్పాల్సినది ఉందా?

జటాయువు లేదన్నట్టుగా తల ఊపాడు. 'అంతా సవ్యంగా ఉంటుంది. నేను ముగ్గురు మనుషులని నాతో తీసుకొని వెళతాను. మిగిలిన మీరంతా ఇక్కడే ఉండాలి. నేను రెండు మాసాలలోపు తిరిగి వస్తాను'.

సహజాతం ఏదో కదిలింది. ఏదో సరిగా లేదని సీతకు అనిపించింది. 'జటాయువుగారూ, ముంబాదేవిలో సమస్య ఏమైనా ఉంటుందా?'

జటాయువు లేదన్నట్టుగా తలూపాడు. 'నేను బయలుదేరడానికి సిద్ధం కావాలి. మహావిష్ణూ. మీరు, రాకుమారుడు రాముడు ఇక్కడ నివసించాలి'.

— ౹ಔ —

జటాయువు, ముగ్గురు సైనికులు తీరప్రాంతాన్ని చేరేసరికి చీకటి పడింది. ఇరుగ్గా ఉన్న సముద్ర మార్గంలో వారికి ఏడు దీవులు కనిపించాయి. అవి పెద్దదైన సాల్‌సెట్టె దీవికి దక్షిణ సరిహద్దుగా ఉన్నాయి. సాల్‌సెట్టె దీవి తూర్పువైపున, మధ్యలోను ఇళ్ళలో దీపాలు, వీధుల్లోను, ప్రభుత్వ

భవనాలలోను స్తంభాలపై దీపాలు వెలుగుతున్నాయి. ఈ ప్రాంతంలో ఈ పట్టణం పెద్దదైన సాల్‌సెట్టి దీవిలో బాగా పెరిగింది. ఇది దక్షిణాన ఉన్న ఏడు దీవులకన్న పది రెట్లు పెద్దది! ఇక్కడ ఇంతవేగంగా పెరుగుతూ పట్టణం రావడం తర్కసహమే. దీవి మధ్యలో పెద్ద మంచినీటి సరస్సులున్నాయి. పెద్ద పట్టణం నిర్మించడానికి చాలినంత స్థలం ఉంది. మైదాన ప్రాంతానికి రావడం కూడా సులభమే. దానిని వేరు చేసే సముద్రపుపాయ కూడా ఇరుగ్గా ఉండటమే దీనికి కారణం.

ఒకప్పుడు ఆ ప్రాంతంలో సాల్‌సెట్టికి దక్షిణంగా ఉన్న ఆ ఏడు దీవులు నాగరకతా కేంద్రాలుగా ఉండేవి. ముంబాదేవి దీవిలో తూర్పు తీరంలో పెద్ద ఓడలకు రేవు ఉండేది. అక్కడున్న ఓడరేవు ఇంకా ఉంది. ఇంకా స్పష్టంగా అదింకా పనిచేస్తూనే ఉంది. తూర్పువైపున ఉన్న పారెల్, మజ్‌గాంవ్, చిన్న కొలాబా, కొలాబా దీవుల్లో జటాయువు దీపాలు వెలిగి ఉండడం చూశాడు. కాని పడమటి దీవులైన మహిమ్, వర్లి స్పష్టంగా కనిపించడం లేదు.

ముంబాదేవికి పడమర ఉన్న కొండల్లో వాల్కేశ్వర్ ఉంది. వాటిని పగటిపూట కూడ సముద్రపాయ దగ్గర్నించ చూడవచ్చు. చాలా ఎత్తుగా ఉంటాయి. వాస్తవానికి ఒకప్పుడు రాత్రిపూట కూడ కనిపించేవి. అక్కడే ప్రధానమైన ప్రాసాదాలు, దేవాలయాలు, పాతనగర భవనాలు ఉండేవి. వాటిలో ఎప్పుడూ దీపాలు వెలుగుతుండేవి.

కాని జటాయువుకు అక్కడేమీ కనిపించలేదు. కాగడాలు లేవు. దీపస్తంభాలు లేవు. మనుషులున్న జాడ లేదు.

వాల్కేశ్వర్‌లో ఎవరూ ఉండడంలేదు. అది శిథిలమైంది. జటాయువుకు ఆ భయంకరమైనరోజులు గుర్తుకువచ్చి వణుకు వచ్చింది. అప్పుడు తను యువ సైనికుడు. రావణుడి దండు వచ్చినపుడు.... అతనికి చాలా బాగా గుర్తుంది. ఎందుకంటే తను కూడా ఆ దండులో ఒకడు.

పరశురామదేవా, నన్ను క్షమించు... నా తప్పులకు నన్ను క్షమించు...

'నాయకా', మలయపుత్ర సైనికుడు పిలిచాడు. 'మనం ఇప్పుడు దాటుదామా లేక...'

జటాయువు తిరిగి చూశాడు. 'వద్దు. మనం ఉదయమే దాటుదాం. రాత్రికి ఇక్కడ విశ్రమించుదాం'.

—౬౮—

జటాయువు నిద్రపోవడానికి ప్రయత్నిస్తూ అటూ ఇటూ దొర్లుతూ ఉన్నాడు. తన అంతరంగలోతుల్లో దాచిన జ్ఞాపకాలు తన్నుకుంటూ చైతన్యస్థితిలో కొస్తున్నాయి. సుదీర్ఘంగా దాచిన గతంలోని పీడకలలు.

అతడు యువకుడిగా ఉన్నప్పటి జ్ఞాపకాలు. చాలా, చాలా ఏళ్ళ కిందటివి.

రావణుడు మమ్మల్ని జయించడానికి మా వాళ్ళనే ఉపయోగించాడు.

జటాయువు లేచి కూర్చున్నాడు. అతనికి సముద్రపు పాయకు ఆనుకుని ఉన్న దీవులు కనిపిస్తున్నాయి.

అతడు కౌమారంలో ఉన్నపుడు నాగుడుగా అనుభవించిన బాధ, కోపం, అందరూ తనతో సవ్యంగా వ్యవహరించకుండా ఉండడం భరించాడు. నాగుడు అంటే అవకరాలతో పుట్టిన వాడు. కాని నాగులతో మాత్రమే దుర్వ్యవహారం ఉండేది కాదు. చాలాకులాల వారికి సప్తసింధులోని అహంకారపూరితులైన, ఛాందసులైన ఉన్నత వర్గాల వారంటే ఫిర్యాదులు ఉండేవి. అందువల్ల వారిలో చాలామందికి రావణుడు తిరుగుబాటువీరుడగా తమ రక్షకుడుగా అనిపించాడు. అతడు అధికారం చేజిక్కించుకున్నాడు. వివక్షకు గుర్రై అసంతృప్తితో ఉన్న వారు గుంపులుగా అతడిని చేరారు. అతడి కోసం పోరాడారు. అతడి కోసం చంపారు.

అతడు వారిని ఉపయోగించుకున్నాడు.

ఆ సమయంలో జటాయువుకు ప్రతీకార భావం సంతోషాన్నిచ్చేది. తమలోకంలో తామున్న ఉన్నత వర్గం వారిని ద్వేషించి, చంపడం తనదళాన్ని అహిరావణుడితో కలవమని ఆదేశాలు వచ్చేంత వరకూ ఇలాగే ఉండేది.

రావణుడి సైన్యాన్ని రెండు సమూహాలుగా విభజించారు. ఒక సమూహం భూభాగాన్ని నియంత్రించేది. వీరిని మహిరావణులనే సైన్యాధికారులు నియంత్రించే వారు. మరొక సమూహం సముద్రాలను, ఓడరేవులను నియంత్రించేది. ఈ సమూహాన్ని అహిరావణులు నియంత్రించేవారు.

అటువంటి ప్రహస్తుడనే అహిరావణుడితో కలిసి జటాయువు ముంబాదేవికి, దాని ఏడు దీవులకు వెళ్ళాలని ఆదేశించడం జరిగింది.

ఆ కాలంలో ఈ ఏడు దీవులలోను దేవేంద్రార్ కులస్థులు ఉండేవారు. ఇంద్రన్ అనే కరుణా హృదయుడు వీరి నాయకుడు. ముంబాదేవి మిగిలిన ఆరు దీవుల్లో అతి తక్కువ ఎగుమతి దిగుమతి సుంకం ఉండడంతో ఇక్కడ సరుకులను ఎగుమతి, దిగుమతుల సమయంలో నిలువ చేసేవారు. ఈ దీవులు ఎగుమతి దిగుమతుల వాణిజ్యకేంద్రంగా ఉండేవి. ఉదారులుగా ఉండే దేవేంద్రార్లు సముద్ర ప్రయాణం చేసే ఎవరికైనా సరుకులు ఇచ్చేవారు,

ఆశ్రయమిచ్చేవారు. అభిమానం, వివక్ష లేకుండా ఉండేవారు. అందరినీ దయగా చూసేవారు. అలా చేయడం తమ పవిత్ర కర్తవ్యమని భావించేవారు. అటువంటి సముద్ర యాత్రికులలో ఒకడు జటాయువు. అప్పుడతను చాలా చిన్నవాడు. ఆ దయను బాగా గుర్తు పెట్టుకున్నాడు. భారతదేశంలో జటాయువును మహమ్మారి వ్యాధిగ్రస్తుడిగా చూడని అరుదైన ప్రదేశమది. అతడిని సాధారణ మానవుడిగానే వారాహ్వానించారు. ముంబాదేవిలో ఆ మొదటి రాత్రి వారి దయకు స్థాణువై, ఉద్వేగభరితుడై పరితపించాడు.

చాలా ఏళ్ళ తర్వాత, అదే ముంబాదేవి ద్వీపాన్ని జయించడానికి పంపిన సైన్యంలో భాగంగా మళ్ళీ వచ్చాడు.

రావణుడి వ్యూహాత్మక కారణాలు స్పష్టం. హిందూమహాసముద్రంలో సముద్ర వ్యాపారంపై అతనికి పూర్తి నియంత్రణ కావాలి. ప్రపంచ వాణిజ్య కేంద్రం. ఈ సముద్రాధిపత్యం లభిస్తే ప్రపంచాధిపత్యం లభించినట్టే. పూర్తిగా నియంత్రణ ఉంటే తప్ప రావణుడు కుసీదక ఎగుమతి, దిగుమతి సుంకాలు విధించలేడు. అతడు భారత ద్వీపకల్పం, అరేబియా, ఆఫ్రికా, ఆగ్నేయాసియా దేశాల ప్రధాన ఓడరేవులపై నియంత్రణను సంపాదించాడు. ఆ రేవుల్లో అతడి నియమాలు అమలవుతాయి.

కాని ముంబాదేవి అధిక ఎగుమతి, దిగుమతి సుంకాలు విధించడానికి గాని, తన ఆశ్రయం కోరివచ్చిన సముద్ర ప్రయాణికులకు ఆశ్రయం నిరాకరించ డానికి గాని అంగీకరించలేదు. ఈ సేవ తమ కర్తవ్యమని అక్కడి నివాసులు భావించేవారు. తమ ధర్మం అని భావించేవారు. రావణుడు ఈ రేవు పై నియంత్రణ సాధించడం అవసరం. ఇది సింధు-సరస్వతీ తీరాలు, లంక మధ్య మార్గంలో ఉంది.

అహిరావణుడైన ప్రహస్తుడిని సంప్రదింపులకు పంపారు. అవసరమైతే బలప్రయోగంతోనైనా పరిష్కరించాలి. లంక సైన్యం ముంబాదేవి రేవులో తూర్పుతీరంలో నౌకల్లో వేచి చూస్తోంది. ఒక వారం రోజులు గడిచినా ఏమీ తేలలేదు. చివరికి వాల్కేశ్వర్‌కు వెళ్ళమని చెప్పారు. ఇది ముంబాదేవికి పడమటి భాగంలో ఉంటుంది. అక్కడే ఒక ప్రాసాదం, రుద్రదేవుడి ఆలయం నిర్మించారు. ఈ రెండూ సహజ జల ఊటతో నిర్మితమైన సరస్సు పక్కనే ఉన్నాయి.

జటాయువు చిన్న సైనికుడు కనుక వెనుక వరుసలో ఉన్నాడు. దేవేంద్రుల్లు పోరాడలేరని అతడికి తెలుసు. వారు శాంతి కాముకులు, సమూహం వారు సముద్రయాత్రికులు, సాంకేతిక నిపుణులు, వైద్యులు, తాత్త్వికులు,

కథకులు. వారిలో యోధులు చాలాతక్కువ. ఏదో ఒక పరిష్కారం లభించాలని జటాయువు ఎంతగానో కోరుకున్నాడు.

పట్టణంలోని ప్రధానకూడలి వద్ద ప్రాసాదం బయట అతడు చూసిన దృశ్యం ఆశ్చర్యానికి గురిచేసింది.

అక్కడంతా పూర్తిగా నిర్జనంగా ఉంది. ఒక్క మనిషి కూడా లేడు. దుకాణాలు అన్నీ తెరిచే ఉన్నాయి. వస్తువులు కనిపిస్తున్నాయి. వాటిని ఇవ్వడానికి, భద్రపరచడానికి కూడ ఎవరూ లేరు.

ఆ కూడలి వద్ద బెండుకట్టెలు, కొన్ని చందనం కట్టెలు పెద్దగా పేర్చి ఉన్నాయి. లోహపు వలతో వాటిని పట్టి ఉంచారు. అన్నిటినీ తాజా నేతితో తడిపారు. అది ఇటీవలే ఏర్పాటు చేశారు. బహుశా అంతకు ముందు రోజు రాత్రి.

అది పెద్ద చితి, ఇంకా అంటించకుండా ఉంది. పెద్ద చితి పేర్చినట్టు, వందలాది శరీరాలకోసం ఉన్నట్లుగా ఉంది.

పై వరకూ నడవడానికి దారి ఉంది.

ప్రహస్తుడు వారు తన కోరినట్టుగా లాంఛనంగా లొంగిపోతారు అనుకుంటూ వచ్చాడు. దేవేంద్రార్లని ప్రశాంతంగా వెళ్ళగొట్టవచ్చునని భావించాడు. ఇది ఊహించనిది. అతడు వెంటనే తన సైన్యాన్ని యుద్ధానికి సిద్ధంగా ఉంచాడు.

ప్రాసాదం గోడల్లోపలి నుంచి సంస్కృత మంత్రాలు వినిపిస్తున్నాయి. గుడిగంటలు, డోలు వాద్యం వినిపిస్తున్నాయి. ఆ మంత్రాలు ఏమిటో తెలుసుకొనడానికి లంకవాసులకి కొంత సమయం పట్టింది.

అవి *గరుడ* పురాణంలోనివి. చనిపోయినపుడు చదివే మంత్రాలు.

దేవేంద్రార్లు ఏమాలోచిస్తున్నారు? వారి ప్రాసాదం గోడలు దాడికి తట్టుకుంటాయనా? బలమైన లంక సైనికులు అయిదు వేల మందితో పోరాడటానికి వారి దగ్గర సైనికులు లేరు.

హఠాత్తుగా ప్రాసాదం ఆవరణ నుంచి పొగ వస్తోంది. దట్టంగా, వగరుగా ఉన్న పొగ. చెక్క ప్రాసాదానికి నిప్పు పెట్టారు.

తర్వాత ద్వారాలు తెరుచుకున్నాయి.

ప్రహస్తుడి ఆదేశాలు బిగ్గరగా, స్పష్టంగా ఉన్నాయి. *'ఆయుధాలు తీసి, పట్టుకోండి'!*

లంక సైనికులందరూ ఆయుధాలు తీసి పట్టుకుని, తమ వరుసల్లో నిలబడ్డారు. సైనిక క్రమశిక్షణతో దాడిని ఊహిస్తూ...

దేవేంద్రార్ల నాయకుడు ఇంద్రన్ తన ప్రజలకు ముందు నడుస్తూ ప్రాసాదం బయటికి వచ్చాడు. అందరూ ఉన్నారు. అతడి కుటుంబం మొత్తం. పురోహితులు, వ్యాపారులు, పనివారు, మేధావులు, వైద్యులు, కళాకారులు. పురుషులు, స్త్రీలు, పిల్లలు. పౌరులందరూ.

దేవేంద్రారులందరూ.

అందరూ కాషాయవస్త్రాలు ధరించారు. అగ్నిదేవుడి రంగు. నిప్పురంగు. అంతిమయాత్ర రంగు.

ప్రతి ఒక్క ముఖం ప్రశాంతమైన చిత్రంలా ఉంది.

వాళ్ళింకా మంత్రాలు చదువుతూనే ఉన్నారు.

ప్రతి దేవేంద్రారు బంగారు నాణేలు, నగలు పట్టుకొని వచ్చాడు. ప్రతిఒక్కరూ సంపద తెచ్చారు. ప్రతి ఒక్కరూ ఒక చిన్న సీసా తెచ్చారు.

లంక సైనికులవైపు నాణేలు, ఆభరణాలు విసిరేశారు.

ఇంద్రన్ స్వరం బిగ్గరగా, స్పష్టంగా వినిపించింది. 'మీరు మా ధనమంతా తీసుకోండి! మా ప్రాణాలు తీసుకోండి. కాని మా ధర్మానికి వ్యతిరేకంగా చేయమని బలవంతం చేయలేరు'.

లంకసైనికులు నిశ్చేష్టులై నిలబడ్డారు. ఎలా ప్రతిస్పందించాలో తెలియక. తమ నాయకుడి వైపు ఆదేశాల కోసం చూశారు.

ప్రహస్తుడు బిగ్గరగా అరిచాడు. 'రాజా ఇంద్రన్, బాగా ఆలోచించి చెయ్యి. మూడు ప్రపంచాలకు రాజు రావణ ప్రభువు. దేవుళ్ళకు కూడా ఆయనంటే భయం. నీ ఆత్మకు శాంతి ఉండదు. నీ బంగారం తీసుకుని వెళ్ళు. లొంగిపో. నీకు కృప లభిస్తుంది!'

ఇంద్రన్ దయగా చిరునవ్వు నవ్వాడు. 'మేము మా ధర్మాన్ని ఎప్పటికీ సమర్పించం'.

తరువాత దేవేంద్రార్ల రాజు లంక సైనికులవైపు చూశాడు. 'మీ ఆత్మలు రక్షించుకోండి. మీ కర్మల ఫలితాన్నే మోసుకువెళతారు. ఇంక దేన్నీ కాదు. కేవలం ఆదేశాలు పాటించామని కర్మని తప్పించుకోలేరు. మీ ఆత్మలను రక్షించుకోండి. సరైన నిర్ణయం తీసుకోండి'.

కొందరు లంక సైనికులు సందిగ్ధంగా కనిపించారు. వారి చేతిలోని ఆయుధాలు వణుకుతున్నాయి.

'ఆయుధాలు పట్టుకోండి!' ప్రహస్తుడు అరిచాడు. 'ఇదొక మోసం!'

ఇంద్రన్ తన ప్రధాన పురోహితుడి వైపు చూసి తలూపాడు. పురోహితుడు ఒక కాగడా తీసుకుని కట్టెల పోగు దగ్గరికి వచ్చి వెలిగించాడు. వెంటనే దానికి అగ్గి అంటుకుంది. చితి సిద్ధమైంది.

ఇంద్రన్ తన చిన్న సీసాని బయటికి తీసి దానిలోని ద్రవాన్ని తాగాడు.

బహుశా నొప్పి తెలియనీయని మందేమో.

'నేను కోరేది మీరు మా దేవుళ్ళను అవమానించవద్దని మాత్రమే. మా దేవాలయాలను ధ్వంసం చేయవద్దు'. ఇంద్రన్ జాలి పడుతున్నట్టుగా ప్రహస్తుడిని చూశాడు. 'మిగిలినది మీ ఇష్టం వచ్చినట్టు చేసుకోండి'.

ప్రహస్తుడు మళ్ళీ తన సైనికులను ఆదేశించాడు. 'సిద్ధగా ఉండండి. ఎవరూ కదలవద్దు'!

ఇంద్రన్ తన చేతులను జోడించి, నమస్కరించి ఆకాశం వైపు చూశాడు. జైరుద్ర! జై పరశురామ్!

అంటూ ఇంద్రన్ చితిలోకి దూకాడు.

జటాయువు కోపంగా అరిచాడు, 'వద్దూ ఊఊఊ!'

లంక సైనికులు నిశ్చేష్ఠులై ప్రతిస్పందించలేకపోయారు.

'ఎవరూ కదలవద్దు!' ప్రహస్తుడు మళ్ళీ తన సైనికులను చూసి అరిచాడు.

మిగిలిన దేవేంద్రార్లు అందరూ తమ ఔషధం తీసుకుని మార్గంలోకి పరిగెత్తుతూ వస్తున్నారు. చితిలో దూకుతున్నారు. వేగంగా. గుంపులుగా. ప్రతి ఒక్కరు. పురుషులు, స్త్రీలు, పిల్లలు తమ నాయకుడిని అనుసరిస్తున్నారు. తమ రాజుని అనుసరిస్తున్నారు.

వెయ్యిమంది దేవేంద్రార్లున్నారు. అందరూ చితిలోకి దూకటానికి కొంత సమయం పట్టింది.

లంక సైనికులెవరూ వారిని ఆపటానికి ముందుకు రాలేదు. ప్రహస్తుడుకి దగ్గరగా ఉన్న కొందరు అధికారులు కొందరికి విసుగొచ్చేలా దేవేంద్రార్లు విసిరేసిన నగలను ఏరుకోవడం మొదలుపెట్టారు. మంచివాటిని తమకోసం ఏరుకుంటు న్నారు. తాము తీసుకున్న వాటి విలువను ఒకరితో ఒకరు చెప్పుకుంటున్నారు. ఇంకా దేవేంద్రార్లు గుంపుగా ఆత్మహత్య చేసుకుంటూనే ఉన్నారు. కాని లంక సైనికులు చాలామంది అలాగే నిలబడి ఉన్నారు, ఏం చేయడానికీ పాలుపోని నిశ్చేష్టతలో.

చిట్టచివరి దేవేంద్రారుడు కూడా చితిలో పడిపోయాక ప్రహస్తుడు చుట్టూ చూశాడు. తనసైనికులు చాలామంది దిగ్భ్రమ చెంది ఉండడం అతడు చూశాడు. అతడు ఫక్కుమని నవ్వసాగాడు. 'విచారించకండి,

సైనికులారా. బంగారమంతా మీ అందరికీ పంచుతారు. మీ జీవితకాలంలో సంపాదించలేనంత ధనాన్ని మీరు ఈ రోజు సంపాదిస్తారు! చిరునవ్వు నవ్వండి! ఇప్పుడు మీరు ధనవంతులు!'

ఆ మాటలు అతడనుకున్నంత ప్రభావాన్ని చూపలేదు. చాలామంది ఆత్మలు విలవిల్లాడాయి. తాము చూసిన దానికి వారు నిస్సత్తువగా మిగిలారు. వారంలోపే ప్రహస్తుడి సైన్యం సగానికి పైగా అతడిని వదిలిపెట్టేసింది. వారిలో జటాయువు ఒకడు.

వాళ్ళింక రావణుడి కోసం యుద్ధం చెయ్యలేరు.

బండరాళ్ళకు కొట్టుకుంటున్న అలల శబ్దానికి ఆ బాధాకరమైన స్మృతుల్లోంచి జటాయువు బయటకొచ్చాడు.

అతడి శరీరం కంపిస్తోంది. కళ్ళ నుంచి కన్నీరు కారుతున్నాయి. క్షమించమని అడుగుతున్నట్టుగా చేతులు జోడించి తలవంచాడు. ముంబాదేవి జలమార్గం వైపు చూశాడు. వాల్కేశ్వర కొండలవైపు చూశాడు.

'నన్ను క్షమించండి, ఇంద్రన్ రాజా... నన్ను క్షమించు...'

కాని అపరాధానికి నిష్కృతి లేదు.

—౫౮—

ముంబాదేవి నుంచి జటాయువు తిరిగి వచ్చి కొన్ని నెలలు అయ్యాయి.

వాల్కేశ్వర్ నుంచి తెచ్చిన ఔషధం మకరాంతుడికి అద్భుతంగా పనిచేసింది. కుంటడం బాగా తగ్గిపోయింది. మళ్ళీ మామూలుగా నడవసాగాడు. క్షీణించిన కండరాలు బలం పుంజుకున్నాయి. కొన్ని నెలల్లోనే మకరాంతుడు తన కాళ్ళను పూర్తిగా ఉపయోగించగలడని స్పష్టమైంది. కొందరు మలయపుత్రులు అతనితో కలిసి వేటకు వెళ్ళాలని కూడ అనుకున్నారు.

ముంబాదేవి పేరు ఎత్తగానే జటాయువు ఎందుకంత బాధకు లోనయ్యాడో తెలుసుకోవాలని సీత కొన్నిసార్లు ప్రయత్నించింది. కాని తరవాత కాలంలో ఆ విషయాన్ని గురించి అడగడం మానేసింది.

ఈ రోజు ఉదయమే, ఎవరికీ కనపడకుండా హనుమంతుణ్ణి కలవడానికి రహస్య ప్రదేశానికి వెళ్ళింది.

'రాకుమారుడు రాముడు, నువ్వు ఒకచోట స్థిరంగా ఉండాలి రాకుమారీ', హనుమంతుడు చెప్పాడు. 'మీరు నిరంతరం ప్రయాణిస్తూ ఉంటే మీరెక్కడున్నారో తెలుసుకొనడం నాకు కష్టంగా ఉంది'.

'నాకు తెలుసు', అంది సీత. 'కాని సురక్షితమైన ప్రదేశం ఇంకా కనిపించలేదు'.

'నా మనసులో ఒక ప్రదేశం ఉంది. దానికి సమీపంలో జలం ఉంది. రక్షణ బాగుంటుంది. ఆహారం సులభంగా దొరుకుతుంది. వేటకు కూడా తగినంత అవకాశం ఉంటుంది. మీరెక్కడున్నారో తెలుసుకొనడానికి నాకు దగ్గరగా ఉంటుంది'.

'ఎక్కడది?'

'పవిత్ర గోదావరీ జన్మస్థానం దగ్గర'.

'సరే. నేను నీ నుంచి వివరాలుతెలుసుకుంటాను. ఇంక మరి...'

'రాధిక?'

సీత తలూపింది.

హనుమంతుడు క్షమించమన్నట్టుగా చిరునవ్వు నవ్వాడు. 'ఆమె... ఆమె.. వెళ్ళిపోయింది.'

'వెళ్ళిపోయిందా?'

'ఆమెకి వివాహమైంది?'

సీత నిశ్చేష్టురాలైంది. 'వివాహమైందా?'

'అవును'.

సీత ఊపిరి బిగబట్టింది. 'పాపం భరతుడు...'

'భరతుడు ఇంకా ఆమెను ప్రేమిస్తున్నాడని విన్నాను'.

'ఆమెని మర్చిపోతాడని నేననుకోను...'

'నేనొక సారి ఒక మాట విన్నాను: ఎన్నడూ ప్రేమించకుండా ఉండడం కన్న ఒకసారి ప్రేమించి కోల్పోవడం మంచిది...'

సీత హనుమంతుడి వైపు చూసింది. 'క్షమించు హనుమన్నా. కఠినంగా మాట్లాడడం నా ఉద్దేశం కాదు. ఎన్నడూ ప్రేమించని మనిషే అలా అనగలరు'.

హనుమంతుడు భుజాలెగరేశాడు. 'విషయం అర్థమైంది. సరే. శిబిరానికి అనువైన ప్రదేశం...'

30వ అధ్యాయం

రాముడు, సీత, లక్ష్మణుడు బహిష్కరణ కారణంగా అరణ్యవాసానికి వెళ్ళి ఆరు సంవత్సరాలు గడిచాయి.

మొత్తం పందొమ్మిది మంది బృందం చివరికి గోదావరి పశ్చిమ తీరాన పంచవటి వద్ద స్థిరనివాసం ఏర్పరచుకున్నారు. పంచవటి అంటే ఐదు మర్రిచెట్టులున్న ప్రదేశం. ఆ ప్రదేశాన్ని సూచించినవాడు హనుమంతుడు. ఆ చిన్న, సౌకర్యవంతమైన విడిదికి, నది సహజరక్షణ ఏర్పరుస్తోంది. విడిదిలోని ప్రధానమైన మట్టి కుటీరం రెండు గదులతో ఉంది. ఒకటి సీతారాములకు, రెండవది లక్ష్మణుడికి. బయట చదునైన ప్రదేశం సమావేశాలకు, కసరత్తులకు ఉపయోగపడుతుంది.

తూర్పువైపున ఉన్న మరికొన్ని కుటీరాలలో జటాయువు, అతని అనుచరులు ఉన్నారు.

ఆ విడిది చుట్టూ రెండు వలయాకారపు దడులు ఉన్నాయి. బయటి దడికి విషపూరితమైన తీగలు పాకి వున్నాయి. అవి జంతువుల నుంచి రక్షణ కల్పించడానికి. లోపలి దడికి నాగవల్లి తీగలు పెంచారు. దానికి ఒక హెచ్చరిక విధానాన్ని అమర్చారు. ఆ దడిచుట్టూ ఒక తాడును చుట్టి, దానిని పక్షులతో నిండిన పెద్ద పంజరానికి కట్టారు. ఆ పక్షులను జాగ్రత్తగా చూసుకుంటూ, ప్రతి నెలలోనూ కొత్త పక్షులను పంజరంలో పెడుతుంటారు. ఎవరైనా మొదటి దడిని దాటుకుని లోనికి వచ్చి, నాగవల్లి దడిని దాటుకుని లోపలకు రావాలని ప్రయత్నిస్తే, దడి చుట్టూ వున్న తాడు మూలంగా పంజరం పైతలుపు తెరుచు కుంటుంది. పంజరం నుంచి ఎగిరిపోతున్న పక్షుల శబ్దం మూలంగా విడిదిలోని వారికి కొన్ని విలువైన నిమిషాల ముందస్తు హెచ్చరిక అందుతుంది.

ఈ ఆరు సంవత్సరాలలో రాముడు, సీత, లక్ష్మణుడు కొన్ని ప్రమాదాలను ఎదుర్కొన్నారు కాని అవేమీ మనుషుల నుంచి ఎదురయినవి కావు. అక్కడక్కడా వున్న గాయపు మచ్చలు వారి అరణ్యవాస సాహసాలకు గుర్తులుగా మిగిలిపోతాయి. వారు అయోధ్య విడిచినప్పటిలా యవ్వనంగానూ, ఆరోగ్యం గాను ఉండేటట్లు సోమరసం కాపాడుతోంది. ఎండ నుంచి సరైన రక్షణ లేకపోవడంతో వారి చర్మం రంగు మారిపోయింది. రాముడు ఎప్పుడూ నల్లగానే వుంటాడు. కాని తెల్లగా వుండే సీత, లక్ష్మణుడు కంచురంగులోకి మారి పోయారు. రాముడు, లక్ష్మణుడు గడ్డాలు, మీసాలు పెంచి ముని యోధుల్లా వున్నారు.

జీవితం ఒక క్రమమైన మార్గంలో నడుస్తోంది. రాముడు, సీత వేకువనే గోదావరి తీరానికి వెళతారు. అక్కడ వారు స్నానాలు చేసి, కొంతసేపు ఏకాంతంగా ఉంటారు. అది వారికి రోజు మొత్తంలో ఇష్టమైన సమయం.

ఈరోజు కూడా అలాంటిదే. అంతకు ముందురోజు వారు తమ జుట్టును శుభ్రపరచుకున్నారు. ఇప్పుడు మళ్ళీ శుభ్రం చేయాల్సిన అవసరం లేదు. స్నానం చేసేటప్పుడు జుట్టును ముడివేసుకున్నారు. శుభ్రమైన నది నీటిలో స్నానం చేసిన పిమ్మట వారు నది ఒడ్డున కూర్చుని పళ్ళు తింటున్నారు.

రాముడు సీత ఒడిలో తలపెట్టుకుని పడుకున్నాడు. ఆమె అతని జుట్టుతో ఆడుకుంటోంది. ఆమె వేళ్ళు ఒక చిక్కులో ఇరుక్కుపోయినాయి. ఆమె నెమ్మదిగా వేళ్ళను తీసుకుని, జుట్టును చిక్కు తీయాలని ప్రయత్నించింది. రాముడు స్వల్పంగా అభ్యంతరం తెలిపాడు, కాని పెద్ద ప్రయత్నం అవసరం లేకుండానే జుట్టు చిక్కు వీడింది.

'చూడండి. నేను కూడా మృదువుగా చిక్కు తీయగలను', అంది. సీత నవ్వుతూ.

రాముడు నవ్వుతూ 'కొన్నిసార్లు' అన్నాడు.

రాముడు తన చేతిని సీత జుట్టు నుంచి జార్చాడు. సీత జుట్టు ఆమె భుజాలపైనుంచి ఒడిలో వున్న రాముడి తల వరకు వేలాడుతోంది. 'నీ గుర్రం తోక జుట్టుముడితో నాకు విసుగ్గా వుంది.'

సీత భుజాలు ఎగరవేసింది. 'దాన్ని ఇంకోరకంగా ముడివేయాల్సిన పని మీదే. జుట్టు ఇప్పుడు విరబోసే వుంది'.

'ఆ పని చేస్తాను', అన్నాడు రాముడు సీత చేతిని పట్టుకుని బద్ధకంగా నదివైపు చూస్తూ. 'కాని తరువాత. మనం లేచినప్పుడు'.

సీత నవ్వి రాముడి జుట్టును చెదరగొడుతూ వుంది. 'రామా...'

'ఊఁ?'

'నేను మీకో సంగతి చెప్పాలి'.

'ఏమిటది?'

'నిన్నటి మన సంభాషణ గురించి'.

రాముడు సీత వైపు చూశాడు. 'నువ్వు ఈ విషయం ఎప్పుడు తెస్తావా అని ఎదురు చూస్తున్నాను'.

సీత, రాముడు అంతకుముందు రోజు చాలా విషయాల గురించి మాట్లాడుకున్నారు. ముఖ్యంగా రాముడు తరువాతి విష్ణువు అవుతాడనే వశిష్ఠుడి నమ్మకం గురించి. రాముడు అప్పుడు సీత గురువు ఎవరని అడిగాడు కాని సీత జవాబు చెప్పకుండా, విషయం మళ్ళించి, దాటవేసింది.

'వివాహ బంధంలో రహస్యాలు ఉండకూడదు. నా గురువు ఎవరో మీకు చెప్పాలి'.

రాముడు సూటిగా సీత కళ్ళలోకి చూస్తూ 'ఆచార్య విశ్వామిత్రులు', అన్నాడు.

సీత నివ్వెరపోయింది. అది ఆమె కళ్ళలో కనపడింది. రాముడు సరిగా ఊహించాడు.

రాముడు చిరునవ్వు నవ్వాడు. 'నేను అంధుణ్ణి కాను, ఆ సంగతి నీకు తెలుసు. ఆ రోజు మిథిలలో నా ముందు ఆచార్య విశ్వామిత్రుడితో నువ్వు మాట్లాడిన మాటలు, కేవలం అభిమాన శిష్యులు మాత్రమే మాట్లాడగలిగినవి'.

'మరి ఆ విషయం గురించి మీరేమీ అనలేదు ఎందుకు?'

'నాకు చెప్పవచ్చనే నమ్మకం నీకు కుదిరేవరకు వేచి వుండటానికి'.

'నేను మిమ్మల్ని ఎప్పుడూ నమ్ముతాను, రామా'.

'అవును. కాని అది భార్యగా మాత్రమే. కొన్ని విషయాలు వివాహానికి మించి రహస్యమైనవి కావచ్చు. మలయపుత్రులు ఎవరో నాకు తెలుసు. నువ్వు ఆచార్య విశ్వామిత్రుల అభిమాన శిష్యురాలు అవడం వెనకున్న ఆంతర్యం నాకు తెలుసు.'

సీత నిట్టూర్చింది. 'ఇంతకాలం వేచి వుండడం నా తెలివితక్కువతనం. ఎక్కువ సమయం గడిచిపోవడం, సహజంగా జరిగిపోవాల్సిన సంభాషణను అవసరమైన దానికన్నా ఎక్కువ క్లిష్టతరం చేస్తుంది. నేను బహుశా...?'

'అది గతజలం'. రాముడు లేచి కూర్చుని, సీతకు దగ్గరగా జరిగాడు. ఆమె చేతులు పట్టుకుని, 'ఇప్పుడు నాకు చెప్పు', అన్నాడు.

సీత దీర్ఘశ్వాస తీసుకుంది. ఏదో కారణంగా కొంత ఉద్విగ్నంగా ఉంది. 'మలయపుత్రులు నేను వారి విష్ణువును అని నమ్ముతున్నారు!'

రాముడు చిరునవ్వుతో సూటిగా, గౌరవంగా సీత కళ్ళలోకి చూశాడు. 'నేను నిన్ను సంవత్సరాలుగా ఎరుగుదును. నీ అభిప్రాయాలు, ఉద్దేశాలు ఎన్నో విన్నాను. నువ్వు గొప్ప విష్ణువు అవుతావు. నిన్ను అనుసరించడం నాకు గర్వకారణం'.

'అనుచరుడివికాదు. భాగస్వామివి'.

రాముడు కనుబొమలు ముడివేశాడు.

'ఇద్దరు విష్ణువులు ఎందుకు ఉండకూడదు? మనిద్దరం కలిసి పనిచేస్తే, మనం మలయపుత్రులు, వాయుపుత్రుల మధ్య నడుస్తున్న మూర్ఖపు వివాదాలను, ఘర్షణలను నివారించగలం. అందరం కలిసి పనిచేసి భారతావనికి నూతన మార్గం చూపించగలం'.

'అలా సాధ్యమవుతుందని, దానికి నియమాలు ఒప్పుకుంటాయని నేను అనుకోవడం లేదు, సీతా. ఒక విష్ణువు నియమోల్లంఘన చేయడం ద్వారా తన పని మొదలుపెట్టకూడదు. నేను నిన్ను అనుసరిస్తాను'.

'కేవలం ఒక విష్ణువు మాత్రమే ఉండాలనే నియమం ఏమీలేదు'.

'ఉమ్...'

'నాకు తెలుసు, రామా. అటువంటి నియమం ఏదీ లేదు. నన్ను నమ్మండి'.

'సరే, అటువంటి నియమం లేదనుకుంటే, నువ్వు నేను కలిసి పనిచేయగలం. మలయపుత్రులు, వాయుపుత్రులు కూడా కలిసి పనిచేయగలరనే అనుకుంటాను. కాని ఆచార్య వశిష్ఠుడు, ఆచార్య విశ్వామిత్రుడు? వారి సంగతేమిటి? వారి శత్రుత్వం చాలా బలమైనది. మలయపుత్రులు నన్ను విష్ణువుగా గుర్తించి ఒప్పుకోవాల్సి ఉటుంది. మన ఆచార్యుల మధ్య వ్యవహారం ఇప్పుడున్నట్లు ఉంటే...'

'ఆ సంగతి మనం చూసుకుందాం', అంటూ సీత రాముడికి దగ్గరగా జరిగి అతన్ని కౌగలించుకుంది. 'నేను ఇప్పటివరకూ మీకు ఈ విషయం చెప్పనందుకు విచారిస్తున్నాను'.

'నాకు నిన్న చెబుతావనుకున్నాను. నా జుట్టు ముడి వేస్తున్నప్పుడు. అందుకే నీ చెక్కిళ్ళు తాకి, వేచి వున్నాను. కాని నువ్వు సిద్ధంగా లేవనుకుంటాను...'

'ఆచార్య వశిష్ఠులు ఏమనుకుంటున్నారో మీకు...?'

'సీతా, ఆచార్య వశిష్ఠులు కూడా ఆచార్య విశ్వామిత్రులవంటివారే. ఆయన అఖండమైన మేధాసంపత్తి కలవాడు, కాని మానవమాత్రుడే. ఆయన కొన్ని పరిస్థితులను తప్పుగా అర్థం చేసుకుంటారు. నేను చట్టానికి విధేయుడిని కావచ్చు, కాని మూర్ఖుణ్ణి కాను'.

సీత నవ్వింది 'ఇంతకుముందే మిమ్ముల్ని నమ్మనందుకు విచారిస్తున్నాను'.

'అవును. నువ్వు విచారించాలి. మనం భార్యాభర్తలం, ఆ సంగతి కూడా గుర్తు పెట్టుకో. నువ్వు నన్ను నమ్మలేదనే విషయాన్ని నేను గుర్తు పెట్టుకుని, భవిష్యత్తులో ఉపయోగించుకుంటాను', అన్నాడు రాముడు నవ్వుతూ.

సీత విరగబడి నవ్వుతూ, రాముడి భుజంపై సరదాగా కొట్టింది. రాముడు ఆమె చేతులను పట్టుకుని, ఆమెను దగ్గరకు లాక్కుని, ముద్దు పెట్టుకున్నాడు. వారిద్దరూ నిశ్శబ్దంగా ఒకర్నొకరు పట్టుకుని గోదావరి వంక చూస్తున్నారు.

'మనం ఇప్పుడేమి చేద్దాం?' అంది సీత.

'మన బహిష్కరణ శిక్ష పూర్తయ్యేవరకు మనం చేయాల్సింది ఏమీ లేదు. మనం సిద్ధంగా ఉండటానికి...'

'ఆచార్య వశిష్ఠులు నన్ను అంగీకరించారు. కాబట్టి మన భాగస్వామ్యంతో ఆయనకు సమస్య ఉంటుందనుకోను'.

'కాని ఆచార్య విశ్వామిత్రులు నన్ను అంగీకరిస్తారని అనుకోను', అన్నాడు రాముడు.

'ఆయన మిథిలలో చేసిన దానికి, ఆయనపై మీకేమైనా వ్యతిరేకత ఉందా?'

'ఆయన తన విష్ణువును కాపాడుకోవాలనుకున్నారు. అది ఆయన జీవిత కాల కష్టానికి ప్రతిరూపం. ఆయన మన మాతృభూమి సంక్షేమం కోసం పాటుపడుతున్నారు. *దైవీఅస్త్రం* పట్ల ఆయన నిర్లక్ష్యధోరణిని క్షమించగలనని చెప్పటం లేదు. కాని ఆయన మూలాలను నేను అర్థం చేసుకోగలను?

'అయితే మనం ఇప్పుడు నిర్ణయించుకున్న దాన్ని గురించి మలయపుత్రులకు ఇప్పుడే ఏమీ చెప్పంకదా?'

'అవును, చెప్పం. నిజానికి ఇప్పుడే వాయుపుత్రులకు చెప్పడం గురించి కూడా నేను నిశ్చయంగా లేను... వేచి చూద్దాం'.

'మనం చెప్పగలిగిన ఒక వాయుపుత్రుడు ఉన్నాడు'.

'వాయుపుత్రులు ఎవరైనా నీకెలా తెలుసు? వాళ్ళు అందరూ నన్ను విష్ణువుగా అంగీకరించేవరకు, వారినెవరినైనా నాకు పరిచయం చేయడానికి వశిష్ఠులు నిరాకరిస్తూ వచ్చారు. అలా చేసినట్లయితే సమస్యలు వచ్చేవి?'

'నాకు తెలిసిన వాయుపుత్రుడికి నన్ను విశ్వామిత్రులు పరిచయం చేయలేదు! కేవలం అదృష్టం మూలంగా నేను ఆయనను తెలుసుకోగలిగాను. నేను గురుకులంలో ఉన్నప్పుడు ఒక స్నేహితురాలి ద్వారా ఆయనను కలిశాను. ఆయన మనకు సలహా చెప్పి, సహాయం చేయగలడు'.

'ఎవరతను?'

'ఆయన రాధికకు వరుసకు అన్నయ్య'.

'రాధిక! భరతుడి రాధిక!'.

సీత విచారంగా నవ్వింది. 'అవును'.

'భరతుడు ఇంకా ఆమెను ప్రేమిస్తూనే ఉన్నాడు, నీకుతెలుసు కదా?'

'అలా అని విన్నాను... కాని..'

'అవును. ఆమె జాతి వారి చట్టాలు. ఆమెతో వ్యవహారం వద్దని భరతుడికి చెప్పాను....'

రాధికకు వేరే కారణాలున్నాయని సీతకు తెలుసు. కాని ఇప్పుడు అవి రాముడికి చెప్పడం అనవసరం. అవి గత జలాలు.

'ఆమె అన్న పేరేమిటి? ఆ వాయుపుత్రుడిది'.

'హనుమన్న'.

'హనుమన్న?'

'నేను ఆయనను అలా పిలుస్తాను. ఆయన మిగిలిన ప్రపంచానికి హనుమాన్ ప్రభువుగా పరిచితుడు'.

—ॐ—

హనుమంతుడు చిరునవ్వుతో తలవంచి చేతులు జోడించాడు. 'నేను విష్ణువైన దేవీ సీతకు అభివాదం చేస్తున్నాను. విష్ణువైన రామప్రభువుకు అభివాదం చేస్తున్నాను'.

రాముడు, సీత ఇబ్బందిగా ఒకరినొకరు చూసుకున్నారు.

రాముడు, సీత లక్ష్మణుడితో మలయపుత్రులతో వేటకు వెళుతున్నామని చెప్పారు. కాని వాళ్ళు సగం రోజు ప్రయాణం దూరంలో వున్న ఒక

చదును ప్రాంతానికి చేరారు. వారు గోదావరిలో పడవలో ప్రయాణించి, వారికోసం హనుమంతుడు వేచి వున్న ప్రాంతానికి చేరారు. సీత రాముడిని హనుమంతుడికి పరిచయం చేసింది. అలాగే వారి నిర్ణయం గురించి కూడా చెప్పింది. హనుమంతుడు వారి నిర్ణయాన్ని చాలా తేలికగా ఆమోదించాడు. ఒక విధంగా ఆహ్వానించాడు కూడా.

'కాని ఆచార్య విశ్వామిత్రులు, ఆచార్య వశిష్ఠులు ఒప్పుకుంటారా?' అడిగింది సీత.

'నాకు తెలియదు', అన్నాడు హనుమంతుడు. తరువాత అతను రాముడి వైపుకు తిరిగి 'మీరు విష్ణువు కావాలని తను ఆశిస్తున్నట్లు ఆచార్య వశిష్ఠుడు మీకు చెప్పడాన్ని ఆచార్య విశ్వామిత్రుడు తీవ్రంగా నిరసిస్తున్నాడు', అన్నాడు.

రాముడు మౌనంగా ఉండిపోయాడు.

హనుమంతుడు కొనసాగించాడు. 'మీ తమ్ముడు లక్ష్మణుడు చాలా సాహసి. విధేయత కలవాడు. అతను మీ గురించి చనిపోగలడు. కాని అతను, కొన్నిసార్లు, తను బయటపెట్టకూడని రహస్యాలను బయటపెట్టేస్తాడు'.

రాముడు క్షమాపణలు చెప్తున్నట్లు నవ్వి, 'అవును, అతను అరిష్టనేమి గారి ముందు నోరు జారాడు. అతనికి హాని కలిగించాలనే ఉద్దేశంలేదు. అతను...'

'నిజమే'. హనుమంతుడు అంగీకరించాడు. 'అతనికి మీరంటే చాలా గర్వంగా ఉంటుంది. అతను మిమ్మల్ని చాలా ప్రేమిస్తాడు. కాని ఆ ప్రేమ మూలంగా, కొన్నిసార్లు తప్పులు చేస్తుంటాడు. దయచేసి అపార్థం చేసుకోకండి. కాని మీరు అతనికి మా నిర్ణయం గురించి చెప్పవద్దు. అలాగే నా గురించి కూడా. కనీసం ప్రస్తుతానికి'.

రాముడు అంగీకరిస్తున్నట్లు తల ఊపాడు.

'ఆచార్య వశిష్ఠులు, ఆచార్య విశ్వామిత్రులు మధ్య వైరానికి కారణమేమిటి? నేను ఆ విషయం తెలుసుకోలేకపోయాను' అంది సీత.

'అవును. ఆచార్య వశిష్ఠులుకూడా ఆ సంగతి మాట్లాడడానికి నిరాకరిస్తారు', అన్నాడు రాముడు.

'నాకు కూడా సరిగా తెలియదు. కాని నందిని అనే ఒక స్త్రీ ప్రమేయం ఉండి వుండవచ్చని విన్నాను', అన్నాడు హనుమంతుడు.

'అవునా?' అడిగింది సీత. 'ఒక స్త్రీ వారి మధ్య వైరం సృష్టించిందా? ఇద్దరు అసాధారణ వ్యక్తుల మధ్య ఎంత సాధారణమైన విషయం'.

హనుమంతుడు నవ్వాడు. 'ఇంకా వేరే కారణాలు కూడా ఉన్నాయను కుంటాను. కాని ఎవరికీ స్పష్టంగా తెలియదు. ఇవన్నీ ఊహాగానాలు'.

'అదేమైనా కాని, ముఖ్యమైన విషయం ఏమిటంటే, మలయపుత్రులు, వాయుపుత్రులు కలుస్తారని మీరు అనుకుంటున్నారా? మేము ఇద్దరం విష్ణువులుగా ఉండడానికి వారు అంగీకరిస్తారా? సీత నాతో చెప్పడం ఆ ఏర్పాటుకు వ్యతిరేకంగా నియమమేమీ లేదని. కాని అది స్పష్టంగా సాధారణంగా అమలులోవున్న విష్ణువు, మహాదేవుల గౌరవ మర్యాదలకు వ్యతిరేకం', అన్నాడు రాముడు.

హనుమంతుడు మృదువుగా నవ్వాడు. 'రాకుమారా రామా, విష్ణువు, మహాదేవుల వ్యవస్థ ఎంతకాలంగా కొనసాగుతున్నదో మీకు తెలుసా?'

రాముడు భుజాలు కుదిపాడు. 'నాకు తెలియదు. వేల సంవత్సరాలు? మనుదేవుడి కాలం నుంచి అయియుంటుందనేది నా ఊహ. లేకపోతే అంతకు ముందు నుంచి'.

'అవును. ఇన్ని వేల సంవత్సరాలలో ఎంతమంది విష్ణువులు మహాదేవులు, మలయపుత్రులు, వాయుపుత్రులు ఏర్పాటు చేసిన సంప్రదాయాల ప్రకారం ఆ బాధ్యతను స్వీకరించివుంటారు?' రాముడు సీత వంక చూశాడు. తిరిగి హనుమంతుడి వంక చూశాడు.

'నాకు తెలియదు'.

హనుమంతుడి కళ్ళు మెరుస్తున్నాయి. 'సమాధానం కచ్చితంగా సున్నా'.

'నిజంగా?'

'సరైన విధానం ప్రకారం ఇప్పటివరకు ఒక్క విష్ణువుగాని, ఒక్క మహాదేవుడు గాని నియమింపబడలేదు. అత్యుత్తమంగా రూపొందిన ప్రణాళికలకు ఏదో విధంగా చెడిపోయే ప్రవృత్తి ఉంటుంది. ఈ విషయంలో ప్రతిసారీ ఆశ్చర్యాలు కలుగుతూనే ఉంటాయి'.

రాముడు మృదువుగా నవ్వాడు. 'క్రమం, పద్ధతి, ప్రణాళిక అంటే ఇష్టపడని దేశం మనది'.

'సరిగా చెప్పారు!' అన్నాడు హనుమంతుడు. 'మహాదేవులుగాని విష్ణువులు గాని వారి కర్తవ్యాలలో, ధర్మాలలో విజయం సాధించలేకపోవడానికి "ప్రణాళికలను కచ్చితంగా అమలు చేయడమే" కారణం. వారు విజయం సాధించడానికి కారణం వారు తమ దేశ సంక్షేమంకోసం వారు ఇవ్వగలిగినంతా ఇవ్వడం, శక్తి సామర్థ్యాలను ధారబోయడం. అలాగే ఆలోచించే వారు

మరికొందరు వారిని అనుసరించడం. అదే దాని రహస్యం. విజయకారణం. లక్ష్యంపట్ల గాఢానురక్తి. పథకాలు, ప్రణాళికలు కావు'.

'అయితే మనం మలయపుత్రులు, వాయుపుత్రులను ఒప్పించగలమని మీరు అనుకుంటున్నారా?' సీత అడిగింది.

'కచ్చితంగా ఒప్పించగలం. వారు మాత్రం భారతావనిని ప్రేమించడం లేదా? కాని మనం ఎలా కృతకృత్యులమవుతామని మీరు కచ్చితంగా అడిగితే సమాధానం నాకు తెలియదు. ప్రస్తుతానికి దానికి సంబంధించి ఆలోచనలేమీ లేవు. కాని మనకు సమయం ఉంది. మీరు సప్తసింధు తిరిగి వచ్చేవరకు చేయగల్గినది ఏమీ లేదు', అన్నాడు హనుమంతుడు.

—᳀—

బహిష్కరణకాలం పదమూడు సంవత్సరాలు పూర్తయింది. మరో సంవత్సరం లోపల రాముడు, సీత, లక్ష్మణుడు సప్తసింధుకు బయలుదేరతారు. అప్పుడు వారు వారి జీవితాల అత్యుత్తమ కర్మను మొదలు పెట్టాల్సి వుంటుంది. హనుమంతుడు ఈ కాలంలో సీతను విష్ణువుగా వాయుపుత్రులు అంగీకరించేట్లు చేయగలిగాడు. అరిష్టనేమి, మరి కొందరు మలయపుత్రులతో కలిసి రాముడిని ఇష్టపడటం జరిగింది. వశిష్ఠుడికైతే రాముడు, సీత విష్ణువులుగా ఉండటానికి అభ్యంతర మేమీ లేదు. కాని విశ్వామిత్రుడు... ఈయనతో వ్యవహారం ప్రత్యేక మైనది. ఆయన ఒప్పుకోకపోతే, మలయపుత్రులతో చాలామంది ఆయనతోనే ఉంటారు. మలయపుత్రులకు సాపేక్షంగా క్రమశిక్షణ ఎక్కువ. వారు తమ నాయకుడినే అనుసరిస్తారు.

కాని ప్రస్తుతం ఈ విషయం గురించి రాముడు కాని, సీతకాని ఆలోచించడంలేదు. వారు సూర్యాస్తమయం ఆకాశాన్ని వర్ణ రంజితం చేస్తుంటే, చూస్తూ వారి కుటీరం వద్ద బయట పచార్లు చేస్తున్నారు. అనుకోకుండా పక్షుల హెచ్చరికలు మొదలయ్యాయి. పంజరంలోని పక్షులు అరుపులతో ఎగిరిపోతున్నాయి. ఎవరో వారి విడిది చుట్టూ వున్న దడులను దాటుతున్నారు.

'ఏమిటిది?' అన్నాడు లక్ష్మణుడు.

రాముడి సహజాతం దడులను దాటుతున్నది జంతువులు కాదని చెప్పింది.

'ఆయుధాలు', అన్నాడు రాముడు ప్రశాంతంగా. సీత, లక్ష్మణుడు ఒరలు నడుముకు కట్టుకున్నారు. లక్ష్మణుడు రాముడికి అతని విల్లును అందించాడు. తర్వాత తన విల్లు అందుకున్నాడు. అన్నదమ్ములిద్దరు త్వరగా విల్లులకు నారి ఎక్కించారు. జటాయువు, అతని మనుషులు వారి ఆయుధాలు పట్టుకుని, దాడికి సిద్ధంగా, రాముడి వద్దకు వచ్చారు. రామలక్ష్మణులు నిండుగా వున్న అమ్ములపొదులను తమ వీపుకు కట్టుకున్నారు. రాముడు తన కత్తి ఒరను నడుముకు కట్టుకుంటున్నప్పుడు, సీత పొడవాటి ఈటెను అందుకుంది. వారందరూ చిన్న బాకులను వాటి ఒరలలో వుంచి నడుముకు అడ్డంగా కట్టుకుని ఉన్నారు. ఆ ఆయుధాన్ని వారు అందరూ ఎప్పుడూ తమతో ఉంచుకుంటారు.

'ఎవరై ఉంటారు?' అన్నాడు జటాయువు.

'తెలియదు', అన్నాడు రాముడు.

'లక్ష్మణ కుడ్యం?' అంది సీత.

ప్రధాన కుటీరానికి తూర్పుదిశన లక్ష్మణుడు ఏర్పాటుచేసిన రక్షణవ్యవస్థ లక్ష్మణ కుడ్యం. అది ఐదు అడుగుల ఎత్తున్న గోడ. చదరపు స్థలానికి మూడు వైపుల గోడ పూర్తిగా వుంది. ప్రధాన కుటీరం వున్న వైపున మాత్రం గోడ పాక్షికంగా ఉంది. అదొక చిన్న గదిలా వుంటుంది. మొత్తంగా దాన్ని చూస్తే అదొక వంటగదిలా వుంటుంది. నిజానికి గదిలోపల వట్టి గోడలతో ఖాళీగా వుంటుంది. యుద్ధ సమయంలో యోధులకు అవసరమైనంత చోటు కల్పిస్తుంటుంది. వీరు బయటి శత్రువులకు కనిపించరు. కాని గదిలోపల వీరు మోకాళ్ళపై కూర్చోవలసి వుంటుంది. దక్షిణవైపు గోడకు పొయ్యి నిర్మితమై వుంది. ఆ గది సగం వరకు పై కప్పుతో వుంది. దానితో అది వంటగది అనే భ్రాంతి పూర్తిగా కలుగచేస్తుంది. శత్రువుల బాణాలనుంచి రక్షణ కల్పిస్తుంది.

దక్షిణ, తూర్పు, ఉత్తర దిశలవైపు ఉన్న గోడలకు రంధ్రాలు ఉన్నాయి. ఆ రంధ్రాలు కొంత కొంత దూరంగా వున్నాయి. ఆ రంధ్రాలు లోపలివైపుకు ఇరుకు గాను, బయటవైపుకు వెడల్పుగాను ఉన్నాయి. దానితో వంటకు అవసరమైన వెలుతురు ఏర్పాటు చేసినట్లుగా వుంది. కాని వాటి ఏర్పాటు వెనుక అసలైన ఉద్దేశం లోపలి నుంచి, విడిదివైపు వస్తున్న శత్రువులను, వారికి కనపడకుండా చూడటం.ఈ రంధ్రాలనుంచి బాణాలను కూడా

సంధించవచ్చు. మట్టితో చేసినదవడంతో ఒక పెద్ద సమూహం ఎక్కువసేపు దాడిచేస్తే ఆ గది ఎక్కువసేపు నిలవదు. అయితే చిన్న బృందాలుగా వచ్చి హత్యలు చేసే వారినుంచి మాత్రం రక్షణ కల్పిస్తుంది. అటువంటి దాడులు జరిగే అవకాశం ఉందని మాత్రమే లక్ష్మణుడు ఊహించాడు.

లక్ష్మణుడు రూపశిల్పిగా వున్న ఈ గదిని విడిదిలో వున్న అందరూ కలిసికట్టారు. మకరాంతుడు దీనికి 'లక్ష్మణకుడ్యం' అని పేరు పెట్టాడు.

'అవును', అన్నాడు రాముడు.

ప్రతివారు ఆ గోడవద్దకు వెళ్లి మోకాళ్ళపై వున్నారు. ఆయుధాలను సిద్ధంగా పెట్టుకుని వేచివున్నారు.

లక్ష్మణుడు వంగి దక్షిణపుగోడకున్న రంధ్రాలనుంచి బయటకు కళ్ళు చికిలించుకుని చూశాడు. ఒక పదిమంది బృందం తమ విడిదివైపు నడుచుకుని రావడం గమనించాడు. వారికి ఒక పురుషుడు, ఒక స్త్రీ నాయకత్వం వహిస్తున్నారు.

బృందానికి ముందు నడుస్తున్న పురుషుడు సగటు పొడవుగా వున్నాడు. అతని వంటి రంగు అసాధారణంగా తెల్లగా వుంది. అతని జమ్ము మొక్కలాంటి సన్నటి శరీరం పరుగులు పెట్టేవారి శరీరంలా ఉంది కాని, యోధుల శరీరంలా లేదు. బలహీనమైన భుజాలు, సన్నటి చేతులు కలిగి వున్నప్పటికీ, అతను చేతులు ఛాతీకి రెండువైపులా ఎడంగా పెట్టి, చేతి దండలు దండిగా వున్నట్లు భ్రమింపచేయడానికి ప్రయత్నిస్తూ నడుస్తున్నాడు. చాలామంది భారతీయ పురుషులలాగానే అతన పొడవైన, నల్లటి జుట్టును తలవెనుక ముడిపెట్టుకున్నాడు. అతని గుబురు గడ్డం చక్కగా కత్తిరించి, ఊదారంగు వేయబడి వుంది. అతను కొంచెం లేత ఊదారంగు ధోవతి, అంగవస్త్రం ధరించి ఉన్నాడు. అతని నగలు ఖరీదువే కాని సామాన్యంగా కనబడుతున్నాయి. ముత్యాలపోగులు, రాగి కంకణం వున్నాయి. అతని వస్త్రధారణ నలిగిపోయి వుంది. చాలా రోజులుగా ప్రయాణంలో వుండి బట్టలు మార్చుకోనట్లుగా వున్నాడు.

అతని పక్కనున్న స్త్రీలో చూచాయగా అతని పోలికలు కనిపిస్తున్నాయి.. బహుశా ఆమె అతని సోదరి అయి వుంటుంది. మంత్రముగ్ధం చేసేలా వుంది. ఊర్మిళలా పొట్టిగా వుంది. చర్మం మంచులాంటి తెల్లటి రంగులో వుంది. అటువంటి రంగును ఆమెను పాలిపోయినట్లుగా, అనారోగ్యకరంగా చూపాలి. కాని ఆమె అసాధారణంగా మదిని చెదరగొట్టేలా అందంగా వుంది. కొంచెం పైకి తిరిగిన సూటైన ముక్కు, పొడవైన దవడ ఎముకలు.

ఆమె ఇంచుమించుగా పరీహోవాసిలా వుంది. కాని వాళ్ళలా కాకుండా ఆమె జుట్టు అసాధారణమైన రాగిరంగులో వుంది. ప్రతి వెంట్రుక చక్కగా తలకట్టులో అమరివుంది. ఆమె కళ్ళు అయస్కాంతాల్లా వున్నాయి. బహుశా ఆమె హిరణ్యలోమ మ్లేచ్ఛుల సంతానం అయివుంటుంది. వారు వాయవ్య దిశగా వుండే తెల్లటి ఒంటి రంగు, తేలికపాటి రంగుకల కళ్ళు, ముదురురంగు కాని జుట్టు వుండే తెగ. వారి హింసాత్మక ధోరణులు, అర్థంకాని భాష మూలంగా భారతీయులు వారిని ఆటవికులు అంటారు. కాని ఈ స్త్రీ ఆటవికురాలు కాదు. అందుకు పూర్తిగా వ్యతిరేకంగా ఆమె సొగసుగా, సన్నగా, చూడముచ్చటగా వుంది. ఆమె దేహంలో ఆమె రొమ్ములు మాత్రం అసామాన్యంగా పెద్దవిగా వున్నాయి. ఆమె నాణ్యమైన, ఖరీదైన రంగు అద్దకం చేయబడిన ఊదారంగు ధోవతి ధరించి వుంది. ఆ ధోవతి సరయూనది నీళ్ళలా మెరుస్తోంది. బహుశా అది భారతదేశపు తూర్పు ప్రాంతం నుంచి తెప్పించిన ప్రఖ్యాతి గాంచిన పట్టువస్త్రం కావచ్చు. దానిని ఇప్పుడు అత్యంత ధనికులు మాత్రమే కొనగలరు. రావణుడు ఈ వస్త్రంపై పూర్తి గుత్తాధిపత్యం సాధించి, ఖరీదు బాగా పెంచేశాడు. ఆమె ధోవతి కిందకి కట్టి వుంది. ఆమె చదునైన పొట్ట, నడుమువంపు బయటకు కనబడుతున్నాయి. ఆమె పట్టురవిక ఒక చిన్న పీలికతో చేసినట్టుగా వుంది. రొమ్ము మధ్య భాగం బయటకు కనపడుతోంది. ఆమె అంగవస్త్రం శరీరం పై పొందికగా వేసుకోకుండా భుజంపై నుంచి కిందకు వేసుకుంది. ఎక్కువగా అలంకరించుకున్న నగలు ఆమె ప్రతి విషయంలోనూ చూపిస్తున్న 'అతి'ని పూర్తి చేసాయి. ఆమెలో కనిపిస్తున్న ఒకే అసంగత విషయం నడుముకు వేలాడుతున్న ఒర. ఆమె చూడదగిన దృశ్యంలా వుంది.

రాముడు సీతవైపు చూసి 'ఎవరు వాళ్ళు?' అన్నాడు.

సీత తెలియదన్నట్లు భుజాలు ఎగరవేసింది.

మలయపుత్రులు ఆ పురుషుడు రావణుడి సవతి తమ్ముడు విభీషణుడనీ, ఆ స్త్రీ రావణుడి సవతి చెల్లెలు శూర్పణఖ అనీ చెప్పారు.

విభీషణుడి పక్కన ఒక సైనికుడు శాంతి సూచకమైన తెల్లజెండాను పట్టుకుని నడుస్తున్నాడు. వాళ్ళు చర్చలు జరపడానికి వస్తున్నారని స్పష్టమవుతోంది. వారు ఏ విషయం గురించి చర్చించాలనుకుంటున్నారన్నది అర్థంకాని విషయం.

ఇందులో ఏదైనా కపటం, మోసం దాగి వుందా?

రాముడు గోడకున్న రంధ్రంలోంచి మళ్ళీ చూశాడు. తన వారినివైపు తిరిగి 'మనందరం ఒక్కసారిగా బయటకు వెళదాం. అది వారిని ఏ రకమైన మూర్ఖపు ప్రయత్నం చేయకుండా ఆపుతుంది', అన్నాడు.

'అది సరైనది', అన్నాడు జటాయువు.

'రండి', అంటూ రాముడు తన కుడిచేతిని పైకి ఎత్తి బయటకు నడిచాడు. అది తాము వారికి హాని చేయబోవటం లేదని సంకేతం. అందరూ రాముడి ఉదాహరణను అనుకరించి రావణుని సవతి సోదరి సోదరులను కలవడానికి వచ్చారు.

విభీషణుడు రాముడు, సీత, లక్ష్మణులను వారి సైనికులను చూసి తన దారిలో భయంగా ఆగాడు. అతను పక్క చూపులతో తన చెల్లిని చూశాడు. అతనికి తర్వాత ఏం చేయలో అర్థం కాలేదు. కాని శూర్పణఖకు రాముడు తప్ప మరేమీ కనిపించడం లేదు. ఆమె నిర్లజ్జగా రాముడివంక కన్నార్పకుండా చూస్తోంది.

విభీషణుడు జటాయువు వంక చూసినప్పుడు అతనిని గుర్తుపట్టినట్లుగా కళ్ళు మెరిశాయి.

రాముడు, సీత, లక్ష్మణుడు విభీషణుడి ముందు నడుస్తుండగా వారిని జటాయువు, అతని అనుచరులు అనుసరిస్తున్నారు. అరణ్యవాసులు లంకవాసులను కలిసినప్పుడు, విభీషణుడు వెన్ను వంచుకుని, రొమ్ము విరుచుకుని చాలా ప్రాముఖ్యం ఉన్న వ్యక్తిలా 'మేము శాంతితో వచ్చాము, అయోధ్య రాజా', అన్నాడు.

'మేము కూడా శాంతినే కోరుతున్నాం', అన్నాడు రాముడు తన కుడిచేతిని కిందకు దింపుతూ. అతని అనుచరులందరూ అదే పని చేశారు. రాముడు 'అయోధ్య రాజ' అనే సంబోధన గురించి ఏమీ వ్యాఖ్యానించలేదు. 'ఇక్కడికెలా వచ్చారు, లంక రాకుమారా', అని ప్రశ్నించాడు.

రాముడు తనను గుర్తుపట్టడంతో విభీషణుడు తనను తాను అభినందించుకున్నాడు. 'మేమందరం అనుకుంటున్నట్లు సప్తసింధు వారు ప్రపంచ జ్ఞానం లేనివారు కాదన్నమాట', అన్నాడు.

రాముడు మర్యాదగా నవ్వాడు. శూర్పణఖ ఊదారంగులో ఉన్న చిన్న చేతిరుమాలును తీసుకుని ముక్కుకు అడ్డుగా పెట్టుకుంది. లక్ష్మణుడు జాగ్రత్తగా కత్తిరించిన ఆమె చేతి గోళ్ళను చూశాడు. అవి పోత పలికల ఆకారంలో ఉన్నాయి. బహుశా ఆమె పేరుకు అదే కారణమయి ఉంటుంది. పాత సంస్కృతంలో శూర్ప అంటే పోత పలిక. నఖ అంటే గోళ్ళు.

'నేను సప్తసింధువారి పద్ధతులను అర్థంచేసుకుంటాను, గౌరవిస్తాను', అన్నాడు విభీషణుడు.

తన భర్తవంక కన్నార్పకుండా నిర్లజ్జగా చూస్తున్న శూర్పణఖను డేగ కంటితో చూస్తోంది సీత. దగ్గరనుంచి చూస్తే శూర్పణఖ కళ్ళలోని సమ్మోహిత శక్తి వాటి రంగు మూలంగా వచ్చింది. అవి అతినీల వర్ణంలో వున్నాయి. ఆమెలో కచ్చితంగా కొంత హిరణ్యలోమ మ్లేచ్ఛుల రక్తం ఉంది. ఈజిప్టు దేశానికి తూర్పువైపున సాధారణంగా ఎవరికీ కళ్ళరంగు నీలంగా వుండదు. మంచి సువాసన ద్రవం విరివిగా వాడటం మూలంగా ఆమెనుంచి వస్తున్న సుగంధం పంచవటిలోని మృగసంబంధమైన వాసనలను కప్పేసింది.కనీసం ఆమె చుట్టుపక్కల వున్న వారికి. కాని ఆమె మాత్రం విడిదిలోని వాసనలు రాకుండా చేతి రుమాలు ముక్కుకు అడ్డంపెట్టుకుని వుంది.

'మా చిన్న కుటీరంలోనికి వస్తారా?' అడిగాడురాముడు విభీషణుడిని, తమ కుటీరం చూపిస్తూ.

'కృతజ్ఞతలు మహారాజా. ఇక్కడే సౌకర్యంగా ఉంది', అన్నాడు విభీషణుడు.

జటాయువు అక్కడ వుండటం అతన్ని అస్థిమితానికి గురిచేసింది. విభీషణుడికి నాలుగు గోడలమధ్య మరిన్ని ఆశ్చర్యకర విషయాలు చూడాలని లేదు. తమ మధ్య ఒక ఒప్పందం కుదిరే వరకూ అతను జాగ్రత్తగా వుండదలుచు కున్నాడు. తను సప్తసింధువారి శత్రువుకు సోదరుడు. ప్రస్తుతానికి బహిరంగ ప్రదేశాలలోనే క్షేమం ఉంది.

'సరే, అలా అయితే, స్వర్ణలంక రాకుమారులు మమ్మలను కలవవచ్చి మాకిచ్చిన గౌరవానికి కారణమేమిటో తెలుసుకోవచ్చా?'

శూర్పణఖ మెత్తటి, ప్రలోభపెట్టే స్వరంతో 'సుందరాకారా, మేము శరణువేడటానికి వచ్చాం', అంది.

తను ఎరుగని మహిళ తన రూపాన్ని ఎత్తిచూపుతూ సంబోధించడంతో రాముడు ఆశ్చర్యపోయాడు. 'నాకు అర్థం కాలేదు. మేము మీకు సహాయ పడేటంత వాళ్ళము కామని నేను అనుకుంటున్నాను. మీరు..?

'మేము ఇంకెక్కడికి వెళ్ళగలం, మహా పురుషా? రావణుడి తోడబుట్టిన వాళ్ళము కాబట్టి మేము ఎప్పటికీ సప్తసింధుకు వెళ్ళలేము. కాని సప్తసింధులో మీరు చెపితే వినేవాళ్ళు ఉన్నారని కూడా మాకు తెలుసు. రావణుడి పాశవిక అణచివేతను నేను, నా సోదరి చాలాకాలం అనుభవించాం. మేము తప్పించుకోవాల్సి వచ్చింది', అన్నాడు విభీషణుడు.

రాముడు మౌనంగా ఉన్నాడు.

'అయోధ్య రాజా, నేను లంక నుంచి వచ్చి వుండవచ్చు కాని నిజానికి నేను మీ లాంటి వాడినే. నేను మీ విధానాలను గౌరవించి, ఆచరిస్తాను. నేను లంకలో మిగిలిన వారిలాంటి వాడిని కాదు. రావణుడి సంపదలు నన్ను గుడ్డివాడిని చేయలేదు. నేను అతని రాక్షస విధానాలను అనుసరించను. శూర్పణఖ కూడా నాలాంటిదే. మీకు మా పట్లకూడా కర్తవ్యం ఉంటుందని మీరనుకోవడం లేదా?' అన్నాడు విభీషణుడు.

సీత కల్పించుకుని 'ఒక పురాతన కవి ఒకసారి ఏమి చెప్పాడంటే ''గొడ్డలి అడవిలోకి ప్రవేశించినప్పుడు చెట్లు తమలో తాము కంగారు లేదు. ఆ గొడ్డలి కర్ర మనలో ఒకరే అని చెప్పుకుంటున్నాయంట', అంది.

'అయితే గొప్ప రఘువంశజుడు తన నిర్ణయాలను తన భార్యను తీసుకోనిస్తాడన్నమాట', అంది శూర్పణఖ వెటకారంగా.

విభీషణుడు నెమ్మదిగా శూర్పణఖ చేతిని తాకాడు. ఆమె నిశ్శబ్దంగా ఉండిపోయింది. 'రాణీ సీతా, కేవలం గొడ్డలికర్రలే ఇక్కడికి వచ్చాయని మీరు గమనించుతారు. గొడ్డలి లంకలో ఉండిపోయింది. మేము నిజంగా మీలాంటి వారమే. దయచేసి మాకు సాయంచేయండి', అన్నాడు.

శూర్పణఖ జటాయువు వంక తిరిగింది. అక్కడున్న పురుషులందరూ తనవంక చూస్తుండిపోయారని శూర్పణఖకు తెలుసు. కాని ఆ అందరిలో రామలక్ష్మణులు లేరు 'గొప్ప మలయపుత్రుడా, మాకు ఆశ్రయం ఇవ్వడంవల్ల మీకు కూడా మేలు జరుగుతుందని అనుకోవడం లేదా? లంక గురించి మీకు తెలిసిన దానికంటే ఎక్కువ వివరాలు మేము మీకు అందిచగలము. మీకు ఎక్కువ స్వర్ణం లభిస్తుంది', అంది శూర్పణఖ.

జటాయువు బిగుసుకుపోయాడు. 'మేము పరశురామ ప్రభు అనుచరులం! మాకు స్వర్ణంపట్ల అభిలాషలేదు'.

'అలాగా....' అందిశూర్పణఖ వెక్కిరింతగా. విభీషణుడు లక్ష్మణుడికి వినతి చేసాడు. 'జ్ఞాని లక్ష్మణా, దయచేసి మీ అన్నగారిని ఒప్పించండి. మీరు తిరిగి వెళ్ళిన తరువాత మీ యుద్ధంలో మేము మీకు సహాయంగా ఉంటామని నేను చెబితే మీరు అంగీకరిస్తారనుకుంటాను'.

'నేను మీతో అంగీకరించగలను, లంక రాకుమారా. కాని అప్పుడు మనం ఇద్దరమూ తప్పని తేలవచ్చు', అన్నాడు లక్ష్మణుడు.

విభీషణుడు కిందకు చూసి, నిట్టూర్చాడు.

'రాకుమారా విభీషణా, నేను నిజంగా విచారిస్తున్నాను....' అన్నాడు రాముడు.

కాని విభీషణుడు రాముడి మాటకు అడ్డువచ్చి 'దశరథనందనా, మిథిల యుద్ధాన్ని గుర్తు తెచ్చుకోండి. నా అన్న రావణుడు మీకు శత్రువు. అతను నాకు కూడా శత్రువే. అది నన్ను మీకు మిత్రుడిని చేయదా?' అన్నాడు.

రాముడు జవాబు చెప్పకుండా ఉండిపోయాడు.

'విఖ్యాత రాజా, లంక నుంచి తప్పించుకుని, మా ప్రాణాలను ప్రమాదంలో పెట్టుకున్నాం. కొన్ని రోజుల పాటు మీరు మమ్ములను అతిథులుగా ఉంచుకోలేరా? కొద్దిరోజులలో మేము వెళ్ళిపోతాము. తైత్తిరీయ ఉపనిషత్తు ''అతిథి దేవోభవ'' అని చెపుతుందని మరచిపోకండి. అంతేకాకుండా శక్తిమంతులు బలహీనులను కాపాడాలని అనేక స్మృతులు చెపుతున్నాయి. మేము మిమ్మలను అడుగుతున్నది కొన్ని రోజుల కోసం ఆశ్రయం. దయచేసి కాదనకండి'.

సీత రాముడి వంక చూసి, నిట్టూర్చింది. ఒక చట్టాన్ని ఉటంకించడం జరిగింది. తరువాత ఏమి జరగబోతుందో ఆమెకు తెలుసు. రాముడు ఇక ఇప్పుడు వారికి ఆశ్రయం ఇవ్వనని చెప్పలేడు.

'కొన్ని రోజులు మాత్రమే. దయుంచండి', ప్రాధేయపడ్డాడు విభీషణుడు.

రాముడు విభీషణుడి భుజం తట్టి 'మీరు ఇక్కడ కొన్ని రోజులు ఉండవచ్చు. కొంత విశ్రాంతి తీసుకోండి. తిరిగి మీ ప్రయాణం కొనసాగించండి' అన్నాడు.

విభీషణుడు చేతులు జోడించి నమస్కారం చేసి 'రఘువంశానికి జయమగుగాక' అన్నాడు.

౩౯

31వ అధ్యాయం

'ఈ ఆహారంలో ఉప్పు లేదు', అభియోగంగా అంది శూర్పణఖ.

నాలుగో ప్రహరలోని మొదటి గంట సమయమిది. పంచవటిలోని వారందరూ సాయంత్రం భోజనానికి కూర్చున్నారు. అప్పుడు వంట చేయాల్సిన విధులు సీతవి. రాముడు, లక్ష్మణుడు, మిగిలిన వారందరూ ఆ భోజనాన్ని ఆస్వాదిస్తున్నారు. శూర్పణఖ మాత్రం వంకలు పెడుతోంది. ఉప్పు లేదనడం వాటిలో ఆఖరివంక మాత్రమే.

'పంచవటిలో ఉప్పు లేదు, రాకుమారి', అంది సీత సహనం పాటించడానికి ప్రయత్నిస్తూ. 'ఉన్నదానితో సరిపెట్టుకుంటాం. ఇది రాజభవనం కాదు. ఆహారం నీకు నచ్చినట్లుగా లేకపోతే, నీవు ఆకలితో ఉండవచ్చు'.

'ఈ కూడు కుక్కలకు యోగ్యం!' అంది శూర్పణఖ ఏవగింపుగా, తన చేతిలోని ముద్దను పళ్లెంలో పడేస్తూ.

'అయితే నీకు సరైనదే కదా', అన్నాడు లక్ష్మణుడు.

విభీషణుడితో కలిపి అందరూ పగలబడి నవ్వారు. కాని రాముడికి అది అంత వినోదంగా అనిపించలేరు. లక్ష్మణుడి వంక తీవ్రంగా చూశాడు. లక్ష్మణుడు అన్న వంక ధిక్కారంగా చూసి, తల ఊపి, భోజనం చేయడం కొనసాగించాడు.

శూర్పణఖ తన ముందున్న పళ్లెన్ని తోసేసి లేచిపోయింది.

'శూర్పా...' అన్నాడు విభీషణుడు అనునయంగా. తరువాత అతను కూడా లేచి తన సోదరి వెనుక పరిగెత్తాడు.

రాముడు సీత వంక చూశాడు. ఆమె భుజాలెగరవేసి, భోజనం చేస్తోంది.

— ౬గ —

ఒక గంట తరువాత సీత, రాముడు తమ కుటీరంలో ఏకాంతంగా ఉన్నారు.

శూర్పణఖ తప్ప మిగిలిన లంక వారి ప్రవర్తన బాగానే ఉన్నప్పటికీ, లక్ష్మణుడు, జటాయువులకు మాత్రం వారందరూ అనుమానాస్పదులుగానే ఉన్నారు. వారు లంక వారి వద్ద వున్న ఆయుధాలన్నీ తీసుకుని, తమ ఆయుధాగారంలో దాచి వుంచారు. వారు వంతులవారీగా ఒక్కొక్కరు లంక వారిపై నిఘా కూడా నిర్వహిస్తున్నారు. రాత్రంతా మెలకువగా ఉండి కాపలా కాయాల్సిన వంతు ప్రస్తుతానికి జటాయువు, మకరాంతులది.

'ఆ రాకుమారి మీపై మరులుకొని వుంది' అంది సీత. ఇది చాలా అవివేకమైన మాట అన్నట్లు అతని కళ్ళు ప్రకటిస్తుండగా 'అదెలా, సీతా. నేను వివాహితుణ్ణని ఆమెకు తెలుసు. ఆమెకు నేనెందుకు ఆకర్షణీయంగా ఉంటాను?' అన్నాడు.

గడ్డితో ఏర్పాటు చేసిన పడకపై ఆమె రాముడి పక్కన పడుకుని ఉంది. 'మీరనుకునే దానికంటే మీరు చాలా ఎక్కువ ఆకర్షణీయంగా ఉంటారు'.

రాముడు నవ్వాడు. 'సింగినాదం'.

ఆమె కూడా నవ్వి, చేతులు అతని చుట్టూ వేసింది. 'కాని మీరు నావారు. నా స్వంతం'.

'అవును, దేవీ', అన్నాడు రాముడు నవ్వి, చేతులు భార్య చుట్టూ వేస్తూ.

వారు ముద్దుపెట్టుకున్నారు. అరణ్యం రాత్రికి సన్నద్ధమవుతున్నట్లుగా నిశ్శబ్దమవుతోంది.

—ॐ—

అరణ్యవాసులకు ఈ లంకవాసులు అతిథులుగా వచ్చి వారమైంది.

వారిపై నిఘాను లక్ష్మణుడు, జటాయువు కొనసాగించుతూనే ఉన్నారు.

విభీషణుడు మరికొన్ని గంటలలో తాము వెళ్ళబోతున్నట్లు ప్రకటించాడు. కాని శూర్పణఖ వెళ్ళేముందు తలస్నానం చేయాలని పట్టుపట్టింది. ఆమె సీత తనతో రావాలని కూడా పట్టుపట్టింది. తన తలస్నానానికి సాయం చేయడానికి.

సీతకు శూర్పణఖతో వెళ్ళాలని లేదు. కాని ఆమెకు ఈ లంక రాకుమారిని వీలయినంత త్వరగా వదిలించుకోవాలని ఉంది. దానితో ఆమెతో వెళ్ళడానికి ఒప్పుకుంది.

శూర్పణఖ నదిలో స్నానం చేయడానికి, పడవ తీసుకుని దూరంగా వెళ్ళాలని అంది.

'నీతో ఉన్నవాళ్ళు నేను స్నానం చేస్తున్నప్పుడు చూడాలనుకుంటున్నారని నాకు తెలియదనుకోకు', అంది కోపం నటిస్తూ.

సీత ముఖం వికారంగా పెట్టుకుని, దీర్ఘంగా శ్వాస తీసుకుని, మౌనంగా ఉండిపోయింది.

'కాని వాళ్ళలో నీ బుద్ధిమంతుడు లేడులే', అంది శూర్పణఖ వగలుపోతూ, 'అతని కళ్ళు నీకోసం మాత్రమే!'

సీత మాట్లాడకుండా శూర్పణఖతో పడవ ఎక్కింది. ఆమె కూడా తెడ్డు వేస్తుందని సీత చూసింది కాని, శూర్పణఖ మాత్రం కదలకుండా కూర్చుని తన గోళ్ళ అందం చూసుకుంటోంది. కోపంగా గొణుక్కుంటూ రెండు తెడ్లూ తనే తీసుకుని సీత పడవ నడపసాగింది. పడవ చాలాసేపు నడపాల్సి వచ్చింది. ఇంక సీత అలసిపోతున్నపుడు నది పక్కకు రహస్యంగా ఉన్న ఒక చెలమ వైపు చూపించి అక్కడ స్నానం చేయడానికి పడవ ఆపమంది శూర్పణఖ. సీత వెనుతిరిగి కూర్చుని 'వెళ్ళి స్నానం చేసిరా', అంది.

శూర్పణఖ నిదానంగా బట్టలు విప్పి, వాటిని తనతో తెచ్చుకున్న సంచిలో పెట్టుకుని నదిలోకి దూకింది. సీత పడవ వెనుక భాగంలో వున్న చెక్క పలకపై తల పెట్టుకుని, పడవ కింది భాగంలో శరీరాన్ని చాపుకుని, శూర్పణఖ కోసం వేచి వుంది. కొంతసేపటి తరువాత అసౌకర్యంగా అనిపించి, లేచి కొన్ని గోనె సంచులు తీసుకుని మడతపెట్టి దిండులా చేసుకుని తల కింద పెట్టుకుంది. చెట్లతో గుబురుగా వున్న నది ఒడ్డున ఆకుల మధ్య నుంచి పడుతున్న సూర్యరశ్మి ఆమెను క్రమంగా నిద్రలోకి జారుకునేలా చేసింది.

ఎంతసేపు నిద్రపోయిందో ఆమెకు తెలియలేదు కాని ఒక పక్షి పెద్దగా అరవడంతో ఆమెకు మెలకువ వచ్చింది.

శూర్పణఖ నదిలో ఆడుకోవడం ఆమెకు వినిపిస్తోంది. సరిపడినంత సమయం వరకు సీత వేచి వుంది. చివరికి సీత తన మోచేతులపైకి లేచి, 'అయిందా? నీజుట్టు చిక్కు తీసి, ముడివేయాలా?' అంది.

శూర్పణఖ ఈదడం ఆపి సీతవైపు అసహ్యంగా చూస్తూ,

'నిన్ను నా జుట్టును ముట్టుకోనివ్వను!' అంది.

సీత కళ్ళు కోపంతో పెద్దవయ్యాయి. 'మరి నన్ను ఎందుకు ...'

'ఇక్కడకు నేను ఒంటరిగా రాలేకపోయేదాన్ని', అడ్డుపడుతూ అంది శూర్పణఖ. చెప్పనక్కరలేని విషయాన్ని విడమరిచి చెబుతున్నట్లు

'అక్కడున్న మగవాళ్ళలో ఒకరిని నన్నిక్కడకు తీసుకురమ్మని అడగాలా నేను? నన్నీస్థితిలో చూస్తే వాళ్ళు ఏమి చేస్తారో ఇంద్రదేవుడికే తెలియాలి', అంది.

'నిన్ను ముంచి చంపేవాళ్ళేమో', అని గొణుక్కుంది సీత.

'ఏమిటంటున్నావు?' అంది శూర్పణఖ విసురుగా.

'ఏమీ లేదు. త్వరగా ముగించు. ఈ రోజు వెళ్ళిపోవాలనుకుంటున్నారు మీ సోదరుడు'.

'నేను వెళదామని చెప్పినప్పుడు నా సోదరుడు వెళతాడు'.

శూర్పణఖ చెలమ గట్టుల అవతలి వైపుకు, అరణ్యంలోకి చూడడం సీత గమనించింది. శూర్పణఖ చూస్తున్నవైపు సీత దృష్టి మరల్చింది. అసహనంగా తల ఊపి, 'మనను వెంబడించి ఇక్కడకు ఎవరూ రాలేదు. ఎవరూ నిన్ను చూడలేరు. త్వరగా స్నానం ముగించి, రా' అంది.

శూర్పణఖ సమాధానం చెప్పలేదు. సీతవైపు వికారంగా చూసి, ఈదుకుంటూ దూరంగా వెళ్ళిపోయింది.

సీత పిడికిలి నుదుటికి ఆనించుకుని 'ఓపిక పట్టు, ఊపిరి పీల్చుకో. ఆమె ఈ రోజు వెళ్ళిపోతుంది. ఓపిక పట్టు' అని నెమ్మదిగా తనకు తను చెప్పుకుంటోంది.

శూర్పణఖ అడవి వైపు చూస్తూనే ఉవంది. ఆమెకు ఎవరూ కనపడడంలేదు. ఆమె 'ఈ మూర్ఖులు ఎవరూ ఆధారపడతగ్గవారు కాదు. ప్రతి పని నేనే చేసుకోవాలి' అంటూ గొణుక్కుంటోంది.

పంచవటి వద్ద రాముడితో మాట్లాడడానికి విభీషణుడు వచ్చాడు.

'మహానుభావా, మేము కొంతసేపటిలో బయలుదేరుతున్నాము. మా ఆయుధాలు మాకు ఇప్పించుతారా?'

'అలాగే', అన్నాడు రాముడు.

విభీషణుడు కొంచెం దూరంలో వున్న జటాయువును, మలయ పుత్రులను చూశాడు. తరువాత దట్టమైన అడవిలో కనిపించకుండా వున్న గోదావరి వైపు చూశాడు. అతని గుండెవేగంగా కొట్టుకుంటోంది.

వాళ్ళు చేరి వుంటారనుకుంటాను.

—•••—

'ఇంక చాలు' అంది సీత అసహనంగా. 'అవగలిగినంత శుభ్రంగా అయ్యావు. నీళ్ళలో నుంచి బయటకు రా. మనం బయల్దేరుతున్నాం'.

శూర్పణఖ అడవి వైపు మళ్ళీ చూసింది.

సీత తెడ్లు తీసుకుని, 'నేను వెళుతున్నాను. రావడమో, ఇక్కడ వుండటమో నిశ్చయించుకో', అంది.

శూర్పణఖ కోపంతో అరిచింది కాని లొంగిపోయింది.

—•••—

సీత త్వరగా పడవను వెనక్కి తెచ్చింది. అక్కడినుంచి పంచవటికి పది నిముషాలు గుట్టపైకి ఎక్కాలి. శూర్పణఖ పడవ దిగటంకోసం సీత వేచి వుంది.

పడవను ఒడ్డుకు లాగి, నారతాడుతో చెట్టుకు కట్టేయడానికి సీత శూర్పణఖను సాయం చేయమని అడగలేదు. ఆమె సహాయం చేస్తుందని కూడా ఆశించలేదు. సీత పడవకు కట్టి వున్న తాడును కుడిచేతికి చుట్టుకుని పడవ పక్కన ఉండే అంచును పట్టుకుని పడవను పైకి లాగుతోంది.శూర్పణఖ సీత వెనుక వైపున ఉంది.

సీత తన పనిలో నిమగ్నమై ఉండడంతోనూ, ఆ పనికి కావలసిన శారరీక శ్రమ మూలంగానూ శూర్పణఖను గమనించలేదు. శూర్పణఖ తన సంచిలోనుంచి కొన్ని మూలికలను తీసుకుని సీత వెనుక నెమ్మదిగా దగ్గరకు చేరింది.

శూర్పణఖ స్నానం చేయడానికి ఒక ప్రత్యేక సబ్బును, సువాసన ద్రవ్యాన్ని తీసుకువెళ్ళింది. దానికి ఒక ప్రత్యేకమైన సువాసన ఉంది. అది అడవికి సహజమైన వాసనల నుంచి చాలా భిన్నంగా ఉంది.

ఆ ప్రత్యేకమైన వాసనే సీతను కాపాడింది.

సీత పడవను వదిలిపెట్టి, వెంటనే స్పందించింది. శూర్పణఖ సీత నోటిలో ఆ మూలికలు పెట్టడానికి, ఆమె పైకి దూకబోతుండగా, వెనక్కి తిరిగి

తన మోచేతితో బలంగా లంక యువరాణిని కొట్టింది. శూర్పణఖ బాధతో అరుస్తూ వెనక్కు పడిపోయింది. సీత శూర్పణఖను చేరడానికి ముందుకు దూకబోయింది కాని చేతికి చుట్టుకుని వున్న తాడు అడ్డంపడి స్థిమితం కోల్పోయి తడబడింది. ఆ అవకాశాన్ని తీసుకున్న శూర్పణఖ సీతను నదిలోకి తోసింది. కాని నీటిలో పడుతున్న సమయంలోనే సీత మళ్ళీ మోచేతితో శూర్పణఖను కొట్టింది. శూర్పణఖ త్వరగానే తేరుకుని తను కూడా నీళ్ళలోకి దూకి, సీత నోట్లోకి ఆ మూలికలు చొప్పించాలని ప్రయత్నిస్తోంది.

సీత నాజూకుగావున్న శూర్పణఖ కంటే పొడగరి. ఆమెకంటే బలమైనది. చురుకైనది. సీత శూర్పణఖను బలంగా తోయడంతో, శూర్పణఖ కొంత దూరంలో పడింది. సీత తన నోటిలో చేరిన మూలికలను ఊసివేసి, ఒరలోనుంచి తన కత్తిని బయటకు లాగి ఆ తాడును కోసేసింది. నీటిలో తేలుతున్న మూలికలను చూసి, వాటిని వెంటనే గుర్తుపట్టింది. ఆమె నీటిలో నడిచి శూర్పణఖ వద్దకు వెళుతోంది.

ఈలోగా శూర్పణఖ కోలుకుంది. ఆమె సీతవైపుకు ఈదుకుంటూ వచ్చి, తన పిడికిళ్ళతో సీతను కొట్టడానికి ప్రయత్నించింది. సీత ఆమె రెండు చేతులను తన ఎడమ చేతితో పట్టుకుని లంక యువరాణి వెనక్కి తిరిగే వరకు బలంగా లాగింది. తరువాత సీత తన చేతితో శూర్పణఖ మెడను చుట్టి పట్టుకుని, తన వైపుకు లాగింది.

అప్పుడు సీత శూర్పణఖ కంఠం వద్ద కత్తి పెట్టి 'కొంచెం కదిలినా, మొత్తం రక్తం కార్చేసి చంపేస్తా నిన్ను రాకాసి పిండమా', అంది.

శూర్పణఖ పెనుగులాడడం ఆపి మౌనంగా ఉండిపోయింది. సీత కత్తిని తిరిగి ఒరలో పెట్టుకుంది. తన చేతికి చుట్టుకుని మిగిలివున్న తాడుతో శూర్పణఖ చేతులు బంధించింది. శూర్పణఖ అంగవస్త్రాన్ని తీసుకుని దానితో ఆమె నోటిని కట్టేసింది.

సీత శూర్పణఖ సంచి వెతికి, అందులో ఆ మూలికలు మరికొన్ని వుండడం చూసింది.

'నువ్వు ఏ కొంచెం ఇబ్బంది పెట్టినా, ఈ మూలికలు నీ నోటిలో పెట్టేస్తాను'.

శూర్పణఖ నిశ్శబ్దంగా ఉండిపోయింది.

సీత ఆమెను పంచవటి వైపు లాక్కుపోయింది.

పంచవటి మరికొంత దూరంలో వుండగా శూర్పణఖ నోటికి చుట్టిన అంగవస్త్రం వదులయి పడిపోయింది. శూర్పణఖ వెంటనే అరవడం మొదలుపెట్టింది.

'నోరు మూసుకుని ఉండు', అరిచింది సీత, ఆమెను లాక్కెళుతూ.

శూర్పణఖ గొంతు చించుకుని అరుస్తూనే ఉంది.

కొంతసేపటి తర్వాత, వారు అడవిలో నుంచి బయటపడ్డారు. సీత పొడవుగా రాజసంగా ఉంది కాని ఆగ్రహంగా, తడిచిపోయిన వళ్లు నీరు కారుతూ ఉంది. శూర్పణఖను బలవంతంగా లాగుకుంటూ తీసుకొస్తుండడంతో ఆమె కండరాలు బిగిస్తున్నాయి. లంక యువరాణి చేతులు కట్టేసి వున్నాయి.

రాముడు, లక్ష్మణుడు, అక్కడున్న మిగిలిన అందరూ వెంటనే కత్తులు దూసి పట్టుకున్నారు.

అయోధ్య చిన్న రాకుమారుడు అందరికంటే ముందుగా తేరుకుని, విభీషణుడివైపు చూస్తూ 'ఏమవుతోంది?' అని అడిగాడు.

విభీషణుడు ఆ ఇద్దరి స్త్రీల వైపు నుంచి దృష్టిమరల్చు కోలేకపోతున్నాడు. అతను నిజంగానే నిర్ఘాంతపోయాడు. కాని వెంటనే తేరుకుని 'మీ వదిన మా చెల్లెల్ని ఏమి చేస్తోంది? శూర్పణఖపై ఆమె దాడి చేసిందని స్పష్టంగా కనబడుతోంది కదా?' అన్నాడు.

'ఈ నాటకం కట్టిపెట్టు', అరిచాడు లక్ష్మణుడు. 'ముందు నీ చెల్లి దాడిచేసి వుండకపోతే వదిన ఎప్పుడూ అలా చేయదు'.

సీత అక్కడున్న వారి మధ్యకు చేరి శూర్పణఖను విడిచిపెట్టింది. లంక యువరాణి పట్టరాని ఆగ్రహంతో ఉందని స్పష్టంగా తెలుస్తోంది.

విభీషణుడు వెంటనే తన చెల్లి వద్దకు చేరి, కత్తి తీసి, ఆమె కట్లు తెంపేశాడు. అతను ఆమె చెవిలో 'ఈ వ్యవహారం నేను చూస్తాను. నువ్వు మాట్లాడకుండా ఉండు', అని చెప్పాడు.

ఇదంతా అతని తప్పు అయినట్లు సీత విభీషణుడి వంక గుర్రుగా చూసింది.

సీత రాముడివైపు తిరిగి శూర్పణఖ వంక చూపించింది. ఆమె కొన్ని మూలికలు తన చేతిలో పట్టుకుని వుంది. 'ఈ పనికిమాలిన లంకిణి ఇవి నా నోట్లో కూరి నన్ను నదిలోకి నెట్టేసింది'.

రాముడు ఆ మూలికలను గుర్తుపట్టాడు. శస్త్రచికిత్సల ముందు స్పృహ తప్పేలా చేయడానికి వాటిని వాడుతారు. కళ్ళు ఎర్రబడుతుండగా రాముడు విభీషణుడి వంక తిరిగి 'ఏమి జరుగుతోంది?' అన్నాడు.

అనునయిస్తున్నట్లుగా విభీషణుడు వెంటనే లేచి నిలబడ్డాడు. 'ఇక్కడేదో పొరపాటు జరిగినట్లుంది. అటువంటి పని నా చెల్లి ఎన్నడూ చేయదు'.

'ఆమె వాటిని నా నోటిలో కూరిందని నేను ఊహించుకున్నానని చెపుతున్నారా?', అంది సీత విసురుగా.

అప్పటికి లేచి నిలుచున్న తన చెల్లి వైపుకు విభీషణుడు చూసాడు. అతను ఆమెను మౌనంగా ఉండమని అభ్యర్థిస్తున్నట్లుగా ఉంది కాని ఆ అభ్యర్థన ఆమె వరకూ చేరలేదు.

'అది అబద్ధం. అలా నేనేమీ చేయలేదు', అరిచింది శూర్పణఖ.

'నన్ను అబద్ధాల కోరు అంటున్నావా?' గుర్రుమంది సీత.

తరువాత జరిగిన సంఘటన ఎంత హఠాత్తుగా జరిగిందంటే, ఎవరికీ స్పందించడానికి కూడా సమయంలేదు. భయం కొల్పేటంత వేగంగా శూర్పణఖ తన కత్తిని దూసింది. సీతకు ఎడమవైపున నిలుచుని ఉన్న లక్ష్మణుడు, ఆ వేగమైన చర్యను చూసి 'వదినా', అంటూ త్వరగా ముందుకు కదిలాడు.

సీత కత్తివేటు తప్పించుకోవడానికి వెంటనే పక్కకు తప్పుకుంది. తృటిలో లక్ష్మణుడు శూర్పణఖ వైపుకు దూకి ఆమెను గుద్దుకున్నాడు. శూర్పణఖ రెండు చేతులు పట్టుకుని లక్ష్మణుడు తన పశుబలంతో ఆమెను వెనక్కు తోసాడు. శూర్పణఖ ఎగురుకుంటూ పోయి, తన వెనుక స్థాణువులై నిలబడిన లంక సైనికులపై పడింది. ఇది జరుగుతున్నప్పుడు శూర్పణఖ చేతిలో వున్న కత్తి ఆమె ముఖంపై తగిలింది. కత్తి ఆమె ముఖంపై సమాంతరంగా పడి ముక్కు లోపలివరకు తెగింది. ఆమె నేలపై పడటంతో ఆమె చేతిలోని కత్తికూడా పడిపోయింది. ఈ హఠాత్పరిణామానికి స్తంభించిపోయిన ఆమెకు నొప్పికూడా తెలియలేదు.

గాయం నుంచి రక్తం ప్రవాహం కడుతుండగా ఆమెకు తన మెదడుపై నియంత్రణ వచ్చింది. ఆమె ముఖంపై చేతులు పెట్టుకుని, రక్తంతో తడిచిన చేతులను చూసుకుంది. తీవ్ర భయంతో ఆమె శరీరం కంపించింది. ఈ గాయపు మచ్చ తన ముఖంపై శాశ్వతంగా మిగిలిపోతుంది. ఆ మచ్చలు తొలిగించాలంటే చాలా నొప్పి కలిగించే శస్త్ర చికిత్సలు అవసరమవుతాయి. ఆమె తీవ్రమైన ద్వేషంతో అరుస్తూ మళ్ళీ ముందుకు దూకింది. ఈసారి

ఆమె గురి లక్ష్మణుడిపై ఉంది. విభీషణుడు త్వరగా శూర్పణఖ వద్దకు వెళ్ళి, కోపంతో ఊగిపోతున్న ఆమెను పట్టుకున్నాడు.

'వాళ్ళందరినీ చంపెయ్యి', అరిచింది శూర్పణఖ. 'వాళ్ళని చంపెయ్యి'.

'ఆగు,' అభ్యర్థిస్తున్నాడు విభీషణుడు. అతను చాలా భయంగా ఉన్నాడు. తమ సంఖ్య తక్కువగా వుందని 'అతనికి తెలుసు. అతనికి చనిపోవాలని లేదు. చావుకన్నా ఘోరమయిన దానికి అతను భయపడు తున్నాడు. 'ఆగు'.

రాముడు పిడికిలి బిగించి చేయి పైకెత్తాడు. అది తమ వారికి వేచి వుండమని, కాని సిద్ధంగా ఉండమని సంకేతం.

'ఇప్పుడే వెళ్ళిపొండి యువరాజా, లేదంటే చాలా నష్టం జరుగుతుంది', అన్నాడు రాముడు, విభీషణుడితో.

'మనకేమి చెప్పారో మరిచిపో, వాళ్ళందరినీ చంపెయ్యి', అరుస్తోంది శూర్పణఖ. 'చంపెయ్యి వాళ్ళందరినీ'.

పెనుగులాడుతున్న, శూర్పణఖను అతి కష్టంమీద ఆపుతున్న భయభీతుడైన విభీషణుడితో 'వెంటనే వెళ్ళిపొండి, యువరాజా విభీషణా', అన్నాడు రాముడు.

'వెనక్కు తగ్గండి', అన్నాడు విభీషణుడు తన సైనికులతో.

తమ కత్తులను ఆరణ్యావాసులకు గురిపెట్టి వుంచి, లంక సైనికులు వెనక్కు పోతున్నారు.

'వాళ్ళను చంపు, పిరికిపందా, నేను నీ సోదరిని, నాకు జరిగినదానికి ప్రతీకారం చేయి', అంటూ అరుస్తోంది శూర్పణఖ.

కాళ్ళుచేతులు కొట్టుకుంటున్న శూర్పణఖను వెనక్కులాగుతూ, విభీషణుడు రాముడివంక చూస్తున్నాడు. హఠాత్తుగా జరిగే కదలికలను గమనించడానికి అతను అప్రమత్తంగా వున్నాడు.

'వాళ్ళను చంపు', అరిచింది శూర్పణఖ.

లంక సైనికులు పంచవటి దాటి అడవిలోకి పోయారు. విభీషణుడు శూర్పణఖను లాక్కెళుతున్నాడు.

రాముడు, లక్ష్మణుడు, సీత వారి స్థానాల్లో నిలబడిపోయి వున్నారు. జరిగిన సంఘటన పూర్తిస్థాయి ఉపద్రవం.

'మనం ఇంక ఇక్కడ ఉండలేము. మనకింకో ప్రత్యామ్నాయం లేదు. ఇప్పుడే మనం ఇక్కడి నుంచి పారిపోవాలి', అన్నాడు జటాయువు విశదంగా తెలుస్తూనే వున్నదాన్ని మాటల్లో పెడుతూ.

రాముడు జటాయువు వంక చూశాడు.

'మనం లంక రాజకుటుంబం వారి రక్తం చిందించాం. వాళ్ళు రాచకుటుంబంపై తిరుగుబాటు చేసినవారు అయినప్పటికీ, లంక వారి చట్ట సంప్రదాయాల ప్రకారం రావణుడికి ప్రతిస్పందించడం మినహా దారి లేదు. సప్తసింధులో మిగిలిన రాజవంశాల్లో కూడా ఇదే సంప్రదాయం కదా. రావణుడొస్తాడు. అందుకేమీ సంశయం అక్కరలేదు. విభీషణుడు పిరికివాడు. కాని రావణుడు, కుంభకర్ణుడు అలా కాదు. వాళ్ళు వేలమంది సైనికులను వెంట పెట్టుకుని వస్తారు. ఇది మిథిల దగ్గర జరిగిన దానికన్న హీనంగా ఉంటుంది. అక్కడ అది రెండు సేనల మధ్యయుద్ధం. అది వాళ్ళకి అర్థమైంది. కాని ఇది వ్యక్తిగతం. అతని చెల్లి, అతని కుటుంబ సభ్యురాలిపై దాడి జరిగింది. ఆమె రక్తం చిందింది. అతని గౌరవం ప్రతీకారాన్ని కోరుతుంది'.

లక్ష్మణుడు 'కాని నేను ఆమెపై దాడి చేయలేదు... ఆమె...'

'కాని రావణుడు దానిని అలా చూడడు. అతను వివరాల కోసం నీతో గొడవ పడడు, రాకుమార లక్ష్మణా. మనం ఇప్పుడే పారిపోవాలి', అన్నాడు జటాయువు.

32వ అధ్యాయం

వారు ముప్పై రోజుల నుంచి పారిపోతూనే ఉన్నారు. దండకారణ్యంలో తూర్పుగా గోదావరికి సమాంతరంగా, వారు చాలాదూరం వెళ్ళారు. వారి జాడనను సరించడం గాని, వారిని కనిపెట్టడం గాని తేలిక కాదు. కాని ఎంత దూరం, ఏ వైపుగా వెళ్ళినా జలసాకర్యం దగ్గరలో ఉండేట్లు చూసుకోవలసినదే. ఉపనదులకు, ఇతర నీటివనరులకు మరీ దూరమైతే వారికి వేటాడటానికి జంతువులు దొరకవు.

కొంతకాలం నుంచి ఎండపెట్టిన మాంసం, ఆకులు, పళ్ళు తిని బతుకు తున్నారు. లంక వారు తమ జాడ కనుక్కోలేకపోయుంటారని అనుకుంటున్నారు వారు. సరైన ఆహారం లేక, సుదూరం నడవాల్సి రావడంతో వారి శరీరాలు బలహీనమవుతున్నాయి. అందుమూలంగానే రాముడు, లక్ష్మణుడు వేటకు వెళ్ళారు. సీత, మలయపుత్ర సైనికుడు మకరాంతుడు అరటి ఆకులు తేవడానికి వెళ్ళారు.

రహస్యం వారి మనుగడకు చాలా ముఖ్యం. అందుకనే ఆహారం కూడా భూమిలో లోతుగా గోతులు తీసి వాటిలో వంట చేస్తున్నారు. వంట చెరుకుగా పొగరాని ప్రత్యేకమైన బొగ్గును వాడుతున్నారు. ఆ పైన మరింత జాగ్రత్తగా గోతులలో నుంచి ఏమాత్రం పొగ రాకుండా వంట పాత్రలపై అరటి ఆకులు కప్పుతున్నారు. ఇందుకోసమే సీత, మకరాంతుడు అరటి ఆకులు కోస్తున్నారు. ఇప్పుడు వంట చేయడం సీత వంతు.

సీతకు తెలియకుండా, వారి విడిదికి కొంతదూరంలో రావణుడి పుష్పక విమానం దిగింది. చెవులు చిల్లులు పడే దాని శబ్దాన్ని హోరుగాలులు మింగేశాయి. కాలం కాని కాలంలో ఆ ప్రాంతమంతా అప్పుడే వర్షాలు పడినాయి. పుష్పక విమానం నుంచి వందమంది సైనికులు దిగి విడిదిపై దాడి చేసి చాలా త్వరగానే దాదాపుగా మలయపుత్రులను అందరినీ చంపేశారు.

కొంతమంది లంక సైనికులు అడవిలో నలువైపులకు చెదిరిపోయి సీత, రాముడు, లక్ష్మణుల కోసం వెతుకుతున్నారు. అలా వెళ్ళిన వారిలో ఇద్దరు విడిదికి తిరిగి వస్తున్న సీత, మకరాంతుల పై దాడి చేశారు. వారి బాణం దెబ్బలకు మకరాంతుడు చనిపోయాడు. అతనికి ఒక బాణం భుజంలోను, మరొక బాణం కంఠంలోను దిగాయి. సీత తన కౌశలంతో వారిద్దరినీ మట్టుపెట్టి, వారి ఆయుధాలను తీసుకుని విడిది వద్దకు చేరుకుంది. అక్కడ జటాయువు తప్ప మిగిలిన మలయపుత్రులు చనిపోయి వుండడం సీత చూసింది. జటాయువును కాపాడాలని ఆమె వీరోచితంగా ప్రయత్నించింది కాని విఫలమయింది. తను ఆరాధించే విష్ణువును కాపాడుకోవడానికి ఆ నాగుడు చాలా హింసలనే భరించాడు.

రావణుడి తమ్ముడు కుంభకర్ణుడు సీతను సజీవంగా పట్టుకోవాలని ఆదేశించాడు. చాలామంది లంక సైనికులు ఒక్కసారిగా సీత వైపుకు దూసు కొచ్చారు. ఆమె ధైర్యంగా పోరినా కాని, చివరకు వారు ఆమెను పట్టుకోగలిగారు. తర్వాత వారు ఆమెకు ఒక నీలిరంగు విషాన్ని యిచ్చి ఆమె కదలకుండా, స్పృహలో లేకుండా చేశారు.

వారు ఆమెను త్వరగా పుష్పక విమానంలోకి ఎక్కించి, ఎగిరి వెళ్ళిపోయారు. సరిగా ఆ సమయానికి రాముడు, లక్ష్మణుడు విడిదికి చేరుకుని చెల్లా చెదురుగా పడి వున్న మృతదేహాలను, తీవ్రంగా గాయపడిన జటాయువును చూశారు.

— ॐ —

తను ఎంతసేపు స్పృహలో లేదో సీతకు తెలియడం లేదు. బహుశ కొన్ని గంటలే అయి వుంటాయి. ఆమెకు ఇంకా మత్తుగానే వుంది. విమానం కిటికీల నుంచి వెలుతురు లోపలికి వస్తోంది. క్రమం తప్పకుండా పునరావృతమవుతున్న ఒక శబ్దం ఆమెకు తలనొప్పి తెప్పిస్తోంది. ఆ శబ్దం విమానం పంకా నుంచి వస్తోందని ఆమెకు కొంతసేపటికి అర్థమయింది. విమానం గోడలు ధ్వని నిరోధకాలు కావడంతో ఆ శబ్దం అతి తక్కువ మోతాదులో మాత్రం వస్తోంది.

ధ్వని నిరోధకం సరిపడినంతగా లేదు.

తలనొప్పి తగ్గడానికి సీత కణతలు నొక్కుకుంది. కాని అది కొంతసేపు మాత్రమే ఉపశమనం కలిగించింది. త్వరలోనే తిరిగి తలనొప్పి మొదలయింది.

అప్పుడు ఆమెకు ఒక విచిత్ర పరిస్థితి అవగాహనకు వచ్చింది.

నా చేతులు బంధించి లేవు.

ఆమె తన కాళ్ళు చూసుకుంది. అవి కూడా బంధించి లేవు.

ఆమెకు కొంచెంగా ఆశలు మోసులెత్తాయి.

వెంటనే ఆ ఆశలు అణగారిపోయాయి. తన తెలివితక్కువతనానికి ఆమె నవ్వుకుంది.

నేను ఎక్కడికి వెళ్ళాలని పథకం వేస్తున్నాను? ఆకాశంలో కొన్ని వేల అడుగుల ఎత్తున ఉన్నాను. ఆ నీలిరంగు విషం నన్ను, నా ఆలోచనను నెమ్మదింప చేస్తోంది.

ఆమె ఆ మత్తు నుంచి బయట పడాలని తల విదుల్చుకుంటోంది.

విమానం గోడకు దగ్గరలో విమానం దిగువ భాగానికి బిగించి వున్న ఒక పడక పై ఆమె పడుకుని వుంది.

సీత చుట్టూ చూసింది. విమానం చాలా పెద్దది. ఆమె పైకి చూసింది. అది లోపల నుంచి కూడా పరిపూర్ణమైన శంకువు ఆకారంలో ఉంది. మొత్తం నున్నటి లోహంతో వుంది. పై భాగాన ఒక వర్ణచిత్రం వుంది. ఆమె కళ్ళు మసకబారి వుండడంతో ఆ చిత్రమేమిటో సీత చూడలేకపోయింది. విమానానికి కచ్చితంగా మధ్య నుంచి ఒక గుండ్రటి స్తంభం విమానం లోకప్పు వరకు లేచింది. అది పూర్తిగా లోహంతో చేసింది, కాబట్టి గట్టిగా వుంటుంది. సీతకు ఆలయ గోపురాలపై వుండే ఒక పెద్ద శంకువులో వున్నట్లుంది. విమానం లోపలి భాగం విశాలంగా, సౌకర్యవంతంగా వుంది కాని ఎక్కువ అలంకరణలు లేవు.సహజంగా, కనీసం సప్తసింధులో, రాచ వాహనాల కుండే హంగులు, విలాసవంతమైన, ఖరీదైన అలంకరణలు లేవు. పుష్పక విమానం ఆర్భాటాలు లేకుండా, విశాలంగా, సమర్థంగా వుంది. అది యుద్ధ సమయాల్లో వాడే వాహనమని, విలాసం కోసం ఉద్దేశించినది కాదని స్పష్టంగా అర్థమవుతోంది.

ఆకృతి కంటే అవసరానికి ఎక్కువ ప్రాధాన్యమివ్వడంతో, పుష్పక విమానంలో వందమంది సైనికులకు చోటు వుంటుంది. వారు మౌనంగా, క్రమశిక్షణతో విమానం గోడల వరకు అర్ధచంద్రాకారంలో కూర్చుని వున్నారు.

విమానం కింది భాగానికి బిగించి వున్న ఆసనాలలో రావణుడు, కుంభకర్ణుడు కూర్చుని ఉండడం సీత చూసింది. వారు కూర్చున్న ప్రదేశం పాక్షికంగా తెరలు కట్టి ఉంది. పైన ఉన్న దూలం నుంచి తెరలు వేలాడుతున్నాయి. వారు చాలా దూరంగా లేరు కాని నెమ్మదిగా

మాట్లాడుకుంటున్నారు. వారేమి మాట్లాడుకుంటున్నారో సీతకు వినబడడం లేదు.

ఇంకా ఆ పడక పై పడుకునే సీత మోచేతులపై లేచింది. ఆమె మూలిగింది. ఆమె ఇంకా దుర్బలంగానే వుంది.

రావణుడు, కుంభకర్ణుడు ఆమె వైపుకు తిరిగి చూశారు. లేచి ఆమె వైపు వస్తున్నారు. రావణుడు పరధ్యానంగా తన ధోవతిపై కాలువేసి తూలాడు.

అప్పటికి సీత కూర్చుంది. ఆమె ఊపిరి పీల్చుకుని ఆ ఇద్దరు అన్నదమ్ముల వంక ధిక్కారంగా చూసింది.

'నన్ను ఇప్పుడే చంపేయండి. లేదంటే మీరు విచారించాల్సి వస్తుంది'.

లంక సైనికులందరూ లేచి నిలబడి, కత్తులు తీశారు. కాని కుంభకర్ణుడు సైగ చేయడంతో వారు వారి స్థానాల్లో వున్నారు.

ఆశ్చర్యం గొలిపేటంత మృదువుగా కుంభకర్ణుడు 'మేము నీకు హాని చేయాలనుకోవడం లేదు. బాగా అలసిపోయి వుంటావు. నువ్వు త్వరగా మెలకువలోకి వచ్చేశావు. నీకిచ్చిన మత్తుమందు చాలా బలమైంది. దయచేసి విశ్రాంతి తీసుకో'.

కుంభకర్ణుడి స్వరం దయాపూరితంగా వుండడంతో ఆశ్చర్యపోయిన సీత, బదులు ఇవ్వలేదు.

'మాకు తెలియదు... నాకు... నాకు తెలియదు... తెలిస్తే ఆ మత్తుమందు వాడే వాళ్ళం కాదు...' అన్నాడు కుంభకర్ణుడు సంకోచంగా. సీత మౌనంగా ఉండిపోయింది.

ఆమె రావణుడి వంక తిరిగింది. అతను ఆమె వంక చూస్తున్నాడు. రెప్పవాల్చకుండా. అతని ముఖంలో ఏదో విచారం కనబడుతోంది. విషాదం. అతని కళ్ళు వింతగా ఉన్నాయి. వాటిలో ప్రేమ కనపడుతోంది.

సీత విమానం గోడకు జరిగి తన అంగవస్త్రం తీసి కప్పుకుంది.

హఠాత్తుగా ఒక చేయి ముందుకు వచ్చింది. ఒక వేపాకు. నీలి రంగు లేహ్యం. తన ముక్కు.

సీతకు నెమ్మదిగా చీకటి ఆవరించుకుంటున్నట్లు వుంది.

రావణుడు, కుడివైపుకు, తనకు ఆ మత్తుమందు ఇచ్చిన వ్యక్తి నిలబడి వున్న వైపుకు చూడటం సీత గమనించింది. అతని ముఖం కోపంగా ఉంది.

చీకటి కమ్మేసింది.

—*—

ఆమె కళ్ళు తెరుచుకున్నాయి.

తక్కువ కాంతితో వెలుతురు విమానం లోపలికి వస్తోంది. సూర్యాస్తమయం కాబోతుంది.

నేనెంతసేపు స్పృహ తప్పి వున్నాను?

సీతకు కచ్చితంగా తెలియదు. కొన్ని గంటలు అయి వుంటుందా? చాలా ప్రహరలు అయి వుంటుందా?

ఆమె మళ్ళీ నెమ్మదిగా, బలహీనంగా పక్కపై లేచింది. చాలామంది సైనికులు విమానంలో కింద పడుకుని నిద్రపోతున్నారు.

కాని తను నిద్రపోతున్న వేదిక వద్ద సైనికులు ఎవరూ లేరు.

ఆమెను వంటరిగా వదిలేశారు.

రావణుడు, కుంభకర్ణుడు వారి ఆసనాల వద్ద నిలబడి వున్నారు. కాళ్ళు సాగడం కోసం. ఇద్దరూ గుసగుసలాడుకుంటున్నారు.

నెమ్మదిగా సీత కళ్ళు స్పష్టంగా చూడగలిగే స్థితికి వచ్చాయి. ఆమె తమ మధ్య దూరాన్ని అంచనా వేయగలిగింది. రావణుడు, కుంభకర్ణుడు ఆమెకు పదిహేను నుంచి ఇరవై అడుగుల దూరంలో ఉన్నారు. వారు సీత వైపుకు వీపు పెట్టి, దీర్ఘ సంభాషణలో వున్నారు.

సీత చుట్టూ చూసి, చిరునవ్వు నవ్వింది.

ఎవరో చాలా నిర్లక్ష్యంగా వున్నారు.

దగ్గరలో తన పడక బిగించి వున్న వేదికపై ఒరలో పెట్టిన కత్తి వుంది. సీత నెమ్మదిగా వంగి, జాగ్రత్తగా, శబ్దం లేకుండా కత్తిని అందుకుని, ఒరలో నుంచి బయటకు తీసింది.

ఆమె కత్తిని తన చేతిలో బిగించి పట్టుకుంది.

శరీరంలో శక్తిని రగుల్చుతూ కొన్నిసార్లు దీర్ఘంగా శ్వాస తీసుకుంది.

ఆమెకు ఇంతకుముందు విన్న విషయం గుర్తుకు వచిచంది.

నాయకుణ్ణి చంపితే లంక వారు లొంగిపోతారు.

లేచి నిలబడడానికి ప్రయత్నించింది. ఆమె చుట్టూ ప్రపంచం పరిభ్రమిస్తోంది.

ఆమె వేదికపై కూర్చుని, దీర్ఘశ్వాసలు తీసుకుంది. దేహంలోకి ఎక్కువగా ప్రాణవాయువును పంపుతోంది. అప్పుడు ఆమె లక్ష్యంపై దృష్టి కేంద్రీకరించింది. ఆమె అలికిడి లేకుండా లేచి నిలబడి, రావణుడి వైపు నడిచింది.

రావణుడి వీపుకు కొన్ని అడుగుల దూరంలో ఉన్నప్పుడు ఆమె కత్తిని పైకి లేపి ముందుకు దూకింది.

వెనుక నుంచి ఎవరో సీతను ఒడిసి పట్టుకొనడంతో పాటు, పెద్ద అరుపు వినవచ్చింది. ఆమె మెడ చుట్టూ ఒక చేయి బిగుసుకుంది. ఆమె కంఠానికి ఒక కత్తి ఆన్చి పెట్టి వుంది. సీతకు తనపై దాడి చేసింది ఒక స్త్రీ అని తెలుస్తోంది.

రావణుడు, కుంభకర్ణుడు వెంటనే వెనక్కు తిరిగారు. చాలామంది లంక సైనికులు కూడా లేచారు.

కుంభకర్ణుడు తన చేతులు జాగ్రత్తగా పైకి లేపాడు. అతను స్థిరమైన, అధికార పూరితమైన స్వరంతో 'కత్తిని కింద పడేయి', అన్నాడు.

సీత తన మెడను చుట్టి వున్న చేయి బిగుసుకోవడం గమనించింది. అప్పటికి లంక సైనికులందరూ లేచి నిలబడి వున్నారు. ఆమె లొంగిపోయి, కత్తి కింద పడవేసింది.

కుంభకర్ణుడు ఈసారి కొంత కఠినంగా 'కత్తి కింద పడవేయమని చెపుతున్నాను', అన్నాడు.

సీత కనుబొమలు అయోమయంతో ముడిపడినాయి. తను కింద పడవేసిన కత్తి వైపు చూసింది. తన దగ్గర మరోకత్తి లేదని ఆమె చెప్పబోతుండగా, తన కంఠంపై కత్తి గుచ్చుకొనడం తెలిసింది. తనపై వెనుక నుంచి దాడి చేసిన వ్యక్తి కత్తిని సీత కంఠానికి దగ్గరగా జరుపుతోంది. దాని మొన గుచ్చుకుని రక్తం వస్తోంది.

కుంభకర్ణుడు రావణుడి వైపు చూసి, తిరిగి సీతను పట్టుకున్న వ్యక్తి వైపు తిరిగాడు. 'ఖర చనిపోయాడు. ఈ హత్య అతన్ని వెనక్కు తీసుకురాలేదు. తెలివిలేకుండా ప్రవర్తించకు. నేను ఆజ్ఞాపిస్తున్నాను. కత్తిని కింద పడవేయి'.

తన మెడను చుట్టి వున్న చేయి వణకడం సీతకు తెలుస్తోంది. ఆమె పై దాడి చేసిన వ్యక్తి తీవ్ర భావావేశంలో వుంది.

చివరికి రావణుడు ముందుకు వచ్చి తీవ్ర స్వరంతో, భయం గొలిపేటట్లుగా, 'కతిని కింద పడేయి. తక్షణం', అని ఆజ్ఞాపించాడు.

సీత మెడ చుట్టూ వున్న చేయి వదులయింది. వెంటనే ఆ చేయి వెనక్కు వెళ్ళిపోయింది. ఒక మృదువైన స్వరం వినవచ్చింది.

'మీరు ఆజ్ఞాపించినట్లుగానే ఇరైవా'.

ఆ కంఠస్వరం వినగానే సీత నిర్ఘాంతపోయింది. ఆమె వేగంగా వెనక్కు తిరిగి, తొట్రుపడి, విమానం గోడలను ఆసరాగా పట్టుకుని కూలబడింది.

శరీరంలోకి బలవంతంగా గాలిని పంపుతూ, తనపై దాడి చేసిన వ్యక్తిని తిరిగి చూసింది. తనను కొన్ని క్షణాల క్రితం చంపబోయిన వ్యక్తిని. ఖర పట్ల తీవ్ర భావావేశం కల వ్యక్తి. పూర్తిగా రావణుడి అదుపు ఆజ్ఞలలో వున్న వ్యక్తి.

ఒకప్పుడు తన ప్రాణాలను కాపాడిన వ్యక్తి.

తను తన మిత్రురాలిగా భావించిన వ్యక్తి.

సమీచి.

..... తరువాయి భాగంలో.

అమీష్ యొక్క ఇతర రచనలు

శివ త్రయం

భారతదేశపు ప్రచురణ చరిత్రలో అత్యంత వేగంగా అమ్ముకమౌతున్నపుస్తక శ్రేణి

మెలుహా మృత్యుంజయులు

(శివ త్రయంలో మొదటి పుస్తకం)

క్రీ పూ 1900. దేన్నైతే ఆధునిక భారతీయులు సింధూ లోయ నాగరికత అని తప్పుగా పిలుచుకున్నారో, అదీ ఆ కాలం నాటి నివాసులు ప్రభువు శ్రీ రామునిచే సృష్టింపబడిన దాదాపు ఆదర్శప్రాయమైన రాజ్యంగా మెలుహా భూమిగా గుర్తిస్తారు. కానీ యిప్పుడు వారి యొక్క ప్రధాన జీవనదియైన సరస్వతీ యింకిపోతోంది. అలాగే తూర్పు నుంచి శత్రువుల వుగ్రవాద దాడిని వారు ఎదురుకుంటున్నారు. భవిష్యవాణీచే పేర్కొనబడిన నాయకుడైన నీలకంఠుడు, దుష్ట సంహారానికి ఉద్భవిస్తాడా?

నాగాల రహస్యం

(శివ త్రయంలో రెండో పుస్తకం)

శివుని స్నేహితుడైన బృహస్పతిని చంపిన క్రూరుడైన నాగ యోధుడు ఇప్పుడు, శివుని భార్య సతిని కూడా వెంటాడుతున్నాడు. భవిష్యవాణి దుష్టసంహారకునిగా భావించబడుతున్న శివుడు విశ్రమించలేడు, ప్రతీకారం అతణ్ణి నాగుల వరకూ తీసుకువెళుతుంది. శివ త్రయం యొక్క ఈ రెండో భాగంలో మరెన్నో భయంకర పోరాటాలు జరుగుతున్నాయి, మరెన్నో నమ్మలేని రహస్యాలు వెల్లడవుతాయి.

వాయుపుత్రుల శపథం

(శివ త్రయంలో మూడో పుస్తకం)

శివుడు నాగుల రాజధాని అయిన పంచవటిని చేరుకున్నాడు. అతని నిజమైన శత్రువుకు వ్యతిరేకంగా ధర్మయుద్ధానికి సిద్ధమౌతాడు. ఏది ఏమైనా నీలకంఠుడు విఫలమయ్యేందుకు వీల్లేదు. తప్పని పరిస్థితుల్లో అతడు సహాయం కోసం వాయుపుత్రుల వద్దకు వెళతాడు. అతడు విజయం సాధిస్తాడా? చెడుతో పోరాటానికి నిజంగా చెల్లించాల్సిన మూల్యం ఏమిటి? అత్యధికంగా అమ్ముడుపోతున్న ఈ పుస్తక త్రయంలోని చివరి భాగంలో చదవండి.

రామచంద్ర సిరీస్

భారతీయ ప్రచురణరంగ చరిత్రలో అత్యంత వేగంగా అమ్ముడవుతున్న రెండవ పుస్తక శ్రేణి

రాముడు – ఇక్ష్వాకుని వారసుడు

(రామచంద్ర శ్రేణిలో మొదటి పుస్తకం)

అతడు తన దేశాన్ని ప్రేమిస్తాడు, ధర్మంకోసం ఒంటరిగా నిలబడతాడు. అతని సోదరులు, అతని భార్య సీత అరాచకానికి కారణమవుతున్న అంధకారానికి వ్యతిరేకంగా పోరాడుతున్నారు. అతడే యువరాజు రాముడు. ఇతరులు తన మీద పోస్తున్న బురదను మించి ఎదగగలడా? ఈ పోరాటంలో అతనికి సీత మీద ఉన్న అపారప్రేమ తట్టుకుని నిలబడుతుందా? తన బాల్యాన్ని నాశనం చేసిన రాక్షసుడు రావణుని అతడు ఓడించగలడా? విష్ణువుగా విధి నిర్దేశించిన కర్తవ్యాన్ని నెరవేర్చగలడా? అమీష్ తాజా రచన రామచంద్ర సిరీస్లో ఈ ప్రశ్నలన్నిటికీ ఆసక్తిదాయకమైన సమాధానాలు పొందుతూ ఐతిహాసిక ప్రయాణాన్ని చేయండి.

రావణుడు – ఆర్యావర్తానికి శత్రువు

(రామచంద్ర శ్రేణిలో మూడోపుస్తకం)

రావణుడు మానవులందరిలోకి గొప్పవాడు కావాలనుకున్నాడు. అధికారం, ఆధిపత్యం తన హక్కుగా భావించాడు, దాన్ని దోచుకొనేందుకు ఆక్రమించుకొనేందుకు ఏమాత్రం వెనుకాడలేదు. అతనొక వైవిధ్యాల పుట్ట, ఒక పక్క అపార పాండిత్యం, మరోపక్క అంతులేని క్రూరత్వం. ప్రతిఫలాపేక్ష లేకుండా ప్రేమించగలడు, పశ్చాత్తాపం లేకుండా ప్రాణాలు తీయగలడు. రామచంద్ర శ్రేణిలోని మూడో పుస్తకంలో అమీష్ లంకాధిపతి రావణుని ఆవిష్కరించాడు. ఇంతకీ అతనొక క్రూరరాక్షసుడా లేక అజ్ఞానం వల్ల అంధకారంలో ఉండిపోయిన మానవుడా?

వ్యాసాలు

అజరామర భారతం

కథారచయిత అమీష్ కలిసి భారతదేశాన్ని అన్వేషించండి. ఇంతకుముందెన్నడూ లేని విధంగా స్పష్టంగా చెప్పే వ్యాసాలు, సూటైన ఉపన్యాసాలు, చర్చలతో నూతనంగా భారతదేశాన్ని గురించి తెలుసుకోవడానికి సాయపడతారు. అజరామర భారతంలో ఆధునిక దృక్పథంతో ప్రాచీన సంస్కృతీ దృశ్యాన్ని ఆకర్షణీయంగా ఆవిష్కరింపజేశారు.